வடநாட்டுக்
கோயிற் கலை

பெருந்தச்சன்
கோ.வீரபாண்டியன்

சத்யா

Title:
Vadanattu koyirkalai
Ko. Veerapandiyan
ISBN: 978-93-92474-81-1
Title Code : Sathyaa - 068

நூல் தலைப்பு
வடநாட்டுக் கோயிற் கலை

நூல் ஆசிரியர்
கோ. வீரபாண்டியன்

முதற்பதிப்பு
ஜுன் 2024

விலை : ₹ 375

பக்கம் : 295

Printed in India

Published by

Sathyaa Enterprises
No.137, First Floor,
Choolaimedu,
Chennai - 600 094.
044 - 4507 4203
Email
sathyaabooks@gmail.com

உள்ளே...

	கோயில் தோன்றிய வரலாறு	5
1.	தொல் கலைகள்	9
2.	மொகஞ்சோதாரோ	11
3.	அரப்பா	14
4.	உலொகூஞ்சோதாரோ	16
5.	வேத காலம்	22
6.	கோயில் கட்டப் பணிக்கு பயன்படுத்தியப் பொருள்கள்	32
7.	சமய செழுமைக்கு கோயில்கள்	37
8.	தொடக்கக் கால கோயில்கள்	41
9.	சிற்ப நூல்களும், முறைகளும்	43
10.	கோயில்கள் அமைப்பதற்கான இடத்தேர்வு	46
11.	கோயில் வகைகள்	49
12.	கோயில் மேல் கட்டின் வளைவுகள்	51
13.	தொடக்க நிலைகோயில்கள்	52
14.	முறைசார கூரைகள் கொண்ட கோயில்கள்	55
15.	தூபத்தின் தோற்றமும் வளர்ச்சியும்	57
16.	குடை வரைகள்	64
17.	குடை வரைகள் ஒரு பார்வை	73
18.	கலிங்கத்துக்குடை வரைகள்	77
19.	காந்தார விகாரைகள்	87
20.	அஜந்தாக் குடைவரைகள்	94
21.	எல்லோரா குடைவரைகள்	101
22.	அவுரங்காபாத் குடைவரைகள்	112
23.	பாக் குடைவரைகள்	114

24. குண்டுபல்லி	118
25. சங்கரம் குன்றுகள்	120
26. மௌரியர் காலம்	123
27. சாஞ்சிக் கோயில்	132
28. பாரத்	134
29. மௌரியர் காலக் கோயில்கள்	136
30. தூண்கள்	141
31. தூபங்கள்	144
32. சுங்கர் கால கோயிற்கலை	157
33. பெசுநகர் எலியோ தோரசுக் கோயில்கள்	160
34. சாதவாகனர் கோயில்கள்	164
35. சாஞ்சி தூபம்	167
36. குசாணர் கோயில்	172
37. குப்தர் கோயில்	177
38. சாளுக்கியரின் கோயில்கள்	187
39. அய்கோவிக் கோயில்கள்	190
40. ஆலம்பூர்க் கோயில்கள்	203
41. கூர்ச்சரர் கோயில்கள்	205
42. கலிங்க நாட்டுக் கோயில்	212
43. முற்காலக் கோயில்கள்	220
44. சாந்தலர் கோயில்கள்	233
45. காலச் சூரிகளின் கோயில்கள்	247
46. வடநாட்டின் மேலைக் கோயில்கள்	254
47. சோலங்கியர் கோயில்கள்	260
48. காச்சா பாகதர் கோயில்கள்	266
49. காசுமீராக் கோயில் கலைகள்	269
50. இமாலயப் பகுதிக் கோயில்கள்	274
51. காகேதேயர் கோயில்கள்	282
52. போசானர் கோயில்கலை	284
53. விசயநகரக் கோயில்கள்	291

கோயில் தோன்றிய வரலாறு

வடநாட்டுக் கோயிற் கலைக்கும் தென்னாட்டு கோயிற் கலைக்கும் மிகுந்த வேறுபாடுகள் உண்டு. மானுட இனம் தோன்றிய காலம் தொட்டே தன்னை புடம் போட்டு அப்பழுக்கற்ற உயர்ந்த நிலையை அடைவதின் பொருட்டு எழுந்ததே தென்னாட்டுக் கோயிற்கலையாகும். இது சமுதாய வாழ்வியலில் இருந்து எழுந்தது. இயற்கையான குகை பொந்திலிருந்து மனிதன் தனக்கென இல்லங்களை அமைத்துக் கொண்டதிலிருந்து கோயிற்கலையும் எழுந்தது. இதனால் குடிசை முதல் கோட்டை வரையிலான அனைத்து மானுட வாழ்விடங்களைப் போலவே கோயில்களும் எழுந்தன.

தமிழ் மொழியிலிருந்து இலக்கணத்தை வடமொழி எப்படி எடுத்துக் கொண்டதோ அதே போல கோயில் கலையும் வடக்கில் எழுந்தது.

வடக்கில் கோலோச்சிய ஆரியக் கலப்பினர். தங்களை தனித்தன்மை யினராகக் காட்டிக் கொள்வதிலே முனைப்புடன் விளங்கினர், விளங்கி வருகின்றனர். அத்தனித்தன்மைக்கு முக்கியக் காரணம் எழுதாக் கிளவி யான (வேதமறைகளும்), அதை தெளிவுப்படுத்த எழுந்த ஆகமங்களும் ஆகும்.

வேதங்கள், ஓதுவதற்கு மிக முக்கியமாக தேவைப்பட்டது வேள்வி பீடங்களும், மேடைகளும் ஆகும். இக்காலத்தே தமிழ் மக்களிடையே பல்வேறு விதமான கோயில்கள் எழுந்திருந்தன. இவ்வழக்க கோயில் வழிபாட்டு முறைகளையே அப்போதிருந்த பெரும்பான்மையான மக்கள் ஏற்றிருந்தனர்.

எனவே ஆரியர்களும் அவர்களை ஏற்றுக் கொண்ட கலப்பினர்களும் கோயில் வழிபாட்டு முறையை ஏற்றுக் கொள்வது தவிர்க்க இயலாத தாயிற்று. எனவே தமிழ் தச்சர்களைக் கொண்டு வடக்கே கோயில்கள் எழுந்தன. இக்கோயில்களை ஆரிய முறை என்னும் புதிய முறையில் இயற்ற முயன்றனர். அம்முறையே வேள்வி பீடங்களின் வடிவில் கோயில்களை உருவாக்குவது என்பதாகும். இம்முறையில் ஆரியர்கள் தங்கள் வாழ்ந்த பகுதிகளில் கோயில்களை கட்டி அமைத்தனர்.

இந்நிகழ்வுப் போக்கு, கிருத்துவுக்கு பல நூற்றாண்டுகளுக்கு முன்பே ஏற்பட்டுவிட்டது. காலப்போக்கில் சமணமும், பௌத்தமும் வளர்ச்சி அடைந்தன. ஆரியர்களில் ஒரு பகுதியினர். இச்சமயங்களில் தங்ளை நுழைத்துக் கொண்டு தலைமையிடங்களை கைப்பற்றிக் கொண்டனர். இருப்பினும்கூட கோயில் கட்டும் வழக்கம் இவ்விரு சமயத்தார் தவிர மற்றவர்களிடம் நீடித்தே வந்தது.

சமணர்கள் கோயில்கள் எழுப்பி அங்கு சென்று வழிபடும் முறையை ஏற்காதவர்கள். பௌத்தர்களும் அப்படியே! ஆனால், புத்தரின் மறைவுக்குப் பிறகு அவர் வழித்தோன்றல்கள் ஈனயானம், மகாயானம் (சிறுபாண்மை, பெரும்பான்மை அல்லது சிறிய ரதம், பெரிய ரதம்) எனப் பிரிந்து மகாயான பிரிவினர் முதலில் பௌத்த கோயில்களை எழுப்பினர், பின்னர் ஈனயான பிரிவனரும் கோயில் கட்டி வழிபடும் முறையை ஏற்படுத்திக் கொண்டனர்.

உலகில் முதன்முதலாக சமணர்களே தங்கள் வாழுமிடங்களில், கல்வி, மருத்துவம் போன்றவற்றை மக்களுக்கு அளித்தவர்களாவர். இதைத் தொடர்ந்து பௌத்தர்களும் இம்முறையை மேற்கொண்டனர். சமணர்கள் தங்கள் தவமியற்றும் காட்டுப் பகுதியில் செய்ததை பௌத்தர்கள் நகரம். பட்டினம், ஊர் பகுதிகளிலும் செய்தனர். எனவே, இவர்களின் வாழ்க்கை முறை மக்களோடு சேர்ந்து வாழ வேண்டிய தாயிற்று. எனவே இவர்களின், மடங்கள், கோயில்கள், தர்ம சாலைகள் போன்றவைகள் மக்கள் வாழுமிடங்களில் ஏற்படலாயிற்று.

ஏற்கனவே இருந்த தமிழர், ஆரிய கோயில்களோடு பௌத்த விகாரைகளும் போட்டி போட்டுக் கொண்டு எழலாயின. காலம் கடந்தப் பின்னரே சமணப் பள்ளிகளும் மக்கள் வாழுமிடங்களில் ஏற்படலாயிற்று. மேற்கூறிய யாவும் கிருத்துவிற்கு முன்பே நிகழ்ந்து விட்டவைகளாகும்.

இந்தியத் துணைக்கண்டம் முழுவதும் பரவியிருந்த தமிழர்களும், ஆரிய கலப்பினரும் பல்வேறு விதமான பண்பாட்டுக் கூறுகள் கொண்டவர்களாக உருவாகி விட்டனர்.

ஆம்! இக்கால கட்டத்தில் தமிழர், ஆரியர் எவர் என பிரித்தறிய முடியாத அளவுக்கு கலந்து விட்டனர். இருப்பினும், தங்களைத் தனி ஆரியர் எனக் கூறிக்கொள்ளும் ஒருவித கலப்பினம் அன்று முதல் இன்று வரை இருந்து வருகிறது.

வடநாட்டுக் கோயில் கலையாக பீடங்களில் இருந்து உருவானது என்று முன்பே கூறியிருந்தோம். யாக பீடங்கள் பலவகைப்படும். சதுரம், நீள்சதுரம், சதுரத்துடன் கூடிய அரை வட்டம், வட்டம், பத்திரிப்பு, இதய

வடிவம் (முட்டை வடிவம்) போன்ற வடிவத்திலும் சதுரத்தில் வட்டம், வட்டத்துள் சதுரம், சதுரம் அதன் மீது பத்திரிப்பு அதன் மீது வட்டம், முக்கோணம் இரண்டு முக்கோணங்களை இணைத்த ஆறுமூலைகள் கொண்ட வடிவங்களில் ஒன்றன் மீது ஒன்றாக உருவாக்கப்படும் படியாக பீடங்கள் (வேதிபீடங்கள்) அமைக்கும் முறையைக் கொண்டு வடக்கில் கோயில்கள் எழுந்தன.

வட நாட்டுக் கோயில்களில் தற்போது காணப்படும் பெரும்பாலானக் கோயில்கள் பிற்காலத்தே தோன்றின. இவை பௌத்த – சமணக் கோயில்களின் வடிவமைப்பு முறைகளை தழுவியவாறே உள்ளன.

கிருத்துவுக்கு முன் கல்லில் சிற்பம் வடிக்கும் முயற்சி சூத்திரர் எனப்படும் உழைக்கும் மக்களிடமே இருந்தது. அதற்கும் முன்பாக மரத்தால் ஆன கோயில்களே அதிகம் இருந்திருக்க வேண்டும். செங்கல், மண், சுன்னம் கொண்டு கட்டப்பெற்ற கோயில்களும் இருந்திருத்தல் வேண்டும். இதை ஏன் குறிப்பிடுகின்றோம் எனில் பிற்காலத்தில் கல்லில் வடிவான கோயில்களிலும் செங்கல் சுன்னம் கொண்டு கட்டப்பெற்ற கோயில்களிலும் மரத்தை கொண்டு செய்தால் எப்படி இருக்குமோ அதே போன்று கல்லிலும் பிற பொருள்களிலும் செய்துள்ளனர்.

எடுத்துக்காட்டாக பல துண்டு மரத்தை இணைத்து ஒரு தூண் செய்தால் அந்தத் தூணில் நிகழ்ந்துள்ள இணைப்புகள், இணைப்புகளைத் தெரியாமல் இருக்கச் செய்யப்படும் அணிமணி அலங்காரப் பணிகள், ஆணி தைக்கப்பட்டது. ஆணியாக தெரியாமல் இருக்கும்படியான நுட்பமான சிற்ப வடிவங்கள் அத்தனையும் செங்கல், சுண்ணம் மண் கொண்டு கட்டிய போதும் பின்னர் கல்லில் வடித்தபோதும் செய்திருக் கின்றனர். எனவே சிற்ப வேலைகளுக்கு மரத்தால் ஆன சிற்பவடிவங்களே முன்னீடாக கொண்டுள்ளன.

இது தென்நாட்டு சிற்ப கோயிற் கலைக்கும் பொருந்தும். ஒரே வேறுபாடு, கோயில் அமைப்பை தென்னாட்டவர் தங்கள் வாழும் வாழ்க்கை யிலிருந்தும் வட நாட்டவர் தாங்கள் செய்யும் 'யாக' குண்டங்களில் இருந்தும் மேற்கொண்டுள்ளனர்.

மேலும் வட நாட்டுக் கோயில்களில் கோயில் கூரையமைப்பு இரதங்களின் கூரை வடிவத்திலிருந்தே எடுத்தாண்டுள்ளனர். இரிக் வேதத்தில் இரதக்காரர்கள் என்போர் அசுரர் என்பது குறிப்பிடத்தக்கது.

வடக்கில் கோலாச்சிய ஆரிய கலப்பின வகையினர் தங்கள் வண்டிகளில் (இரதங்களின்) கூரையை தங்கள் செல்வாக்கிற்கு ஏற்ப

உயர்த்திக் காண்பித்தனர். இந்த முறையே அவர்களின் கோயில் கூறையின் வடிவத்திற்கு காரணமாயிற்று. மேலும், தமிழர்களிடமிருந்து தங்களை பிரித்துக் காட்டவும் இம்முறை பயன்பட்டது. மேலும் அவர்களின் தொழில்கலை நுட்பங்கள் மட்டும் ஏற்றுக்கொள்ளப்பட்டு வடிவம் தங்களுடையதாக இருத்திக் கொண்டதால் இம்முறை ஏற்பட்டது.

பரந்த பகுதியில் ஒரு மொழி ஒரே மாதிரியாக பேச முடியாது. வட்டார வழக்காக எந்த மொழியும் வெவ்வேறு விதமாக திரிந்து திரிதலை வலுப்படுத்திவிடும். இதனால் புதிய மொழிகள் உருவாகின்றன. 500 ஆண்டுகளுக்கு முன்பு வரை தமிழே மொழியாகக் கொண்ட சேர நாடு மொழித் திரிபால் கலப்பால் மலையாள மொழியாகவும், கேரள நாடாகவும், மாறியதைக் காண்கிறோம். தமிழகத்திற்குள்ளேயும் வட்டார வழக்கு காரணமாக மொழி திரிபடைவதையும், பிறமொழி கலப்பால் நல்ல தமிழ் பேசுகின்ற வரை வியப்போடு பார்க்கின்ற அவல நிலையைக் காண கின்றோம். காலம் காலமாக பேசப்படும் பயிலப்படும் மொழிக்கே இக்கதி எனில், கலைகள் எந்த அளவுக்கு பேணப்படும் என்பதைப் புரிந்து கொள்ளலாம்.

இவ்வாறாக வட நாட்டின் பல்வேறு பகுதிகளில் தோன்றிய ஆரியக் கலப்பு, சமயக்கலப்பு வடிவங்களே வடநாட்டுக் கோயில்களாக நிலை கொண்டன.

பிற்காலத்தில் தென்நாட்டுக்கும் வடநாட்டுக்கும் இடையே இருந்தப் பகுதிகளில் (தக்காணம்) தென்னாட்டு வடநாட்டு கலப்புகள் மேலும் செழுமையுடன் வளர்ந்தது. இதனை வேசர முறை என நூலோர் கூறுவர். வேசரம் எனில் கழுதைக்கும் குதிரைக்கும் பிறந்தது என்பர். இதில் வடநாட்டுக் கலையோ தென்னாட்டு கலையோ எது கழுதை என்பதை யாரும் குறிப்பிடவில்லை.

இவற்றை உருவாக்கியவர்கள் பெரும்பாலோர் தமிழர்களே. இவர்கள் தங்கள் பணி முடிந்ததும், தமிழகத்திற்கு திரும்பி விடுபவர்களாக இருந் திருக்க வேண்டும். கலிங்கப் பகுதியில் மட்டும் ஒரு சிலர் நிரந்தரமாக தங்கி தங்கள் மொழி இனத்தை மறந்து போயிருக்க வேண்டும்.

ஏனெனில் தமிழகம் தவிர்த்து கலிங்கத்தில் மட்டுமே மரபு வழி சிற்பிகள் உள்ளனர். பிறவிடங்களில் மரபு வழி சிற்பிகள் இருந்தாலும் அவர்கள் தங்கள் இன மரபு முறைகளை கையாளத் தெரியாதவர்களாக இருக்கின்றனர்; இருந்து வருகின்றனர். இனி வடநாட்டுக் கோயில்களின் சிறப்பைக் காண்போம்.

1

தொல் கலைகள்
கி.மு. 3000 – 2000

உலகப் புகழ் பெற்ற வரலாற்றுப் பேரறிஞர் ஏ.சே. தாயின்பி, "எகிப்திய நாகரிகத்திற்கு பிரமிட் கோபுரங்களும் சிந்துவெளி நாகரிகத்திற்கு மொகஞ்சோதாரோ, அரப்பாவிலுள்ள கட்டடச்சிதைவுகள் என்றும், இவற்றைப் போலவே பிற உலக நாகரிகங்களுக்கும் கட்டடக் கலையே நாகரிகத்தின் பிறப்பிடமாயுள்ளது" என்று கூறியுள்ளார். ஒவ்வொரு நாகரிகமும் உலக வரலாற்றுக்கு விட்டுச் சென்றவை புகழ்பெற்ற கட்டடக் கலையேயாகும். இத்தகைய கட்டடங்களைக் கொண்டுதான் அப்போதைய நாகரிகத்தில் வாழ்ந்த மக்களின் வாழ்க்கைத் தரத்தையும், நோக்கத்தையும், வளர்ச்சியையும் அறிய முடிகிறது.

குறிப்பாக கட்டடக் கலை அந்நாட்டு மக்களின் வளர்ச்சி, வாழ்க்கை முறை, சமயப் பாங்கு, பொருளியல், ஆட்சிமுறை, சமுதாய அமைப்பு முதலியவற்றை நன்கு எடுத்துக் காட்டுகின்றன. இந்தியக் கட்டடங்கள் அன்று தொட்டு இன்று வரை ஆன்மிகத்தை அடிப்படையாகக் கொண்டு அமைக்கப்பட்டுள்ளன. அந்நோக்கத்தின் மெய்ப்பொருளின் (தத்துவத்தின்) எதிரொளிப்புதான் அவர்கள் கட்டிய கட்டடங்களில் தெளிவாகத் தென்படுகின்றது. அக்கட்டடங்கள் மண்ணாலாயினும்,

மரத்தாலாயினும், செங்கற்களாலாயினும், பாறையினாலாயினும் அல்லது கருங்கல்லாலாயினும் அவற்றில் காணப்படும் ஒருமித்த தத்துவம் வீடுபேற்றை அடைவதேயாகும்.

தொல் குடியினரின் கட்டடங்கள் அவர்களின் வாழ்க்கை ஏந்துகளுக் காகவும், உலக இன்பத்திற்காகவும் பயன்பட்ட போதும், அவற்றின் ஒவ்வொரு கூறுபாடும் உலக இன்பத்தின் நிலையாமையை அறிவுறுத்திப் பேரின்ப நிலையை அடைவதையே வலியுறுத்தி நிற்கின்றன. இவ்வாறு தொல் தமிழ் இந்திய வரலாற்றில் காணப்படும் கட்டடங்களில் முதன்மையானவை, தொன்மையானவை எவையென என்பதை நாம் இன்றளவும் கணித்துக் கூற இயலவில்லை. ஆயினும் இன்று வரை கண்டுபிடிக்கப்பட்டுள்ள கட்டடங்களில் மிகத் தொன்மை யானவை சிந்துவெளி கட்டட இடிபாடுகளே! இவை ஏறத்தாழக் கி.மு. 3000ல் கட்டப்பட்டவைகளாக இருக்க வேண்டும் என்று வரலாற்று அறிஞர்கள் கருதுகின்றனர். அப்படி எனில் இந்நாகரிகம் இதற்கும் முந்திய பல்லாயிரமாண்டுகளுக்கு முன்னரே தோன்றி வளர்ந்திருக்க வேண்டுமல்லவா? சிந்துவெளியின் சில இடங்கள் குறித்து இனி காண்போம்.

2

மொகஞ்சோதாரோ

இவ்விடம் ஆரியர் வருகைக்கு முன்பே மிகச் சிறந்த நாகரிகத்துடன் திகழ்ந்த ஒரு நகரமாகும். இங்குக் காணப்படும் நாகரிகச் சின்னங்களில் முதன்மையானது, அங்கு புதையுண்டு போன அழகிய நகரமாகும். இந்நகரம் பல அடுக்குகள் கொண்டதாயுள்ளது. அவற்றிற்கடியிலும் பல அடுக்குகள் இருக்கக்கூடும் என்று கருதப்படுகிறது.

இந்நகரம் அரப்பாவைப்போல் அழிவுறாமல் இன்றும் நல்ல நிலையில் காணப்படுகிறது. வரிசை வரிசையாகக் கட்டப்பட்ட இல்லங்கள், மாடமாளிகைகள், மண்டபங்கள், நீராடும் குளம், உயரிய முறையில் அமைக்கப்பட்ட சாய்கடை ஆகியவை கண்டுபிடிக்கப்பட்டுள்ளன. மேலும், மண்ணாலும் சுண்ணாம்புக் கற்களாலும் செய்யப்பட்ட பல வகைப் பொருள்களும், பல வகை அணிகலன்களும் இங்கே கண்டெடுக்கப்பட்டுள்ளன.

தெருக்கள்

இந்நகரத்தின் தெருக்கள் கிழக்கு மேற்காகவும், தெற்கு வடக்காகவும் அமைந்துள்ளன. முதன்மைத் தெருக்களில் வந்து கூடும் வண்ணம் சிறிய

குறுக்குத் தெருக்கள் அமைப்பட்டிருக்கின்றன. இச்சிறிய தெருக்கள் பெரிய தெருக்களை ஒரே நேராகக் கடந்து செல்கின்றன. ஒரு பெருந் தெரு முப்பத்து மூன்றடி அகலம் கொண்டது. இதனால் ஒரு சிறந்த நகரமைப்பைப் சிந்துவெளி மக்கள் கொண்டிருந்தனர் என்பது விளங்கு கிறது.

கட்டடங்கள்

மொகஞ்சோதாரோவிலுள்ள கட்டடங்கள் சுட்டெடுக்காத உலர் கற் களாலும், சுட்ட செங்கற்களாலும் கட்டப்பட்டவை. இச்சுவர்களும், தரை, கூரை, ஆகியவைகளும் களிமண் சாந்தால் கட்டப்பட்டும், பூசப் பட்டும் உள்ளன. கூரைகள் உத்தரங்களைப் பாவி அவற்றின் மீது நாணற் பாய்களைப் பரப்பி, அப்பாய்களின் மீது களிமண் சாந்தைக் கனமாய்ப் பூசி அமைக்கப்பட்டுள்ளன. பெரும்பாலான சுவர்கள் மூன்றரையடி முதல் ஆறடி வரை கனமாக இருக்கின்றன. 18 அடி முதல் 25 அடி வரை உயரம் காணப்படுகின்றது. தரை மட்டம் உயர்த்தப்படும் போதெல் லாம் சுவர்களின் உயரமும் கூடியிருக்கின்றது. பலதரப்பட்ட கட்டடங் களை நோக்கும்போது இரண்டடுக்கு முதல் பலவடுக்குகளையுடைய மாடி வீடுகளும் இருந்திருக்கின்றன என அறிய முடிகிறது. சுவர்கள் அழகிய முறையில் பூசப்பட்டுள்ளன. கிணற்றைச் சுற்றிலும் கழிநீர் தேங்கி நிற்கா வண்ணம், கிணற்றடியிலிருந்து செல்லும் கழிநீரும், பிற கழிநீரும் தெருவினடியில் செல்லும் சுரங்க சாய்க்கடைக்கு நீர்த்தாரை வழியாகச் செல்லுகிறது.

குளம்

மொகஞ்சோதாரோவில் 40 x 30 அடி நீள அகலமும், 10 அடி ஆழமு முள்ள ஓர் அழகிய குளம் தோண்டப்பட்டுள்ளது. இக்குளத்தைச் சுற்றிலும் சுவர் எழுப்பப்பட்டுள்ளது.

இக்குளத்திற்கு வடக்கில் எட்டு அறைகள் கட்டப்பட்டுள்ளன. இவ்வறைகளுக்குச் செல்லப் படிக்கட்டுகளிருக்கின்றன. ஒவ்வொரு அறையிலும் நீர் வெளிச் செல்வதற்கு வழி செய்யப்பட்டிருக்கிறது. இக் குளத்திற்கு தேவையான நீர் நிரப்புவதற்காகவே மூன்று பெரிய கிணறுகள் உள்ளன. இச் செய்குளத்தின் நீரை அப்புறப்படுத்த அக் குளத்தின் மூலையில் சதுர வடிவில் புழையொன்று அமைந்துள்ளது.

இது தண்ணீரை வெளியேற்றவும், வடியாமல் தடுக்கவும் பயன்படும் மதகைப்போல் காணப்படுகிறது.

இக்குளமும், கிணறுகளும், வழிபாட்டுத்தலங்களுக்கு செல்வதற்கு முன் கை, கால், அலம்ப, குளிக்க ஏதுவாக இருந்திருக்கலாம். மொகஞ்சதோராவில் மேற்கூறிய கட்டட அமைப்புகள் தவிர வழிபாட்டுக்கென கோயில்கள் அமைக்கப்பட்டிருந்ததா என்பதை அறிய முடியவில்லை.

●

3

அரப்பா

1920 ல் ஆங்கிலேயர்கள் தொடர்வண்டிப்பாதை அமைக்கும் போது அப்பாதைக்கு வேண்டியக் கற்களை அரப்பாவின் மண்மேட்டி லிருந்து தோண்டியெடுத்தார்கள். இதனால் இந்நகரம் சிதைந்து விட்டது. இதற்குப் பின்னர், அலெக்சாண்டர் கன்னிங்காம் என்னும் ஆராய்ச்சி யாளர் இம் மண்மேட்டை ஆராய்ந்து ஓவிய எழுத்துகளையுடைய பல முத்திரைகளைக் கண்டெடுத்தார். பின்னர் நடத்தப்பட்ட புதைப் பொருளாராய்ச்சியில் இங்கு மக்களின் கல்லறை யொன்றும், விலங்கு களின் எலும்புக் கூடுகளும், பாண்டங்களும், பல முத்திரைகளும் கிடைத்தன. அரப்பா நகரத்தின் சுற்றளவு இரண்டரைச் சதுரக் கல்லாகும்.

அரப்பா கட்டடங்கள்

அரப்பா நகர மக்கள் மொகஞ்சோதாரோ மக்களைப் போலவே மிகச் சிறந்த கட்டடங்களைக் கட்டி வாழ்ந்தார்கள். உடைந்த மண்ணோடுகள், செங்கற்கட்டிகள், துண்டுகற்கள் முதலியவற்றைக் கொண்டு சிறிய வீடுகளின் சுவர்களையும் சுட்ட செங்கற்களைக் கொண்டு பெரிய வீடு களின் சுவர்களையும் கட்டினார்கள். சுவர்கள், தரைகள், சாக்கடைகள்

முதலியவற்றை சிறப்பாக அமைத்துள்ளனர். மாடிப் படிக்கட்டுகள், குப்பைத் தொட்டிகள், கழிநீர் வடிகால்கள் முதலிய யாவும் மொகஞ்சோதாரோவிலுள்ளவை போலவே சிறப்பாக அமைக்கப்பட்டுள்ளன.

அரப்பாவிலுள்ள கட்டடங்கள், இருவகையாக உள்ளன. குடிக்குரிய இல்லங்கள் மாடிகளுடன் அமைந்துள்ளன. தனித்தனியறைகளுடனும், முற்றங்களுடனும் காணப்படுகின்றன. மற்றவை செங்கற்களால் கட்டப்பட்ட வட்டவடிவமான மேடைகளுடன் அமைந்துள்ளன. இவை பொது நிகழ்ச்சிகளுக்கானவை என வரலாற்று ஆய்வாளர்கள் கருதுகின்றனர்.

செங்கற்கள்

செங்கற்கள் நீள் சதுர வடிவத்திலும் 'L' மற்றும் முக்கோண வடிவத்திலும், சிறிதும் பெரிதுமான உருவங்களில் காணப்படுகின்றன. சுட்டச் செங்கற்களும், சுடப்படாத செங்கற்களும் பயன்படுத்தப் பெற்றன. இத்தகைய செங்கற்கள் அசோகருடைய காலத்திலும் பயன்படுத்தப் பட்டிருப்பதை அறிகிறோம்.

மொகஞ்சோதாரோ, அரப்பா ஆகிய இரண்டு நகரங்களும் இன்றைய பாக்கிஸ்தான் நாட்டிலுள்ளன. சானுடாரோ, கோட்டிசி, உலோதால், காளிபங்கன் ஆகிய நான்கு இடங்களிலும் அகழ்வாராய்ச்சிகள் செய்து, பண்டைய நாகரிகச் சின்னங்களைக் கண்டுபிடித்துள்ளனர். இந்த நான்கு இடங்களிலும் மேற்கூறிய மொகஞ்சோதாரோ, அரப்பா ஆகிய நகரங்களில் காணப்படுவது போன்ற பல சின்னங்கள் கிடைத்துள்ளன. இந் நான்கு இடங்களும் இன்றைய இந்திய எல்லைகளுக்குள் அமைந்துள்ளன. இவையேயன்றி பல்வேறு இடங்களிலும் தொல் நாகரிகச் சின்னங்கள் காணப்படுவதால் சிந்து வெளி நாகரிகம் பண்டைய தமிழ் இந்தியாவில் மிகப்பரந்த பரப்பில் நிலவியிருந்ததென்பதை அறியலாம்.

•

4

உலொகூஞ்சோதாரோ

இது மொகஞ்சோதாரோவுக்குத் தெற்கில் அறுபது கல் தொலைவி லுள்ளது. ஒரு இடத்திலிருந்து வேறோர் இடத்திற்கு செல்பவர்கள் தங்களுடைய பழைய ஊரின் பெயரையே சூட்டுவர். இப்போக்கு இன்றும் நிலவி வருகிறது. இப்பகுதி மக்கள் இதற்கு முன்பு மொகஞ்சோதோராவில் இருந்து குடிபெயர்ந்திருக்கலாம். இங்கும் செங்கற்களால் கட்டப்பட்ட கட்டடங்களும், பல அரிய தொல் பொருட் சின்னங்களும் கிடைத்துள்ளன. இத்தகைய தொல் பொருள் களின் முதன்மையானவை மட்பாண்டங்களாகும். அப்பாண்டங்களின் மீது செந்நிற வண்ணமும், அதன் மேல் கறுப்பு வண்ணத்தால் தீட்டப் பட்ட ஓவியங்களும் காணப்படுகின்றன. இங்குக் கிடைக்கும் மட் பாண்ட வகைகளைக் கொண்டு இங்கு இருவேறு நாகரிகங்கள் இருந் திருக்க வேண்டுமென்று ஆய்வாளர் டாக்டர் மசும்தார் கருதுகிறார்.

இங்கு கண்டெடுக்கப்பட்டவைகள் மொகஞ்சோதாரோவில் கண் டெடுக்கப்பட்ட முத்திரைகளிலுள்ள எழுத்துக் குறிகள் கொண்டவை யாக உள்ளன.

தகஞ்சோதாரோ

தகஞ்சாதரோ என்பது ஐந்து ஏக்கர் பரப்புடைய பகுதியாகும். இங்குச் சுட்ட செங்கற்களும், ஓவியந் தீட்டப்பெறாத உடைந்த மட்பாண்டங்களும் கிடைத்துள்ளன. இது மொகஞ்சோதாரோவைக் காட்டிலும் மிகப் பழைய நகரமாக இருந்திருத்தல் வேண்டுமென ஆராய்ச்சியாளர்கள் கருதுகின்றனர்.

அலிமுராத்

சிந்துவெளியில் காணப்படும் மற்றொரு பெரிய மண்மேடு அலிமுராத் ஆகும். இதனைத் தோண்டி ஆய்ந்த போது எட்டடிக் குறுக்களவுள்ள ஒரு கிணறும் ஒரு மதிலும் காணப்பட்டன. ஓவியம் தீட்டப்பட்ட மட் பாண்டங்களும் வேலைப்பாடமைந்த உருள் தொட்டிகளும், உயர்தரக் கல்லொன்றும், செம்மணியொன்றும் இவ்விடத்தில் கண்டுபிடிக்கப் பட்டுள்ளன.

முத்திரைகள்

மொகஞ்சோதாரோவில் இதுவரை ஏறத்தாழ ஐந்நூற்றுக்கும் மேற்பட்ட முத்திரைகள் கண்டெடுக்கப்பட்டுள்ளன. இவற்றுள் பெரும்பாலா னவை சுடுமண்ணாலும், செம்பாலும் செய்யப்பட்டவை. இது போன்றே கோட்லே நிகாங்கன், அமரி, சக்பூர்பானிசியால் போன்ற இடங்களில் ஏராளமான தொல்பொருள் சின்னங்களும் கட்டட அமைப்புகளும் கண்டுபிடிக்கப்பட்டுள்ளன. மொகஞ்சோதோராவில் கிடைத்துள்ள முத்திரைகளுள் ஒன்று ஆடையின்றிக் காணப்படும் மூன்று முகங்களையும் கொம்புகளையுடைய ஒரு உருவமாகும். இது ஒரு மேடையின் மீது அமர்ந்திருக்கிறது. இதனைச் சுற்றிலும் பல விலங்குகள் சூழ்ந்திருக்கின்றன. இதன் இரு தோள்களிலும், கை களிலும் நிறைய அணிகளையணிந்திருக்கிறது. ஏறத்தாழ இது போன்ற உருவமுடைய மூன்று முத்திரைகள் கண்டெடுக்கப்பட்டுள்ளன. இரண்டு முத்திரைகளில் மேடை மீதமர்ந்தும் மற்றொரு முத்திரையில் தரையில் அமர்ந்தும் இவ்வுருவம் காணப்படுகிறது. இஃதொரு பெண் தேவதையின் உருவமாக இருக்கலாமென்று கருதுகின்றனர். சான்மார்சல், "இவ்வுருவம் அக்கால சிவன் உருவமாக இருக்கக் கூடும்" என்று கருதுகிறார்.

ஒரு முத்திரையில் ஓர் அரச மரத்தின் அடியில் தலையின் நடுவில் கொம்புள்ள ஒரு உருவம் காணப்படுகிறது. அதன் எதிரில் அதே போன்ற மற்றொரு உருவம் மண்டியிட்டவாறு காணப்படுகிறது. புலி உடலோடு கூடிய ஒரு முத்திரையும், ஆட்டின் உடலும், புலியின் கால்களும், வாலும் கலந்த மற்றொரு முத்திரையும் காணப்படுகின்றன. எருதின் கொம்புகளையுடைய புலியின் உருவம் இரண்டு முத்திரை களில் காணப்படுகின்றன. பல மாந்தர்கள் தம்மையெதிர்க்க, அவர்களை வீழ்த்தி வெற்றிப் பெருமிதத்தோடு நிற்கும் எருமையின் முத்திரையும் காணப்படுகிறது. தலையில் கொம்பு முளைத்த மாந்தனின் உடலும், எருதின் வாலுமுடைய உருவம் பொறித்த ஒரு முத்திரைக் காணப்படு கிறது. அவ்வுருவம் தலையில் கொம்புடைய ஒரு புலியோடு மோதுவது போல் உள்ளது. சில முத்திரைகளில் ஒரு விலங்கு மூன்று வகையான தலைகளுடனும் காணப்படுகின்றன.

கிடைத்துள்ள பெரும்பாலான முத்திரைகள் ஆடையின்றியே காணப் படுகின்றன. ஆயினும் ஒவ்வொரு முத்திரையும் மிகச்சிறந்த கலையழகு டன் பொறிக்கப்பட்டுள்ளது. இம் முத்திரைகளில் காணப்படும் எழுத்துகள் முத்திரைகளைப் பற்றிய தலைப்புகளாகவோ, சின்னங்களை விளக்குவனவாகவோ இருக்கலாம். அவை பொறிக்கப்பட்டுள்ள வண்ணமும் கலையழகும் மிகச்சிறப்பானவை. இவைகளில் இருந்து தொல்குடியினரின் வழிபடும் உணர்வுகளை நாம் புரிந்து கொள்ளலாம். இங்கு கிடைக்கப் பெற்ற பல்வேறு சின்னங்களும் பெரும்பான்மை யானவை பெண் வடிவச் சின்னங்களே. இது தாய் வழிபாட்டிலிருந்து வளர்ச்சியடைந்ததாக இருக்கக்கூடும் என வரலாற்று ஆசிரியர்கள் கருதுகின்றனர்.

ஒரு முத்திரையில் மூன்று தலைகளையுடைய ஓர் உருவமும், அதனருகில் எருதுகளின் உருவமும் ஓவியமாகத் தீட்டப்பட்டுள்ளன. பல முத்திரைகளில் அடுத்தடுத்து எருதின் ஓவியம் காணப்படுவதாலும், லிங்க உருவங்கள் கிடைப்பதாலும், பலவகையான பெண்களின் உருவங்கள் ஓவிய வடிவிலும், சிற்ப வடிவிலும் காணப்படுவதாலும், இவை முறையே அன்றைய உமை, சிவன் உருவங்களாக இருக்கலா மெனச் சிலர் கருதுகின்றனர்.

இது போன்ற உருவங்களும், கலப்புருவங்களும், எழுத்துகளும், மரம், இலை, ஆகியவற்றின் ஓவியங்களும், பிற்காலப் பௌத்த ஓவிய, சிற்பக் கலைகளில் இடம் பெறுவதால் புத்த சமயத்தின் மூலக் கூறுபாட்டுத் உண்மைத் தன்மைகளை இவை உள்ளடக்கியிருக்க வேண்டுமென நாம் கருத முடிகிறது. குறிப்பாக பாரத், சாஞ்சித் தூபிகளில் இத்தகைய கலப்புருவங்களும், பௌத்தத்தின் புனிதச் சின்னமான போதி மரமும் காணப்படுகின்றன. இதுபோன்ற மரத்தின் உருவமும், இலையின் உருவமும் சிந்துவில் கிடைத்துள்ள முத்திரை களிலும், சுடுமண் சிற்றுருவங்களிலும், தாழிகளிலும், சவக்குழிச் சுவர்களிலும் ஏராளமாய்க் காணப்படுகின்றன.

தியானத்தில் அமர்ந்திருப்பது போல் காணப்படும் உருவமும், மூன்று தலைகளோடு, அணிகலன்களோடும் காணப்படும் உருவங்களும், உட்கார்ந்துள்ள ஓர் உருவத்தின் இருபுறங்களிலும் மக்கள் வரிசையாக நின்று வணங்குவது போல் காணப்படும் முத்திரையும், அறுவர் நின்று யோகம் செய்வது போல் காணப்படும் முத்திரையும், ஒருவரைச் சுற்றிப் பல விலங்குகள் சூழ்ந்திருப்பது போல் காணப்படும் முத்திரையும் பிற்கால போதிசத்துவ ஓவிய, சிற்பக் கலைச் சின்னங்களைப் போல் காட்சியளிக்கின்றன.

மேற்கூறிய சிந்துவெளியில் காணப்படும் கலை உருவங்களையும், பௌத்த ஓவிய, சிற்ப உருவங்களையும் ஒப்பிட்டு நோக்கும்போது இவற்றிற்கிடையே ஒரு மூலாதாரமான தொடர்பு இருந்திருக்க வேண்டு மென்று அறிய முடிகிறது. சிந்துவெளியில் காணப்படும் இத்தகைய ஓவிய, சிற்பக் கலைகளே பிற்கால பௌத்தக் கட்டடக் கலைகளின் மூலங்களைப்போல் இருக்கின்றன.

வேத கால ஆரியர்களின் வாழ்க்கை, தர்பை குடிசையிலும், பின்னர் மூங்கில் மரம் முதலியவற்றாலான எளிய கட்டடங்களிலும் தொடங்கு கிறது. ஆயின் இம் மூலத்திருந்தே புத்தக் கட்டடங்கள் உருவாயின வென்றும், அவர்களின் தத்துவங்களிலிருந்தே பிற கலைகள் தோன்றின வென்றும் சிலர் கூறுவர்.

இரிக் வேதத்தில் ஆரியக் கடவுளான இந்திரனை ஏவி, மதில்களோடு கூடிய நூறு நகரங்களையுடைய தஸ்யூக்களை (தாசர்களை) அழிக்கும் படியும் கூறப்பட்டுள்ளது. பல மண்டபங்களையும், பலவாயிரம்

கதவுகளையும், தூண்களையுமுடைய கறுப்பர்களின் நகரங்கள், சோமபானத்தை உண்ட இந்திரனால் அழிக்கப்பட்ட செய்தியையும் இந்திரன் கொல்ல முடியாத சிசின தேவர்களைக் கொண்டு, நூறு கதவுகளையுடைய நகரத்தின் செல்வத்தைக் கவர்ந்தான் என்றும், இந்திரன் யமுனைக் கரையில் கிருட்டிணனுடைய 10,000 வீரர்களையும், பின்னர் 50,000 வீரர்களையும் கொன்றான்; சூல்கொண்ட கிருட்டினன் மகளையும் கொன்றான் என்றும் ஆரியர், இந்திரன் உதவியால் அழித்து அவர் தம் செல்வத்தை பகிர்ந்து கொண்டனர். இந்திரனும், அக்கினியும் சேர்ந்து தாசருடைய பாதுகாவல் மிகுந்த 90 நகரங்களை அழித்தனர்.

இந்நிலம் தாசரைப் புதைக்கும் சவக்குழியாகும். இந்திரன் 30,000 தாசர்களையும், 50,000 கிருட்டிணர்களையும் கொன்றான்; கறுப்பரை ஒழிக்க நடத்திய போரில் யஜுஸ்வான் என்பவன் வாங்கிரிதன் என்பவனுடைய நூறு நகரங்களைத் தாக்கினான்; தாசரின் தலைவனான சம்பரனுக்குச் சொந்தமான 90 முதல் 100 வரையிருந்த நகரங்கள் அழிக்கப்பட்டன என இரிக் வேதத்தில் காணக் கிடைக்கிறது.

இவற்றிலிருந்து சிந்துவெளி நாகரிகமும் கலைகளும் அழிக்கப்பட்டிருக் கலாமெனக் கருத இடமுள்ளது. இந்திரனை சிலாகித்து இசையுடன் பாடுபவர் களை வசிஸ்டர்கள் உருவானர்கள் என்று அறிய இடமுள்ளது.

சிந்துவெளியில் சாதாரணக் களிமண்ணிலிருந்து கல், வெண்கலம், செம்பு வரையிலான பல்வேறு பொருள்களில் லிங்கம், வண்டி, விலங்குகள், அம்மி, குழவி முதலியனவும் செய்யப்பட்டுள்ளன. எனவே தான் இக்காலத்தை உலோகக் காலத்திற்குப் பிற்பட்ட மிகச் சிறந்த உயிர் பண்பாட்டுக் காலம் எனவும், இங்கிருந்தவர்களை பாதுகாப்பு அரண்கள் கொண்டவர்கள் என்றும் அநாசிகாவினார் (சப்பை மூக்கு) என்னும் கரிய உருவுடன் ஆல்கொண்டவர்கள் என்றும் ரிக் வேதம் மேலும் இயம்புகிறது.

இங்குக் கிடைத்துள்ள ஆயுதங்கள் யாவும் வெண்கலத்தாலும், செம் பாலும் செய்யப்பட்டுள்ளன. விளையாட்டுப் பொருள்கள் மண்ணா லும், கல்லாலும் செய்யப்பட்டு வண்ணங்கள் பூசப்பட்டுள்ளன. இரும்பை இவர்கள் அறியவில்லை என கருத முடிகிறது.

மண்ணாயினும், உலோகமாயினும்; படிமமாயினும், முத்திரையா யினும் அவற்றிற்கெல்லாம் தங்கள் கலைத் திறனைக் காட்டுவதில் சிந்துவெளி மக்கள் சிறந்து காணப்பட்டார்கள். மேற்கண்ட வடிவங ்களை பிற்கால இந்தியக் கலைகளில் தொடர்ச்சியாகவும் தெளிவாகக் காணப்படுகின்றன. எனவே சிந்துவெளி நாகரிகத்தின் காலத்தைப் பிற நாகரிகங்களின் காலங்களைக் கொண்டு மட்டும் கணிப்பதுவும், ஆரிய மறைகளையும், கலைகளையும் அடிப்படையாகக் கொண்டு கணிப்பது வும் சிந்துவெளிக் கலைகளுக்கும், ஆரியக் கலைகளுக்கும், புத்த, சமணக் கலைகளுக்கும் இடையேயுள்ள ஒற்றுமை வேற்றுமைகளையும், கால வரன்முறைகளையும் நோக்கும்போது இனக்கலப்பும் பண்பாட்டுக் கலப்பும் எந்த அளவுக்கு ஏற்பட்டுள்ளது; இதை பிரித்தறிய முடியாத ஒரு சிக்கலான நிலையும் ஏற்படுகிறது.

"மொகஞ்சோதாரோவுக்கும் அரப்பாவுக்குமிடைப்பட்ட தொலைவு 350 கல்லாயினும் இவற்றில் காணப்படும் கலைப் பொருள்கள் யாவும் ஓரினக் கூறுபாடுகளேயென்றும், ஒற்றை நாகரிகத்தில் பூத்த மலரிதழ்க ளென்றும்" பர்.கார்டன் சைல்டு கூறுகிறார். எனவே சிந்துவெளி நாகரிகங்களை மேற்கூறிய பண்பாட்டுக் கூறுகள் யாவும் தொல் தமிழர் களுடையேதே என்பதை அறிய வேண்டும்.

•

5

வேத காலம்
கி.மு. 2000 – 800

வேதகால நாகரிகத்தின் சின்னங்களை சிந்துவெளி நாகரிகத்தின் எச்சங்களைப் போல் இதுவரை காண்டுபிடிக்க இயலவில்லை. ஆயினும் வேதகால இலக்கியங்களில் வரும் சில குறிப்புகளைக் கொண்டு இக்காலத்துக் கலைகளைப் பற்றி நம்மால் ஊகித்தறிய முடிகிறது.

"வேதகாலத்தில் நோக்கமற்ற முரட்டுத்தனமான கலையறிவே இருந் திருக்க வேண்டுமெனக்" கலையறிஞர் பெர்சி பிரவுன் (Percy Brown) கருதுகிறார். ஏறத்தாழக் கி.மு.2000 ல் சிந்துவெளிப் பகுதியில் குடியேறிய ஆரியர்கள் அங்கு ஏற்கெனவே வாழ்ந்திருந்த சிந்துவெளி நாகரிகத்தை உருவாக்கிய மக்களின் நாகரிகத்திற்கு முற்றிலும் மாறு பட்ட வாழ்க்கை முறையைப் பின்பற்றினார்கள். நாடோடிகளாகவும், அரைகுறை நாகரிகமுடையவர்களாகவும் இங்குக் குடியேறிய இவர்கள் ஆடு, மாடு, குதிரை, மேய்த்தலை தங்கள் தொழில்களாகக் கொண் டார்கள்.

அக்காலத்தில் தருப்பைப் புல்லாலும், தழைகளாலும், கொடிகளாலும் வேய்ந்த குடிசைகளிலும், பின்னர் மூங்கிற்கழிகளைப் பரப்பி அதன்

மேல் கொடிகளாலும், கோரைகளாலும், இலைகளாலும் பின்னப்பட்ட பாய்களைப் பரப்பிக் கூரையாக வேய்ந்த வீடுகளிலும் வாழ்ந்தார்கள். இக்கூரை வீடுகளின் சுவர்கள் சிந்து வெளியினர்களை பார்த்து மண்ணால் எழுப்பப்பட்டது. வேதகாலத்தின் தொடக்கத்தில் கட்டடக் கலை சாதாரணக் கூரைக் குடிசைகளாக இருந்ததென்பதில் ஐயமில்லை. இன்றும் இத்தகைய கூரைக் குடிசைகள் இந்தியச் சிற்றூர்ப் புறங்களில் அமைந்திருப்பதைக் காணலாம்.

வேள்வி மேடை

மிக எளிய கூரை வீடுகளாகத் தொடங்கிய ஆரியரின் கட்டடக் கலை நாளாவட்டத்தில் சிந்துவெளியினரைக் கண்டு தன் வடிவத்திலும், உருவத்திலும், கட்டடப் பொருள்களிலும் சிறிது சிறிதாக முன்னேறத் தொடங்கியது. முதலில் வட்டவடிவப் பரப்பளவில் மண்சுவரை ஏற்றி, அவ்வட்டத்தின் மையத்தில் ஒரு மூங்கிற் (வாரை) கழியைத் தாங்கு கோலாக நட்டு, அதனை மையமாகக் கொண்டு வட்டத்தைச் சுற்றிலும் மூங்கிற்கழிகளைப் நட்டு, அம்மூங்கிற்கழிகளைக் கொடிகளால் இணைத்து, அவற்றின்மேல் தருப்பை புல், கோரைப் புல், செடி, கொடிகள், மரப்பட்டைகள் முதலியவற்றைப் பரப்பிக் கூரையாக அமைந்தார்கள்.

அவ்வட்ட வீட்டின் ஒரு புறத்தில் வாயில் அமைக்கப் பட்டது. நடுவில் நடப்பட்ட தாங்குகோலின் முனையின் வழியாக மழைநீர் கசிவதைக் தடுப்பதற்காக வட்டவடிவமான அல்லது குவிந்த கலயம் பொருத்தப் பட்டது. வீட்டின் உட்புறத்தில் அத் தாங்குகோலும் அருகில் குளிரைப் போக்கிக் கொள்வதற்காக எப்போதும் கனன்று கொண்டிருக்கும் நெருப்புச் சட்டியொன்று வைக்கப்பட்டிருக்கும்.

அக்காலத்தில் தீயை வேண்டும்போது உண்டாக்குவது எல்லாப் பருவத்திலும் மிக எளிதான செயலன்று. எனவே, ஒவ்வொரு வீட்டிலும் எப்பொழுதும் தீ இருக்க வேண்டுமென்பது அவசியமாயிருந்தது. குறிப்பாகக் காடுகளின் அருகே வசித்த ஆரியர்கள் விலங்குகளின் தாக்குதல்களிலிருந்து தம்மைக் காத்துக் கொள்வதற்காகத் தங்கள் வீடுகளின் வெளியிலும் எப்பொழுதும் தீயெரிந்து கொண்டிருக்கும்படி செய்தார்கள். சிற்சில சமயங்களில் தங்கள் உடைமைகளையும், உயிர் களையும் எதிரிகளிடமிருந்து காப்பதற்காக இத்தகைய எரித் தீக்

குண்டங்கள் வளர்க்கப்பட்டன. எதிரிகளை இருட்டில் அடையாளந் தெரிந்து கொள்வதற்கும், தீயைக்கொண்டு தாக்குவதற்கும் இவை பயன்பட்டன. இத் தொடக்க காலத்தில் ஆரியர்கள் விலங்குகளை வேள்விக் குண்டத்தில் இட்டு உண்டு வந்தனர். இவ்வாறு அமைக்கப் பட்ட வீடும், தீக் குண்டமும் ஆரியர்களுக்கு உணவுக்காகவும் உயிரைக் காப்பதற்காகவும் பயன்பட்டது.

எனவே தீயும், தீயுள்ள இடமும் இவர்களின் புனிதவிடங்களாகவும் வழிபடுமிடமாகவும் மாறின. நடுவீட்டில் தாங்குகோலாக நடப்பட்ட கழியும், அதனருகே வைக்கப்பட்ட நெருப்புச் சட்டியும் இவர்களின் புனித வழிபடுமிடமாக அல்லது பலிபீடமாக மாறியது. இதனடிப் படையில்தான் பிற்காலத்தில் எழுந்த பல்வேறு வகையான வேள்வி மேடைகள் (Fire-Altars) வளர்ந்தன.

வட்டவடிவில் அமைக்கப்பட்ட கூரை வீடுகள் காலப்போக்கில் பல்வேறு மடிப்புகளையுடைய கூரைகளைக் கொண்டும், மேலும் பல மாற்றங்களைக் கொண்டும் கலையழகோடு திகழத் தொடங்கின. சுவர்கள் உள்ளும் புறமும் நன்றாக மெழுகி வெள்ளையடிக்கப்பட்டன. வாயிற் படியின் மேற்பக்கத்தில் சிறிது மாற்றம் செய்யப்பட்டு நீள் சதுர, அரை வட்ட வடிவங்களில் மூங்கிற்பத்தைகள் வளைத்துச் செருகப் பட்டன. மூங்கிற்பத்தைகளால் கதவுகளும் செய்யப்பட்டன. சுவர்களில் சாளரங்கள் அமைக்கப்பட்டு அவற்றின் குறுக்கும் நெடுக்குமாக மூங்கிற்பத்தைகள் பொருத்தப்பட்டன. வாயிலுக்கு எதிரில் இரு வாயிற்கால்கள் நாட்டப்பட்டு அவற்றின் முனைகள் ஒரு குறுக்குக் கம்பால் இணைக்கப்பட்டன. இது பரணின் ஒரு பகுதி போல் காட்சி யளித்தது. இதனை மையமாகக்கொண்டு வாயிற்படிக்கு மேற்புறத்தில் ஒரு மூங்கில் இணைக்கப்பட்டு அதனை மேட்டு வாரையாக வைத்து அதிலிருந்து இருபுறத்திலும் மூங்கிற் கழிகளைத் தொங்கவிட்டு, அதன் முனைகள் இருமருங்கும் வாயிற்படிக்கு நேராக எழுப்பப்பட்ட சுவர்களின் மேல் பொருத்தப்பட்டன. அவற்றின் மேல்கூரை வேயப்பட்டது. இப்பொழுது பார்ப்பதற்கு இது ஒரு நாற்கரக் கூரை வீடு, ஒரு வட்டக் கூம்பு வீட்டோடு இணைந்திருப்பது போல் காணப் பட்டது.

வீட்டின் மக்கள் தொகை பெருகும்போதெல்லாம் தேவைக்கேற்ற வாறு இத்தகைய ஓட்டுக் கூரைகள் மைய வீட்டின் நாற்புறமும் ஏற்படுத்தப்பட்டன. நாளாவட்டத்தில் முட்டை அல்லது உருள் தொட்டி வடிவில் இக்கூரைவீடு பெரிதாக மாறியது. ஆயினும் தொடக்கத்தில் கட்டிய வீட்டின் நடுவிலமைந்த தீ வேள்வி மேடை மட்டும் இத்தகைய மாற்றம் பெற்ற கட்டடங்களிலும் முதன்மையிடத்தைப் பெற்றது. இத்தகைய வீடுகளை இன்றும் வங்காள, கேரளச் சிற்றூர்ப் புறங்களில் காணலாம். வங்காளத்தில் காணப்படும் எட்டு மாடிக் கூரை (At-Chala-Lit)யை இதற்கு எடுத்துக்காட்டாக கொள்ளலாம். இத்தகையக் கட்டடத்தின் வளர்ச்சியடைந்த நிலையில் தான் பல வைதீக, பௌத்த சமயக் கோயில்கள் காணப்படுகின்றன என்று திரு. ஓ.சி.கங்கோலி என்பவர் கூறுகிறார்.

இவ்வாறு வட்டப் பரப்பிலும், உருளைப் பரப்பிலும் வீடுகளை அமைக்க கற்றுக் கொண்ட ஆரியர்கள் தமிழர்களின் உதவியோடு மரத்தைப் பயன்படுத்திக் கட்டடங்களைக் கட்டும் அரிய கலையில் ஈடுபட்டனர். வேதங்களில் வனப்பாடல்கள் ஏராளமாய் உள்ளன. இராமாயணம், மகாபாரதம் ஆகிய இதிகாசங்கள் முழுவதும் காடு களையே முதன்மையிடங்களாகக் கொண்டு எழுதப்பட்டிருப்பதையும் அறிவோம். எனவே ஆரியர்களுக்கு உடற்கூறு (Anotomy) நூலை யடுத்து, பயிர்நூல் (Botony) அறிவே மேம்பட்டு நின்றது. இவற்றை நோக்கும்போது இவர்கள் தங்கள் வீடுகளையும், கோயில்களையும், அரண்மனைகளையும், கோட்டைக் கொத்தளங்களையும், படைக்கலன் களையும், தேர்களையும் மரங்களைக் கொண்டே செய்தார்களென்பதை யும், அம்மரத் தொழிலில் வியத்தகு நுண்ணறிவையும், புதிய கண்டு பிடிப்புகளையும் தொல் குடியினரோடு சேர்ந்து பெற்றார்கள்.

அடிமைகளாக்கப்பட்ட தொல் குடியினரின் மரக்கட்டுமான வேலைகள் பலவற்றை ஆரியர்களும் கற்றனர். கலப்பு இனத்தவர்களும் கற்றனர். மரவீடுகள், நெடுங்காலம் இருக்கக் கூடியதாக இருந்தது. குளிரி லிருந்தும் பாதுகாப்பைத் தந்தது. மரத்தின் மூலம் பல்வேறு பொருள்கள் செய்யப்பட்டன, மரம் இன்றியமையாதது ஆயிற்று. எனவே ஆரியர்கள் தச்சர்களை போற்றிக் காத்தனர். இதனால் தான் மரவேலைப்பாடுகளில் சிறந்தவர்களையும், மரங்களைப் பற்றிய அறிவைப் பெற்றிருந்தவர்

களையும் வேதங்களிலும், இதிகாசங்களிலும் குமுகாயத்தில் உயர்ந்தவர் களாகப் போற்றினார்கள்.

இம் மரத் தச்சர்களைப் பற்றி ரிக் வேதத்தில் பல குறிப்புகள் காணப்படுகின்றன. வீடு கட்டுவோர், தேர் செய்வோர், படைக்கலன்கள் படைப்போர், சகடக் குடங்கள் செய்வோர் முதலிய பலதரப்பட்ட தச்சர்களைப் பற்றியும் குறிப்பாக அரசர்களின் தேர்களையும், போர் முனையில் பயன்படும் சூழ்ச்சியத் தேர்களையும் செய்வதற்கென்றே தச்சுத் தொழிலறிஞர்கள் இருந்தார்கள் என்றும், அவர்கள் தேர்த் தச்சர்கள் (Rathda Karikas) என்றும், ரிக் வேதம் கூறுகிறது.

மரத்தால் வீடுகளை அமைக்கத் தொடங்கிய ஆரியர்கள் தமது பண்டைய கூரை வீட்டின் பல்வேறு பகுதிகளைத் திருத்திக் கலை வண்ணத்தோடு அமைத்தானர். பண்டைய வட்டவடிவில் எழுப்பப் பட்ட வீட்டின் கூரைப் பகுதியை மரச் சட்டங்களாலும் பத்தைகளாலும் அமைத்தனர். பின்னர் வழக்கில் வந்த உருளை வடிவிலான கூரையையும் இதைப்போலவே மரக்கூரையால் அமைத்தனர். வாயிற்படிக்குமேல் அரைவட்ட வடிவத்தில் மூங்கில் பத்தையை வளைத்து அதில் துளை யிட்டு மரப்பத்தைகளை அல்லது மூங்கிற்பத்தைகளை நுழைத்து அதேபோன்ற வளைவில் அவற்றின் மறுமுனைகளை இணைத்து உருளைக் கூரைகளை (Barrel Roogs) உருவாக்கினார்.

பின்னர் ஒரே வளைவு மூங்கில் (Single Bent Bamboo)க்குப் பதிலாகப் பிறைபோல் செதுக்கிய இரு மரச்சட்டங்களை அல்லது மூங்கிற் பத்தை களை இணைத்து முகப்பை உண்டாக்கினர். இப்பொழுது, இது முன்னர் அரைவட்ட வடிவிலிருந்த முகப்பைப் போல் காட்சியளித்தா லும், அவ்வரைவட்ட வடிவத்தின் நடுவில் இரு வளைவுகள் கூடு மிடத்தில் அதன் முனைகள் சற்று மேலே கூராக உயர்ந்து நின்றன. இக் காட்சி ஒரு வளைமாடம் போலவும், கூப்பிய கைகளைப் போலவும் காட்சியளித்தது. மேலும் இதில் மாற்றம் செய்து இதேபோன்ற சிறிய, பெரிய இணைச் சட்டங்களை அமைத்து அவற்றை மர ஆணிகளால் இணைத்து மலர்கள் போலவும், இதழ்கள் போலவும், காட்சியளிக்கு மாறு செய்தனர்.

இது போன்ற பல்வேறு மாற்றங்களை வீட்டின் வாயிற்படியும் சாளரங்களும் பிற பகுதிகளும் பெறலாயின. மரச் சட்டங்களையும்

மூங்கிற் பத்தைகளையும் சிறிதும் பெரிதுமாக இழைத்து இணைக்கவும், துளையிட்டு நுழைத்தும் ஆணிகளைப் பயன்படுத்தியும் கோர்க்கவும் நன்கு பயிற்சி பெற்று விட்ட தச்சர்கள் தங்களின் விருப்பத்திற்கேற்ப வளைவுகளையும், வளை மாடங்களையும் நீள், சம சதுரங்களையும் மற்றும் பல்வேறு கோணங்களையும் மனத்தில் கொண்டு, அவ் வண்ணங்களிலெல்லாம் கட்டடங்களையும், அவற்றின் பகுதிகளையும் அமைத்துக் கட்டடக் கலைச் செல்வத்தைப் பெருக்கினார்கள்.

வட்டவடிவ வீட்டின் கூரை மரத்தாலானபோது ஓர் அரை யுருண்டையை மேலே கவிழ்த்துவைத்தாற்போல் அதன் தோற்றம் காட்சியளித்தது. உருளை வடிவ வீட்டின் அமைப்பு கி.பி.ஆறாம் நூற்றாண்டில் அய்யோலி (Aiholy)யில் அமைக்கப்பட்ட அபிசுத்தலக் கோயிலின் அமைப்பை ஒத்திருந்தது. உருளை வடிவிலும், சதுர வடி விலும் அமைக்கப்பட்ட வீடுகளின் கூரைகள் சுவர் மட்டத்திலிருந்தே குறுக்கும் நெடுக்குமாகச் செதுக்கி நுழைத்து ஆக்கப்பட்ட மரப் பலகைகளானதால் இவற்றின் தோற்றமும், கலையழகும் ஒவ்வொரு பகுதியிலும் வேறுபட்டுக் காட்சியளித்தன.

ஆரியர்கள் விலங்குகளிலிடமிருந்து தம்மைக் காப்பாற்றிக் கொள்ளவும், தாங்கள் குடியேறியப் பகுதி மக்களுடைய பகைமையினின்று காத்துக் கொள்ளவும் பாதுகாப்பான ஊர்களையமைத்து, அவற்றில் பெரு மளவில் கூட்டுக் குடும்பங்களாக வாழ்ந்தனர். இத்தகைய ஊரும் ஒரு தனி இல்லத்தைப் போலவே சுற்றரணுடன் விளங்கியது. இவ்வரண் முதலில் முட்புதர்களாலும், பின்னர் மூங்கிற் கழிகளாலும் அமைக்கப் பட்டது. சுற்றரண், முட்புதர்களான சுற்றரண்களை விட மிக உறுதி யாகவும், பாதுகாப்பாகவும் அமைந்தது.

மரக்காலத்தில் இவ்வரண் உறுதியான மரத்தாலாக்கப்பட்டது. செங்குத்தாக இடைவெளி விடப்பட்டு, ஒரே உயத்தில் உறுதியான மரக் கட்டைகள் ஊரைச் சுற்றிலும் நடப்பட்டன. இவைகளைக் கம்பங்கள் (ஸ்தம்பங்கள்) என்று அழைத்தனர். ஒவ்வொரு கம்பத்தின் குறுக்கிலும் ஒரே அளவான மூன்று துளைகள் போடப்பட்டன. இத் துளைகளினூடே அளவாகச் செதுக்கப்பட்ட உறுதியான மரத்துண்டுகள் குறுக்காகப் பொருத்தப்பட்டன. இக்குறுக்கு மரத்துண்டுகளை நூக்குகள் அல்லது ஊசிகள் என்று அழைத்தனர். இவ்வாறு பொருத்தப்பட்ட வெளிப் பாதுகாப்பரண் ஒரு சிறந்த அரணாய் உறுதியாக நின்றது.

ஒவ்வொரு வீட்டின் வாயிலைப் போலவே ஊருக்குள் நுழைவதற் கான வார்முக மண்டபம் (Gamalvara) ஒன்றும் மிகப் பேரளவில் இப்பாதுகாப்பரணில் அமைக்கப்பட்டது. இத்தகைய வாயிலைக் கோயில்களில் நுழையும் புனித வாயிலாக அமைத்தார்கள்.

பௌத்தக் கோயில்களிலும் (Chaityas) பௌத்த மடங்களிலும் (Viharas) ஆரியர்கள் மூங்கில் கழிகளால் அமைத்த வாயில்களைப் போல் அமைந் திருப்பதைக் காணலாம்.

வாயில்களில் கலையழகு பொருந்தப் பல சிறு கலையுருவங்களும் வைதீக கோயில்களில் பசுந்தழைத் தோரணக் காட்சிகளும் காணப்படுவ தால் பிற்காலத்தில் இவற்றைத் தோரண வாயில்கள் என்று அழைத்தனர். பௌத்தக் கட்டடங்களிலுள்ள தோரண வாயில்களில் இரு நீண்ட தூண் நடப்பட்டு ஆளுயரத்திற்கு மேலே அவ்விரு தூண்களிலும், மும்மூன்று துளைகளிடப்பட்டு, அத்துளைகளில் குறுக்குக் கட்டைகள் பொருத்தப்பட்டிருக்கும். குறுக்குக் கட்டைகளிலும், நெடுக்காக மூன்று கட்டைகள் பொருத்தப்பட்டிருக்கும். கற்களைப் பயன்படுத்திக் கட்டடங்கள் கட்டிய காலத்தில் இத்தோரண வாயில்களும், சுற்றுவேலி யும் மரத்திலமைந்தது போலவே கற்களால் அமைக்கப்பட்டன.

தோரண வாயிலுக்கும், சுற்றரணுக்கும் சிறந்த எடுத்துக்காட்டாகச் சாஞ்சியிலுள்ள பௌத்தத் தூபத்தைக் கூறலாம். இத்தகைய தோரண வாயில்களை மிகச் சிறந்த வடிவங்களாக கிழக்கு நாடுகளின் கட்டடக் கலையில் பயன்படுத்தினார்கள். இந்தியாவிலிருந்து பௌத்தம், சப்பான், சீனம் முதலிய நாடுகளுக்கெல்லாம் பரவும்போது இத்தகைய தோரணவாயிலும் அறச்சக்கரமும், சிகரமும் புத்தக் கட்டக் கலையறி வோடு அங்கெல்லாம் பரவின. சப்பானில் இத்தோரண வாயிலை தொர்ரி (Torii) என்றும், சீனத்தில் பி-லு (Piu-Lu) என்று அழைக்கிறார்கள்.

பிற்கால ஆரியர்கள்

பிற்கால ஆரியர்கள் (கி.மு.800 - 600) நகர வாழ்க்கை முறையை மேற் கொண்டார்கள். இதுவரையில் எளிய நாட்டுப்புற வாழ்க்கையை மேற்கொண்டிருந்த ஆரியர்கள் வேளாண்மையிலும் அரசியல் வாழ்க்கையிலும் ஈடுபட்டுப் பலதரப்பட்ட ஆட்சிகளை அமைத் தார்கள். சிந்துவிலிருந்து பரவி கங்கை வெளிவரை பரவிய இவர்கள்

அங்கம், மகதம், காசி, கோசலம், விதேகம் முதலிய பதினாறு பேராட்சி களை ஏற்படுத்தினார்கள். இவற்றிற்கான கோநகரங்களையும், மாநிலத் தலைநகரங்களையும், எல்லைப் புற நகரங்களையும் அமைத்தார்கள்.

நகரங்களையமைக்கும் போது மிகவும் பாதுகாப்புடைய சுற்றரண் களையும், மதில்களை (Ramparts) யும், அகழிகளையும், உயரமான பல அடுக்குகளையுடைய கோட்டைகளையும், சுரங்கப் பாதைகளையும் அமைத்தார்கள்.

இவற்றிற்கெல்லாம் காடுகளிலிருந்து கொண்டுவரப்பட்ட உறுதியான மரங்கள் பயன்படுத்தப்பட்டன. இந்நகரக் கட்டடங்களின் அமைப்பும், ரிக் வேதகால வீடுகளின் அமைப்பைப் போலவே வட்ட வடிவிலும், உருளை வடிவிலும், அமைக்கப்பட்டு, சுற்றரண் குறுக்கு நெடுக்காகப் பின்னப்பட்ட, பழைய நூக்கிணைப்பு வேலியைப்போல் அமைக்கப் பட்டது.

இத்தகைய கட்டுமானம் கி.பி. 8 ஆம் நூற்றாண்டில் சிறந்து விளங்கிய சூரிய அரசர்களின் தலைநகாரான பீகாரிலுள்ள இராசகிருகத்தில் காணப்படுகிறது. இக்காலத்தில் கட்டடச் சுவர்கள் சுட்ட செங்கற்களால் கட்டப்பட்டனவா என்பது தெரியவில்லை. ஆனால் பெரு நகரங்களை யும், கோநகரங்களையும் சுற்றி அமைக்கப்பட்ட பாதுகாப்பரண்கள் மரத்தாலானவை என்பதற்கான சான்றுகள் கிடைக்கின்றன.

கி.மு. ஐந்தாம் நூற்றாண்டில்தான் முதன் முதலாகப் பல நகரங்களும், கோநகரங்களும் அமைக்கப்பட்டன என்பதைப் பௌத்த நூல்களின் சான்றுகளிலிருந்து அறிகிறோம். பௌத்த சமய அறிஞரான தருமபாலர் என்பார் பல கோநகரங்களையும் பெரிய நகரங்களையும் அமைக்கும் கட்டட வரைபடத்தையும், கட்டடம் கட்ட வேண்டிய முறைகளையும், பொருள்களையும் ஆய்ந்து தந்தவன் "மகா கோவிந்தன்" என்னும் கட்டடக் கலையறிஞன் எனக் கூறுகிறார் .

இம் மகா கோவிந்தனின் திட்டப்படி இதுவரை வட்ட வடிவிலும், உருளை வடிவிலும் கட்டப்பட்டு வந்த கட்டடங்களில் பல மாறுதல்கள் ஏற்பட்டதோடு நீள்சதுர, நாற்கர வடிவிலான பல அரண்மனைகள் கட்டப்பட்டன. இதுபோன்ற கட்டடங்களே சிறப்புடையதாக ஏற்று கொள்ளப்பட்டன. பெரும்பாலான பௌத்த சமயக் கட்டடங்கள்

"குதிரை இலாட" வடிவில் அல்லது உருளை வடிவில் கட்டப்பட்டன. இது போன்ற கட்டடங்களே சிறப்புடையனவாகவும் கொள்ளப் பட்டன. ஆனால் மகா கோவிந்தனின் வரைபடத்தின் படி அரசர்களின் அரண்மனைகள் நீள் சதுர வடிவில் அமைக்கப்பட்டன. அவ்வரண் மனை நான்கு பகுதிகளாகப் பிரிக்கப்பட்டு முதற்பகுதி பாதுகாப்புக் கோட்டை (Citael)யாகவும், அடுத்தப்பகுதி அரச குடும்பத்தினர் வசிக்கும் பகுதியாகவும், அதனையொட்டிய சிறுபகுதி நிலக்கிழார்கள் வசிக்கும் பகுதியாவும், நான்காவது பகுதி வணிகர்கள், தொழிலாளர்கள் வசிக்குமிடமாகவும், வாணிபக் கூடமாகவும், தொழிற் கழகமாகவும் விளங்கின.

வேதகாலத்தில் எத்தகைய கட்டடங்கள் கட்டப்பட்டன என்பதற் கான எடுத்துக்காட்டான சான்றுகளோ, அவற்றின் எச்சங்களோ ஏதும் இல்லை. ஆரியரின் சமுதாய, பொருளியல், அரசியல் நிலைகளை அடிப்படையாகக் கொண்டு அவர்களின் கட்டட அமைப்புகளைக் கூறினோம். பிந்தய வேதகாலத்தில் அரசியாலமைப்புகளில் மேம் பட்டு, நகர வாழ்க்கையை அவர்கள் மேற்கொண்டபோது தான் அதவது ஆரிய, தொல் தமிழர் கலப்பிற்குப் பின் ஆரிய வேத, புராண, இதிகாசங் களில் காணப்படுவதைப் போலவே பௌத்த, சமண சமய நூல்களிலும், கட்டடக் கலையைப் பற்றிய பல செய்திகள் காணப்படுகின்றன. பண்டைய பாலி இலக்கியங்களில் பௌத்த சமயக் கட்டடங்களின் வகைகளைப் பற்றியும், அவற்றின் தோற்றங்களைப் பற்றியும், அவற்றின் புனிதத் தன்மைகளைப் பற்றியும் கூறப்படுகின்றன.

பௌத்த இலக்கியத்தில் கட்டடக் கலையைப் பற்றிக் கூறும் நூல்கள் "வத்து விசயா" (Vattu-Vijaya) என அழைக்கப்படுகின்றன. புத்தரின் புனித எச்சங்களை (Relice) வைத்துக் கட்டிய கோயில்களை (Chaityas) வணங்குதற்குரிய புனித இடங்களென்றும் வணங்குவோர் கூடுவதற் காக அவற்றின் முன்புறத்தில் கட்டப்படும் மண்டபங்களைச் சபை (Sabha)களென்றும், அரசனது அரண்மனைகளைப் பிரசாத (Prasatha) என்றும் குறிப்பிடுகின்றன.

வட்ட வடிவிலும், உருளை வடிவிலும், குதிரை இலாட வடிவிலும், அமைக்கப்பட்ட பௌத்தக் கோயில்களின் கூரை முகடுகள் நீண்ட கூம்பு வடிவில் அமைக்கப்பட்டன. இதற்குக் குடிசை முகடு அல்லது

குடகாரா (Kutagara) என்று பெயர். இத்தகைய வடிவிலான கி.மு. இரண்டாம் நூற்றாண்டைச் சேர்ந்த பல பௌத்த கோயில்களை இன்றும் காண முடிகிறது.

அவற்றின் பரப்பும் உருவமும் எம் முறையில் காணப்பட்டாலும் கூரை மட்டும் மேற்படி குவிந்து நீண்டு காணப்படுகிறது. இத்தகைய கூரை முகடுகளைச் சிறப்பாகப் பெற்றுள்ளன. இந்நூற்றாண்டைச் சேர்ந்த கோயில்கள் காணப்படுகின்றன. "இன்று காணப்படும் மிகப் பழைய பௌத்தக் கோயில்களின் கட்டட அமைப்புகள் பண்டைய வேதகாலக் கட்டட அமைப்புகளின் போலிகைகளாகவே காணப்படு கின்றனவென்றும், அவற்றிலுள்ள உருவங்களும் கட்டடக் கலை யமைப்பும், வேதக் கட்டடக் கலையமைப்பும் மரபுவழித் தோன்றி யவைகளேயென்றும்" அறிஞர் துப்ராய் கூறுகிறார். பொதுவாக மகா கோவிந்தன் கட்டட அமைப்பு முறைக்கு பின்னர் தான். கட்டடங் களுக்கு எந்தெந்த பொருள்களில் எவ்வகை அறைகள் கொண்டு கட்டலாம் என்ற ஒரு ஒழுங்கு முறையும் தோன்றியது.

●

6

கோயில் கட்டடப் பணிக்குபயன்படுத்தியப் பொருள்கள்

கோயில்கள் கட்டுவதற்கு மண், மரம், கருங்கல், செங்கல், உலோகம், ஆகியவற்றை உபயோகப்படுத்தலாம் என்று சிற்ப நூல்கள் கூறுகின்றன. இவற்றைத் தனியாகவும், மற்றவற்றுடன் சேர்த்தும் பயன்படுத்தலாம்.

பண்டைக் காலத்தில் பல்வேறு அளவுகளிலும், வடிவங்களிலும் உள்ள செங்கற்கள் தான் பயன்படுத்தப்பட்டன. இவை வெயிலில் காய்ந்த தாகவோ அல்லது களவாயில் இட்டு சுட்டதாக இருக்கும். வடநாட்டில் கட்டப்பட்ட கோயில்கள் பெரும்பாலும் வேதமரபை யொட்டியே அமைந்திருந்ததால் அவை தொடக்கக் காலத்தில் செங்கற்களைக் கொண்டு மட்டுமே கட்டப்பட்டன. வரலாற்றுக் காலத்திய பௌத்த தூபங்கள் செங்கற்களைக் கொண்டு தான் எழுப்பப்பட்டன. ஒரு சிலவற்றில் கருங்கல் பயன்பட்டிருக்கின்றன. அர்மிகா, வேதிகை, போன்ற பகுதிகள் கல்லால் அமைந்திருந்தன. ஆயினும், அதன் முக்கிய அமைப்புகள் செங்கற்களால் ஆனதாகவே இருந்தன.

சாஞ்சி, சாரநாத், அமராவதி, நாகார்சுனகொண்டா தூபங்கள் இவ்வாறே கட்டப்பட்டன. கி.மு. 3 ஆம் நூற்றாண்டின் பைராட்டி

லுள்ள புத்தர் கோயில் வெளிச் சுற்று செங்கற்களால் ஆனது; உள்சுற்று மரத்தூண்களைக் கொண்டது. கி.மு. 3 -ஆம், 2 -ஆம் நூற்றாண்டைச் சேர்ந்த இலெமூரியா நந்தன்கட் மூன்றடுக்கு தூபம், கி.மு. 5 -ஆம் நூற்றாண்டைச் சேர்ந்த குப்தர் காலத்திய உத்திரப்பிரதேசம் பித்ரதா மிலுள்ள கோயில், ஆந்திர மாநிலத்தில் டேரிலுள்ள உத்திரேவரர், கபோதீசுவரர் கோயில்கள் இவற்றின வாயிற்களும், விட்டங்களும், கூரையும் மரத்தினாலானவை. 7 -ஆம் நூற்றாண்டு மத்திய பிரதேசம் பூரிலுள்ள இலக்குமணர் ஆலயம் போன்றவை எடுத்துக்காட்டாக கூறலாம். இவைகளில், மரம்,செங்கல், கருங்கல் என அனைத்து பொருள்களின் கலவையைக் காணலாம்.

கோயில்கள் கட்டுவதற்குச் செங்கல், மரம், கல் ஆகிய எந்தப் பொருளை உபயோகித்தாலும் அது புதியதாக இருக்க வேண்டும் என்று கட்டடக் கலை நூல்கள் கூறுகின்றன. பிற கட்டடங்களில் இருந்து பிரித்தெடுக்கப் பட்டதாக இருக்கக் கூடாது. இதர பொருள்களும் உரிய காலத்தில் சேகரிக்கப்பட்டு, அவை எந்தக் கட்டட வேலைக்காகச் சேகரிக்கப்பட்டனவோ அதற்கு மட்டுமே பயன்படுத்தப்பட வேண்டும். மரம், செங்கல், கல் ஆகியவை முறையாக சேகரிக்கப்பட வேண்டும்.

கோயில்கள் கட்டுவதற்கான மேற்சொன்ன அடிப்படைப் பொருள் களுடன் சுண்ணாம்புச் சாந்து, வண்ணங்கள் போன்ற பொருள்களும் பயன்படுகின்றன. செங்கற்களால் கட்டப்படும் கோயில்களில் சுண்ணாம்புச் சாந்து கற்களை இணைக்கும் பொருளாகப் பயன்படுத்தப் படுகிறது. மேலும் அது சுவர்களுக்கு மேற்பூச்சாகவும் உபயோகப்படு கிறது. வண்ணப் பொருள்கள் சுண்ணாம்புப் பூச்சு மீது ஓவியங்கள் தீட்டப் பயன்படுகின்றன.

பொதுவாகக் கற்களில் இணைப்புப் பொருளாகச் சாந்து உபயோகப் படுத்தாமலே எழுதி அடித்து கற்கள் அதனதன் இடத்தில் பொருத்தப் பட்டுள்ளன. பெரிய கற்களை மட்டமாகச் செதுக்கி காறை பூசாமல் பொருத்திக் கட்டப்படும் இவ்வகைக் கலையைக் குப்தர்கள் காலத்தில் கட்டப்பட்ட கோயில்களிலும், முற்காலச் சாளுக்கியர் காலத் தக்காணக் கோயில்களிலும் காண முடிகிறது. கசுரோ கோவிலுள்ள சில கோயில் களில் கற்களை இணைக்கச் சுண்ணம்பினாலான ஒரு வகைச் சாந்து

கலவையும் பயன்படுத்தப்பட்டுள்ளன. விதிசாவில் அகழ்ந்தெடுக்கப் பட்ட விஷ்ணு கோயிலின் செங்கல் தளம், (கி.பி. 2-ஆம் நூற்றாண்டு) கற்களை இணைக்க சுண்ணாம்புச் சாந்து பயன்படுத்தப்பட்டிருப்பதை காணலாம்.

கோயில்களில் பூச்சுக்குப் பயன்படும் சாந்து சிறப்பான முறையில் தயாரிக்கப்படுகிறது. இதற்கு வசரலேபம் என்று பெயர். வெண்ணெய் போன்று வெண்மையாகவும், தந்தத்தைப் போன்று பளபளப்பாகவும் உள்ள சாந்து பூசப்பட்ட கோயில்கள் கவர்ச்சியாக தோற்றமளிக்கும், கோயிலைப் புகழ்ந்து கூறும் பண்டைய கல்வெட்டுகள் பல உள்ளன. கோயில்களின் கீழ்ப்பகுதி கற்களாலும், மேற்பகுதி செங்கற்களினாலும் பிற்காலத்தில் கட்டப்பட்டிருக்கும். பல கோயில்களில், குறிப்பாகத் தக்காணத்தில் உள்ள கோயில்களில் மேற்புரத்திலுள்ள சிற்பங்கள் முற்றிலும் சுதை காறையால் ஆனவையாக இருக்கும்; அல்லது காறை அவற்றில் முக்கிய பொருளாகப் பயன்படுத்தப்பட்டிருக்கும். இடைக்காலக் கோயில்கள் சிலவற்றில் கற் சிற்பங்களின் மீது காறையும் பூசப்பட்டுள்ளது.

பல்வேறு விதமான சாந்துகளைத் தயாரிக்கும் முறை சிற்ப நூல்களில் கூறப்பட்டுள்ளன. மேலே ஓவியம் தீட்டுவதற்கு ஏற்றதென சில சிறப்பான வகைச் சாந்துகள் செய்யப்பட்டுள்ளன. தக்காணத்திலுள்ள குகைக் கோயில்கள் இதற்கு எடுத்துக்காட்டாகும். எல்லோரா, பாதாமி, அஜந்தா கோயில்களில் வண்ண ஓவியங்கள் தீட்டிய காறைப் பூச்சு இன்றும் காணலாம்.

இரும்பு, வெண்கலம், செம்பு போன்ற பொருள்களும் சிறு அளவில் கோயில் கட்டுவதற்குப் பயன்படுத்தப்பட்டுள்ளன. கி.மு. 3-ஆம் நூற்றாண்டு மௌரியர் காலத் தூண்களில் வெண்கல ஆணிகள் அல்லது செம்புப் பிடிப்பு வளையங்கள் உபயோகப்படுத்தப்பட்டுள்ளன. மரத் துண்டுகளை இணைப்பதற்கு இரும்புப் பிடிகள் பயன்படுத்தப் பட்டுள்ளன. நன்கு செதுக்கப்பட்ட கற்கள் அதனதன் இடத்தில் நன்கு பொருந்தியிருக்கும்படி செய்ய இரும்புப் பிடிப்புகள் உபயோகிக்கப் பட்டிருக்கின்றன. கி.பி. ஆறாம் நூற்றாண்டைச் சேர்ந்த தேவ்காட் கோயிலில் இதனைக் காணலாம்.

பெருமளவில் இரும்பு உபயோகப்படுத்தப்பட்டுள்ள பழமை வாய்ந்த கட்டடம் ஒரிசா கொனார்க்கிலுள்ள மண்டபம் ஆகும். 13 வது நூற்றாண்டு கற்கட்டத்துக்கு இங்கு இரும்பு விட்டங்கள் போடப் பட்டுள்ளன. பண்டையக் கால மரக்கட்டடங்கள் எதுவும் நிலைக்க வில்லை. மரத்தின் அழிந்து போகும் தன்மைதான் இதற்குக் காரணம் என்பதை அறிவோம். மரங்களைக் கொண்டு கட்டிய முறையைக் கற்களைக் கொண்டு கூடிய போதும் பின்பற்றியிருக்கிறார்கள். எடுத்துக் காட்டாக பௌத்த தூபங்களைச் சுற்றியுள்ள கருங்கல் அனிகள், பாறைகளைக் குடைந்து அமைக்கப்பட்ட சைத்ய கூடங்களின் வாயில் வளைவுகளின் விளிம்புகள் ஆகியவற்றைக் கூறலாம். பெரும்பாலும் மரத்தைக் கொண்டே கட்டப்பட்ட சில கோயில்கள் இன்றும் உள்ளன. 8 -ஆம் நூற்றாண்டில் கட்டப்பட்ட சம்பா பிரக் மோரிலுள்ள கோயில் ஆகும்.

ஆயினும் வடநாட்டிலுள்ள சிறப்புமிக்க பல கோயில்களில் கற்கள்தான் உபயோகப்படுத்தப்பட்டுள்ளன. மரத்தையும், செங்கல்லையும் கட்டடப் பொருள்களாக உபயோகிப்பது குறைந்து விட்டது. நிலைத்திருக்கக் கூடியது என்ற காரணத்தால் அனைத்து சமயத்தினரும் கருங்கல்லுக்கு முதலிடம் கொடுக்கத் தொடங்கினர். பாறைகளைக் குடைந்து கோயில்கள் அமைக்காலாயினர்.

கி.மு. மூன்றாவது நூற்றாண்டில் தொடங்கி கி.மு. ஒன்பது - பத்தாவது நூற்றாண்டு வரை இம்முறை இருந்திருக்கிறது. கி.மு. இரண்டாம் நூற்றாண்டிலிருந்தே கருங்கற்களால் ஆன கோயில்களும், செங்கற்களால் கட்டப்பட்ட கோயில்களும் இருந்திருக்கின்றன என்பதற்குக் கல் வெட்டுச் சான்றுகள் உள்ளன. விதிசா என்ற இடத்தில் கற்கோயி லொன்றின் பகுதி கண்டுபிடிக்கப்பட்டது. இது கி.மு. இரண்டாம் நூற்றாண்டின் கல்வெட்டு ஒன்று இதனை வசுதேவனின் உத்தம பிராசாதம் என்கிறது.

தட்ச சீலத்தைச் சேர்ந்த எலியோடாரசு எழுப்பிய கல்லாலான கருடக் கொடிமரமும் இக்கோயிலில் ஒரு பகுதியாகும். கி.மு. முதல் நூற்றாண்டின் மதுராவைச் சேர்ந்த மகாசேத்ரப சோடாசனுவினுடைய கல்வெட்டு விருட்ணிகளின் ஐந்து மாவீரர்களின் உருவச்சிலைகளைக் கொண்ட ஒரு புனிதமான கற்கோயிலைப் பற்றிக் குறிப்பிடுகிறது.

மேலும் இராசசுதான் உதயபுரியைச் சேர்ந்த நாகரி கல்வெட்டு ஒன்று அமைந்துள்ள கற்சுவற்றைப் பற்றிக் கூறுகிறது. நாகார்சுன கொண்டா வில் அண்மையில் அகழ்ந்தெடுத்ததில் சில கற்றூண்கள் கிடைத் துள்ளன. இவை புசுப்பத்ரர் விருபாக்சபதி, மகாசேனன், போன்ற தெய்வங்களின் கோயில்களைக் கட்டப் பயன்பட்டவை. இத்தூண்கள் பற்றிக் கல்வெட்டுக்களில் குறிப்பிடப்பட்டுள்ளன.

கி.பி. மூன்று நான்காவது நூற்றாண்டிலிருந்த இசுவாகு குல மன்னர் களின் கல்வெட்டுகளும் இவ்விடத்தில் கிடைத்துள்ளன. இன்றும் நிலைத்திருக்கும் தொடக்க காலக் கற்கோயில்களில் சில கி.பி. 400 ஆம் அண்டைச் சேர்ந்தவை. அணி வகைகள் ஏதுமின்றி பெருங்கற்களால் கட்டப்பட்டு காட்சியளிக்கும் இவைகள் மத்தியப் பிரதேசத்தில் ஏராள மாக உள்ளன. வட நாட்டின் பிற பகுதிகளில் கட்டப்பட்ட மிகப் பழமையான கோயில்களில் இவ்வாறு தான் இருந்திருக்க வேண்டும்.

●

7

சமயச் செழுமைக்கு கோயில்கள்

பரம் பொருளான இறைவனை உணர்வதற்கு பக்தி நெறியைப் பரப்புவதற்குக் கோயில்கள் மிக முக்கியமனவை. வடநாட்டில் வழக்கிலிருந்த சமயங்களும் தங்கள் நெறியைப் பரப்ப போட்டியிட்டன. எனவே கோயில்களை கட்டி பயன்படுத்துவதில் ஒன்றுக்கொன்று போட்டியிட்டன. ஆயினும் பரவலான முறையிலும், பெருமளவிலும் முதலில் இம்முறையைப் பயன்படுத்தியது புத்த சமயம்தான். புனிதத் தலங்களில் பௌத்தர்கள் தூபங்களையும், தூண்களையும் எழுப்பினர். காலப் போக்கில் இவை அற்புதமான சிற்பங்கள் அமைந்த அருமை யான கலைக் கோயில்களாக வளர்ந்தன.

பௌத்த பிக்குகள் தங்களுக்கெனப் பாறைகளைக் குடைந்து இருப்பிடங் களை அமைத்துக் கொண்டனர். அதற்குள்ளேயே சைத்ய முற்றங்களை அமைத்து அவை ஒவ்வொன்றிலும் தாங்கள் வழிபடும் முக்கிய சின்னமான தூபத்தையும் ஏற்படுத்தினர். புத்தப் பிக்குகளின் வாழிடங் களான விகாரைகளும், சைத்ய முற்றங்களும் கி.மு. இரண்டவாது நூற்றாண்டிலிருந்து கி.மு. ஏழு அல்லது எட்டாவது நூற்றாண்டுக்குள் ஏற்பட்டவை. பௌத்த பிக்குகள் தங்களுக்குத் தேவையான உணவை மக்களிடமிருந்தே தேவையான அளவுக்கு மட்டும் பெற்று வாழ்ந்தனர்.

கடுந்தவங்களையும் துறவு வாழ்கையையும் மேற்கொண்ட இவர்கள் வாழ்வில் துன்பங்களைப் போக்க ஏராளமான அறவுரைகளை ஆற்றியுள்ளனர். ஏராளமான துன்பங்களைக் கண்டு அவற்றிலிருந்து மீள்வதற்கு வழிமுறைகளை கூறினார்கள். இப்படி எல்லாம் துன்பங் களையும் அவலங்களையும் கொண்டிருந்தாலும், அனுபவத்தில் உணர்ந்திருந்தாலும் தாங்கள் உருவாக்கிய குகைச் சிற்பங்களிலும் ஓவியங்களிலும் இத்துன்பங்களையும் அவலங்களையும் எந்த இடத்திலும் பதிவு செய்ததில்லை என்பது குறிப்பிடத்தக்கது.

இந்தக் குகைக் கோயில்கள் சிற்பத் திறமைக்குச் சான்றாக விளங்குகின்றன. இக்குகைக் கோயில்களில் பலவிதமான சிற்பங்களும், தூண்களும், முகப்பு அலங்காரங்களும் உள்ளன. இவை பல்வேறு கால இடைவெளியில் அடுத்தடுத்து ஏற்பட்டவை. தொடக்கக் காலத்தி லிருந்து 8 ஆம் நூற்றாண்டு வரை படிப்படியாக வளர்ச்சி பெற்று வந்துள்ள மாறுதல்களை அவைகளில் காணலாம்.

இதைத் தொடர்ந்து சமணர்களும், பௌத்தர்களைப் பின்பற்றியுள்ளனர். அவர்களும் தூபங்களை எழுப்பினர். மதுரா போன்ற இடங்களில் இவற்றின் இடிபாடுகளைக் காணலாம். குகைக் கோயில்களையும் அவர்கள் அமைத்தனர். இவற்றுள் மிகவும் முக்கியமானது கி.மு. முதல் நூற்றாண்டைச் சேர்ந்த ஒரிசாவிலுள்ள கண்டகிரி, உதயகிரி குன்றுக் குகைகோவில்களாகும். கி.பி. இரண்டாவது நூற்றாண்டுக்குப் பின்னர், சில நூறு வருடங்களுக்கு சமண சமயம் புத்தமதத்தைப் போல் சிறப்பு பெற்றிருக்கவில்லை.

நாடுமுழுவதும் வைதீக சமயங்கள் வளர்ச்சியடைந்தது. இந்தக் கால கட்டத்தில் அமைந்த ஒரு சில சமண சமயச் சின்னங்களே அழியாது நிலை பெற்றிருக்கின்றன. ஆனால், கி.பி. ஏழாவது நூற்றாண்டுக்குப் பிறகு சமண சமயம் மக்களிடம் செல்வாக்கைப் பெற்றது. குறிப்பாக, மேற்கிந்தியாவிலும், தென் நாட்டிலும் இதன் வளர்ச்சி சிறப்படைந்தது. அங்கெல்லாம் சமண சமயத்தினரின் மிக அழகியக் கோயில்கள் தோன்றின. இதற்கு சமண சமயத்தின் பிளவுகளே காரணம். சமணம் இசுவேதாம்பர், அமணம் திகம்பரர் என பலவாகப் பிரிந்தது.

தற்போது வடநாட்டில் வைதிக சமயக் கோயில்கள் தான் அதிகமாக உள்ளன. ஆயினும் கி.பி. நான்காவது நூற்றாண்டு வரை பக்தி நெறியைப்

பரப்பும் கருவியாகக் கோயில்களை அவர்கள் பயன்படுத்தவில்லை. ஆரம்ப கால வைதீகர்கள் யாகம் செய்வதிலும் பலியிடுதலிலும் முக்கியமாகக் கொண்டிருந்த போதிலும், தொல் குடியின் சிறிய அளவில் பக்தி நெறியைப் பின்பற்றினர். கோயில்கள் கட்டுவது, சிலையமைப்பது, விழா நடத்துவது போன்ற பணிகளிலும் அவர்கள் கவனம் செலுத்தியிருக்கின்றனர்.

வடநாட்டில் தொல்குடியினார் லிங்க வழிபாட்டினராக இருந்ததை ரிக் வேதம் கண்டிக்கிறது. மேலும் பதஞ்சலி மகா பாசியத்தில் கந்தர், விசாகன் ஆகியோரது உருவச் சிலைகளைப் பற்றிக் கூறப்படுகிறது. பாகவத சமயத்தை ஏற்றுக் கொண்ட எலியோடோரசு என்ற யவனன் கருடத்வசம் ஒன்றை எழுப்பிய செய்தி பேரசு நகர் கல்வெட்டுக்களில் பொறிக்கப்பட்டுள்ளது. இது கி.மு. 100 வது ஆண்டைச் சேர்ந்தது.

சங்கர்சனர், வசுதேவர் ஆகியவர்களுக்குக் கற்கோயில்கள் கட்டப் பட்டன. இது குறித்து நகரி கல்வெட்டிலிருந்து அறிய முடிகிறது. இதுவும் கி.மு. முதல் நூற்றாண்டைச் சேர்ந்தது. வட நாட்டின் பண்டை மக்களிடையே ஆலய வழிப்பாட்டுமுறை அப்போதே இருந்ததற்குச் சான்று கூறும் தடயங்களில் முக்கியமானது ஆந்திர நாட்டிலுள்ள நாகர்சுனகொண்டா கல்வெட்டுகளும், இடிபாடுகளுமாகும். இந்தக் கல்வெட்டுக்களிலிருந்து இசுவாகு குலத்தினர் (கி.பி.3 - 4வது நூற்றாண்டு) மகாசேனர் போன்ற வைதீக தேவதைகளுக்கு கோயில்கள் கட்ட ஆதரவு அளித்தனர் என்பதை அறியலாம்.

பல்வேறு அமைப்பிலும் அளவிலும் கட்டப்பட்ட கோயில்களின் இடிபாடுகளாக இன்று நமக்குக் கிடைக்கும் பொருள்களினுள்தான் இக்கல்வெட்டுக்கள் காணப்படுகின்றன. பார்கித், சாஞ்சி, அமராவதி, ஆகிய இடங்களிலுள்ள தாழ்வரைச் சிற்பங்களில் பல்வேறு பௌத்த ஆலயங்களின் சிறிய வடிவங்கள் இடம் பெற்றிருப்பதைக் காணலாம். இவற்றைக் காணும் போது வெவ்வேறு விதங்களில் அமைந்த ஆலயங்களின் அமைப்பை நாம் அறிந்து கொள்ள முடிகிறது.

இக் கோயில்கள் பண்டை வைதீக சமயங்களின் ஏதாவது ஒரு கூறினை கொண்டதாகவும் இருக்கலாம். கோயில் வழிபாட்டின் பழைமையை காட்டும் சான்றாக இவை உள்ளன. கி.பி. முதற் நூற்றாண்டின் தொடக்கத்திலிருந்த அவுதூம்பரர்கள், யௌதேயர்கள் வெளியிட்ட

நாணயங்களில் லிங்க உருவமும், எளிய ஆலயங்களின் உருவமும் காணப்படுகிறது.

கி.மு.வுக்கு சில நூற்றாண்டுகளுக்கு முன்பே ஆலய வழிபாட்டு முறை இருந்ததற்கு இவையனைத்தும் சான்று கூறுகின்றன. ஆயினும் குப்தர்கள் காலத்துக்குப் பின்னர் தான். பௌத்தம், சமணம் ஆகிய சமயங்களின் செல்வாக்கு தெளிவற்றுக் கிடந்த வைதிக சமயங்களுக்குப் புத்துயிரளிக்கும் முயற்சியில் இத்துறையில் தீவிர நடவடிக்கைகள் எடுத்துக் கொள்ளப்பட்டன. இதன் மூலம் தங்களை இச்சமயங்கள் நிலைப்படுத்திக் கொண்டன. அழகிலும், கவர்ச்சியிலும், கம்பீரத் திலும் பிற சமயத்தார்களுடைய கோயில்களை விஞ்சக் கூடிய பேரழகு மிக்க ஆலயங்களை அமைத்தனர்.

தேவர்களுக்கும், தேவியர்களுக்கும் ஆலயங்கள் அமைக்க வைதீகர் களும் குகைகளைப் பயன்படுத்த முயன்றனர். பௌத்தர்கள் காட்டிய வழியில் இதனைச் செய்த வைதீகர்கள் பாதாமி, எலிபெண்டா, எல்லோரா போன்ற இடங்களில் அற்புதமான குகைக் கோயில்களை அமைத்தனர். மேலும் ஏராளமான பௌத்த சமயக் கோயில்களை வைதீக சமயக் கோயில்களாக மாற்றியமைத்தனர்.

இதனால் பௌத்த, சமண கோயில்களின் தன்மையிலிருந்து புதிய வடிவங்களை தோற்றுவித்தனர். இவ்வடிவங்களே பிற்காலத்தில் வைதீக சமயங்களின் கலை வடிவங்களாக பரப்பப்பட்டன.

இந்தப் பிற்காலக் கோயில்களில் வடநாட்டு இயல்பின் முழுமை யையும், ஒப்பற்ற பெருமையையும் காணமுடிகிறது. குறிப்பிட்ட ஒரு அமைப்பில், பரந்த அடித்தளத்தின் மீது இக்கோயில்கள் உயர்த்திக் கட்டப்பட்டுள்ளன. கோயில்களின் அமைப்பிலும் பல்வேறு வகைகள் உள்ளன. தென் நாட்டில் கோயில்கள் படிப்படியாகக் குறுகிக் கொண்டே போகும் விமானங்களைக் கொண்டவை. வட நாட்டுக் கோயில்கள் பக்கவாட்டில் வளைவான அமைப்பினைக் கொண்டு மெல்ல குறுகிக் கொண்டே போய் அமலகம் எனப்படும் பண்டிகையை ஏற்றி கலயத்தில் நிறைவடையும்.

8

தொடக்கக் கால கோயில்கள்

இப்போது பாகிஸ்தானிலுள்ள மொகஞ்சோதாரோ, அரப்பாவில் கண்டெடுக்கப்பட்ட பொருள்களும், வடநாட்டிலுள்ள உலோதால், உரூபர், காளிபங்கள் ஆகிய இடங்களில் கிடைத்த பொருள்களும் கி.மு. 2500 லிருந்து 1000 வரையுள்ள காலத்தைச் சேர்ந்தவை. தொல் குடிகளில் சிறப்பான வளர்ச்சிப் பெற்றிருந்ததை இவை புலப்படுத்துகின்றன. கட்டடங்கள் பயன்படும் வகையில் இருக்க வேண்டும் என்பதை உணர்ந்தவர்கள் என்பதையும் அறிய முடிகிறது. இங்கு கட்டடங்களில் எஞ்சியப் பகுதிகளைப் பார்த்து இவற்றில் ஏதாகிலும் சமயச் சார்புடையனவாக இருக்க முடியும் என்று கூறக் கூடிய விதத்தில் ஏதும் இல்லை. இங்குக் கிடைத்துள்ள எண்ணற்ற முத்திரைகளில் உள்ள உருவங்களைப் பார்த்தால் அவை சமயத் தொடர்புடையவை போல் காட்சி தருகின்றன.

கி.மு. 1000 முதல் 300 வரையுள்ள காலத்தில் நிலவிய பண்பாட்டுக் கூறுகள் சான்றுகள் எதுவும் அறிய இயலவில்லை. ஆனால், வேதங்களும் அவற்றுடன் தொடர்புடைய வேறு பல நூல்களிலும் காட்டப்பட்ட யாக சாலைகள், மண்டபங்கள் ஆகிய சமயக் கட்டடம் பற்றிய குறிப்புகள் உள்ளன. இவற்றில் செங்கல், மரம், ஓலை, புல் போன்றவற்றைக் கொண்டு கட்டப்பட்டதாக அறிய முடிகிறது. வேதகால கட்டடங்கள் எதுவும் இன்று நிலைத்திருக்கவில்லை.

சந்திர குப்த மௌரியன் காலத்திலிருந்து கி.மு.4-ஆம் நூற்றாண்டின் கட்டடங்களின் எஞ்சியப் பகுதிகள் கிடைக்கின்றன. இவற்றுள் பண்டைய பாடலிபுத்திரம் அருகே இருந்த இடத்தில் அகழ்ந்தெடுக்கப் பட்டுள்ள ஒரு மண்டபம் சிறப்பானது. இது மரத்தினாலான தூண் களும், தளமும் கொண்டது. ஆயினும், சமயத் தொடர்புடைய கட்டடங் களின் இடிபாடுகள் அவனுக்குப் பின் வந்த அசோகன் காலத்திலிருந்தே கிடைத்துள்ளன.

அசோகன் பௌத்த சமயத்தை தழுவியதும் அதன் கொள்கைகளைப் பரப்புவதற்காகப் பெரிதும் பாடுபட்டான். அவன் பௌத்தர்களுக்குப் புனிதமான இடங்களில் தூபம் போன்ற கட்டடங்களை அமைப்பதும், அழகிய அணிகள் பொருந்திய கற்றூண்களை நாட்டுவதும் ஆகும். தூண்கள் தனியாகவும் இருக்கும்; தூபங்களோடு சேர்ந்தும் இருக்கும். அவன் பேரனுடைய காலத்தில் பாறைகளைக் குடைந்து குகைகள் அமைக்கப்பட்டன. இவை சமணர்களின் ஒரு பிரிவினர் வாழுமிடங் களாக இருந்தன.

அசோகனும் அவன் வழி வந்தவர்களும் கோயில் கட்டுவதிலும், பாறைகளைக் குடைந்து குகைகளை அமைப்பதிலும் மேற்கொண்ட இம்முயற்சிகள், சமயத்துறை கட்டடக் கலையில் பெரும் மாற்றங்களை ஏற்படுத்தின. இவைகள் பௌத்தர்களுக்குரியவைகளாக இருந்த போதிலும் அதன் பல்வேறு கூறுகள் வைதீக சமயங்களின் கட்டடக் கலையில் இடம் பெற்றிருக்கின்றன. சமண தூபங்களுடைய இடிபாடு கள் மதுராவில் கண்டெடுக்கப்பட்டுள்ளன. இவற்றைக் காணும்போது பௌத்த தூபங்ளை போலவே உள்ளன. இவைகள் தொன்மைக் கால கட்டடக் கலையில் தொடர்ச்சி என்றே கருதலாம்.

இக்காலத்திற்குள்ளாக தொழில் முறை பார்ப்பனர்கள் (புரோகிதர்கள்) உருவாகினர். இவர்கள் ஆரியர்களுக்கும் ஆரியர் அல்லாதவர்கட்கும் கலப்பினத்தவர்கட்கும் ஒன்றுக்கும் மேற்பட்ட பல எசமானர்களுக்கு ஊழியம் செய்ய தலைப்பட்டனர், வாச, அஸ்வாயர் என்ற முனிவர்கள் தாச (அசுர) மன்னர்களான பலந்தள்ளும், பட்ல்சன் ஆகியோருக்கு ஊழியம் செய்து, ஒட்டகங்களும் பல பரிசில்களையும் பெற்றனர் என்றும், அம்மன்னர்களின் உறவினர்கட்கும், பழங்குடியினர்களுக்கும் நன்றியுடன் பல வாழ்த்துகளையும் வழங்கியதாக ரிக்வேதம் கூறுகிறது.

9

சிற்ப நூல்களும் முறைகளும்

இறைவர்களை கோயிலில் இருத்திக் கும்பிடுவது தொன்று தொட்டு இருந்து வரும் வழக்கம். அது போலவே கோயில்களைக் கட்டும் கலையும் கிருத்து காலத்திற்கு முன்பே இருந்தே தொடங்கு கிறது. கோயில்களை மிகச் சாதாரன வடிவியிலிருந்து மிக உயர்ந்த வடிவம்வரை கட்டுவதற்கு வரை முறைகள் அமைப்பு, அளவு போன்றவைகளை சிற்ப நூல்களில் கூறப்படுகின்றன. வேதங்கள் கூறும் யாகபீடம் அமைப்பது பற்றியும் இவை விளக்குகின்றன. "ஸ்தாபத்திய சாஸ்திர வேதம்" என்றழைக்கப்படும் வாஸ்து சாஸ்திரம் அதர்வண வேதத்தின் ஓர் துணை வேதம் என்றும் கூறுப்படுகிறது. காலப் போக்கில் ஆலயங்களின் அமைப்புப் பற்றிய பல நூல்கள் எழுதப்பட்டன. இலக்கியம் தோன்றிய பின்னர் இலக்கணம் தோன்றுவதைப் போல் சிற்பங்களும், கோயில்களும் எழுந்த பின்னரே சிற்பநூல்கள் எழுதப் பட்டிருக்க வேண்டும். வராகமித்திரர் எழுதிய பிருகத் சம்கிதை கி.பி. ஆறாவது நூற்றாண்டின் நடுப்பகுதியை சேர்ந்ததாகும். "சிற்ப சாத்திரம், பிரம்மாவிடமிருந்து பெற்று கர்க்கர் போன்ற முனிவர்களால் வழி வழியாக வழங்கப்பட்டது" என்று அந்நூல் கூறுகிறது.

பௌத்த தர்ம நூல்களிலும், வேறு சில நூல்களில் பல்வேறு விதமான கோயில் அமைப்புகளைப் பற்றிய குறிப்புகள் உள்ளன. இவற்றின் சிறிய அளவு அமைப்பைத் தான் பார்சித், சாஞ்சி, அமராவதி, தாழ்வரைச் சிற்பங்களில் காண்கிறோம்.

சைவ, வைணவ தோன்றியங்கள் (ஆகமங்கள்) அக்னிபுராணம், மத்சய புராணம், கருட புராணம் போன்ற நூல்களிலும் கோயில், சிற்பங் களைப் பற்றியும் அவை அமைக்கப்பட வேண்டிய வடிவங்களும் ஏராளமாக உள்ளன. இவை மிகப் பிற்காலத்தியது ஆயினும் எழுதப் பட்ட காலத்தை மிகச் சரியாக கூற இயலவில்லை; இடைக்காலத்தைச் சேர்ந்தவையாக இருக்கலாம்.

விஷ்ணு தர்மோத்தரம், சயசீர்ஷ பஞ்சராத்ரம், மரீச்சி இயற்றிய வைகாநசாகமம் ஆகியவை கி.பி. ஏழு முதல் ஒன்பது நூற்றாண்டுக்கு உட்பட்ட காலத்தில் இயற்றப்பட்ட நூல்களில் சில ஆகும். இராமாயணம், மகாபாரதம் போன்ற இதிகாசங்களும், சைத்யம் கபிராசாதம் போன்ற அமைப்புகளைப் பற்றிக் குறிப்பிடுகின்றன. ஆயினும் இதன் பகுதிகளைப் பற்றிய தெளிவான விவரம் எதுவும் அவற்றில் இல்லை.

பத்தாவது நூற்றாண்டுக்குப் பின்னர் சிற்ப நூல்கள் ஏராளமாக எழுதப்பட்டன. மிகவும் விரிவாக ஆராய்ந்து எழுதப்பட்ட நூல்கள் இவை. சைவ ஆகமங்களையும், வைஷ்ணவ ஆகமங்களையும் கொண்ட தாந்திரீக நூல்கள் பலவும் இந்தக் கால கட்டத்தில் எழுதப்பட்டவை தாம். இவையும் கோயில் கட்டும் கலை, சிலையமைப்பு, சடங்குகள் பற்றிக் கூறுகின்றன.

சிற்பநூல்கள் சில முக்கிய நூல்கள் வருமாறு :

போஜராஜன் இயற்றிய சமராங்கண சூத்ர சாரம் 11 வது நூற்றாண்டு.

அபராசித பரிட்சா - இது போசனால் இயற்றப்பட்டது என்று கூறப்படு கிறது. சாரதா திலகம், பிருகத்சில்ப சாத்திரம், வாஸ்து வித்யா, மனுஷ் யாலய சந்திரிகா, சோமேஸ்வரமன்னன் இயற்றிய மனசால்லாசம் 11 வது நூற்றாண்டு.

15 - ஆம் நூற்றாண்டில் இராஜஸ்தாசசு கலைஞராகத் திகழ்ந்த மன்னர் இயற்றிய வாஸ்து ராஜ வல்லபா, மயமதம்.

ஈஸான சிவகுருதேவபத்ததி 11வது நூற்றாண்டு. காஸ்யபம் 15 வது நூற்றண்டுக்கு முற்பட்டது.

16 வது நூற்றாண்டில் சேர நாட்டில் இருந்த மஞ்சரி இயற்றிய சில்பா ரத்னம்.

15 வது நூற்றாண்டுக்கு முற்பட்ட பிரயோக மஞ்சரி.

மானஸாரம் 15வது நூற்றாண்டுக்கு முற்பட்டது.

விஷ்ணுதர் மோத்திரம். இவற்றுள் பல தென்நாட்டு சிற்ப முறையை கூறுவதாகும்.

வடநாட்டு சிற்ப நூல்கள் சில அறியப்பட்டிருக்கின்றன. அவற்றில் மிகவும் தெரிந்த நூல்கள் சில. அவை, "சில்ப பிராசாதம்", "புவனப் பிரதீபம்", "தீபார்ணவம்" போன்றவைகள். முழுமையாக கிடைக்காத பல நூல்கள் பலரால் தொகுக்கப்பட்டும் இருக்கிறது.

ஆகமங்களில் மிகவும் முக்கியமானது காமிகா காரணம் ஆகியன வாகும்.

இந்நூல்கள் ஒவ்வொன்றிலும் கோயில்கள் கட்டும் கலை தொடர்பான விதிகளும் முறைகளும் அளவுகளும் நிறையத் தரப்பட்டுள்ளன. அர்ச்சகர்கள், சிற்பிகளுடைய தகுதிகளிலிருந்து, இடத்தைத் தேர்ந் தெடுப்பது, கோயில் கட்டி குடமுழுக்காட்டுவது வரை எல்லா விதி களும் தரப்பட்டுள்ளன. ஒவ்வொரு தலைப்பிலும் கட்டுபவர், இடம், நோக்கம் ஆகியவற்றுக்கேற்ப பல மாறுதல்களும் கூறப்படுகின்றன.

சிற்ப நூல்கள், தோன்றிய (ஆகம) நூல்கள் தென்னாட்டில் ஏராளமாக இருப்பதாலும் வடநாட்டு நூல்கள் பற்றி அதிகமாக அறிய இயலாத தாலும் சிற்பநூல்கள் பற்றிய மூழு விவரங்களை அறிய இயலவில்லை.

•

10

கோயில்கள் அமைப்பதற்கான இடத்தேர்வு

கோயில் எழுப்புவது ஓர் புனிதமான செயல், வேதங்கள், சோதிடம் வேதாந்தங்கள் தோன்றியங்கள் (ஆகமங்கள்) ஆகியவற்றைப் பற்றிய அறிவு இதற்கு அவசியம். ஆலயங்களைக் கட்டுவதற்கு ஆலோசனைகள் கூறி வழிகாட்டத் தேர்ந்தெடுக்கப்படுபவர் இவற்றை யெல்லாம் நன்கு கற்றிருப்பதுடன் ஒரு நெறியாளனாகவும் சிற்ப கலை அறிந்தவராகவும் இருக்க வேண்டும்.

இவன் சிற்பிகளின் நான்கு பிரிவினரின் தலைவரான பெருந்தச்சனாக இருக்க வேண்டும்.

பிற மூன்று வகை சிற்பிகள் வருமாறு 1. சூத்ரக்ராஹி அல்லது சூத்ர தாரன் - கட்டப்படும் கோயிலில் அனைத்து அங்கங்களில் அளவுகளை தெறிந்து வைத்திருந்து நூல் கொண்டு வரையும் தகுதிபடைத்தவர். 2.தக்ஷக (தச்சன்) சூத்திரதாரன் இட்ட நூல் அமைப்புப்படி கல்லில் மரத்தில் செதுக்குபவன், சாந்து போன்ற பொருள்களில் மெத்தி கோயில் மற்றும் சிற்பங்களை உருவாக்குபவன். 3. வர்த்தகி - வண்ணம் தீட்டு பவர். இவர்கள் ஒவ்வொருவரும் அவரவர் துறையில் தேர்ந்த திறமை யுள்ளவர்களாக இருக்க வேண்டும்; பெருந்தச்சரின் உத்தரவுப்படி ஆலயம் கட்டுவதற்கு இக்கலைஞர்களின் சேவை மிக முக்கியமானது;

அடுத்து, ஆலயம் கட்டுவதற்கான இடத்தைத் தேர்ந்தெடுப்பது. ஏற்கனவே கூறியுள்ளது போல் தேவர்களும், தேவியர்களும் இயற்கை யழகு நிரம்பிய இடங்களிலும், அழகான நகரங்களிலும், பேருர் சிற்றூர்களிலும் இருப்பதாகக் கருதப்படுவதால், இத்தகைய இடத்தில் பொருத்தமான ஓரிடத்தைத் தேர்ந்தெடுக்க வேண்டும்.

கோயில் கட்டுவதாக இருந்தால் திறந்த வெளியில் இந்த இடம் இருக்க வேண்டும். பாறைகளைக் குடைந்து அமைப்பதாயினும் அப்படித் தான். மேலும் ஆறு, குளம், சுனை போன்ற நீர் நிலைகள் இருக்கும் இடம், நறுமணம்மிக்க மலர்கள் இருக்கும் இடம், வளமான, சுத்தமான காற்றோட்டம் நிறைந்த மண் உள்ள இடம், எலும்பு, சாம்பல், போரைகள் அற்ற நிலம் எனப் பொருத்தமான இடத்தைத் தேர்ந்தெடுத் தால்தான் அங்கு கட்டப்படும் கோயில் என்றும் நிலைத்திருக்கும் என்று சிற்ப நூல்கள் கூறுகின்றன.

இந்த விதி, கண்டிப்புடன் கடைப்பிடிக்கப்பட்டிருக்கிறது என்பதை புவனேசுவரத்திலுள்ள பரசுராமேசுவரர் கோயில், பட்டதக்கல் விருபாக்ட்ச கோயில், எழில்மிக்க அஜந்தா, எல்லோரா குடவரைக் கோயில்கள் ஆகியவை இதை உறுதிப்படுத்துகின்றன.

கோயில் கட்டத் தேர்ந்தெடுக்கப்படும் இடம் கெட்டியான தரையைக் கொண்டதாக இருக்க வேண்டும். கரி, எலும்பு போன்ற பொருள்கள் மண்ணில் இருக்கக் கூடாது. அடுத்து, அது சமதளமாயிருக்க வேண்டும். இந்த இடத்தில் வாஸ்து புருஷ மண்டலம் எனப்படும் வரைச் சித்திரம் எழுதப்படும். இது கட்டப்படவிருக்கும் கோயிலின் உண்மையான தரை அமைப்பாக இல்லாத போதிலும் அதற்கான அடிப்படை, எல்லைக் கோடுகள் ஆகும். அதன் மீது ஒரேயொரு கோயில் கட்டப்படலாம்; அல்லது பல சிறு கோயில்களைக் கொண்ட தாகவும், திருச்சுற்று அமைந்ததாகவும் இருக்கலாம்.

இந்த வாஸ்து புருஷ மண்டலம் 4 முதல் 14 அங்கங்களைக் கொண்ட சதுரமாக இருக்க வேண்டும். இச்சதுரங்கள் ஒவ்வொன்றும் ஒரே அளவுடையதாக இருக்க வேண்டும். அல்லது 81 அங்கங்களைக் கொண்ட சதுரமாக இருக்க வேண்டும் என்று சாத்திரங்கள் கூறுகின்றன. வாஸ்து புருஷமண்டலம் வட்டமாகவும் கோணங்களாகவும் இருக்க லாம். ஆயினும் சதுரம் தான் அடிப்படை. வட்டத்தை, கோணத்தை

அதற்குள் வரைந்து கொள்ளலாம். சதுரம், வட்டம் ஆகிய இரு வடிவங்களை ஆஹவனீயம், கார்ஹபத்தியம் என்றும் பதவின் யாசம் என்ற பெயரும் உண்டு. இவைகளை வேதச் சடங்குகளில் அமைக்கப் படும் யாக குண்டத்தின் வடிவத்தை அடிப்படையாகக் கொண்டவை என்று கூறுவர். ஆனால், முறையான வடிவமாக சதுரமே இருப்பதால் அதுவே சிறப்பானதாகக் கருதப்படுகிறது. வட்டத்தைவிட சதுரமே சிறப்பாக பேணப்படுகிறது.

கோயில் எழுப்புவதற்கு முன்பு வாஸ்து புருஷ மண்டலத்தின் சதுரக் கோட்டை எழுதுவது அவசியம். அதன் உட்பொருளும், வரையும் முறையும் பெருந்தச்சர்களுக்கு தெரிந்திருக்க வேண்டும். இதனைப் பற்றிக் கூறாத கட்டடக் கலை நூல்கள் ஏதுமில்லை.

கோயில் கட்டும் கலை உயர்ந்த நிலையில் இருந்த கி.பி. 1000 ஆண்டில், சில சிறந்த பிரம்மாண்டமான பிராசாதங்கள் கட்டப்பட்டபோது கோயில் கட்டப்படவிருக்கும் இடத்தில் தரையில் வரைக் கோட்டுச் சித்திரம் வரையும் விதி இருந்திருக்கிறது.

நூல் பிடித்து அளப்பது, மண்டலக் கோடுகளை வரைவது போன்ற ஒவ்வொரு செயலும் கட்டாயச் சடங்காக இருந்தது. கடைக்கால் கட்டடத்தின் பாரத்தைத் தாங்குவது போல் இப்பதவின் யாசங்கள், பத தேவதைகள் ஒவ்வொன்றும் அவைகளுக்குரிய சக்திப்படி புனிதமான கட்டடத்துக்கு ஆதாரமாக இருக்கின்றன. இந்தச் செயல்கள், சடங்குகள், அவற்றின் உட்பொருள் நிறைந்தவை. வைதிகர்களின் கோயில்களின் உருவம், அளவு, ஒவ்வொரு உருவத்தையும் பற்றிய விவரம், அதற் குரிய இடங்கள், ஆகியவற்றை வகுப்பதே இது தான் என்பர்.

●

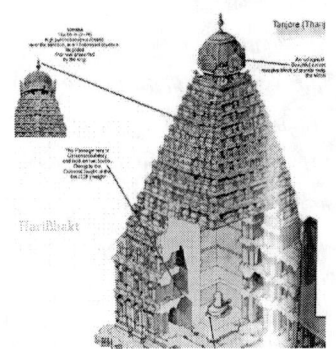

11

கோயில் வகைகள்

சிற்ப நூல்களில் கோயில்களைக் குறிப்பிட உபயோகப்படுத்தப் பட்டிருக்கும் இரண்டு முக்கியமான பெயர்கள் விமானம், பிரசாதம் என்பதாகும். விமானம் என்பது விதிப்படி கட்டப்பட்ட கோயிலின் பெயராகும். பொதுவாக விமானம் கடவுளின் இரதம் போல் இருக்கும். பௌத்த நூல்களில் இதற்கு கடவுளின் அரண்மனை என்று பொருள். இதிகாசங்களில் இது ஏழடுக்குக் கட்டடத்தைக் குறிக்கிறது.

பிரசாதம் என்ற மற்றொரு பெயர் வாழுமிடம், கடவுளின் இருப்பிடம் என்ற பொருளைத் தருவதாகும், பிராசாதங்கள் உள்ளத்தைக் மகிழ்ச்சி யில் ஆழ்த்துகின்றன என்று சில்பரத்னம் போன்ற நூல்களில் கூறப்படு கிறது. பிரசாதம் என்பது தேவர்கள், அரசர்கள் இருப்பிடத்தைக் குறிக்கும் என்று அமரகோசம் கூறுகிறது. இச்சொல் புனிதமான சின்னம் அல்லது புனிதமான கட்டடம் என்ற பொருளில் பதஞ்சலி மகாபாசியம் போன்ற புராதன நூல்களில் பயன்படுத்தப்பட்டிருக்கிறது. இதிகாசங் களில் இந்த சொல் மூன்றடுக்கு கட்டடத்தைக் குறிப்பிடுகிறது. வேறு பல புராதன கல்வெட்டுக்களும் ஒரு புனிதமான கட்டடத்தை பிரசாதம் என்ற சொல்லால் குறிப்பிடுகின்றன.

எலியோடோரசின் கருடத்வசக் கல்வெட்டு (கி.மு. 2வது நூற்றாண்டு) மாலனின் உத்தம பிராசாதம் என்றும், பார்இத் கல்வெட்டு (கி.மு. முதல் நூற்றாண்டு) வைஜயந்த பிராஸாதம் என்றும், யசோவர்ம தேவன் காலத்திய (கி.பி. 530) நாளந்தா கல்வெட்டு பிராசாத தேவாலயம் என்றும், சிர்பூர் இலக்குமணர் கோயில் கல்வெட்டு (கி.பி.700) கோயில்களைப் பிராசாதம் என்றும் குறிப்பிடுவது இதற்கு எடுத்துக்காட்டுகளாகும்.

தென்னாட்டில் இடைக்கால நூல்களின்படி சபா, சாலா, பிராகா, அரங்க மண்டபம், மந்திரம் ஆகியவற்றையும் கொண்டது பிராசாதம். ஆயினும் இச்சொல் கர்ப்பக்கிருகத்தின் மேலும் கீழும், சுற்றிலும் உள்ள பகுதியையே சிறப்பாகக் குறிப்பதாகும். கோயிலின் அனைத்துக் கூறுகளும் உள்ளடக்கிய பெரும் கோயில்களை மகா பிரசாதம் என்றும் அழைப்பர்.

மேலும் யசோவர்மதேவனின் கி.பி. 530 ஆம் கல்வெட்டு இலக்தா மண்டபம் கி.பி. 5000 ஆண்டுக் கல்வெட்டு, எல்லோரா கைலாசநாதர் கோயிலை குறிப்பிடும் செப்பேடு கி.பி. 8 -ஆம் நூற்றாண்டு வங்கத்தின் மாசுதாவிட் தலிம்புரி செப்பேடு, 9 -ஆம் நூற்றாண்டு போன்றவைகளில் கோயில்களை தேவகிருகம், தேவகரம், தேவாயதனம், தேவாலயம், தேவகுளம், மந்திரம், பவனம், ஸ்தானம், வேஸ்மன், என்று குறிப்பிடு கின்றன. ஹர்மியம், விகாரை என்று பௌத்த ஆலயங்களுக்கும் ஹரிஸ தளம் என்று சமண ஆலயங்களுக்குப் பெயர்கள் சூட்டப்பட்டுள்ளன. தென்னாட்டில் விமானம் என்னும் சொல் கருவறைக்கு மேலே எழுப்பப் பெரும் கட்டட அமைப்பைக் கூறுவர்.

12

கோயில் மேல் கட்டின் வரைவுகள்

உயர்த்தப்பட்ட அடித்தளத்தின் மீது கருவறை கட்டப்படுகிறது. இதன் சுவற்றின் மீது அக்கோயிலின் அமைப்புப்படி கூர்மை வடிவம், வளைந்த கோட்டு வடிவம். வண்டிக் கூடு வடிவம் என சதுரம், வட்டம், சாலாகாரம், சபாகாரம் என மேல் தளம் எழுப்பப்படுகிறது. இவற்றுள் முதலில் கூறிய இரு வடிவங்களும் கி.பி. 5 -ஆம் நூற்றாண்டிலிருந்து எழுப்பப்பட்டு வருகிறது. இவற்றுள் வளைகோட்டு வடிவம், பிப்பாய் வடிவக் கோயில்களே வடநாட்டில் சிறப்பாக எழுப்பப்பட்டுள்ளன. இந்த வகைகளைப் பற்றிய விவரத்தை காணும் முன்பு, குறிப்பாக இவ்வகைக்கு எடுத்துக்காட்டுகளைப் பார்ப்போம்.

பீப்பாய் வடிவமைந்த கோயிலுக்கு உதாரணம் சேசர்லாவிலுள்ள கி.பி. 5 -6 -ஆம் நூற்றாண்டின் கபோதீசுவரர் கோயில் ஆகும். தென் நாட்டில் இதுபோல் பலவற்றைக் காணலாம். வளைந்த கூரையமைந்த கோயிலுக்கு மாமல்லபுரத்திலுள்ள பீம ரதம் ஆகும். இதுபோல் வட நாட்டில் அல்மோரா, யாகேசுவரத்திலுள்ள நவதேவி ஆலயம் புவனேசு வரத்திலுள்ள காபலினி கோயில் (11 ஆம் நூற்றாண்டு, ஆகியவை. இரண்டுக்கும் கட்டடக் கலை நூல்கள் திட்ட வட்டமான பெயர் கொடுக்கவில்லை. வட இந்தியக் கோயில்களைப் பற்றிக் கூறும் நூல்களில் வளைவான விளிம்புகள் கொண்ட மேல்தள அமைப்பு முழுவதும் என்ன பெயரால் குறிப்பிடப்படுகிறது என்பது தெரியவில்லை.

13

தொடக்க நிலை கோயில்கள்

பண்டைய கோயில்களில் இன்றும் நிலைபெற்றுள்ளவற்றைப் பார்த்தால் அவை எளிய முறையில் அமைந்திருப்பதை அறியலாம். நான்கு சுவர்களும் கருவறையின் மீது தட்டையான கூரையும் கொண்டதாக இருக்கும். மத்திய பிரதேசத்தில் இத்தகையக் கோயில்கள், ஏராளமாக உள்ளன. சாஞ்சியிலுள்ள 18 -ஆம் எண் கோயில், விதிசவிலுள்ள மாலன் கோயில், புகாவாவிலுள்ள கங்காளி தேவி கோயில் இவை யாவும் குப்தர் காலத்தவை. ஐகெளேயிலுள்ள இலாட்கான் கோயில் கி.பி. 5-6-ஆம் நூற்றாண்டைச் சேர்ந்தவை. மத்திய பிரதேசத்திலுள்ள பத்தினிதேவி கோயில் 11 -ஆம் நூற்றாண்டைச் சேர்ந்தது. சதுர வடிவான இக்கோயில்கள் தவிர, வட்ட வடிவமான தூங்கானை மாட வடிவமான கோயில்களும் உண்டு. பைராட்டிலுள்ள வட்ட வடிவக் கோயில் கி.மு. 3 -ஆம் நூற்றாண்டை சேர்ந்தது. ஐகொளேயிலள்ள தூங்கானைமாட வடிவ துர்க்கை கோயில் ஆகியவை இதற்கு எடுத்துக் கட்டாகும். இக்கோயில்களெல்லாம் எளிய தோற்றமுள்ளவை. சுவர்களிலோ தூண்களிலோ கற்சிற்ப வேலைப்பாடுகள் இல்லாதவை. தட்டையான கூரையைக் கொண்ட இவ்வகை எளிய கோயில்களின் மற்றொரு விதமும் உண்டு. இவற்றில் தட்டையான கூரையை நான்கு தூண்கள் தாங்கிக் கொண்டிருக்கும்.

இத்தகைய கோயில்களை கட்டடக்கலை நூல்கள் முண்டாராசாதம், முண்டபிராசாதம் என்றழைக்கின்றன. சமராங்கண சூத்ரசாரம் இவ்வகைக் கோயில்களைப் பற்றி நிறைய விவரங்களைத் தருகிறது. பின்னர் அடுக்குகள் (அண்ட உருசிரகங்கம்) கொண்டு சிறப்பான வளர்ச்சியை பெற்றது. செங்கல் அல்லது கல்லினால் கட்டப்பட்ட ஒன்று. இரண்டு, அல்லது, மூன்று சாத்தியங்களை (கூரை) கொண்ட இத்தகையக் கோயில்களைப் பற்றியும் இந்நூல் கூறுகிறது. இவ்வகை யான கோயில்கள் கட்டுவது பல நூற்றாண்டுகளுக்கு முன்பே இருந்து வந்திருக்கிறது. அதே நேரத்தில் பெரிய அளவு தளங்கள் கொண்ட கோயில் கட்டும் முறையும் பரவியது.

மேற்கூறிய வடிவக் கோயில்கள் யாகசாலையின் உட்புறம் ஒதுக்குப் புறமாக இருக்கும் சதசின் அமைப்பைப் பின்பற்றி ஏற்பட்டிருக்கலாம். மகாவேதியிலுள்ள ஒரு நீண்ட சதுர மண்டபம் சதசு என்பது, அதன் முக்கிய வாயில் ஒரு முக்கிய திசையை நோக்கி இருக்கும். இதர வாயில்கள் மாடங்கள் போலிருக்கும். நான்கு திசைகளிலும் நான்கு வாயில்களைக் கொண்ட கோயில்களைப் பற்றி கட்டடக்கலை நூல்கள் விவரிக்கின்றன.

சித்தநாதர் கோயில், சமணர்களுடைய சௌமுக் கோயில்கள் ஆகியவை இதற்கு எடுத்துக்காட்டாகும் எல்லோராவிலுள்ள துமர்லேன கோயில் எலிபெண்டா கோயில்கள், சால்செட்டிலுள்ள சேரகேசுவரி கோயில் ஆகிய தக்காணத்திலுள்ள குகைக் கோயில்களிலும் நான்கு வாயில்கள் உள்ளன. மராட்டியத்தில் அகோலா அருகிலுள்ள சித்தேசுவரர் கோயிலைப் போன்று இரண்டு வாயில்களைக் கொண்ட கோயில்களும் இருந்தன என்பது நோக்கத்தக்கது. கம்சாவிலுள்ள மகா தேவர் ஆலயம் மூன்று வாயில்களைக் கொண்டது.

கோயிலின் ஒரு பகுதியை உள்ளடக்கியிருக்கும் இந்த கருவறை கட்டடக் கலை நூல்களில் சங்கா எனப்படுகிறது. இதன் மேலுள்ள அடுத்த அடுக்குக்கு அதிட்டானமாக உள்ள பகுதி பிரசுதரம் எனப்படு கிறது. அதன் மீது திராவிடக் கோயிலின் அடுக்குகளும் (நிலங்கள்) நாகரக் கோயிலின் சிகரமும் எழுப்பப்படுகின்றன. திராவிடக் கோயில் களிலும் சிகரம் என்றழைக்கப்படும் ஒரு பகுதி உண்டு என்பதை நாம்

தெளிவாகப் புரிந்து கொள்ள வேண்டும். உச்சியில் கும்பம் போல் அமைந்த பகுதி இது.

நாகரக் கோயிலின் உச்சிப்பகுதிக்கு ஆமலகம் அல்லது ஆமல சாரகம் என்று பெயர். ஆமலகம் என்னும் சொல் நெல்லிக்கனியை குறிக்கும். கோயிலின் உச்சிப் பகுதி நெல்லிகனி வடிவில் இருப்பதால் இப்பெயர் ஏற்பட்டது. இதற்குக் கீழே க்ரீவ, கள, கண்டம் என்ற பகுதிகள் இரு வகைக் கோயில்களிலும் உள்ளன. ஆனால் நாகராபணி யில் இந்த கண்டம், ஸ்கந்த (தோள்) எனப்படும் பகுதியின் மீது வைக்கப்பட்டிருக்கலாம். இதன் மீது உச்சியை குறிக்கும் கலயம் இருக்கும். மொட்டுப் போல் உருவமைந்த பகுதி கோயிலில் இப்படிப் பல்வேறு பகுதிகளையும் கொண்ட கோயில் அமைப்பது குறித்து கட்டடக் கலை நூல்கள் விரிவாகக் கூறுகின்றன.

●

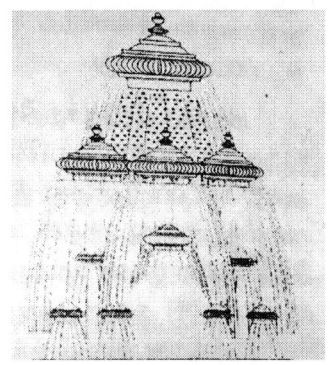

14
முறைசாரா கூரைகள் கொண்ட கோயில்கள்

நாகர, திராவிட வகை மேல் தள அமைப்பு பெற்ற கோயில்களைப் பற்றி இதுவரை பார்த்தோம். இவை இரண்டும் தனித் தனியானவை. இந்த இரு வகையையும் சேராத வேறு சில வகை மேல்தள அமைப்பு களும் உள்ளன. இத்துறையில் புதிய முயற்சி செய்து பார்க்க வேண்டும் என்ற அவாவினால் மேற்கொள்ளப்பட்ட முறைகள் அவை எனக் கருத தோன்றுகிறது. கருவறையின் மீது முற்றிலும் மாறான வடிவில் விமானம் எழுப்ப அவர்கள் முயன்றிருக்கிறார்கள். உதாரணமாக தட்டையான கூரை கொண்ட ஐகொளெ துர்க்கைக் கோயிலை கூறலாம். இக்கோயிலின் மீது பிற்காலத்தின் தூண் சிகரம் அமைக்கப்பட்டிருக்க வேண்டும். இதே போல் இவ்விடத்திலுள்ள கிச்சிமல்லிகுடி கோயி லுக்கும் கி.பி 5 -ஆம் நூற்றாண்டைச் சேர்ந்த சிகரம் ஆறாம் நூற்றாண்டில் தான் கட்டப்பட்டிருக்கிறது.

மத்திய பிரதேசத்திலுள்ள குரசபீர் கோயில் (9 -ஆம் நூற்றாண்டு) இக்கோயிலில் கருவரையின் மீது மற்றோர் அறை கட்டப்பட்டுள்ளது. இந்த இரண்டாவது அறை மீது சிகரம் அமைந்துள்ளது. முதல் அடுக்கிலுள்ள சிகரத்துடன் கூடிய இந்த அறை நாகர முறையில் உள்ள கோயில் போன்றது. தட்டையான கூரை அமைந்த கோயிலின் மீது இது

இடம் பெற்றிருக்கிறது. வங்காளத்தின் மத்திய காலக் கோயில்களில் இன்னொரு வகையைக் காணலாம். வங்கச் சிற்றூர்களிலுள்ள குடிசைகளின் வடிவில் செங்கற்களைக் கொண்டு கட்டப்பட்டவை. வங்காளத்தின் கோயில்களைப் பற்றிய ஓவியங்களைப் பார்க்கும் போது பல்வேறு வகையான கூரை மீது சிகரம் வைத்துக் கட்டப்பட்டிருப்பதைக் காண்கிறோம். இவ்வகையில் சிகரம் இருப்பது தான் சிறந்தது. என்று கருதப்பட்டது என்பதையே இது தெளிவாகக் காட்டுகிறது.

பீகாரில் மாங்கீர் மாவட்டத்திலுள்ள சினேரியாவிலுள்ள கோயிலில் ஒரு விசித்திரமான சிகரத்தைக் காண்கிறோம். இங்கு விமானம் பிரமிட் உருவில் உள்ளது. அதன் மீது முக்கோண வடிவில் உரோ - மஞ்சரிகள் அமைக்கப்பட்டுள்ளன.

இதுவரை வடநாட்டுக் கோயில்களின் பொதுவான தன்மைகள், முறைகள் போன்றவற்றைக் கண்டோம். இருப்பினும், இவற்றை காலம் வாரியாக, அல்லது அரசுகளின் காலகால வாரியாக பார்க்கும்போது தான் கோயிற்கலையில் வளர்ச்சி நன்கு அறிந்து கொள்ள முடியும்.

கோயில்களின் தொடக்கம் பௌத்த சமண குடைவரை காலத்திலிருந்தே தொடர்கிறது. எனவே நாம் முதலில் குடை வரைகள், தூபங்கள், விகாரைகள், சமண தூபங்கள் ஆகியவற்றை குறித்து இனிக் காண்போம்.

•

15

தூபத்தின் தோற்றமும் வளர்ச்சியும்

வரலாற்றுக்கு முந்திய இடுகாடுகளை ஆய்ந்ததில் மூதாதையர் வழிபாடு இந்நாட்டிலிருந்தது என்பது தெளிவாகிறது. இதனால்தான் இறந்தோரை வணங்கும் வழக்கமும், அவர்களுக்கெனக் கல்லறை களைக் கட்டி வழிபடும் வழக்கமும், தொன்றுதொட்டு இருந்து வருகிறது. புதை குழிகளைச் சுற்றிலும் வட்டமாக கற்களை வரிசையாக அடுக்கிய தொல்மாந்தன், பின்னர் அதனையே தூபவடிவில் உருவாக்கி வளர்ச்சியடைந்த பகுதிகளைக் கண்டான். இதனை ஒரு புனித இடமாகக் கருதி வழிபட்டபோது தூபமும் புனிதச் சின்னமாக மாறியது. ஆகவே தூபம் என்பது பௌத்த சமயத்திற்கே உரிய ஒரு புனிதக் கட்டடமன்று என்பதும், புத்தருக்கும், வரலாற்றுக் காலத்திற்கும் முன்பிருந்தே தூபம் வடநாட்டவர்களின் வழக்கமான கட்டட அமைப்பே என்பது தெளிவாகிறது.

"தண்ணீரில் தோன்றும் குமிழியைப் போன்ற கட்டடமே குழிமியா யிற்று. இச்சொல் துமிளியாகி, துமிளி தூபமாகி, தூபம் ஸ்தூபம் ஆகியுள்ளது" என பாவாணர் வழியில் கண்டறியலாம்.

தொல்காலக் கல்லறையே தூபமாகியது. புத்தரும், புத்தருக்குப்பின் வந்தோரும் இதனை ஒரு புனிதச் சின்னமாக்கி மக்களைப் பெரிதும்

ஈர்ந்தனர். இடைக்காலத்தில் பல்வேறு வடிவ அமைப்புகள் இதனோடு சேர்ந்தபின் உருவ வழிபாட்டை வளர்த்தது. பின்னர் இவ்வுருவ வழிபாடு நிலைத்து, தூபத்திலிருந்து வழிபாட்டு மண்டபம் (சைத்தியம்) தோன்றலாயிற்று. "மகாபரிநிப்பான சுத்த" எனும் நூலில் வைசாலியி லிருந்த பலவகைச் சைத்தியங்களைக் குறிப்பிட்டுப் பேசுகிறது என்பதையும், "சுமங்கல விலாசினி" என்னும் நூலில் "யாக்சச சைத்தியம்" என்னும் ஒரு வகைச் சைத்தியம் குறிப்பிடப்படுவதி லிருந்தும் தூபத்தின் வழித்தோன்றிய சைத்தியம் பௌத்தம் தோன்றுவ தற்கு முன்னரே இந்நாட்டவரால் அறியப்பட்டிருந்ததென்பதையே அறிகிறோம்.

கி.மு. 4-ஆம் நூற்றாண்டில் கூடப் புத்த சமயத்திற்கே உரியதாய் அல்லது புத்தக் கோயிலை மட்டும் குறிப்பதாயில்லை. சாணக்கியன் தனது அர்த்த சாத்திரத்தில் பௌர்ணமி அமாவாசை ஆகிய இரு நாள் களில் சையத்தியவாசலில் ஒரு குடை, ஆயுதம் ஒன்றின் படம், கொடி, வெள்ளாட்டுக்கிடாய் ஆகியவற்றைப் படைப்பார்களென்று குறிப்பிடு கின்றான். இந்தச் சைத்தியத்திற்கு அகன்ற வாயில் முற்றம் இருந்த தென்றும், அம்முற்றத்தில் கூடித்தான் மக்கள் ஆடு, மாடுகள் போன்ற வற்றை பலி கொடுப்பார்களென்றும் அறியப்படுவதிலிருந்து பௌத்தம் சிறப்புற்று வளரும் வரை சையத்தியங்கள் பலியிட்டு வணங்குமிடங்களாகவே இருந்து வந்தன.

பலி கொடுக்கும் முறையிலும், உருவ வழிபாட்டிலும் ஊறிப்போன இவர்களிடையே தம் புதிய சமயத்தைப் பரப்புவதற்காக புத்தர் அவர் களின் வடிவங்களையே தமது அணிகலங்களாகக் கொண்டு தமது சமயத்தைப் பரப்பினார். எனவே, தூபமும் அதன் வழித் தோன்றிய சையத்தியமும் பௌத்தரால் கண்டுபிடிக்கப்பட்டவைகளோ, பௌத்த சமயத்திற்கேயுரியவைகளோ அல்லவென்பதை அறிகிறோம். குறிப்பாகத் திரவிடர்களின் புதைகுழியிலிந்து உருவாகிய தூபமும் சைத்தியமும் பெற்றுப் பௌத்த சமயச் சின்னங்களாகவும், வைதிகக் கோயில்களாகவும் மாறிவிட்டன. ஆனால் தூபம் என்பது பௌத்தர் களுக்கும், சமணர்களுக்கும் என்னும் நிலை பின்னாளில் ஆகிவிட்டது.

தூபம் நாட்டுதல்

பௌத்தர்கள், சமணர்கள் ஆகிய இரு சமயத்தினருக்கும் முக்கிய மானது தூபம். இது ஒன்று அல்லது அதற்கு மேற்பட்ட மேதி எனப்படும் பீடங்களைக் கொண்டது. அதன் மீது அண்டம் என்ற அரைக் கோள வடிவக் கட்டுமாணம் இருக்கும். அண்டத்தின் மீது குடைத் தூணை (சத்ராயட்டி) சுற்றி வேலியிட்ட (வேதிகை) ஒரு மண்டபம் (அர்மிகா) இருக்கும். இதில் ஒன்று அல்லது அதற்கு மேற்பட்ட சுற்றுப் பாதை அமைந்திருக்கும்.

தொடக்கக் கால தூபங்கள் அரைக் கோள வடிவில் அமைந்தவை. நாளடைவில் இது உருளை வடிவமாயிற்று. அதற்கேற்ப கீழேயுள்ள மேதியும் வளர்ச்சியடைந்தது. வேதங்களில் கூறப்படும் பல்வேறுவித யாககுண்டங்களின் தரைப்பட வடிவமைப்புகளோடு இவை மிக பொருத்தமாக அமைந்துள்ளன. சற்று பிற்பட்ட காலத்தில் கட்டப்பட்ட வற்றுள் கீழ்பகுதி பல அடுக்குகளைக் கொண்டதாக உள்ளது. உச்சியில் வரிசையாகக் குடைகள் (சத்ராவளி) அமைந்த ஒரு தூண் இருக்கும்.

வேறு சிலவற்றில் தனித்து ஒரு தூண் நிற்கும். மேற்கூறிய தூபத்தின் உறுப்புகளான சத்ராவளி, அர்மிகா, அண்டம், மேதி, வேதிகை, தூண் ஆகியவை அடுத்து வந்த காலங்களில் கோயில் கட்டடக் கலையில் அதற்குரிய இடத்தைப் பெற்றன. சத்ராவளியுடன் கூடிய அர்மிகாவின் இடத்தை பின்னர் நாகர வடிவக் கோயிலின் கலயத்துடன் கூடிய ஆமலகம் எடுத்துக் கொண்டது. அந்தத்துடன் கூடிய மேதியின் இடத்தை பிற்காலக் கோயில்களின் முக்கிய கட்டடம் எடுத்துக் கொண்டது. வேதிகையின் இடத்தில் திருச்சுற்றும் தூண் இருந்த இடத்தில் கொடி மரமும் ஏற்பட்டன. இவற்றுக்கான எடுத்துக்காட்டு களை பல இடங்களில் காணலாம். எலியோடோரசு என்ற யவனரால் விதிசாவிலுள்ள விஷ்ணு கோயிலுக்கு அமைக்கப்பட்ட கருடத்வ சதம்பம் (கி.மு. 2 -ஆம் நூற்றாண்டின் இறுதி) கைலாசநாதர் கோயி லுள்ள கொடி மரம் (கி.பி. எட்டாம் நூற்றாண்டு) சமண இந்திரசபா குகை (9 -ஆம் நூற்றாண்டு) கொடி மரங்கள் ஆகியவை சிறந்த எடுத்துக் காட்டுகளாகும்.

இவ்வகைக் கட்டடங்களின் வட்டவடிவ அமைப்பும் பிற்கால கோயில்களில் இடம் பெற்றிருக்கின்றன. சாஞ்சி பார்சித், அமராவதி,

நாகார்சுனகொண்டா ஆகிய இடங்களிலுள்ள தூபங்களில் பௌத்த நூல்களிலிருந்து பல சம்பவங்கள் சிற்பங்களக செதுக்கப்பட்டுள்ளன. வைதிக கோயில்களில் புராண நிகழ்ச்சிகளை சித்தரிப்பதற்கு முன்னோடியாக அமைந்தது இது தான் என்றும் அறியலாம்.

அசோகன் கட்டிய பல தூபங்களில் சாஞ்சியிலும், சாரநாத்திலும் உள்ளவை சிறப்பானவை. தட்சசீலத்திலுள்ள தர்மராசிக தூபமும் அசோகனால் கட்டப்பட்டது என்று கூறுகின்றனர். இவற்றுள் சாஞ்சியில் முன்பிருந்த தூபம் உயரக் குறைவான கட்டடம். பெரிய கற்களைக் கொண்டு கட்டப்பட்டது; அரைக் கோள வடிவமுள்ளது; உயர்ந்த மேடை மீது அமைந்தது; உச்சியில் கல் குடையும், சுற்றிலும் மரக்கிராதியும் கொண்டது; தெற்கு வாயிலில் ஒரு தூபம் உள்ளது.

பல ஆண்டுகளுக்குப் பின்னர் இது கற்பாறைகளால் மூடப்பட்டு மேடையும் உயர்த்தப்பட்டது; தென் பகுதியில் படிகள் அமைக்கப் பட்டன. மற்றொரு பாதை தரை மட்டத்தில் சுற்றிலும் பெரிய கற்களால் வேலி அமைத்துப் போடப்பட்டது. தூபத்தின் உச்சியில் மூன்று குடைகளைக் கொண்ட தூபம் பொருத்தப்பட்டது; வேலிக்கு நான்கு திசைகளிலும் சிற்ப வேலைப்பாடுகள் நிறைந்த நான்கு வாயில்கள் அமைக்கப் பட்டன. பௌத்த சாதகக் கதைகளின் நிகழ்ச்சிகள் சிற்பக் காட்சிகளாக பொறிக்கப்பட்டன; ஒவ்வொன்றின் உச்சியிலும் ஒரு தர்ம சக்கரம் இடம் பெற்றது.

அசோகன் காலத்தைச் சேர்ந்த மற்றொரு சிறப்பான தூபம் பைராட்டில் உள்ளதாகும். இதன் இடிபாடுகளைப் பார்க்கும் போது வட்ட வடிவமான ஆலயம் இருப்பது தெரிகிறது. செங்கற்களால் கட்டப்பட்டு சுண்ணம்புக் காறை பூசப்பட்டது இது. இடையிடையே 26 - எண் கோண் மரத்தூண்கள் உள்ளன. கிழக்குப் பகுதியில் தலை வாயில் உள்ளது. இது இரு மரத் தூண்களால் தாங்கப் பெறுவது. சுற்றிலும் நடை பாதை உள்ளது; அவையனைத்தும் பிற்காலத்தில் ஒரு நீண்ட சதுர வேலிக்குள் அடக்கப்பட்டன. இந்த அமைப்பை சுன்னாரிலுள்ள துலசா இலேனா பிரிவைச் சேர்ந்த சைத்ய குகையிலும் (கி.மு.முதல் நூற்றாண்டு) காணலாம். இதன் அமைப்பும், வடிவமும் பிற்காலக் கோயில்களில் கையாளப்பட்டுள்ளன.

கி.மு. முதல் நூற்றாண்டின் பார்கித் தூபம் சாஞ்சி முறைக்கு மற்றொரு எடுத்துக்காட்டாகும். வாயில்களில் மட்டுமின்றி வேலிகளிலும் அழகிய சிற்ப வேலைப்பாடுகள் இருப்பது இதன் கூடுதல் சிறப்பாகும்.

கி.மு. முதல் நூற்றாண்டின் பீகார், நந்தன்கரிலுள்ள தூபம் ஒரு வகை செங்கற்களானது. பல கோண அமைப்பிலுள்ள மேடை மீது கட்டப்பட்டுள்ளது. பல அடுக்குகள் மீது தூபம் அமைப்பதற்கு இது வழிகாட்டியாக இருந்திருக்கக் கூடும்.

ஆந்திர மாநிலத்தில் அமைந்துள்ள பழங்காலச் சின்னங்கள் பௌத்த சமயத் தொடர்புடையனவாகவே உள்ளன. பல தூபங்களுடைய எஞ்சியப் பகுதிகள் பல இடங்களில் கண்டெடுக்கப்பட்டுள்ளன. கடலோரமாக கிருட்டிணா, கோதாவரி நதிகளுக்கு இடைப்பட்ட பகுதியில் இவை ஏராளமாக கிடைத்துள்ளன. கி.மு.200 முதல் கி.பி. 300 வரையுள்ள காலத்தைச் சேர்ந்தவை. இப்பகுதியிலுள்ள புகழ் பெற்ற தூபங்கள் அமராவதியிலும், நாகர்சுனகொண்டாவிலும் கிடைத்தவையாகும், சக்கய்யா பேட்டை, கண்ட சாலா, குடிவாடா, பட்டிப்ரோலு ஆகிய இடங்களிலும் தூபங்கள் இருந்தன.

குட்டையான மேடை மீது அரை வட்ட வடிவில் செங்கற்களால் கட்டப்பட்டவை. இவை நான்கு திசைகளிலும் சற்று நீண்டிருக்கும். இந்த நீண்ட பகுதிகள் ஒவ்வொன்றிலும் அழகழகான 5 தூண்கள் வரிசையாக இடம் பெற்றிருக்கும் இவற்றை ஆயக தூண்கள் என்பர். ஆந்திர தூபங்களுக்கு மட்டுமே இச்சிறப்பு உண்டு. மேலும், இந்தத் தூபங்களின் உட்புறக் கட்ட அமைப்பும் கவனித்திற்குரியது. படிப்ரோலு, குடிவாடாவிலுள்ள தூபங்கள் முழுவதும் செங்கற்களால் கட்டப்பட்டவை.

ஆனால், அமராவதியிலும், கண்டசாலாவிலும் உள்ளவை இரு கல் வரிசைகளுக்கிடையே மண் நிரப்பிக் கட்டப்பட்டவை. இத்தகைய தூபங்கள் பல நாகார்சுன கொண்டாவிலும் காணப்படுகின்றன. சிக்கன நடவடிக்கையாக இம்முறை கையாளப்பட்டது என்று கருதலாம். அமராவதியிலும் நாகார்சுன கொண்டாவிலும் உள்ள தூபங்களுடைய வேதிகைகள் அழகிய சிற்பங்களால் அலங்கரிக்கப்பட்டுள்ளன. அடித் தளத்திலும், அரைக் கோளப் பகுதியிலும் சிற்பம் பொறித்த கற்கள் பதிக்கப்பட்டுள்ளன.

ஆந்திரத்தைப் போலவே வடமேற்குப் பகுதியிலுள்ள தூபங்களிலும் சில சிறப்பான கூறுகள், அப்பகுதி சிற்பக் கலைஞர்களின் திறமையைப் புலப்படுத்தும் விதத்தில் உள்ளன.

தட்சசீலம், மணிக்யாலாவிலும் மர்டாம் அருகே தக்த்-இ-பாகி சாகரி-பகுலோல், சமால் - காரியிலும், பெசாவர் அருகே சார்சதாவிலும் பல தூபங்கள் காணப்படுகின்றன. கற்களால் கட்டப்பட்டு மேலே சுண்ணாம்பு காறை அரைத்து பூசப் பட்டுள்ளது. காந்தார வடிவக் கலையில் அமைந்த சிற்பங்களும், புத்தர் சிலைகளும் தூபங்களை அலங்கரிக்கின்றன.

மணிக்யாலாவில் உள்ளதும், தட்சசீலத்திலுள்ள தர்மராசிக தூபமும் அரைக் கோள வடிவில் இருப்பதால், தொடக்கக்கால முறையைச் சேர்ந்தவை. ஆனால், இப்பகுதியிலுள்ள பிற தூபங்கள் உயரமான சதுர மேடை மீது எழுப்பப்பட்ட உயரக் கட்டடங்கள் குறுகி பல இடுக்குகளைக் கொண்டது. அதன் கோளப் பகுதி உச்சியில் பல குடைகள் இருந்தன.

சதுரமான மேடை மீது ஏறிச் செல்லப் படிகள் உள்ளன. அதில் சுற்றிலும் பாதை அமைந்திருக்கிறது. தூபத்தை சுற்றிலும் பல சிறிய தூபங்கள் உள்ளன; இவை பிரார்த்தனை செய்து கொண்டவர்களால் கட்டப்பட்டவை எனக் கருதப்படுகிறது.

பிற்காலத்தில் பெரிய தூபங்கள் கட்டப்பட்ட போதும் இவ்வழக்கம் இருந்தது வந்திருக்கிறது. புவனேசுவரத்திலும் உள்ள கோயில்கள் இதற்கு எடுத்துக்காட்டாகும்.

தக்த்-இ-பாஇ யிலுள்ள தூபம் இந்தப் பகுதி முறைக்கு சிறந்த எடுத்துக்காட்டாகும், இவ்வகை கட்டடக்கலை முறையிலான எல்லாக் கூறுகளும் இதில் காணப்படுகின்றன. சுற்றிலும் மாடங்கள் அமைந்த முற்றத்தின் நடுவே இருப்பது முக்கியம் வாய்ந்தது. ஏனெனில் பிற்காலக் கோயில்களுக்கு இது முன்னேடியாக இருந்திருக்கிறது.

பல மாடங்களைக் கொண்ட திருச்சுற்று அமைந்த காஞ்சி கைலாச நாதர் கோயில் தக்த்-இ-பாஇ தூபத்தைப் போலவே பெரும்பாலும் அமைந்திருக்கிறது. பெசாவர் அருகே சாசி-கி-தேரியிலுள்ள தனிப்

பட்ட அமைப்பும் விட்டம் 286 அடி விட்டம் அளவும் கொண்டது. இதில் புகழ் பெற்ற கனிட்கனுடைய அசுதி (அஸ்தி) கலயம் உள்ளது.

மேலும் நான்கு திசைகளிலும் வளைவு கோட்டு அமைப்பைக் கொண்ட மேல் பகுதியும் பத்தரிப்பு வடிவிலுள்ள அதன் மேடையும் குறிப்பிடத் தக்கதாகும். ஏனெனில், பிற்கால பஞ்சாயதன கோயில் களுக்கு இது மூலவடிவமாகும்.

சிந்து சமவெளியிலுள்ள குப்தர் கால அதற்குப் பிற்பட்ட கால தூபங்களும் செங்கற்களால் கட்டப்பட்டவை. இவை கவனத்துக் குரியவை. மிர்பூர்காசிலுள்ள ஒரு தூபம் கவனத்திற்குரியது. குப்தர்கள் முறையிலமைந்த சுட்ட மண்ணாலான சிற்பங்கள் இதில் உள்ளன. அத்துடன் அடித்தளத்தில் மூன்று வளைவான மேற்புறம் அமைந்த மாடங்கள் உள்ளன. ஒவ்வொன்றிலும் ஒரு புத்தர் சிற்பம் உள்ளது. இவை ஒவ்வொன்றும் புனிதமான பகுதியாகக் கருதப்படுகிறது. பிற்காலத்தில் கட்டப்பட்ட கோயில்களில் மூன்று அல்லது அதற்கு மேற்பட்ட கருவறைகள் அமைக்கப்பட்டதற்கு இக்கோயில் முன்னோடியாக இருந்திருக்கலாம்.

வட நாட்டின் சமவெளிப் பகுதிகளிலும் 12 ஆம் நூற்றாண்டு வரை தூபங்கள் செங்கற்களால் கட்டப்பட்டு வந்தன. இன்றும் நிலை பெற்றிருக்கும் பழங்காலக் கோயில்களில் பெரும்பாலானவை குப்தர் காலத்திலிருந்து தொடங்குபவை. ஒன்றுக்கு மேற்பட்ட அடுக்குகளைக் கொண்ட உயர்ந்த மேடை மீது உருளை வடிவில் அமைக்கப்பட்டவை இவை. இவ்வகைக்கு சாரநாத்திலுள்ள தாமேக் தூபம் சிறந்த எடுத்துக் காட்டு. இதன் அடித்தளம் எட்டு பத்திரிப்பு முகப்புகளைக் கொண்டிருக் கிறது. ஒவ்வொன்றிலும் சிற்பங்கள் வைப்பதற்கான மாடங்கள் உள்ளன. மூன்று மாடங்களைக் கொண்ட தூப அமைப்பிலிருந்து ஏற்பட்ட வளர்ச்சி, இதுவாகும். பிற்காலத் தூபங்கள் உருளை வடிவில் இருந்த போதிலும் பல அடுக்குகளையும் குடைகளையும் கொண்டதாக அமைந்தன.

●

16

குடைவரைகள்

ஆலயம் எழுப்பும் கலையின் வளர்ச்சிக்கு பௌத்த சமயமும் அதன் தூபங்கள் ஆற்றியுள்ள பங்கு குறித்து இதுவரை பொதுவாகப் பார்த்தோம். வடநாடெங்கிலும் பாறைகளில் குடைந்து அமைக்கப் பட்டுள்ள குடைவரைக் கோயில்கள் பல உள்ளன. மேற்குத் தொடர்ச்சி மலையில் இவை ஏராளமாக உள்ளன. இவை கட்டடக்கலை வளர்ச்சிக்கு மிகச் சிறந்த எடுத்துக்காட்டுகள். அவற்றின் அமைப்பு, வடிவம், வேலைப்பாடு ஆகியவற்றில் திறந்த வெளியில் கட்டப்படும் கோயில்களுக்குப் தேவையான பல கூறுகள் இருப்பதைக் காண்கிறோம். எனவே, மிக முக்கியமான குகைக் கோயில்களின் சிறப்பியல்புகளைப் பற்றிச் சுருக்கமாகக் காண்போம்.

குடைவரைகள் எடுப்பதில் பௌத்தர்கள் பெரும் பணியாற்றியிருப்ப துடன் மற்ற சமயத்தினருக்கு முன்னோடியாகவும் இருந்திருக்கிறார்கள். இதுவரை கண்டுபிடிக்கப்பட்டுள்ள 1200 க்கு மேற்பட்ட குடைவரைகள் 70 விழுக்காடு பௌத்தத்தையும், 20 விழுக்காடு சமணத்தையும், 10 விழுக்காடு வைதிக சமயங்களையும் சேர்ந்தவை. பௌத்த குகைக் கோயில்களிலே அஜந்தா, அவுரங்காபாத், கார்லே நாசிக், எல்லோரா ஆகிய இடங்களில் உள்ளவை சிறப்பானவை; சமணர்களுடைய

அழகிய குகைக் கோயில்களில் ஒரிஸ்ஸா உதயகிரி கண்டகிரி, குன்றுகளிலும், எல்லோராவிலும் உள்ளன. வைதிக சமய குகைக் கோயில்களுள் எல்லோரா, எலிபெண்டா, பாதாமி, ஆகிய இடங்களில் உள்ளவை முக்கியமானவை.

பாறைகளைக் குடைந்து கோயில் அமைக்கும் கலையின் கால கட்டத்தை மூன்று விதமாகப் பிரித்துக் கூறலாம்.

1. கி.மு. 2 -ஆம் நூற்றாண்டு முதல் கி.பி. 2 -ஆம் நூற்றாண்டு வரை.

2. கி.பி. 5 -ஆம் நூற்றாண்டு முதல் கி.பி. 7 -ஆம் நூற்றாண்டு வரை.

3. கி.பி. 7 -ஆம் நூற்றாண்டு முதல் கி.பி. 10 -ஆம் நூற்றாண்டு வரை என்பதாகும்.

பௌத்த சமயம் வடநாடு மட்டுமன்றி ஆசியா கண்டம் முழுவதும் பரவியது. இதனால் பௌத்த கலைகளின் ஆதிக்கம் ஆசியா முழுவதும் பரவியது. பௌத்தம் கிழக்கில் பரவியதைப் போன்றே மேற்காசியா விலும் மிக வேகமாக பரவியது. இதற்கு மிகச்சிறந்த எடுத்துக்காட்டு பாமியானில் (ஆப்கானிஸ்தான்) உள்ள மலையில் குடைந்து உருவாக்கப் பட்ட 60 மீட்டர் உயரமுள்ள புத்தர் சிலையே சிறந்த எடுத்துக்காட்டா கும். கடந்த சில ஆண்டுகளுக்கு முன் சிற்பம் பீரங்கி குண்டுகளால் சிதைக்கப்பட்டது என்பது வருந்தத்தக்கது.

தூபங்களைப் போலவே குகைக் கோயில்களும் அசோகன் காலத்தி லிருந்து தான் தொடங்குகின்றன. அசோகன் காலத்திய ஏழு குகைக் கோயில்கள் பீகாரைச் சேர்ந்த கயா மாவட்டத்திலுள்ள நாகார்சுன், பாரபர் குன்றுகளில் உள்ளன. இவை ஆசிவிகப் பிரிவு துறவிகளுக்கென ஏற்பட்டவை.

இவற்றுள் அசோகன் ஆட்சிக்கு வந்து 12 ஆண்டுகளுக்குப் பின் குடையப்பட்ட சுதாமா குகையும், உலோமாசு குகையும் சிறப்பானவை. உட்புறம் குறிப்பாக மேல் விதானத்தில் கலைக்கூறுகள் நிறைந்த சிற்ப வேலைப்பாடுகள் உள்ளன. அரைக் கோளப் பகுதி இரண்டாகப் பிரிக்கப் பட்டுள்ளது. முன்னால் மண்டபமும் வட்டவடிமான கருவறையும் அமைந்த பிற்காலக் கோயில்களுக்கு இது முன் மாதிரி யாகும். உலோமா குகையில் முகப்பு வாயிலில் மரத்தில் செதுக்குவது போன்ற அலங்காரமான சித்திர வேலைப்பாடுகளைச் செய்திருக் கின்றனர்.

தொடக்கால கட்டத்தைச் சேர்ந்த குடைவரைகள் அனைத்துமே பௌத்த சமயத்தினருடையவை. தொடக்கத்திலிருந்தே இவை இரு வேறு பிரிவுகளாக இருப்பதைக் காண முடிகிறது. 1. தூபத்தைக் கொண்ட சைத்ய முற்றங்கள் 2. துறவிகளுக்கான மடங்கள் விகாரங்கள் முதலாவதில், வளைவான கூரையுடன் அமைந்த ஒரே மண்டபம் இருக்கும். இதற்குள் தூபம் இடம் பெற்றிருக்கும். மண்டபம், நடுப் பகுதியும் சுற்று மாளிகைகளுமாக இரு வரிசைத் தூண்கள் பிரிந்து நிற்கும். தூபத்தைச் சுற்றி வருவதற்காக ஒரு பாதை இருக்கும்.

மேலே குறிப்பிட்ட அசோகன் காலத்திய சுதாமா குகையின் அமைப்பை யொட்டிக் கட்டப்பட்டவைதான் பிற்காலச் சைத்ய முற்றங்கள். தொடக்க கால சைத்ய முற்றங்கள் கல்லினால் ஆனதாக இருந்தாலும் மரத்தினால் ஆனதாக இருந்தாலும் ஒரேமாதிரி அமைப்பில் ஒரே விதமான வேலைப்பாடுகளுடன் இருப்பதைக் காண்கிறோம். மரத்தில் செய்யக்கூடிய சித்திரதாலும் மரத்தினாலும் ஆனாதாக இருந்தாலும் ஒரே மாதிரி அமைப்பில் ஒரே விதமான வேலைப்பாடுகளுடன் இருப்பதைக் காண்கிறோம். மரத்தில் செய்யக் கூடிய சித்திர வேலைப் பாடுகளையெல்லாம் கல்லிலும் செய்திருக்கிறார்கள். இவற்றின் முகப்புகள் மிக அழகாக அலங்காரம் செய்யப்பட்டுள்ளன. இதில் ஒன்று அல்லது அதற்கு மேற்பட்ட வாயில்களும் மேலிருந்து வெளிச்சம், காற்று உள்ளே வருவதற்கு வளைந்த காலதர்களும் இருக்கும்.

சில இடங்களில் முகப்பில் தலை வாயில் ஒன்றும் இருக்கும். சில வகைக் கோயில்கள் ஆலயம் அமைக்கும் கலைக்கு தமது அமைப்பைத் தந்து உதவியுள்ளன. இந்த அமைப்பை பிற்கால கட்டடக் கலை நூல்கள் குஞ்சரம், கஜபிருஷ்டம், ஹஸ்தி பிரிஷ்ட்டம் என்று கூறுகின்றன. பிற்காலக் கோயில்களில் மிகப்பல இந்த அமைப்பில் கட்டப் பட்டவையே.

வளைந்த காலதர்கள் பிற்காலக் கோயில்களில் குறிப்பாக தென்நாட்டில் முக்கிய அலங்கார அமைப்பாகி விட்டது. இது கூடு எனப்பட்டது. கபோதத்தில் இது அமைக்கப்பட்டது. சில சைத்ய முற்றங்களில் தலைவாயிலும் அமைந்திருப்பது பிற்காலக் கோயில்களில் முன் மண்டபங்களுக்கு வழிகாட்டியாகும்.

தொடக்கக் கால சைத்ய முற்றங்களின் மற்றொரு சிறப்பு, பல வகையான தூண்களாகும். இதன் அமைப்பு பல மாறுதல்களுடன் பிற்காலக் கோயில்களில் இடம் பெற்றிருக்கின்றன.

கி.மு. 200 இன் பழமையான சைத்ய முற்றங்களில் ஒன்று பாசாவில் உள்ளது. இதில் மரத்தினாலான கூரை உத்திரங்கள் உள்ளன. பிற பகுதி களிலும் மரம் உபயோகப்படுத்தப்பட்டுள்ளது. இதற்கு காலத்தால் பிற்பட்டதென கொண்டன. சைத்ய முற்றத்தில் மரத்திற்குப் பதிலாக கல்லலான தூண்களைக் கொண்ட முகப்பு வாயில் உள்ளது. பிதால் கோராவிலும், அஜந்தாவில் 10 -ஆம் எண் குகையில் உள்ள சைத்ய முற்றங்களின் கூரை உத்திரங்கள் மரத்தால் செய்வதைப் போலவே கல்லில் செதுக்கப்பட்டவை.

அஜந்தா 10 -ஆம் எண் குகையில் உள்ள தூபம் அடித்தளத்தில் இரண்டு அடுக்குகளைக் கொண்டதாகவும், நீள் கோள வடிவங் கொண்ட மேல் பகுதியைக் கொண்ட தாகவும் இருக்கிறது. இது போன்றே பேட்சா, அஜந்தா 41 -ஆம் எண்குகை நாசிக்கிலுள்ள பாண்டுலேனா ஆகிய சைத்ய முற்றங்களிலும் முகப்பு தூண்கள் மேலும் சில வளர்ச்சி மிக்க மாற்றங்களுடன் உள்ளன.

கார்லேயில் உள்ள மிகப் பெரிய சைத்ய முற்றம் கி.மு. முதல் நூற்றாண்டைச் சேர்ந்தது. இதன் தூபம் வட்ட வடிவில் இரண்டு வேதிகளைக் கொண்டதாக உள்ளது. இந்த தூபத்தின் உச்சியில் பழைய மரக்குடை இன்றும் காணப்படுகிறது. முன்புறம் இரண்டு தூண்களும் வாயில் பல அடுக்குகளிளும் அமைந்துள்ளது. கீழ் அடுக்கில் வரிசை யாக அழகிய யானைகளின் சிற்பங்கள் செதுக்கப்பட்டுள்ளன.

தூண்களில் அழகிய சிற்பங்கள் நிறைந்துள்ளன. இவ்விரு கூறுகளும் பிற்காலத்தில் எல்லோரா, கைலாசநாதர் கோயிலில் இடம் பெற்றிருக் கின்றன.

இதே காலத்தைச் சேர்ந்த ஒரிசாவிலுள்ள உதயகிரி மலையில் 34 குகைகளும், கந்தகிரி மலையில் ஒன்றும் உள்ளன. இவையனைத்தும் சமண சமயதாருடையவை என்று கருதுகின்றனர் இவற்றில் சில முன்னேற்றமான கூறுகளை பார்க்கலாம். அழகான இராணி கும்பா, அரை வட்ட வளைவுகள் ஆகியவை. தொடக்ககாலக் இக்குகைக் கோயில்களில் சிறப்பாகும். இராணி கும்பா கவனத்துக்குரிய

ஒன்றாகும். இரண்டு அடுக்குகளைக் கொண்டது இது. மேல் அடுக்கின் சுவர்களில் அழகிய சிற்பங்கள் உள்ளன.

இரண்டாவது கால கட்டத்தைச் சேர்ந்த கி.பி. 5, 7-ஆம் நூற்றாண்டின் பௌத்த சைத்ய முற்றங்களில் மரங்கள் தவிர்க்கப்பட்டு தூபத்தின் மீது புத்தர் சிற்பம் அமைந்திருக்கும். மகாயானப் பிரிவினரின் முறை இது. அஜந்தா குகை எண் 19-லும் 26-லும் உள்ள சைத்ய முற்றங்கள் இக்காலத்தைச் சேர்ந்தவை.

இதற்கும் காலத்தால் முற்பட்ட குகை எண் 10-லுள்ள அமைப்பில் இவை இருந்த போதிலும் அலங்கார வேலைப்பாடுகளமைந்த முகப்பு வாயிலும் ஆமலகத்துடன் கூடிய தூண்களும் கொண்டதாக இவை உள்ளன. இவற்றின் உள்ளே இருக்கும் தூபங்களில் கொற்றக் குடையின் கீழ் அமர்ந்த நிலையில் அல்லது நின்ற நிலையில் உள்ள புத்தர் உருவச் சிலை இருக்கும். சைத்ய முற்றங்களில் பிற்பட்டது எல்லோராவிலுள்ள விசுவ கர்மாசைத்ய முற்றமாகும். இது 7-ஆம் நூற்றாண்டை சேர்ந்தது இதன் சிறப்பு வளைந்த வட்ட வடிவான வாயிலாகும்.

பிற்காலத்தில் ஆலயம் அமைக்கும் கலையில் எடுத்தாளப்பட்ட எண்ணற்ற கூறுகளைத் தம்மிடத்தே கொண்டதாக சைத்ய முற்றங்கள் இருந்தன. இது போன்ற விகாரங்களும் பல நுணுக்கங்களில் பிற்காலக் கோயில்களுக்கு முன்னோடியாக இருந்திருக்கின்றன.

முதல் கால கட்டத்தைச் சேர்ந்த விகாரங்களில் நடுவில் முற்றமும், பக்கவாட்டில் துறவிகள் வசிப்பதற்கான வரிசையான அறைகளும் இருந்தன. ஆனால் இரண்டாவது கட்டத்தைச் சேர்ந்த விகாரங்கள் பொதுவாக ஓரடுக்கு அமைப்புகள், குகையின் பின் புறச் சுவறில் ஓரிடத்தில் குடைந்து அறை போல் அமைத்து, அதற்குள் புத்தர் உருவச் சிலை வைக்கப்பட்டிருக்கும். பிறவிடங்களில் அறைகள் இருக்கும். இதுவும் மகாயானப் பிரிவினரின் வளர்ச்சியாகும் இக்கால கட்டத்தில் விகாரங்கள் கோயிலாகவும் - துறவிகள் வாழுமிடமாகவும் இருந்தன.

இவ்விகாரைகள் சிலவற்றில் சுவர்களில் பௌத்த சமய தேவதைகளின் உருவத்தைக் கொண்ட பல கோட்டங்கள் அலங்காரமாக அமைந் துள்ளன. மகாயன பிரிவினர் வைதீக சமயத்தினர் போலவே தங்களும் பல தேவதைகளை வணங்கும் வழக்கம் ஏற்படுத்திக் கொண்ட காலம் இது.

இவ்வகை விகாரங்களுக்கு எடுத்துக்காட்டு அஜந்தா குகை எண் 8-10, 12-13 தவிர அவுரங்காபாத், எல்லோரா ஆகிய இடங்களில் உள்ளனவையாகும். இவற்றுள் சில மூன்றடுக்கு அமைப்புகள் திறந்த வெளியில் கட்டப்பட்ட கோயில்களுக்கு எடுத்துக்காட்டாகும். அவை குகைக் கோயில் அமைப்புக் கலையின் இரண்டாவது கால கட்டத்தைச் சேர்ந்ததாக இருப்பதைக் காணலாம். இருவகை கட்டடக் கலையிலும் ஒன்றின் செல்வாக்கு மற்றதிலும் வெளிப்படுவதைக் காணலாம்.

குகைக் கோயில் அமைக்கும் கலையின் இறுதிக்கால கட்டம் கி.பி. 7 முதல் 10 வது நூற்றாண்டு வரையுள்ள காலமாகும். இதற்கான எடுத்துக் காட்டுகளை எல்லோரா, எலிபெண்டா, சால்சட் தீவு, ஆகிய இடங் களிலுள்ள வைதீக, சமண கோயில்களில் காணலாம். இவற்றுள் சில தெளிவான பிரிவுகளும் உள்ளன.

எல்லோராவிலுள்ள தசாவதார குகை இப்பகுதியிலுள்ள இரண்டடுக்கு வைதீக சைவ சமய ஆலயமாகும். இதன் முன்புறத்தில் ஒரு நந்தி மண்டபம் உள்ளது. இரு அடுக்குகளிலும் தூண்களமைந்த பரந்த மண்டபங்கள் உள்ளன. பின்புறச் சுவறில் இரு தூண்களைக் கொண்ட தோரண வாயில் இருக்கிறது. அதன் உட்புறம் சதுரமான கருவறைக்குள் இலிங்கம் இருக்கிறது. மேல் அடுக்கின் சுவர்களில் சைவ, வைணவச் சிற்பங்கள் செதுக்கப்பட்டுள்ளன. நந்தி மண்டபம், தூண்களமைந்த மண்டபம், அர்த்த மண்டபச் சுவறில் சிற்ப வேலைப்பாடுகள் போன்ற இங்கு காணும் பல கூறுகள் திறந்தவெளியில் கட்டப்படும் கோயில் களின் அமைப்புகளாகும். ஐகொளேயிலுள்ள இலாட்கான், துர்க்கை ஆலயங்கள் இதை ஒத்ததாக இருப்பதை நாம் கவனிக்க வேண்டும்.

தசாவதாரக் குகையில் இடம் பெறாத ஒரே அமைப்பு விமானம் மட்டுதான் மேற்கூறிய இந்த அமைப்பை எல்லோராவிலுள்ள இராவணா-கி-காயி, ராமேசுவரக் குகைகளிலும் காண்கிறோம். ஆனால், ஒரு மாறுதல். கருவறையைச் சுற்றி வரும் வகையில் சுற்றுப் பாதை இருக்கிறது. தூண்களில் அமைந்துள்ள அழகிய சிற்பங்களும், சுவர்களில் பொறித்துள்ள கார்த்திகேயன் பிறப்பு, நடராசர், கைலாயத்தை பெயர்த்தெடுக்க முயலும் இராவணன், கங்கை, யமுனை ஆகிய சிற்பங்களும், கும்பலதா வடிவத் தூண்களும், இராமேசுவர குகையிலுள்ள கவனத்துக்குரியனவாகும்.

வைதிக சமய குகைக் கோயில்களின் மூன்றாவது பிரிவுக்கு எடுத்துக் காட்டும் எல்லோராவிலுள்ள துமாலேனாவும், எலிபெண்டா குகை களும், சால்செட்டிலுள்ள சேரகேசுவரி ஆலயமும் ஆகும். இந்த மூன்றும் பெரிய பத்திரிப்பு வடிவில் அமைந்த மண்டபங்களாகும். இவை மூன்று வாயில்களைக் கொண்டவை. ஒன்று முன்புறத்திலும் மற்ற இரண்டும் பக்கத்துக் கொன்றாகவும் அமைந்தவை. நான்கு வாயில்களைக் கொண்டவை. ஒன்று முன்புறத்திலும் மற்ற இரண்டும் பக்கத்துக்கு ஒன்றாகவும் அமைந்தவை. நான்கு வாயில்களைக் கொண்ட கருவறை மையத்தில் இலிங்கம் இருக்கும். சுவர்களில் அழகிய சிற்பங்கள் பொறிக்கப் பட்டிருக்கும். கருவறை வாயிலில் துவார பாலகர்கள் காவல் காத்து நிற்பார்கள். இவ்வகைக் கோயில் அமைப்பு வைதீக, சமணக் கோயில்கள் பல உள்ளன. தென் கன்னடத்திலுள்ள கர்க்கல் கோயில் இதற்கு எடுத்துக்காட்டாகும். இக்கோயில்களின் மற்றொரு கண்ணைக் கவரும் சிறப்பு, ஆமலகத்துடன் அமைந்த அற்புதமான வேலைப்பாடுகள் கொண்ட தூண்களாகும்.

குடவரைக் கோயில் கலையின் கடைசி கால கட்டத்துக்கு சிறந்த எடுத்துக் காட்டுகளாக எல்லோரா சமணர் குகைகள் இருக்கின்றன. இவற்றுள் சகன்னாத சபாவும், இந்திர சபாவும் சிறப்பானவை. இவை இரண்டு அடுக்குகள் கொண்டவை. இவற்றின் பக்கவாட்டில் இரண்டு அடுக்குகள் கொண்ட சிறிய குகைகள் உண்டு. இந்திர சபா உயர்ந்த வேலைப்பாடு நிரம்பியது. இதன் அடுக்குகளில் முகப்பு வாயில், தூண் மண்டபம் கருவரையில் தீர்த்தங்கரருடைய சிலை ஆகியன அழகிய லுக்கும் சிற்பங்களுக்கும் புகழ் பெற்றவை.

இது போன்ற, ஆனால், அடக்கமான குடவரைக் கோயில்கள் கர்னாடகம், ஆந்திர, ஆகிய பல இடங்களில் உள்ளன. கி.பி.6-ஆம் நூற்றாண்டை சேர்ந்த பாதாமியிலுள்ள குடைவரை தூண்களும், சுவர் சிற்பங்களும் புகழ் பெற்றவை. ஆந்திரத்திலுள்ள அடவிசோமனபள்ளி, உந்தவல்லி, மொகல்ராஜபுரம் குகைக் கோயில்களின் தூண்கள் தனித் தன்மை கொண்டவை.

மேற்கூறிய குடைவரைக் கோயிலின் எடுத்துக்காட்டுகளைத் தவிர தனி சிறப்புமிக்க கோயில்களும் உண்டு. பாறைகளையே செதுக்கி அமைக்கப்பட்ட இக்கோயில்கள் எல்லா வகையிலும் தனித்தனி கற்களைக் கொண்டு கட்டிய கோயில்களைப் போலவே இருக்கின்றன.

இவை ஒரே கல்லிலானவை என்பது தான் சிறப்பு. ஒரே கல்லிலாலான தூபங்களைப் பின் பற்றி அமைக்கப்பட்டவை சைத்ய முற்றங்களிலுள்ள சங்காராமில் இருக்கின்றன. ஒரிசா உதயகிரியிலுள்ள தாவாவிலும் இத்தகைய ஒரே கல்லிலாலான கோயில் இருக்கிறது. இந்த சிறப்பு வகை கட்டடக் கலைக்கு சிறப்பான எடுத்துக் காட்டு எல்லோராவில் உள்ள கைலாச நாதர் கோயில் ஆகும். இது மிகுந்த அழகும், இன்று நம்மால் முடியுமா? என பிரமிக்க வைப்பதாகும்.

குன்றைக் குடைந்து கோயிலுக்காக ஒரு பகுதியை விட்டு சுற்றுப் பாதை அமைத்து, அரண்போல், திருமதில் போல் செதுக்கி நடுவில் உள்ள பாறையில் கோயிலை வெட்டவெளி நோக்கி அமைந்த இக்கோயில் வரலாற்று சிறப்புமிக்கது. இது முழுக்க முழுக்க தமிழர் கலை வடிவத்தைக் கொண்டது.

திராவிட முறையிலமைந்த மேற்கூறிய ஒரே கல்லாலான கோயிலைப் போலவே நாகர முறையிலமைந்த சில கோயில்களும் உள்ளன. இவ்வகையைச் சேர்ந்த 8-9-ஆம் நூற்றாண்டுக் கோயிலொன்று மத்தியப் பிரதேசம் தம்னாரில் உள்ளது. இக்கோயில் வைணவ சமயத்தைச் சார்ந்தது. முன்புறம் மண்டபத்துடன் அமைந்த பிரதான விமானத்தைச் சுற்றி இதே போன்ற ஒரே கல்லாலான ஏழு உபகோயில்களைக் கொண்டிருக்கிறது. இது, தன் கருவறை பஞ்சரத வகையாகும்.

இதன் மேற்கட்டில் நுண்ணிய வேலைப்பாடுகள் செதுக்கப்பட்டுள்ளன. இலதினா சிகரத்துக்கு மாதிரியாக இது அமைந்துள்ளது. உச்சியில் பெரிய ஆமலகம் உள்ளது. மண்டபத்தின் முன்புறம் சாள கூரையமைந்த முகப்பு வாயில் இருக்கிறது. அதன் நான்கு மூலைகளிலும் சிறிய அளவில் சதுர விமானங்கள் உள்ளன. உப கோயில்களில் உயர்ந்த சிகரங் கள் உள்ளன. இவை அழகிய வேலைப்பாடுகள் கொண்டவை.

இமாலய பகுதி மசூரிலுள்ள ஒரே கல்லாலான நாகரபாணிக் கோயில், ஒரு குன்றின் உச்சியிலுள்ள மணற் கல்லில் செதுக்கப்பட்டுள்ளது. இமாலயப் பகுதியிலுள்ள இவ்வகைக் கோயில் இது ஒன்று தான். ஒன்பதாவது நூற்றாண்டைச் சேர்ந்த இக்கோயில் பல்லவர் கோயிலைப் போலவே தனித்து நிற்கும் பாறையில் குடையப்பட்டதாகும்.

இது பூர்த்தி செய்யப்பட்டிருந்தால் அட்டபரிவார வகைக் கோயிலாக இருந்திருக்கும் என்று தோன்றுகிறது. மூலக் கருவறையின் மேலே, இப்போது சிதிலமாகி விட்ட மண்டபத்தின் கூரைக்கு சம மட்டத்தில் பாறை, தட்டையான கூரை போல செதுக்கப்பட்டுள்ளது. மூலச்

சிகரமும், உபகோயில்களின் சிகரங்களும் இதில் உள்ளன. மைய விமானத்தின் மேற்கட்டு உயரமாகவும், உபகோயில்களின் மேற்கட்டு உயரம் குறைந்தும் இருக்கிறது. முகப்பு வாயிலையும், மண்டபத்தையும் கடந்து மூலக் கருவறைக்கு செல்ல வேண்டும்.

மண்டபத்தின் இரு புறமும் மேலே செல்வதற்கான பாறையில் செதுக்கிய படிகள் உள்ளன. முகப்பு வாயிலின் இரு புறத்திலும் ஒரே கல்லாலான உபகோயில்கள் உள்ளன. இக்கோயிலின் முன்புறம், சதுரமான அடிப்பகுதியும் 16 பத்திரிப்பு சிகரங்களும் கொண்ட இரண்டு சதுர்முக விமானங்கள் உள்ளன. இவற்றின் மேற்கட்டுகள் எல்லா வற்றிலும் நுண்ணிய வேலைப்பாடுகள் இருப்பதால் இது இலதினா வகைக் கோயிலாகும். இவ்வேலைப்பாட்டினை "கவாட்ச" வேலை என்பர். கவாட்சம் என்னும் சொல் பசுவின் கண் என்பதாகும்.

பீகார் கோல்காங்கிலுள்ள ஒரே கல்லாலான கோயில் இவ்வகைக் கோயிலுக்கு கடைநிலை எடுத்துக்காட்டாகும். இது ஒரு வகையில் வித்தியாசமானது. கங்கையிலுள்ள பாறைத் தீவொன்றில் தனித்து நிற்கும் உறுதியான பாறையில் செதுக்கப்பட்ட கோயில் இது. வழக்கத் துக்கு மாறான உருவில் இது உள்ளது. விமானத்தின் உருவம் மட்டுமே செதுக்கப் பட்டுள்ளது. மற்ற பகுதிகள் நிறைவடையவில்லை. சதுர அமைப்பு இது. சுமார் 18 அடி உயரமுள்ளது. மேற்கட்டு, கிரீவமும், பிரசுதரமும் இல்லாத சாள வகையைச் சேர்ந்தது. தென்புறம் நோக்கி யுள்ள இதன் முன்புறத்தில் முகப்பு வாயில் உள்ளது. மேற்கட்டின் கிழக்கு, மேற்குப் புறச் சுவர்களில் ஒரிசா கோயில்களில் உள்ளது போன்ற சிற்பங்கள் உள்ளன.

இதுவரை நாம் பார்த்த ஒற்றைக்கல் கோயில்கள், தனித்தனிக் கற்களைக் கொண்டு கட்டப்பட்ட கோயில்களின் முறையிலேயே பாறைகளில் செதுக்கப்பட்ட போதிலும் அவை அந்தந்த சமயத்தாரின் தீவிர, பக்தி கொண்டவர்களின் உயர்ந்த நுட்பம் வாய்ந்த கலைப் பணியாகும்.

இதுவரை வடநாட்டுக் கோயில் கலையில் தொடக்கக் கால கோயில் எழுப்பும் கலை, குடைவரைகளின் தோற்றங்கள் குறித்து பொதுவாகக் கண்டோம் குடை வரைகளின் சிறப்பை இனி காலவாரியாக காண்போம்.

17

குடைவரைகள் ஒரு பார்வை

தூபங்களையடுத்துக் கட்டப்பட்ட புத்தக் கோயில் மண்டபங்கள் (Chaitya Halls) பிற்காலத்தில் பௌத்த சமயப் பரப்பூழியர்களும், துறவிகளும் ஒன்றுகூடிச் சமயத் தொடர்பான செய்திகளை ஆய்வதற்கும், வழிபாடு நடத்துவதற்கும் பயன்பட்டன. இவர்களின் எண்ணிக்கையும், சமயத்தின் ஆக்க வினைப்பாடுகளும் அதிகரித்ததால் இத்தகைய கோயில் மண்டபங்கள் பெருகலாயின. சுங்கர்கள், சாதவாகளர் காலத்தில் இக்கோயில் மண்டபங்களுக்கு ஏராளமான சொத்துகள் சேர்ந்ததையும், அவற்றால் அவை வலுப்பெற்று வளர்ந்தன. இதனால் கோயில்களைப் போலவும், அதற்கு மேலாகவும் கூட இத்தகையக் கோயில் மண்டபங்கள் கலையழகுடன் பெருகலாயின.

மௌரியர் காலத்தில் கோயில் மண்டபம் எனப்பட்ட கட்டடமே, இக் காலத்தில் விகாரை எனப்பட்டது. பரரத்திலும் இது போன்ற விகாரை செதுக்கப்பட்டுள்ளது. அதன் கூரை இரு பக்கத்திலும் சரிவாகச் செல்கிறது . அக் கூரையின் நடுவில் உச்சிப் பகுதியில் ஒன்பது குமிழ்கள் (Knobs) காணப்படுகின்றன. இக் குமிழ்களே பிற்காலத்தில் கலயங்களாக மாறின. பிற்காலத்தில் எழுந்த அமராவதிக் கோயில் கலயத்தின் மேல் கலயமாகக் காணப்படுகிறது. ஒரு பௌத்தப் விகாரைக்கும் கோயில்

மண்டபத்திற்கு முள்ள (Chaitya) அடிப்படை வேறுபாடு, விகாரை யாவும் துறவிகள் கூடுமிடமாகும்; கோயில் மண்டபம் வணங்குவதற் குரிய புனிதவிடமாகும். ஆயினும் விகாரைகள் யாவும் கோயில் மண்டபங்களுக்கான தண்மையிலேயே கட்டப்பட்டது என அறிகி றோம்.

எடுத்துக்காட்டாகப் பாச்சா (Bjaha), பெத்தா, கர்லி முதலிய இடங் களைக் கூறலாம். விகாரை கட்டட அமைப்பைக் கூர்ந்து நோக்கும் போது தூபத்தை போலவே இதன் கட்டட வளர்ச்சி ஏற்பட்டிருக்க வேண்டுமென அறிகிறோம்.

தொல் காலத்தில் இம் மடாலயங்கள் மரத்தால் கட்டப்பட்டு அழிந்து விட்டன. ஆயினும் இவற்றின் முறைகளைப் பரரத், அமராவதி ஆகிய கட்டங்களில் செதுக்கப்பட்டுள்ள ஓவிய சிற்பங்களைக் கொண்டு அறிகிறோம். பண்டைய பௌத்தக் கோயில்கள் இரண்டடுக்கு மாளிகை களாகவும் கட்டப்பட்டிருந்தன என்பதற்கு அமராவதியில் காணப்படும் ஓவியச் சிற்பத்தால் அறியலாம். முதலில் தூபங்களைப் போலவே கட்டப்பட்ட புத்தமடாலயம் சரிந்த கூரையையும் உச்சியில் குமுழி களையும் பெற்றிருந்திருக்க வேண்டும்; அல்லது வண்டிக்கூரை வடிவிலான கூரையையும், குமிழிகளையும் பெற்றிருக்க வேண்டும்.

கி.மு. 3-ஆம் நூற்றாண்டில் செதுக்கப்பட்ட உலோமா சுரிசிக் குகையின் மண்டபத்தை நோக்கும்போது, இதன் வளர்ச்சியின் போக்கை அறிகிறோம். நுழைவாயிலின் மேல் வளைவில் பட்டைகளும், அலங்காரச் சின்னங்களும் அமைக்கப்பட்டுள்ளன. கி.மு. இரண்டாம் நூற்றாண்டில் பூனாவுக்கு அண்மையில் பாச்சாவில் செதுக்கப்பட்ட குடைவரை மண்டபம் உலோமாசுரிசி மண்டபத்திலிருந்து வளர்ச்சி பெற்றதாகும். இவைகளுக்குப்பின் எழுந்த பெத்சா, நாசிக், கர்லி, அசாந்தா முதலிய மண்டபங்கள் எல்லாப் பகுதிகளிலும் சிறந்த வளர்ச்சி பெற்றிருப்பதைக் காண்கிறோம்.

தூண்கள்

பெத்சாவிலுள்ள (விதேசா) விகாரையிலும், நாசிக் விகாரையின் கூடத்திலும், கர்லி விகாரையிலும், இவற்றிற்கு முந்திய விகாரைகளி லில்லாத ஒரு புதிய வடிவம் பெற்றுள்ளது. அதுதான் வரிசையாகக்

கலைக் கூறுகளோடு காட்சியளிக்கும் தூண்களாகும். ஒவ்வொரு தூணும் அடியில் ஒரு குடத்தின் மேல் நிற்பது போலவும், அதன் தலைப்பில் தாமரை மலர் தலைகீழாகக் கவிழ்த்துள்ளது போலவும் அமைந்து அதனடியில் பல வேலைபாடுகளையுடைய அர்மிகாக்களும் காணப் படுகின்றன. இவ்வர்மிகாக்கங்களில் எருதுகள், குதிரைகள், ஆண், பெண், இணையாகத் அமர்ந்துள்ள உருவங்கள் முதலியன செதுக்கப் பட்டுள்ளன. குடைவரை மண்டபங்களில் காணப்படும் இத்தகைய தூண்கள் அசோகரின் தூண்களைப் பெரிதும் ஒத்திருக்கின்றன. பாச்ச (Bkaja), பெத்சா (Bthecha) ஆகிய குடைவரை மண்டபங்களின் தூண்கள் எத்தகைய தலைப்புகளும் (Capitals) இல்லாமல் உள்ளன.

கி.மு. முதல் நூற்றாண்டில் செதுக்கப்பட்ட நாசிக் குடைவரை மண்டபத்தில் தான் முதன் முதலாக இத்தகைய தலைப்புகள் காணப் படுகின்றன. பின்னர் அஜாந்தா, பாதாமி ஆகியவற்றில் தூண்களின் தலைப்புகள் பலதரப்பட்ட வடிவிலும் பல அழகிய அணிகளோடும் காட்சியளிக்கின்றன. இத்தலைப்புகளில் சில "ஒடுங்கிய கலச" வடிவத்தில் செதுக்கப்பட்டுள்ளன. கலசத்தின் வாயிலிருந்து கருக்கு தோரணங்கள் தொங்குவது போலவும், அதன் கழுத்தைச் சுற்றிலும் செல்லுவது போலவும் செதுக்கப்பட்டுள்ளன. இக்கலயமும், கருக்குத் தோரணமும் படிப்படியாக வளர்ந்து பல்வேறு வடிவங்களில் பிற்காலத் தூண் தலைப்புகளில் காட்சியளிப்பதைக் காண்கிறோம். கி.பி. 6 -ஆம் நூற்றாண்டில் செதுக்கப்பட்ட அசாந்தாவிலுள்ள 19 ஆவது குடைவரை மண்டபத்திலுள்ள தூண்களில் கலசமும், கருக்குத் தோரணமும் மிகச் சிறப்பாக வளர்ச்சி பெற்றிருப்பதைக் காண்கிறோம்.

புத்த விகாரைகளில் புத்தரின் எச்சங்களோ, புத்தப் பலி மேடைகளோ, புனிதவிடங்களோ கிடையாது. ஆனால் மேலே குறிப்பிட்ட அஜாந்தாக் குகையின் உட்புறத்திலுள்ள தூணில் புத்தரின் உருவம் செதுக்கப் பட்டுள்ளது. இதிலிருந்து கோயில் மண்டபங்களிலும், பின்னர் விகாரை களிலும், புனிதவிடமும், புனித உருவமும் செதுக்கப்பட்டிருக்க வேண்டும். இவ்விடங்களே பிற்காலத்தில் எழுந்த கோயில்களின் கருவறைகளாக வளர்ச்சி பெற்றன.

உச்சயினிக்கு அண்மையிலுள்ள கோல்வி, மேலே கூறிய அஜாந்தாக் குகை, பீரார் அகிய இடங்களில் தூபத்தின் நடுவில் இத்தகைய

இறைவிடம் (கருவறை) காணப்படுகிறது. இங்கு வட்ட வடிவிலான ஒரு மணிக்கூண்டில் புத்தரின் உருவம் செதுக்கப்பட்டுள்ளது. அமராவதியில் இத்தகைய அமைப்பைத் தெளிவாகக் காணலாம். வட்ட வடிவத் தூபத்தில் அரைவட்ட வடிவத்திலான பரப்புக்குள் புத்தரின் சிலை வைக்கப்பட்டது, இதன் வளர்ச்சியின் அடுத்த கட்டமாகும். இதனைப் போலியாகக் கொண்டுதான் பிற்காலத்து வைதீகக் கோயில்களின் உள் மண்டபமும், கருவறை மண்டபமும், மூலவர் இருக்கையும் வளர்ந்தன என்பர்.

இதற்கொரு சிறந்த எடுத்துக்காட்டு, அய்கோலியிலுள்ள துர்கை கோயிலாகும். இதுவரை நாம் பௌத்தக் கோயில் பௌத்த மண்டபம் (Cjaitya Jall), பௌத்த விகாரை ஆகிய மூன்றின் வளர்ச்சியைப் பற்றியும், அவற்றிற்குள்ள வேறுபாடுகள் பற்றியும் அறிந்தோம். பௌத்தக் கோயில் புனித எச்சத்தைக் கொண்டது; மண்டபம் புத்தத் துறவிகள் கூடித் தொழுமிடம்; புத்த விகாரை முதலில் துறவிகளின் சங்கம் நடக்கும் இடமாகவும், பின்னர் துறவிகளின் உறைவிடமாகவும் பயன் பட்டது.

முதன் முதலில் கட்டப்பட்ட மடாலயங்கள் எளிய முறையில் துறவிகளின் வாழ்க்கை முறைகளுக்கேற்ப அமைக்கப்பட்டன. சுங்கர், சாதவாகனர் காலத்தில் மடாலயங்களில் செல்வங்கள் குவிந்த போது இவை மிகப் பெரிய அளவில் கட்டப்பட்டதோடு கலைக் காட்சிகளை வெளிப்படுத்தும் நோக்கத்திற்காகவே பல கூடுதலான உறுப்புகளைப் பெற்றுத் திகழ்ந்தன.

●

18

கலிங்கத்துக் குடைவரைகள் (ஈனயாணம்) – கி.மு. 2ஆம் நூற்றாண்டு

அசோகர் காலத்தில் மடாலயங்கள் கற்பாறைகளைக் குடைந்து நிலையாகக் உருவாக்கப்பட்டன. அப்பொழுது அவைகள் ஏறத்தாழ நான்கு அறைகளைக் கொண்டதாய் விளங்கியது. படுத்துறங்குவதற்காகக் கல்மேடைகள் செதுக்கப்பட்டன. இதற்குள் கடைசியாக உள்ள அறை, துறவி தனிமையில் ஆழ்ந்து தியானிப்பதற்காகப் பயன்படுத்தப் பட்டது. இந்தக் கடைசி அறை வட்டவடிவில் செதுக்கப்பட்டது. இது பிற அறைகளிலிருந்து பிரிந்து ஒரு புறவறை அல்லது தனியறை யாகக் காணப்பட்டது. குளிப்பதற்காகவும், பிற துப்புரவுக்காகவும், நீரை நிரப்பி வைப்பதற்காகப் பெரிய கல் தொட்டிகளும் இம்மடத்தில் உள்ளன.

இவ்வாறு முதலில் செதுக்கப்பட்ட குடைவரை மடாலயங்கள் பிற்காலத்தில் ஏற்பட்ட மகாயாணக் குடைவரை மடாலயங்களிலிருந்து பலவகையில் வேறுபடுகின்றன. ஈனயாண மடாலயத்திலுள்ள பொது வறை (Common Hall) மிகப் பெரிதாகவும், பிற அறைகளுக்குச் செல்லும் வழிகளிலிருந்து தனித்தும் காணப்படும். நடு அறையிலிருந்து பின்புறத்திலுள்ள தனியறைக்கு நேரடிப் பாதை செல்லும். இவ்வறை நடுவறை, பொதுவறை முதலிய அறைகளின் நேரடிப் பார்வையி

லிருந்து தனித்துக் காணப்படும் கடைசியறை, நடுவிலுள்ள அறையின் வாயில் வெளியிலுள்ள முற்றத்தை நோக்கியிருக்கும்.

அசாந்தாவிலுள்ள 8, 12, 13 ஆகிய குடைவரை மடாலங்கள் ஈனயாணப் புத்தத் துறவிகளுக்காகச் செதுக்கப்பட்டவையாகும். ஒன்பது, பத்தாவது குடைவரைகள் மடாலய மண்டபங்களாகும். (Cjaitya Halls), பதினோராவது குடைவரை மடாலயம் பிற்காலத்தில் செதுக்கப் பட்டதும். மகாயாணத் துறவிகளுக்காகச் செதுக்கப்பட்ட தாகும். ஈனயாணத் துறவிகளுக்காகச் செதுக்கப்பட்ட இம்மூன்று மடாலயங் களில் 2 ஆவது குடைவரை மடாலயம் மிக எளிமையாகவும் ஒரே தளமுடையதாகவும் சாதராண வாயில் உடையதாகவும் காணப்படு கிறது. இதன் நடுவிலுள்ள கூடம் குதிரைக் குளம்பு வடிவில் அமைந்துள்ளது.

இதைப் போலவே ஒரே தளமுடைய மற்றொரு மடாலயம் கொண்டே னியிலுள்ளது. ஆனால் இதன் நடுவிலுள்ள கூடம் அஜாந்தாவி லுள்ளதைப் போலல்லாமல் சுற்றிலும் தூண்களுடன் அழகாகக் காட்சியளிக்கிறது. புகுமுக மண்டபத்திலும் இத்தகைய தூண்கள் உள்ளன. புகுமுக மண்டபத்திற்குள் ஒரு சுவர் உள்ளது. அதற்குப் பின்னால் ஒரு பெரிய கூடம் இருக்கிறது. சம இடைவெளிகளில் நிறுத்தப்பட்ட தூண்களின் வரிசை கூரையைத் தாங்கி நிற்கும் உத்திரங் களைத் தாங்கி நிற்கின்றன. இந்த முகமண்டபம் முடிவுறும் கடைசிச் சுவரில் செதுக்கப்பட்டுள்ள குறிகளைக் கொண்டு இது கோயில் மண்டப முகவாயிலின் அமைப்பிலிருந்து வேறுபடுவதை அறியலாம்.

பிதல்கோரா என்னுமிடத்தில் இதைப்போன்ற ஈனயான மடாலயம் உள்ளது. இதிலுள்ள தனியறை மற்ற மடாலயங்களில் காணப்படுவது போல் வட்ட வடிவில் காணப்படாமல் சிறிது வளைந்து சட்டங்களின் மேல் கட்டப்பட்ட கூரையையுடையது. பின்னல் தட்டியையுடைய (Lattice) சாளரங்களும் குறுக்கு நெடுக்காக உள்ள தூக்குச் சட்டங்களும் இதனை ஒரு மரத்தாலான தனியறைபோல் அலங்கரிக்கின்றன. இதன் வாயிலுக்கு மேற்பகுதியில் உள்ள வளைவும், அதற்குமேல் செதுக்கப் பட்டுள்ள விலங்குகளின் சிற்பங்களும் மேலும் அலங்கரிக்கின்றன.

நாசிக் குகைகள்

மூன்று ஒற்றைத் தளமுள்ள ஈனயாண மடாலயங்கள் நாசிக்கிலும் காணப்படுகின்றன. இவற்றிலுள்ள கல்வெட்டைக் கொண்டும், அமைப்புகளைக் கொண்டும் இவை கி.பி. முதல் நூற்றாண்டில் குடையப்பட்ட மடாலயங்கள் என்பதை அறியலாம். இவற்றிலுள்ள கல்வெட்டுகளைக் கொண்டு கௌதமி புத்திரன், நாகபாணன், சிறியசனன் ஆகியவர்களால் இவை குடையப் பட்டவையென்பதை அறிகிறோம்.

இவற்றுள் நாகபாணக் குடைவரை மடாலயம் முதலில் செதுக்கப் பட்டதாகும். இம் மூன்று மடாலயங்களிலும் முக மண்டபம், நடுக் கூடம், தனியறைகள், கல்மேடைப் படுக்கைகள் முதலியன காணப்படு கின்றன. இதன் முகமண்டபங்கள் யாவும் ஒரே அளவாகக் காணப் பட்டாலும் இவற்றில் காணப்படும் ஓவியங்களும், பிறவும் வேறுபடு கின்றன. குறிப்பாக, இதன் தூண்கள் வெவ்வேறு முறையில் செதுக்கப் பட்டுள்ளன. முகமண்டபத்திலுள்ள தூண்கள் பாதிவரையில் தான் காணப்படுகின்றன. மேற்பகுதி செதுக்கப்படாமல் பாறையாகக் காட்சியளிக்கிறது. இங்குள்ள நாகபாண மடாலயத்தில் காணப்படும் ஓவிய வரிசையைப் போலவே சுனாரியி (Junar)லுள்ள கணேசலீனா கோயில் மண்டபத்தில் இருக்கிறது. இவ்விரு மடாலயத்தூண்களின் முறை பெத்சாவிலிருந்து பெறப்பட்டிருக்க வேண்டும்.

நாசிக்கிலுள்ள கௌதமிபுத்திர குடைவரை மடாலயத்தின் முகப்பை யடுத்து தாழ் சுவரில் வரிசையாக பெரிய சிற்பங்கள் செதுக்கப் பட்டுள்ளன. சிற்பங்களின் மீது கதிரொளி வீசும் வகையில் கட்டட அமைப்பு உள்ளது. மேலே வண்டிக் கூடு வடிவிலான கூரையும், அக்கூரைச் சுவரில் வந்து முடியும் உள்விளிம்பைச் சுற்றிலும் இத்தகையச் சிற்பங்களும், அவற்றையடுத்த வளைபகுதியின் மேல் கதிரொளி வீசும் பகுதியும் இருப்பதால் இவ்வுட்பகுதி ஒரு வளை கூடாரம் (Tabernacle) போல் காட்சியளிக்கிறது. முகமண்டபத்திற்கு மேற் புரத்தில் நிற்கும் தூண்களின் மேலும் இரட்டை இரட்டையாக நிற்கும் யானைகள், எருதுகள் ஆகியவற்றின் சிற்பங்களும் காணப்படுகின்றன. முக மண்டபத்தின் உள்ளேயிருக்கும் வாயிலிலும், அதன் தலைப்பிலும் அழகிய சிற்ப வேலைப்பாடுகள் காணப்படுகின்றன.

மூன்றாவது மடாலயமான சிறீயச்னா என்பது இறுதியாகக் குடையப்பட்டதாகும். சில நூற்றாண்டுகளுக்குப் பிறகு இம்மூன்று குடைவரை மடாலயங்களிலும் மகாயாணத் துறவிகள் வாழ்விடங் களாகக் கொண்டபோது இவற்றின் உட்புறத்தில் சில மாற்றங்களை ஏற்படுத்தினார்கள். அடிமட்டம் சிறிது தாழ்த்தப்பட்டு நடுக்கூடத்தில் ஒரு பகுதியில் மேடை உருவக்கப்பட்டது. கடைசியிலுள்ள தனியறை யிலும் மாற்றம் செய்யப்பட்டது. அதில் சிறு தூண்கள் செதுக்கப் பட்டன. அவற்றின் நடுவில் புத்தரின் சிற்பம் செதுக்கப்பட்டது. முதலில் ஈனயாண மடாலயங்களாக இருந்த நாசிக் குடைவரை மண்டபங்கள் கி.பி. 7 -ஆம் நூற்றாண்டில் இவ்வாறு மகாயாண மடாலயங்களாக மாறின.

நாசிக் போன்ற இடங்களில் ஈனயாண மடாலயங்கள் பாறைகளில் குடையப்பட்ட அதே நேரத்தில், கலிங்கம் (Orissa) கடகம் (Cuttack) போன்ற இடங்களில் இத்தகைய குடைவரை மடாலயங்கள் ஏற்பட்டன. ஆனால் அவை பௌத்தக் கோயில் மண்டபங்களைப் போலில்லாமல் தனியறைகளாகவே இருந்தன. இவையாவும் சமணத் துறவிகளின் மடாலயங்களெனக் கூறப்படுகின்றன. இவைகளின் ஒரு சில அமைப்புகள் ஈனயாண மடாலயங்களின் அமைப்பை ஒத்திருக் கின்றன.

பொதுவாக நோக்கும்போது, கலிங்கமும் அதன் சுற்றுப்புறமும் சமண, பௌத்த சமயங்களுக்கும், வைதீக சமயத்திற்கும் புனித இடங்களைக் கொண்டுள்ளன. கலிங்கத்தில் புத்தரின் இடது கோரைப்பல் ஒன்றைப் புதைத்துப் புனிதக் கோயில் ஒன்று கட்டப்பட்டது. அவ்விடம் தந்தபுரம் என்று அழைக்கப்பட்டது. அது புவனேசுவரம் அல்லது பூரிக்கண்மையி லிருந்த ஒரு நகரமாக இருந்திருக்க வேண்டும். இதைப் போலவே தௌலி, உதயகிரி போன்ற இடங்களும் அசோகர் காலத்திலிருந்தே புனித இடங்களாகக் கருதப்பட்டவைகளாகும்.

கும்பாக்கள்

கலிங்கத்திலுள்ள குடைவரை மடாலயங்களை அங்குள்ள மக்கள் "கும்பா" என்ற பொதுப் பெயரால் அழைப்பார்கள். "கும்பா" என்னும் சொல் "குகை" என்று பொருள்படும். இங்குள்ள இரண்டு குடைவரை களில் யானையின் உருவம் முதன்மை பெற்றிருப்பதால் அவற்றைக்

"கணேச கும்பா", "அத்திக்கும்பா" என்று அழைக்கின்றனர். மற்றொரு குடைவரை "இராணி கும்பா" என்று அழைக்கப்படுகிறது. இங்குள்ள குடைவரை மடாலயங்களில் மிகவும் பெரியதும் சிறப்பு வாய்ந்தும் "இராணிகும்பா"வாகும். இதிலுள்ள பொதிகை சிற்பங்களும் சுவர் வரிசையில் காணப்படும் சிற்பங்களும் தொடக்ககாலப் சிற்பங்களைப் போல் காணப்படுகின்றன.

(1) உதயகிரி

உதயகிரியிலுள்ள ஓர் இயற்கைக் குகையில் காணப்படும் கல்வெட்டிலிருந்து பல செய்திகளை அறிகிறோம். கி.மு. 160 ல் செதுக்கப்பட்டதாகக் காணப்படும் இதற்கு "அத்திகும்பாக் கல்வெட்டு" என்று பெயர், இக்கல்வெட்டின் பெரும் பகுதி கலிங்க நாட்டுக் காரவேலனின் வெற்றிகளை கூறுவதாக உள்ளது. "அத்தி கும்பா" என்பதற்கு யானைக் குகை என்று பொருள். இக்கல்வெட்டு பிராமியெழுத்துகளைக் கொண்டு பாகத மொழியில் செதுக்கப் பட்டுள்ளது. இக் கல்வெட்டு மௌரிய, சுங்க சாதவாகன அரசர்களின் இருண்டகால வரலாற்றைக் கூறுகிறது.

காரவேலன் கி.மு. 200 ல் பிறந்து கி.மு. 176 ல் பட்டமேற்றான், பின்னர் 14 ஆண்டுகள் ஆட்சி புரிந்தான் என்பதையும் பௌத்த சமயத்தையும், பௌத்தக் கலைகளையும் அழித்துச் சமணத்தைப் பரப்பினானென் பதையும் இதில் அறிய முடிகிறது. எனவே இவன் காலத்தில் உதயகிரிக் குன்றுகளில் சமண மடாலயங்கள் செதுக்கப்பட்டிருக்கலாம்.

அசோகர் காலத்தில் "ஆசீவகர்" எனப்படும் சமயப் பிரிவினருக்குப் பராபர்க்குன்றுகளில் குடைவரை மடாலயங்கள் ஏற்பட்டதை யறிந்தோம், அப்பேரரசர்க்குப் பிறகு இச் சமணத்துறவிகள் கலிங்கத் திற்குக் குடிபெயர்ந்து காரவேலன் போன்ற சமண அரசர்களின் ஆதரவில் வாழ்ந்ததால் இம்மாநிலத்தில் காணப்படும் குடைவரை மாடாலயங்கள் இவர்களுக்காகச் செதுக்கப்பட்டிருக்கலாம். அவை யாவும் கிருத்துவுக்கு முன் ஏறத்தாழ 150 -ஆம் ஆண்டுகளுக்குள் செதுக்கப்பட்டிருக்கலாமெனக் கருதப்படுகிறது.

இங்குக் காணப்படும் இரு குன்றுகளின் ஒரு பகுதி காந்தாரகிரிக் குன்றென்றும், மற்றொரு பகுதி உதயகிரி என்றும் அழைக்கப்படுவதி

லிருந்தும், இவ்விருபகுதிகளிலும் காணப்படும் குடைவரை மடாலயங் களின் அமைப்பு முறையிலிருந்தும், இங்கு பௌத்த, சமணத் துறவிகள் தனித்தனியே வாழ்ந்தார்களென்பதையும், அல்லது இவர்களுக்குப் பின் மற்றவர் மாறிமாறி வாழ்ந்தார்களென்பதையும், இவ்விரு சமயங்களுக் கிடையில் போட்டியிருந்ததையும் அறிகிறோம்.

கலிங்கக் குன்றுகளில் பெரும்பாலானவை சந்தனக் கற்பாறை களைக் கொண்டவை. இங்குக் கண்டுபிடிக்கப்பட்ட ஏறத்தாழ 35 குடைவரைகளில் 16 குடைவரைகள் உதயகிரிக் குன்றிலும், ஒன்று காந்தாரகிரியிலும் காணப்படுகின்றன. இவை வரிசையாகக் காணப் படாமல் பாறைகள் உள்ள இடங்களிலெல்லாம் வசதிகளுக்கேற்றவாறு பெரிதும் சிறிதுமாகச் செதுக்கப்பட்டுள்ளன. இவற்றில் ஒரு தனி யறையைக் கொண்ட மடாலயங்களிரண்டும், ஒன்றுக்கு மேற்பட்ட பல தனியறைகளைக் கொண்டவை நான்கும் உள்ளன. ஒன்றுக்கு மேற்பட்ட அறைகளையுடைய மடாலயங்களில் முக மண்டபமும், முற்றமும் உள்ளன. இரட்டைத் தளங்களை உடைய மடாலயங்கள் நான்காகும்.

இங்குக் காணப்படும் முற்றங்கள் இந்தியாவின் மற்றப் பகுதிகளில் காணப்படும் முற்றங்களுக்கிருப்பது போன்ற கூரைகள் கிடையா. எனவே முற்றங்கள் யாவும் திறந்தவெளி மேடைகள் போல் காட்சி யளிக்கின்றன.

பொதுவாக நோக்கும்போது கலிங்கம் அல்லது கீழைக்கரைக் குடைவரைகள் யாவும், மேலைக்கரையிலுள்ள குடைவரைகளையும் அசோகரது குடைவரைகளையும்விட அழகிலும், தோற்றத்திலும் அமைப்பிலும் தரம் குறைந்தவைகளாயுள்ளன.

"மஞ்சி பொறிக்கும்பா" வின் வாயிலிலுள்ள தூண்களில் இடை விட்டங் களாகக் காணப்படும் போதிகைகளில் மாந்தரின் உருவங்களும் கொடி கருக்குகளும் செதுக்கப்பட்டுள்ளன. இதற்கு ஏறத்தாழ ஆறு நூற்றாண்டு களுக்குப் பின் எழுந்த தார்வாரிலுள்ள பாதாமி வைதிக குகைக் கோயில் களிலுள்ள போதிகை சிற்பங்கள் இவற்றின் முதிர்ச்சி பெற்ற நிலையில் காணப்படுகின்றன.

கலிங்கத்திலுள்ள மடாலயங்கள் பிற புத்த மடாலயங்களைப் போல் குதிரைக்குளம்பு வடிவில் அமையாமல் அரை வட்ட வடிவில்

அமைந்துள்ளன. இவற்றில் காணப்படும் தூண்களின் தலைப்புகளில் இணையாகக் அமைந்த விலங்குகளின் சிற்பங்கள் காணப்படுகின்றன. கலிங்கத்திலுள்ள சில மடாலயங்களின் உட்புறத்தில் சில அறை களிலும், கூடங்களிலும் சுற்றிலும் நெடுமேடை காணப்படுகிறது. அதன் மேற்புறம் பின்பக்கமாக வளைந்துள்ளது. இதனால் இதில் அமர்பவர்கள் பின்புறமாகச் சாய்ந்து உட்காருவதற்கு ஏதுவாயுள்ளது. இச்சுற்று மேடைகளிலும் தொடர் சிற்ப வேலைப்பாடுகள், மைய இந்தியாவின எழுந்த நடுநாட்டின் மேலை இந்தியாவின் வைதீக கோயில்களில் சிறப்புற்றன.

கலிங்க மடாலயங்களிலுள்ள தனியறைகள் மேற்கத்திய மடாலயங் களிலுள்ள தனியறைகளைப் போல் வட்ட வடிவில் காணப்படாமல் நீள் சதுர வடிவில் காணப்படுகின்றன. சில தனியறைகள் பெரிய கூட்டங் களாகவும் பல வாயில்களைக் கொண்டதாகவும் இருக்கின்றன. இதனால் மேற்கத்திய மடாலயங்களிலுள்ள தனியறைகளைப் போல் சிறுகுகை போலில்லாமல் பெரிய படுக்கையறைகளைப் போலிருக் கின்றன. ஒவ்வோர் அறையிலும், சிறப்பாகக் கூடத்திலும் மேற்கத்திய மடாலயங்களிலுள்ள கற்படுக்கை மேடைக்குப் பதிலாக, அறையைச் சுற்றிலும் செல்லும் பின்புறம் வளைந்த சாய்வு மேடைகள் செதுக்கப் பட்டுள்ளன. இத்தகைய நீள்சாய்வு மேடைகளையுடைய அறைகளின் உயரம் பெரும்பாலும் நாலடிக்கு மேலில்லை. இதிலிருந்து இவ்வுயர முள்ள அறைகள் உறங்குவதற்கு மட்டும் பயன்பட்டிருக்க வேண்டு மென்பது தெரிகிறது.

(2) பாக்கும்பா

தனித்த தனியறையைக் கொண்ட மடாலயக் குடைவரை "பாக்" கும்பா (புலிக்குகை) எனப்படும். குன்றுகளில் சரிந்து காணப்படும் பக்க வாட்டுப் பாறைகளில் இத்தகைய ஒற்றையறைக் குடைவரை செதுக்கப் பட்டுள்ளது. அதன் முகவாய்த் தோற்றம் ஒரு புலியின் முகத் தோற்றத்தைப் போலிருக்கும் நுழைவாயிலின் உட்புறத்தில் தூண்களும், அவற்றின் மேல் இறகையுள்ள உயிரிகளின் உருவங்களும்,அடியில் கலச உருவமும் செதுக்கப்பட்டிருக்கும். இக்குகையின் கடைசிப் பகுதியில்தான் ஒற்றையறை உள்ளது. இதன் உயரம் 3 ½ அடியாகும். அகலம் 8 அடியாகும். வாயிலருகில் கல்வெட்டுப் பட்டையம்

காணப்படுகிறது. சாவின் நடுவில் உலக வாழ்க்கை இருக்கிறதென்பதை வலியுறுத்தும் வகையில் அக்கல்வெட்டு பொறிக்கப்பட்டுள்ளது. அதனுள் சபூதி என்னும் ஒரு துறவி வாழ்ந்ததாகவும் அக்கல்வெட்டி லிருந்து அறிய முடிகிறது.

(3) இராணிகும்பா

"இராணிகும்பா" எனப்படும் மடாலயம் ஒரு சாதாரணக் குகையைப் போலில்லாமல் ஒரு கோயிலைப் போலவே காட்சியளிக் கிறது. இது கி.மு. 150 ல் செதுக்கப்பட்டிருக்க வேண்டும்; இரட்டைத் தளங்களைக் கொண்ட இம்மடாலயத்தின் முப்புறங்களிலும் துறவி களின் தனியறைகள் வரிசையாகக் காணப்பபடுகின்றன. அவற்றின் எதிரில் திறந்தவெளி முற்றம் இருக்கிறது. மாடியிலுள்ள கூரையைத் தாங்கி நிற்பதற்காகச் சுற்றிலும் தூண்கள் செதுக்கப்பட்டுள்ளன. இதைப் போலவே அடித்தளத்திலும் தூண்கள் காணப்படுகின்றன. அடித்தளத்தி லிருந்து மேலே செல்வதற்குப் பக்கவாட்டில் படிக்கட்டுகள் செதுக்கப் பட்டுள்ளன. மேல் தளத்தில் அரியணை போன்ற மேடை காணப்படு கிறது. இராணிகும்பா மாடாலயத்தில் பல்வேறு பரப்பளவில் பல அறைகளும், கூடங்களும் காணப்படுகின்றன. இவைகளைக் கொண்டு மேல்தளத்திலுள்ள மேடை மடாலயத் தலைவர் அமர்ந்து சங்கச் செய்தி களை விவாதிப்பதற்குப் பயன்பட்டதென்றும், பிற துறவிகள் தங்கு வதற்கும், பண்டங்கள், ஆடைகள் முதலியன வைப்பதற்கும் பயன் பட்டிருக்கலாம்.

இதன் எதிரிலுள்ள அகன்ற திறந்தவெளி முற்றம் விழாக் கூட்டங் களுக்குப் பயன்பட்டிருக்க வேண்டும். மேல்மாடியின் சுவர்களில் வரிசையாகச் செதுக்கப்பட்டுள்ள சிற்பங்கள் பௌத்த, சமண, வைதீக சமயங்களின் புராணங்களை எதிரொளிக்கின்றன. முற்றத்திலுள்ள தூண்களின் அமைப்பையும், உட்புறத்திலுள்ள சதுரத் தூண்களின் அமைப்பையும் நோக்கும் போது இரு தரப்பட்ட மரபு வழிக் கதைகள் இராணிகும்பா மடலயத்தில் காட்சியளிப்பதைக் காண்கிறோம். தூண் தலைப்புகளிலும், போதிகைகளிலும், சுவர் விளிம்புகளிலும் செதுக்கப் பட்டுள்ள விலங்குகளின் உருவங்கள் வரிசையில் காட்சியளிப்பதை அறிகிறோம். சதுர வடிவிலான தூண்களின் தலைப்புகளிலுள்ள

போதிகைகளின் மேற்கத்தியக் குடைவரைகளிலும் வேலிகளிலும் காணப்படுவது போலவே கொடிக் கருக்கு வரிசைகள் காணப்படு கின்றன.

இராணிகும்பா மடாலயத்தில் கோதிய கலைப் பாணியில் உருவங்களின் நடுவிலும் தொடர் வரிசைகளின் நடுவிலும் நுண்ணிய சிற்றுருவங்களாகச் செதுக்கப்பட்டுள்ளன. ஆயினும், அவ்வளவு தெளிவாகக் காணப்படவில்லை. சில விடங்களில் முழு உருவ சிற்பங்கள் செதுக்கப்பட்டுள்ளன. அவற்றில் சில உருவங்கள் கைகளில் ஈட்டிகளையேந்தி வாயிற் காப்போரைப் போல் நிற்கின்றன. எருதின் மீது நிற்கும் ஓர் உருவம் காணப்படுகிறது. இராணி கும்பா மடாலயத் தின் உட்புறத்திலுள்ள தனியறைகளுக்கு வெளியிலிருந்து குழாய் வடிவிலான சிறுவழித் துளைகளின் மூலம் நீர் வருவதற்கான ஏந்துகள் செய்யப்பட்டுள்ளன. ஆனால் எங்கிருந்து எவ்வகையில் நீர் வழங்கப் பட்ட தென்பதைத் தெளிவாக அறிய முடியவில்லை.

(4) கணேசகும்பா

"யானைக் குகை" என்பது இவற்றிற்கெல்லாம் முன்னால் செதுக்கப் பட்ட குடைவரையாகும். இதன் நுழைவாயில் ஒரு யானையின் உருவத்தில் அமைந்துள்ளது. இதனையடுத்து வரிசையாக யானையின் உருவங்களும் காணப்படுகின்றன. இதன் வழியாக மேலே செல்லுவ தற்குப் படிக்கட்டுகளும், அதனையடுத்து முற்றமும் காணப்படுகிறது . ஒரு குடை வரையை ஒரு யானை காத்து நிற்பது போல் செதுக்கப்பட்ட முதல் மடாலயம் இந்த யானைக் குகையாகும். கணேச கும்பாவின் முகவாயிலில் ஐந்து தூண்கள் காணப்படுகின்றன. இவை அடியில் எண்கோண வடிவிலும், மேலே சதுரவடிவிலும், காணப்படுகின்றன. தலைப்பில் போதிகை சிற்பங்கள் செதுக்கப்பட்டுள்ளன. நுழை வாயிலின் கடைசியில் தூணை அடுத்தாற் போல் வாயிற்காப்போரின் சிற்பங்கள் காணப்படுகின்றன. அவர்களின் கைகளில் நீண்ட ஈட்டிகள் காணப்படுகின்றன. அச் சிற்பத்தின் மேல் மண்டியிட்டுக் காணப்படும் எருதின் உருவம் காணப்படுகிறது.

(5) மஞ்சிபொறிக்கும்பா

"மஞ்சிபொறிக்கும்பா" (புவியில்லம்) "அனந்தகும்பா" (இன்ப வில்லம்) என்பனவும், அடுத்தக் காணப்படும் கணேச கும்பாவைப் போன்ற எளிய குடைவரை மடாலயங்களாகும். "ஆனந்தகும்பா" காந்தாரகிரியில் காணப்படுகிறது. இவையிரண்டுமே கணேச கும்பாவைப் போல் சிறப்பான கலை வேலைப்பாடுகளைக் கொண்டிரா விட்டாலும், மிகப்பழைய தோற்றத்துடனும், பண்டைய கட்டடக் கலையின் அமைப்புடனும் காணப்படுகின்றன.

பொதுவாக கலிங்கத்தில் காணப்படும் குடைவரைகளின் கட்டடக் கலையமைப்புகள் பிற்காலத்தில் நடைமுறையில் பின்பற்றப்பட வில்லையாதலால் இவற்றின் அமைப்பு முறைகள் யாவும் பண்டைய கட்டடக்கலை வரலாற்றில் ஒரு முதன்மையிடத்தைப் பெற்றுத் தனித்தன்மையோடு திகழ்கின்றன.

●

19

காந்தார விகாரைகள்
(மகாயாணப் பிரிவு)
கி.மு. 250 – கி.பி. 450

பெசாவரை மையமாகக் கொண்டு அதனைச் சுற்றிலுமுள்ள பெரு நிலப்பரப்பை, கிரேக்க அரசர்கள் ஏறத்தாழ முந்நூறு ஆண்டுகளுக்கு மேலாக ஆட்சி புரிந்தார்கள். இக்காலத்தில் கிரேக்க, உரோமானிய, பாரசீக, சிந்தியக் கலைஞர்கள் இங்குத் தங்கள் கலைகளின் படைப்புகளை ஆக்கிச் சென்றுள்ளனர். அச்சமயத்தில் உள்நாட்டுக் கலைஞர்களும் இப்படைப்புகளில் பெரும்பங்காற்றினார்கள். எனவே, இங்குத் தோன்றிய கலை, மேற்கும் கிழக்கும் இணைந்த கலையாகக் காட்சி யளித்தது. பெசாவரைச் சுற்றிலுமிருந்த பண்டைய பெரு நிலப்பரப்பைக் காந்தாரம் என்று அழைத்தனர். எனவே, இங்குப் பரவிய இவர்களது கலையும் காந்தாரக்கலை என்று அழைக்கப்பட்டது.

இக்கலையைப் பின்பற்றிப் பிற பகுதிகளில் தோன்றிய கலைகளுக்குக் காந்தாரக் கலை என்னும் பெயர் ஏற்பட்டது. இங்கு ஆண்ட கிரேக்க, உரோமனிய அரசர்கள் தங்கள் நாடுகளிலிருந்த கலைஞர்களை வரவழைத்து, இந்தியக் கலைஞர்களையும் கொண்டு இத்தகைய தனிக்கலையைச் சமைத்தார்கள், ஆபுகானிசுதானத்திலுள்ள பாமியான், அத்தா, சலாலாபாத், சுவாட் சமவெளி, பெசாவர் மாவட்டம் முதலிய இடங்களில் இக்காந்தாரக் கலையின் சின்னங்கள் சிறப்புறப் படைக்கப்

பட்டுள்ளன. இக் காந்தாரக் கலை கி.மு.250 லிருந்து கி.பி. 450 வரை சிறப்புற்று வளர்ந்ததாக அறிஞர்கள் கருதுகின்றனர்.

பௌத்த சமயத்தில் தோன்றிய இரு பெரும் பிரிவுகளில் காந்தாரக் கலையின் வளர்ச்சியின் போது மகாயாணப் பிரிவு முதன்மையிடத்தைப் பெற்றது. கிரேக்க கலப்பாளர்கள் தங்கள் முறையில் பௌத்தக் கோயில்களையும், விகாரைகளையும் கட்டினார்கள். இக்கட்டடங்கள் யாவும் மகாயான வழிபாட்டு முறைக் கட்டடங்களாகக் கட்டப்பட்டன. இவ்வாறு கட்டிய பௌத்த சமயக் கட்டடங்கள் கிரேக்க-பாக்டீரியக் கட்டடங்களென்றும், கிரேக்க பௌத்தக் கட்டடங்களென்றும் முதலில் அழைக்கப்பட்டன. மைய ஆசியப் பகுதியிலும், பின்னர், பிறவிடங்களிலும் இக்காந்தாரக் கலை பரவியது.

மகாயாண விகாரைகள் ஈனயாண விகாரைகளிலிருந்து ஒரு சில தன்மைகளில் வேறுபடுகின்றன. ஈனயாண விகாரைத் தனியறைகள் உறங்கும் அறைகளாகப் பயன்பட்டன. ஆனால் மகாயாணக் காலத்தில் இதே அறைகள் புனிதவிடங்களாக அல்லது கருவறைகளாக மாற்றி யமைக்கப்பட்டு அங்குப் புத்தரின் உருவச் சிற்பங்கள் வைக்கப்பட்டன. சுருங்கக்கூறின், ஈனயாண மடாலயங்கள் மகாயாணப் பிரிவினரால் புத்தக் கோயில்களாகவும், குருமடங்களாகவும் மாற்றி அமைக்கப் பட்டன; ஈனயாணப் பிரிவினர் புத்தரின் புனித எச்சங்களை வணங்கினார்கள்.

மகாயாணப் பிரிவினர் அவ்வெச்சங்களுக்குப் பதிலாகப் புத்தரின் பல்வேறு உருவங்களைச் சமைத்து உருவ வழிபாடு செய்தார்கள். இதனால் உருவ வழிபாட்டைக் கொண்டிருந்த வைதீக சமயம் மகாயாணத்தோடு கலந்து அதன் பண்பாட்டையும், அதன்வழி கலைகள், கட்டடப் பாணிகள் ஆகியவற்றையும் மாறுதலடையச் செய்தது. ஈனயாணம் கி.மு. இரண்டாம் நூற்றாண்டிலிருந்து கி.பி. இரண்டாம் நூற்றாண்டு வரை சிறப்புற்று வளர்ந்தது, மகாயாணம் கி.பி. ஐந்தாம் நூற்றாண்டிலிருந்து கி.பி. ஏழாம் நூற்றாண்டு வரை சிறப்புற்றிருந்தது.

பௌத்த விகாரைகளில் மிகவும் தொன்மையானது பூனாவுக்கு அண்மையிலுள்ள பாச்சா (Bhaja) விலுள்ளதாகும். குறிப்பாக, அசோகர் காலத்திலேயே இத்தகைய மடாலயங்கள் கட்டப்பட்டன. நாகார்ச்சுன

கொண்டாவில் முப்பதுக்கும் மேற்பட்ட புத்த மடாலயங்கள் இருந்தன. மேற்குத் தொடர்ச்சி மலைப்பகுதியிலும், கிழக்குத் தொடர்ச்சி மலைப் பகுதியிலும் இத்தகைய விகாரைகள் பல ஏற்பட்டனவென்பதையும் அவற்றில் குறிப்பாக, கலிங்கத்திலுள்ள காந்தகிரி, உதயகிரி ஆகிய வற்றிலுள்ள விகாரைகள் சமணத் துறவிகளுக்காகச் சமைக்கப்பட்டன என்பதையும் கண்டோம். குண்டுப்பள்ளியில் இரண்டு விகாரைகளும், அஜாந்தாவிலுள்ள இருபத்தேழு குடைவரைகளில் இருபத்திரண்டு குடைவரைகள் விகரைகளாகவும் இருப்பதை அறிந்தோம். மேற்கண்ட யாவற்றிலும் ஈனயாண, மகாயாணப் பிரிவுகள் காணப்படுகின்றன.

திபெத்தில் இலாமாவியம் (Lamuam) வெகுவாகப் பரவி அதன் சின்னங்களைத் திபெத்தெங்கிலும் உருவாக்கியதை போலவும், பர்மாவில் ஐராவதியாற்றின் இருமருங்கிலும் வெண்தேர்ச் (White Pagoda) சின்னங்கள் எழுந்து நின்று காட்சியளிப்பது போலவும் காந்தார மெங்கிலும், அதற்கப்பாலும், இப்பாலும் மகாயாணப் பௌத்த சமயச் சின்னங்கள் வெகுவாக வளர்ந்து சமயப் பண்பிலும் கலை வரலாற்றிலும் ஒரு புதிய தாக்கத்தை ஏற்படுத்தியது. பெசாவரைச் சுற்றிலும் சுவாட் பள்ளத்தாக்கிலும் காபூலிலும் இன்று அழிந்த நிலையிலும் பல காந்தார விகாரைகள் காணப்படுகின்றன. காபூலில் மட்டும் ஏறத்தாழ ஐம்பது விகாரைகள் இருந்திருக்கின்றன. இவற்றுள் பல கற்றளிகளாகவும், பல குடைவரைகளாகவும் காணப்படுகின்றன.

இங்கெல்லாம் காணப்படும் விகாரைக் கட்டடங்களின் அமைப்பும், அவற்றிலுள்ள நுண்ணிய கலை வேலைப்பாடுகளும் பிற விகாரை களைப் போலல்லாமல் தனித்தன்மை வாய்ந்தவைகளாகவுள்ளன. கட்டட அமைப்பு முறை தமிழ் இந்தியப் முறையில் அமைந்திருக் கின்றன. உருவ அமைப்பு கிரேக்கப் முறையை கொண்டதாய் உள்ளது. காந்தாரக் கட்டடத்தின் ஒவ்வொரு பகுதியும் ஒவ்வொரு கலைப் முறையை எதிரொளிக்கிறது. பெரும்பாலான கட்டடத் தலைப்புகள் கொரிந்தியப் முறையையும், அதன் வரி முக்கோண முகப்பு முகடும் (Pediment), அதன் தூண் தலைப்பு அமைப்பும் (Entablature) கிரேக்கப் முறையையும், அதன் ஒப்பனை அமைப்பும் கொரிந்திய முறையையும் உடையன. இவற்றைக் காந்தாரத் தூபங்களிலும், புத்த சமயக் கட்டடங் களிலும் காணலாம். பொதுவாகக் காந்தாரக் கட்டடக்கலை கிரேக்க

முறையில் அமைந்திருந்தாலும் அதிலுள்ள பல மேடை, தலைப்பு களில் காணப்படும் விலங்குருவங்கள் முதலியன பாரசீகப் முறையில் அமைந்துள்ளன. காந்தாரக்கலை மகாயாணப் பௌத்த சமயத்தின் உடலாக விளங்குகிறது. அச்சமயத்தில் வைதிக சமயத்தினர் போல புத்தரையும், புத்தரோடு தொடர்புள்ள பல உருவங்களையும், பல சிறு தேவதைகளையும் வணங்கும் முறை வழக்கில் வந்தது. எனவே இவ்வுருவங்களைப் பல்வேறு பகுதிகளில் தன்னகத்தே கொண்டு இக்காந்தாரக் கட்டடங்கள் எழுந்தன.

தாக்திபாய் விகாரை

காந்தாரக் கட்டடங்களில் சிறப்பானவை தூபிகளும், துறவிகளின் விகாரைகளும் ஆகும். இம் மடாலயங்களில் பெரும்பாலானவை பண்டைய தீபங்கள் இருந்த இடத்திலேயே கட்டப்பட்டுள்ளன. அவற்றின் அமைப்பு முறைகளை நோக்கும்போது அவை ஒரே சீரானவைகளாக இல்லையென்பதும், வழிபாட்டு மண்டபங்கள், துறவிகளின் உறைவிடம், தனியறைகள், பொதுப் படுக்கையறை (Dorimitory) முதலியன ஒன்றுக்கொன்று வேறுபட்டுக் காணப்படுவ தாலும் இவை அவ்வப்போது விரிவுபடுத்தப்பட்டிருக்க வேண்டுமென கருதத் தோன்றுகிறது.

தட்சசீலத்திலுள்ள "தருமராசிகா" என்ற விகாரையும், பெசாவருக்கு வடக்கில் 36 வது கல்லிலுள்ள சமால்காரி என்ற விகாரையும், பெசாவர் பள்ளத்தாக்கிலுள்ள சார்சதா என்ற இடத்திலுள்ள மடாலயங்களும், இராவல் பிண்டிக்கண்மையிலுள்ள மணிக்கியாலா விகாரையும், ஆபுகானிசு தானத்திலுள்ள பல மடாலயங்களும், மேற்கண்ட வகையில் திருத்தி அமைக்கப்பட்டவையாகவும், விரிவுபடுத்தப்பட்டவை யாகவும் காணப்படுகின்றன.

சில விகாரைகள் வட நாட்டு மரபு வழிப்படி கட்டப்பட்டனவாகக் காணப்படுகின்றன. தாக்திபாய், மொகரா மொகரது, சவ்லியன் முதலிய இடங்களில் காணப்படும் விகாரை மரபு வழிக் கட்டடங்களாகக் உள்ளன. காந்தாரக் கட்டடங்கள் பல்வேறு அமைப்புகளில் காணப் பட்ட போதிலும் இவற்றில் காணப்படும் தூபத்தின் அமைப்பு மட்டும் ஒரே மாதிரியாகக் காணப்படுகிறது. முதலில் அரைக்கோள வடிவத்தில் ஒரு மேடை போல் அமைக்கப்பட்ட இத்தூபம் அசோகர் காலத்து

முறையில் காணப்பட்டது. மணிக்கியாவிலுள்ள தூபம் இம்முறைக்கு ஓர் எடுத்துக்காட்டாகும்.

காந்தாரக்கலை வளர்ச்சியடையும்போது இத்தகைய மரபுவழி அமைப்பிலிருந்து கட்டடத்தின் ஒவ்வொரு பகுதியும் மாறுபட்ட அமைப்பில் வளரத் தொடங்கியது. காந்தாரக் கலைஞர்கள் இது வரையிருந்த கட்டடப்பகுதி ஒவ்வொன்றையும் உயர்த்தி உயரமாகக் கட்டவேண்டுமென்பதைத் தங்கள் நோக்கமாகக் கொண்டார்கள். இக் கட்டடங்களில் முதலிடம் பெறுகின்ற தூபத்தின் அமைப்பைச் சிறிது மாற்றி உயரமாக அமைத்தார்கள். அதற்காகத் தூபத்தின் தரை மட்டத்தி லிருந்து உயரமான மேடையமைத்து அம்மேடையில் தூபத்தை அமைத்து மேல் நோக்கி உயர்ந்து காணும்படி கட்டினார்கள். தரை மட்டத்திலிருந்து அம்மேடைக்கு படிக்கட்டுகள் அமைத்தார்கள். தூபத்தை சுற்றிலும் மேடையை ஒட்டினாற்போல் சென்றப் படிக்கட்டு வலம் வரும் பாதையாக மாறியது.

தூபத்தின் உயரத்தை அதிகப்படுத்தியதால் அது அரையுருண்டை வடிவத்தினை மேலும் மேலும் கவிழ்த்து வைத்தாற்போல் மேலும் சில அரையுருண்டை வடிவங்களைக் கொண்டு மேலே செல்லச் செல்லச் சுற்றளவில் குறைந்து சென்று முடிந்தது. இதில் சாஞ்சி, அமராவதித் தூபங்களில் உள்ளது போன்ற காட்சி மண்டபங்களோ, அதனையடுத்த அமைப்பு முறைகளோ பின்பற்றப்படவில்லை. இதன் உச்சியிலுள்ள குடையும் தனியே காணப்படாமல் குடைமேல் குடையாகப் பல குடைகள் அமைந்து வளைந்து சென்று நாற்புறமும் சரிந்து கூம்பு வடிவில் காணப்படுகிறது. இத்தூபி பார்ப்பதற்கு ஒரு தேர் போல் காட்சியளிக்கிறது. கி.பி. 4 ஆம் நூற்றாண்டில் இந்தியாவுக்கு வந்த சீனப் பயணியான ஃபாகியான் இத் தூபங்களைக் கண்டு வியந்து அவற்றைப் "புத்தத் தேர்கள்" என்று அழைத்துள்ளார்.

இவ்வாறு குவிந்து வளர்ந்து நின்ற காந்தாரத் தாபங்களின் மாதிரியில் தாம் சீனாவிலிருந்த பல கூரைகளைக் கொண்ட கோயில்கள் காட்சி யளிக்கின்றன.

காந்தாரத் தூபம் இத்தகைய மாற்றத்தைப் பெற்றதோடு அதன் அணியழகிலும் செழிப்புற்றது. நெகிழ்ந்து செல்லும் அணிகலன்களை யும், பல அணிகளைக் கொண்ட எழுதகத்தைத் தாங்கும் ஒப்பனை

முட்டுகளையும், சிற்ப வேலைப்பாடமைந்த உச்சிப் பிதுக்கங்களையும், மாடக் குழிகளையும் மற்றும் சிறிதும் பெரிதுமான அலங்கார உறுப்பு களையும், பெற்றுக் காந்தாரத் தூபங்கள் வளர்ந்தன.

தாக்திபாயிலுள்ள விகாரை மிக எளிமையாக காணப்படுகிறது. நீள்சதுர வடிவத்தில் கட்டப்பட்டுள்ள மடாலயத்தின் தென்புறத்தில் தூப முற்றமும், வடப்புறத்தில் விகாரையும் அமைந்துள்ளன. இடை யில் வழிபாட்டுக் கூடமும், அது போன்ற கட்டடங்களும், சிறிய கட்டடங்களும் காணப்படுகின்றன. விகாரையின் மேற்புறத்தில் ஒரு சங்க மண்டபமும், அதனையடுத்தச் சமையலறைகளும், இருக்கை களும் உள்ளன. அதன் நடுவில் மேடை உள்ளது. அதன் மேலுள்ள தூபத்தின் உச்சியில் குடைமேல் குடையாகக் குவிந்து செல்லும் ஆறு குடைகள் உள்ளன.

பிற காந்தாரத் தூபங்களில் மேற்செல்லும் சுற்றுப்படிக்கட்டுகளைப் போலல்லாமல் மேடைக்கு மட்டும் படிக்கட்டு உள்ளது. இதற்குக் கீழ்ப்புறம் வலம் வரும் பாதை அமைந்துள்ளது. முற்றத்தின் முகப்புறங் களிலும் வரிசையாக வழிபாட்டுக் கூடங்கள் உள்ளன. இவ்வழி பாட்டுக் கூடங்களிலுள்ள தனியறைகளையும் அமைப்புகளையும் நோக்கும்போது ஈனயாணத் தூபங்களிலுள்ள துறவிகள் வசிக்கும் தனியறை அமைப்பைப் போல் இல்லையென்பதும், இவை புத்தரின் உருவப் படிமம் வைப்பதற்கு பயன்படுபவைகளாக உள்ளன. இவ் வழிபாட்டுக் கூடங்களின் கூரைகள் தாழ்வாகவும், அரைக்கோள வடிவத்திலும், அமைந்திருக்கின்றன. இக் கூரைகள் ஒன்றுக்கொன்று வேறுபட்டு அணியலங்காரங்களோடு காணப்படுகின்றன. அரைக் கோள வடிவிலான தூபங்கள் வழிபாட்டு மண்டப வடிவத்திலும் காணப்பட்டதாலும் இவை வழிபாட்டுக் கூடங்களாகப் பயன் பட்டனவேயெழிய, பெரிய விகாரைகளாகப் பயன்படவில்லை. இத்தகைய வழிபாட்டுக் கூடங்களின் அமைப்பு காந்தாரக் கட்டடக் கலையின் சிறப்பியல்புகளில் ஒன்றாகும்.

சிர்க்காப் தூபம்

சிர்க்காப் என்னுமிடத்தில் கண்டுபிடிக்கப்பட்டுள்ள ஒரு தூபம் ஒரு குறிப்பிட்ட சமயம் அல்லது பண்பாட்டின் அடிப்படையில் கட்டப் பட்டுள்ளது. அதன் கால்கோள் பகுதி கொரிந்திய முறையில் காணப்படு

கிறது. ஆனால் தூண் தலைப்பு முறை சிறிது மாறுபட்டுப் புத்தக் கோயில்களிலும் தோரண வாயில்களிலும் உள்ளதுபோல் இருக்கின்றன. இதன் வரி முக்கோண முகப்பு முகடு (Triangular Peiment) கிரேக்க முறையிலும், மாடக்குழி (Niche) அக்கிமீனிய முறையிலும், பலி மேடை இரானிய முறையிலும் காணப்படுகின்றன. இங்கு இரட்டைத் தலையுடைய ஒரு கழுகின் உருவம் கண்டுபிடிக்கப்பட்டுள்ளது. தக்கணத்திலேற்பட்ட விசயநகரப் பேரரசிலும், ஈழ நாட்டிலும் இது போன்ற சிற்பம் காணப்படுகிறதென்று அறிஞர் பெர்சிபிரவுன் கூறுவார்.

கனிட்கர் தூபம்

பெசாவருக்கண்மையில் கண்டுபிடிக்கப்பட்ட தேர் போன்ற பெருந் தூபம் குசானப் பேரரசர் கனிட்கர் காலத்தில் (கி.பி.78-120) கட்டப் பட்டது. இத் தூபம் காந்தாரக் கலைக்கு பிரிதொரு வகையாகும். இதில் காணப்படும் கட்டடக் கற்கள் மிகப் பெரிய துண்டுகளாக உள்ளன. தூபம் கட்டத் தொடங்குவதற்கு முன்பாக இத்துண்டுகளின் ஒரு புறம் நன்கு செதுக்கப்பட்டு மற்றொருபுறம் செதுக்கப்படாமல் பின்னர் கட்டப்பட்டுள்ளது. ஒரு கல்லுக்கும் மற்றொரு கல்லுக்குமுள்ள இடைவெளி உடைந்த சிறு துண்டுகளால் நிரப்பப்பட்டுள்ளது. மேற்பகுதியில் கட்டப்பட்டுள்ள கட்டடத்தில் பெருங்கற்களுக்கிடையிலேற்பட்ட இடைவெளிகள் செங்கல் துண்டுகளால் அடைக்கப்பட்டுள்ளன. சுவர்களும் தரைமட்டப் பகுதியும் அணிகளின்றி எளிமையாகக் கட்டப் பட்டுள்ளது.இது கட்டடக் கலையின் தொடக்க காலத்திற்குச் சற்றுப் பிற்பட்டதாகும்.

கி.பி.முதல் நூற்றாண்டில் கட்டப்பட்ட கட்டடங்கள் ஓரளவு இதே முறையில் இருப்பதைக் காண்கிறோம். குசானர் காலத்தில் இது போன்ற கட்டடங்கள் பல இடங்களில் காணப்படுகின்றன. இது போன்ற பெருங்கல் துண்டுகளை வெளிப்புறத்தில் மட்டும் செதுக்கிப் பெரிய அரண்மனைகளையும், மதில்களையும் கட்டும் கலை இராசபுதனத் திலும், மைய நாட்டிலும் கி.பி. 19 -ஆம் நூற்றாண்டு வரை தொடர்ந்தது.

20

அஜாந்தாக் குடைவரைகள்

பௌத்த சமயத்தின் மகாயாணப்பிரிவு குசானர் காலத்திலேயே "அரசியல் சமய"மாக ஏற்றுக் கொள்ளப்பட்டுக் கனிட்கர் காலத்தில் மிகச்சிறப்பாக வளர்ச்சியுற்றதையும், அதன் பலனாகக் காந்தாரக் கலை உயர்வு பெற்றதையும் அறிந்தோம். இதற்குப் பின்னர் மகாயாணியம் இந்தியாவில் மட்டுமேயன்றிச் சீனம், ஜப்பான் முதலிய நாடுகளிலும், தொலைக்கிழக்கு நாடுகளிலும் தொடர்ச்சியான வளர்ச்சி பெற்றது.

பௌத்த சமயத்தின் வரலாற்றில் கி.மு. இரண்டாம் நூற்றாண்டிலிருந்து கி.பி. இரண்டாம் நூற்றாண்டு வரையுள்ள நானூறாண்டுக் காலத்தை ஈனயாணப் பிரிவின் வளர்ச்சிக் கட்டமென்றும், கி.பி.இரண்டாம் நூற்றாண்டிலிருந்து கி.பி. ஐந்தாம் நூற்றாண்டின் இடைப் பகுதிவரை மகாயாணப் பிரிவின் வளர்ச்சிக் கட்டமென்றும் கூறலாம். இந்த இரண்டாவது கட்ட காலத்தில்தான் பௌத்த சமயம் காந்தாரக்கலைப் முறையால் சிறப்புற்று விளங்கியது.

அஜாந்தாவிலுள்ள குடைவரைகளை நோக்கும்போது அவையாவும் ஒரே காலத்தில் குடையப்பட்டவையல்ல என்பது தெளிவாகிறது. மேலும் இவற்றில் முதற்கட்டத்திற்குரிய குகை எண் 8, 9, 10, 12, 13

ஆகிய ஐந்தும் ஈனயாணப் பிரிவுக்குரியன. இவ்வைந்து குகைகளையும் தவிர்த்த மீதமுள்ள 23 குகைகளும் மகாயாணப் பிரிவைச் சேர்ந்தவை. அவை யாவும் மூன்றாவது கட்டத்தில் கி.பி. 450 க்கும் 642 க்குமுள்ள கால இடைவெளியில் அமைக்கப்பட்டவை. மேலும், இம்மூன்றாவது கட்ட காலத்தில்தான் மகாயாணப் பிரிவு மக்களால் பின்பற்றப்பட்ட தென்பதையும், அதில் உருவ வழிபாடு மெய்ம்மக் கொள்கை, மாற்றம் முதலியன ஏற்பட்டு வைதீக சமயத்தைப் போல் பொது மக்களின் அன்றாட வாழ்க்கையில் கலந்து விட்டதென்பதையும், இவற்றின் கரணியமாகப் புத்தக் கலைகளிலும் பல மாற்றங்கள் ஏற்பட்டன என்பதையும் நம்மால் அறிய முடிகிறது.

ஈனயாணப் பிரிவு வளர்ச்சி பெற்ற காலத்தில் பௌத்தக் கோயில், விகாரை முதலியவற்றில் சீரான வளர்ச்சிகளும், தோற்றங்களும் ஏற்பட்டன. எடுத்துக்காட்டாக ஈனயாண விகாரைகளில் ஒன்றும் அல்லது ஒரு சிலவும் தனி மடங்களாய் இருந்தன. அவற்றில் புத்தத் துறவிகள் தங்கினர்.

அவர்கள் தாங்கள் சமயப்பணி ஆற்றிய நேரம் போக ஓய்வு நேரத்தில் மட்டும் தனிமடங்களில் தங்குவது வழக்கம். அவற்றில் கும்பலாக வழிபாடு செய்வதோ, உருவங்களை வைத்து வணங்குவதோ அப் பிரிவினர் வழக்கமல்ல. ஆனால் மகாயாணம் சிறப்புற்று விளங்கிய காலத்தில் இம் மடங்களே மிகப் பெரியனவாகவும், பலர் தங்குவதற் கான ஏந்துகளுடனும், புனித உருவங்களைக் கொண்டவையாகவும் திகழ்ந்தன.

ஈனயாணக் காலத்தில் கோயில் வேறு, துறவிகள் தங்கும் மடம் வேறாக இருந்தன. ஆனால், மகாயாணத்தில் தங்கும் மடமே வழிபாட்டிட மாகவும் மாறியது. புத்தரின் புனித எச்சங்களுக்கு மட்டும் கோயில்கள் எழுப்பி அவர் போதனைகளை மட்டும் பின்பற்றி வாழ்ந்த ஈனயாணத் திலிருந்து பிரிந்த மகாயாணத்தில் புனிதவெச்சங்களுக்குப் பதிலாக உருவ வழீபாடுகள் தோன்றியதால் புத்த சமயம் பல்வேறு கடவுள் களையும், உருவ வழிப்பாட்டையும் கொண்ட வைதீக சமயத்தால் வெற்றி கொள்ளப்பட்டது.

மேற்கூறிய இரண்டவது பருவக் காலத்தில் சுங்கர், சாதவாகனர், கன்வாயினர் முதலியோர் ஆட்சிக் காலத்தில் மடாலயங்களுக்குச் சேர்ந்த

சொத்துகளையும், இவற்றுள் உறைந்து நின்ற துறவிகளின் எண்ணிக்கை களையும் நாம் அறிவோம். செல்வமும், துறவிகளும் அதிகரித்த தாலும், மகாயாணப் பிரிவில் மாற்றங்கள் ஏற்பட்டதாலும் அதன் மெய்ம்மத்திலும், வழிபாட்டு முறையிலும் மட்டுமேயன்றி அவற்றை எதிரொளிக்கும் கலைகளிலும் பல்வேறு மாற்றங்கள் ஏற்பட்டன.

அஜாந்தாக் குகைகள் அவுரங்காபாத்திலிருந்து வடக்கே 65 கல் தொலைவில் உள்ளது. பல குன்றுகளுக்கு இடையில் அமைந்துள்ள இக் குகைகள் இயற்கையெழிலைப் பின்னணியாகக் கொண்டு திகழ்கின்றன. இங்குக் காணப்படும் முப்பது குகைகளின் எண் 9, 10 ஆகிய இரு குகை களும் கி.மு. இரண்டாம் நூற்றாண்டைச் சேர்ந்தவையென்றும், எண் 8,12,13 ஆகியவை இதனை அடுத்த காலத்திற்குரியவையென்றும், ஆக இவ்வைந்தும் ஈனயாணப் பிரிவைச் சேர்ந்தவையென்றும் கூறு கின்றனர். இவற்றுள் எண் 8, 9 குகைகள் வழிபாட்டு மண்டபங்களாக வும் எண் 10,12,13,30 ஆகிய நான்கு மடங்களாகவும் உள்ளன. இவற்றுள் காலத்தால் முந்தியது எண் 10 குகையாகும். இம் மடங்கள் மிகக்குறைந்த நபர்கள் தங்குவதற்கு ஏற்ப அமைந்துள்ளன.

இவற்றைத் தவிர மற்றுமுள்ள குகைகளைக் காலவாரியாகக் கீழ்க்கண்ட ஐந்து பிரிவுகளாகப் பிரிக்கலாம்.

1. எண் 11, 7, 6 ஆகிய மூன்றும் துறவிகள் தங்குவதற்கான மடங்கள் ஆகும். இவற்றின் காலம் கி. பி. 450 க்கும் 500 க்கும் உட்பட்டதாகும்.

2. எண் 15,16,17,18,20 ஆகியவை பெரிய மடங்களாகும். எண். 19 வழிபாட்டு மண்டபமாகும். இவற்றின் காலம் ஏறத்தாழ கி.பி. 500 ஆகும்.

3. எண் 21 லிருந்து 25 வரை உள்ளவை வழிபாட்டு மண்டபங்கள் ஆகும். எண் 26 பெரிய மடமாகும். இவற்றின் காலம் கி.பி. 550 க்கும் 600 க்கும் இடைப்பட்டதாகும்.

4. எண் 1 லிருந்து 5 வரையுள்ளவை பெரிய மடங்கள் ஆகும். இவற்றின் காலம் கி.பி.600 க்கும் 625 க்கும் இடைப்பட்டதாகும்.

5. எண் 27, 28 ஆகிய இரண்டும் மடங்கள் ஆகும். இவற்றின் காலம் கி.பி. 625 க்கும் 642 க்கும் இடைப்பட்டதாகும். எண் 9, 10, 19, 26, 29

ஆகியவை மட்டுந்தான் கோயில் அல்லது வழிபாட்டு மண்டபங்க ளென்றும், மற்றவை மடங்களென்றும் சிலர் கூறுவர்.

மேற்கண்ட கால எல்லைகளை நோக்கும் போது அஜாந்தாவிலுள்ள குகைகள் கி.மு. இரண்டாம் நூற்றாண்டி லிருந்து ஏழாம் நூற்றாண்டின் இடைப்பகுதிவரை தொடர்ந்து பல அரசர்களால் குடையப்பட்டவை. பௌத்த சமயத்தில் பல்வேறு நூற்றாண்டுகளில் தோன்றிய மாற்றங் களையும், இக்குகைகள் கண்கூடாக விளக்கிக் காட்டுகின்றன. சாளுக்கியர் காலத்தில் இவற்றின் புகழ் முகட்டை எட்டி நின்று, அம் மரபில் தலை சிறந்து விளங்கிய மன்னனாகிய இரண்டாம் புலிகேசி (கி.பி. 610 - 642) காலத்தில் பொலிவுற்று விளங்கியது. அம் மன்னன் முதலாம் நரசிம்மவர்மனால் கி.பி. 630 - 668 தோற்கடிக்கப்பட்டு கி.பி 642 ல் இறந்துபட்டான். அவன் கோநகரமான வாதாபியும் பல்லவர் களால் கைப்பற்றப்பட்டு அழிக்கப்பட்டது. இதற்குப் பிறகு அஜாந்தா வில் எத்தகைய குடைவரையும் அமைக்கப்படவில்லை.

மகாயாணக் குடைவரைகள்

மகாயாண மடங்கள் யாவும் தனிப் பாறைகளைக் குடைந்து ஆக்கப் பட்ட தனிச்சிறப்புடையவையாகும். எண் 1,4,16,17,21,23 ஆகியவை மிகச் சிறந்த வேலைப்பாடுடையவையாகும். இவற்றுள் பதினாறாவது எண்ணுள்ள குகை தலை சிறந்ததாகும்.

பதினாறாவது குகை 5 ஆம் நூற்றாண்டின் தொடக்கத்தில் குடையப் பட்ட மடமாகும். இதற்குப் பின்னர் கிட்டத்தட்ட ஒரு நூற்றாண்டு கழித்து கி.பி. 625ல் எண். 1 என்னும் குகை குடையப்பட்டிருக்க வேண்டும். இவ்விரு குகைகளும் ஒரே மாதிரியான அமைப்பை யுடையன. இவற்றின் முற்றம் மிகப் பெரியது. இதே அளவுள்ள மண்டபம் பக்கச் மாடங்களைப் பெற்றுள்ளன. இவற்றைச் சுற்றிலும் 20 குறுந்தூண்கள் உள்ளன. 16ஆம் எண் குகையில் முற்றத்தையும், மண்டபத்தையும் சுற்றிலும் பதினாறு வட்டவடிவிலான சிறு மடங்கள் காணப்படுகின்றன. உட்புறத்தின் கடைசிப் பகுதியில் அகலமான கருவறை ஒன்று உள்ளது. அதில் அமர்ந்துள்ள புத்தரின் உருவச்சிலை உள்ளது.

19-ஆம் எண் குகை

இது பௌத்தக் கோயில் அல்லது வழிபாட்டு மண்டபமாகும். இது தக்க அளவில் அமைக்கப்படவில்லை என்பது தெளிவாகத் தெரிகிறது. இதே போன்ற அளவுடையது தான் 10 வது எண் வழிபாட்டு மண்டப மாகும். கிட்டத்தட்ட இதே முறையில் அமைந்த வழிபாட்டு மண்டபம் 26 வது எண்ணும் ஆகும். ஆகவே பொதுவாக நோக்கும் போது அசாந்தாவிலுள்ள பௌத்தக் கோயில்கள் அல்லது வழிபாட்டுக் குடைவரைகள் யாவும் ஒரே மாதிரியான முறையில் அமைக்கப் பட்டிருப்பதைக் காண்கிறோம்.

எண் 19 ல் வழிபாட்டு மண்டபம் ஒற்றை முக வாயிலைக் கொண்டுள்ளது. உள்ளே நுழைந்ததும் இரு மருங்கிலும் வழிபாட்டு அறைகள் உள்ளன. பிற மண்டபங்களில் வாயிலுக்குப் பதிலாக மூன்று நுழைவாயில்கள் அமைந்திருப்பது குறிப்பிடத்தக்கது. இதன் முன் மண்டபம் அல்லது முற்றத்தைச் சுற்றிலும் தூண்கள் உள்ளன. கூரையி லிருந்து கீழ் சரிந்தவாறு களரி அமைக்கப்பட்டுள்ளது. அதன் பின்புற முள்ள சாளரங்கள் குதிரைக் குளம்பு வடிவில் உள்ளது. இதன் முகப்பு வளைந்து அரிவாள் வடிவில் அழகிய அணிகளுடன் காணப்படுகிறது.

இம் மண்டபத்தின் உட்புறம் குட வடிவில் முடிவுகிறது. பக்கச் சிறையைச் சுற்றிலும் 15 தூண்கள் உள்ளன. இவற்றைத் தவிர நுழை வாயிலைத் தவிர்த்து இரு தூண்கள் உள்ளன. அருகருகே அமைக்கப் பட்டுள்ள அவைகளின் தலைப்பு, போதிகை, பலகை, குடம், அணிச் சோடனை ஆகிய அனைத்தையும் பெற்றுள்ளன. இவற்றிற்கு மேலுள்ள கூரை, சட்டங்களை இணைத்து அமைக்கப்பட்டது போல் கல்லிலே செதுக்கப்பட்டுள்ளது. ஒவ்வொரு பகுதியிலும் புத்தரின் சிற்பம் செதுக்கப்பட்டுள்ளது. இறக்கையுள்ள விலங்குகள், பறக்கும் உருவங்கள் முதலியன புத்தரின் உருவங்களைச் சூழ்ந்துள்ளன.

இவற்றிற்குப் பின்னணியாகப் பின்புறச் சுவரில் புனிதத் தூபம் அமைந்துள்ளது. இது சிறிது உயரமான அரைவட்ட மேடைமீது அமைந்துள்ளது. இதன் இரு புறத்திலும் தூண்களையடுத்து அணி வரிசையும் இரு பக்கத்திலும் காவலர் சிற்பங்களும் அமைந்துள்ளன.

இத் தூபம் கூரையின் உயரத்திற்கு சற்று குறைவாக உள்ளது. உருளை வடிவத்திலான கூரையின் விளிம்பிலும், தூண் மாடங்களிலும் புத்தரின் சிற்பங்கள் செதுக்கப் பட்டுள்ளன. தூபத்தின் மேல் பகுதியில் பார்வை மேடைப் பகுதியை அடுத்துக் குடை மேல் குடையாக மூன்று பகுதிகள் காணப்படுகின்றன. இதனால் இத்தூபத்தின் குடைப்பகுதி யின் உச்சி, கூரையை முட்டி நிற்கிறது.

இருபத்தாறாவது குடைவரை

அஜாந்தாவிலுள்ள 19 ஆவது வழிபாட்டு மண்டபத்தை அடுத்து மிகச் சிறப்பாகவும், நேர்த்தியாகவும் காணப்படும் வழிபாட்டு மண்டபம் 26 ஆவது குடைவரை ஆகும். இது 19 ஆவது குகை தோரா. 50 ஆண்டு களுக்குப் பின் குடையப்பட்டிருக்க வேண்டும். ஆயினும் இதன் பொதுவான அமைப்பு முறைகளையும், கட்டடக் கலையழகையும் நோக்கும்போது கிட்டத்தட்ட 19 வது குகையின் மாதிரியில் உள்ளது. ஆனால், இதில் காணப்படும் அணிகள் அதைவிட மிகவும் நேர்த்தியாக வும், நுண்ணிய வேலைப்பாடுகளுடனும் காணப்படுகின்றன.

19 வது குடைவரையில் காணப்படும் கலை முறை ஒழுங்கு இதில் காணப்படவில்லை. இதிலுள்ள தூபம் வேலைப்பாடுகள் நிறைந் துள்ளன. மிக உயரமான அணி வரிசையில் புத்தரின் உருவம் அமர்ந்த வண்ணம் செதுக்கப்பட்டுள்ளது. இஃது ஒரு மாடக் குழியில் அமர்த்தப் பட்டுள்ளது. எதிரில் ஒரு முற்றம் உள்ளது. இம் முற்றத்திற்கு வெளியி லிருந்து உள்ளே வருபவர்கள் மூன்று பக்கத்திலுள்ள வாயில்களின் வழியாக வரலாம். 19 ஆவது குகையில் ஒரே ஒரு வாயில் மட்டும் அமைந்திருக்க, இதில் மூன்று வாயில்கள் அமைந்திருப்பது குறிப்பிடத் தக்கதாம்.

மேற்கண்ட அசாந்தாக் குகைகளிலுள்ள மடங்கள், வழிபாட்டு மண்டபங்கள் (புத்தர் கோயில்) முதலியவற்றில் ஒரு சிலவற்றை மட்டும் விளக்கினோம். ஈனயாணக்குடை வரைகளில் காணப்பட்ட மரத்தாலான முறைகள் அப்படியே அழகாக எதிரொளிக்கத் தொடங்கி, மகாயாணக் குடைவரைகளில் மிக நேர்த்தியாகக் காட்சி அளித்துக் கல்லிலே கலை வண்ணத்தை காட்டும் கலை வன்மை உயர்ந்த சிறப்பை கண்டோம். எனவே, அசாந்தாக் குகைகளில் குறிப்பாகவும், சிறப்பாக வும் மகாயாணக் கோயில்களில் காணப்படும் பண்புகளைக் ஈனயாணத்

தத்துவத்திலிருந்து மகாயாணம் பிரிந்த பிறகுதான், அசாந்தாவில் காணப்படும் 8, 9, 10, 12, 13, எண்ணுள்ள குகைகள் ஈனயாணத்தின் அடையாளங்களாகவும், மற்றவை மகாயாணத்தின் அடையாளங்களாகவும் திகழ்கின்றன.

இம் மகாயாணச் சின்னங்களில் காணப்படும் பல்வேறு மாற்றங்களையும், கலை நுணுக்கங்களையும் வியக்கின்றோம். இவற்றில் புத்தபிரான் அமர்ந்த வண்ணமும், நின்ற வண்ணமுமாக அணிகளுக்குள் அணியாகவும், அணிகளுக்கிடையிலும் காணப்படுகிறார். இவை போன்ற சிற்பங்கள் அனைவருடைய மனத்தையும் உருவ வழிபாட்டை நாடி அழைத்துச் சென்று, ஈனயாணத்திலிருந்து ஒரு புதிய பாதைக்குத் திருப்பி விட்டது என்பது மறுக்க முடியாத உண்மையாகும்.

21

எல்லோரக் குடைவரைகள்
கி.மு. 580 – 850

புத்தப் பெருமண்டபங்கள் கோயில் மண்டபங்கள்

வடநாட்டிலேயே மிகச் சிறப்பாக காணப்படும் குடைவரைகள் எல்லோராவில் உள்ளன. இவ்வளவு நேர்த்தியாகவும், மிக அகன்ற பரப்பிலும் காணப்படும் குடைவரைகள் வேறு எங்கும் இல்லை. அசாந்தாவுக்குத் தென்மேற்கே 60 கல் தொலைவில் அமைந்துள்ள எல்லோராவில் 34 குகைகள் உள்ளன. இந்த 34 குகைகளில் பன்னிரண்டு பௌத்த சமயக் கலைகளை அடிப்படையாகக் கொண்டும், பதினேழு வைதிக சமயக் கலைகளை அடிப்படையாகக் கொண்டும், ஐந்து சமணக் கலைகளை அடிப்படையாகக் கொண்டும் அமைக்கப்பட்டுள்ளன.

இவற்றில் காலத்தால் பழமையானவை பௌத்தக் குடைவரைகளே. வைதிகக் குடைவரைகள் கி.பி. 8, 9-ஆம் நூற்றாண்டுகளிலும், சமணக் குடைவரைகள் 10, 12-ஆம் நூற்றாண்டுகளிலும் குடையப்பட்டவை. ஆனால், புத்தக் குடைவரைகள் கி.பி.4-ஆம் நூற்றாண்டிலிருந்து கி.பி.7-ஆம் நூற்றாண்டுக்குள் உருவாக்கப்பட்டிருக்க வேண்டுமென்று அறிஞர்கள் கருதுகின்றனர். இங்குக் காணப்படும் 34 குடைவரைகளில் சரிபாதியான பதினேழு குடைவரைகள் வைதிக சமயக் குடைவரைகளாக

காணப்படுவதிலிருந்தும், மீதிப் பாதியில் புத்த, சமணக் கலைகள் காணப்படுவதிலிருந்தும் இக்காலத்தில் அனைத்து சமயங்களும் இயங்குரிமை பெற்றிருந்ததை அறியலாம்.

எண் 1 லிருந்து 12 வரையுள்ள குடைவரைகள் பௌத்தக் குடைவரை களாகும். இப்பௌத்தக் குடைவரைகள் சிறப்பான கலையுறுப்புகளைப் பெற்றுள்ளன. முதலாவது குடைவரை சம சதுரக் குடைவரையாகும். இதனுள் எட்டுத் தனியறைகள் உள்ளன. இது பலர் தங்கும் மடமாகும். இரண்டாவது குடைவரை ஒரு வழிபாட்டு மண்டபம் ஆகும். இது சம சதுர வடிவில் அமைந்துள்ளது. கூரையைத் தாங்கிய வண்ணம் இதன் நான்கு பக்கததிலும் 12 தூண்கள் நிற்கின்றன. தாமரைமீது அமர்ந்து அருளுரை வழங்கும் புத்தரின் சிற்பங்கள் நாற்புறத்திலும் செதுக்கப் பட்டுள்ளன.

அரியணையில் அமர்ந்துள்ள போதி சத்துவர் உருவம் வலக்கையில் அழகிய மலரையும், இடக்கையில் தாமரை மொட்டையும் பிடித் துள்ளது போல் செதுக்கப்பட்டுள்ளது. இக்கூடத்தைச் சுற்றிலும் பக்க அறைகள் காணப்படுகின்றன. இக்குடைவரை முதலில் தங்கும் மடமாக இருந்து பின்னர், தொழுகை மடமாக மாற்றப்பட்டது. இதிலுள்ள இரண்டு அறைகளும் அவற்றில் காணப்படும் தூண் வரிசைகளும் இதனை மெய்ப்பிக்கின்றன.

இக்காலத்தில் ஏற்பட்ட தூண்கள் அடிப்பகுதியில் நாற்சதுர வடிவிலும், மேற்பகுதியில் உருளை வடிவிலும் காணப்பட்டன. இவற்றின் தலைப்புகள் வளைந்து அமிழ்த்தி விடப்பட்ட குடவடிவில் செதுக்கப் பட்டுள்ளன. இத்தகைய தூண்களே இக்காலத்தில் பொதுவாகச் சிறப்புற்று திகழ்ந்தன. இதற்குப் பிறகு அமைக்கப்பட்ட குடைவரை களிலும், கட்டடங்களிலும் இது போன்ற தூண்கள் ஒரு புதிய முறையாகக் கருதி அமைக்கப்பட்டன.

எண் 5 குடைவரை நீள்சதுர மடாலயம் ஆகும். இதில் மொத்தம் 24 தூண்கள் இருக்கின்றன. இவற்றைச் சுற்றிலும் 23 சிற்றறைகள் காணப்படுகின்றன. உட்புற மூலையில் பக்க அறை ஒன்றும், அதனை அடுத்து நாற்சதுர வடிவிலான கருவறை ஒன்றும் உள்ளது. அக்கருவறை யில் அமர்ந்துள்ள புத்தரின் உருவமும், அதனைச் சுற்றிலும் பலர் நின்றவாறும் உள்ளனர். குடத்தின் நடுப்பகுதிவரை மிகவும் குறுகிய

அடுத்தடுத்துள்ள இரண்டு மேடைகள் உள்ளன. அவை இம்மண்டபம் முழுவதும் நீளமாகச் சென்று முடிகின்றன.

கன்னேரிக் குகையிலுள்ள காட்சி மண்டபத்தில் இது போன்ற மேடை ஒன்றுதான் இருக்கிறது. ஆனால் இதில் இரட்டை மேடை மண்டபம் முழுவதும் நீண்டு காணப்படுகிறது. ஆகவே இவை விழாக்கள், சடங்குகள் முதலியன நடக்கும்போது துறவிகள் அமர்வதற்காக இவ்வாறு அமைக்கப்பட்டிருக்கலாமென்பது புலனாகிறது. இவை போன்ற அமைப்புடைய மடாலயங்கள் சிக்கிம், திபெத்து முதலிய இடங்களில் கும்பா என அழைக்கப்படுகின்றன. இவற்றிலுள்ள இரட்டை மேடைகளில் சமய குருமார்கள் ஒருவரை ஒருவர் பார்த்த வாறு இரண்டு மேடைகளிலும் வரிசையாக உட்காருவர். வலப்புறத்தில் பலி மேடை அமைந்திருக்கும். இவ்வாறு இவர்கள் அமர்ந்து நடத்தும் வழிபாட்டுக்கு "மகான் வாதா வழிபாடு" என்று பெயர். அவ் வழிபாட்டு மண்டபத்திற்கு "மகான் வாதா வழிபாட்டு மண்டபம்" என்று பெயர். எனவே எல்லோராவிலுள்ள 5 ஆவது குகை கன்னேரியில் உள்ள காட்சி மண்டபம் (Durbar Hall), திபேத்திலுள்ள மகான் வாதா வழிப்பாட்டு மண்டபம் (Mahanwada Prayer Hall) ஆகிய இரண்டின் பாணிகளையும் இணைத்து அமைக்கப்பட்டதாயுள்ளது.

எண் 6 லிருந்து 12 வரையுள்ள ஏழு புத்தக் கோயில்களும் மடாலயங் களாகவே உள்ளன. ஆனால், இவற்றின் அமைப்புத் தன்மையை நோக்கும்போது வழிபாட்டு மண்டபங்கள் போல் உள்ளன. இவற்றுள் 11 ஆவது குடைவரையும், 12ஆவது குடைவரையும் மிகப் பெரியன வாகவும் அழகாகவும் செதுக்கப்பட்டுள்ளன.

எண் 10 ஆவது குகை ஒரு வழிபாட்டுக் கோயிலாகும். இதுவே இந்தப் பன்னிரண்டு புத்தக் குடைவரைகளில் மிகவும் சிறப்பான கலையழகு டன் செதுக்கப்பட்டுள்ளது. அதனை விசுவகர்மா கோயில் என அழைப்பர். இது மேலே கூறப்பட்ட வழிபாட்டு மண்டபங்களைப் போல் ஓரளவு காட்சியளிக்கிறது. இதன் வாயில் ஓர் மரத்தைச் செதுக்கி அமைக்கப்பட்டதைப் போல் காணப்படுகிறது. இதன் நடுவிலுள்ள தூபத்தின் உயரம் 16 அடியாகும். அத் தூபத்தின் முன்னால் புத்தர் ஞானோதயம் பெறும் நிலையில் அமைக்கப்பட்டிருக்கிறது. விதானங் களில் கந்தருவர், வித்தியாதரர்களின் உருவங்கள் செதுக்கப்பட்டுள்ளன.

பொதுவாக இந்த விசுவகர்மா மண்டபம், முந்தைய வழிபடு மண்டபங்களின் முறையிலும் மெய்ம்மத்திலிருந்தும் வேறுபட்டு மிக உயர்ந்த நிலையில் அமைக்கப்பட்டிருக்கிறது.

எண் 11,12 ஆகிய இரு குடைவரைகளும் இவற்றுள் மிகவும் பெரியவை என்பதைக் கூறினோம். அவற்றிற்கு மிக விசலாமான முற்றங்கள் உள்ளன. 11 ஆவது குகை மூன்று நிலை மாடிகளைக் கொண்ட பெரிய மடாலயமாகும். இம்மாடிகளில் கூடங்கள் உள்ளனவேயொழியத் துறவிகள் தனித்து வணங்கும் தனியறைகள் காணப்படவில்லை.

எண் 12 ஆவது குகையும் மூன்று நிலைமாடம் என்று அழைக்கப்படு கிறது. ஏறத்தாழ 40 துறவிகள் தங்குவதற் கேற்ற வகையில் மண்டபங்கள் இதில் உள்ளன. இதிலுள்ள ஒரு மண்டபம் துறவிகள் தங்குவதற்கும், தொழுகை நடத்துவதற்கும் ஏதுவாய் அமைந்துள்ளது. இதன் மேல் எழுந்துள்ள மூன்று அடுக்குகளும் நீள்சதுர வடிவத்தில் எழுந்து நின்று முடிகிறது. இவற்றின் வெளிப்புறத்தில் காணப்படும் இறவாரம் எண் கோண வடிவில் காணப்படுகின்றன. இதில் காணப்படும் ஒவ்வொருக் கூடத்திலும் அழகிய சிற்ப ஓவிய வேலைப்பாடுகள் காணப்படு கின்றன.

அடியில் உள்ள இறவாரத்தில் தூண்கள் வரிசையாகச் செதுக்கப் பட்டுள்ளன. இது மூன்று பகுதியாக பிரிக்கப்பட்டுள்ளது. ஒவ்வொரு பகுதியிலும் எட்டுத் தூண்கள் என 24 தூண்கள் காணப்படுகின்றன. வலப்புறத்திலுள்ள இறவாரத்தை அடுத்து கூடம் ஒன்றுள்ளது. இது மூன்று பகுதிகளாகப் பிரிக்கப்பட்டு ஒவ்வொரு பிரிவிலும் மூன்று தூண்கள் செதுக்கப்பட்டுள்ளன. இப்பக்க அறையின் கடைசி மூலையில் கருவறை ஒன்று காணப்படுகிறது. இக் கருவறையில் அமர்ந்த வண்ண முள்ள புத்தரின் சிற்பம் உள்ளது. இதன் சுவர்களில் அணி வரிசைகள் செதுக்கப்பட்டுள்ளன. இவற்றைத் தவிர, இக் குடைவரையில் ஒவ்வொரு கூடத்தையும் அடுத்து பக்கவாட்டில் மொத்தம் 12 சிற்றறை கள் காணப்படுகின்றன. அவ்வாறு வலப்புறத்தில் அமைந்துள்ள ஒரு சிற்றறையிலிருந்துதான் மேல் மாடிக்கு செல்வதற்கான படிக்கட்டு அமைந்துள்ளது.

இதன் முதல் மாடி ஐந்து பகுதிகளாகப் பிரிக்கப்பட்டு ஒவ்வொரு பகுதியிலும் எட்டுத் தூண்கள் செதுக்கப்பட்டுள்ளன. ஆக மொத்தத்தில் இதில் 40 தூண்கள் காணப்படுகின்றன. இதன் முகப்பிலுள்ள அறையின் நுழைவாயிலில் இரண்டு தூண்கள் செதுக்கப்பட்டுள்ளன. இதனையடுத்து வட்டவடிவமான கருவறை காணப்படுகிறது. இதில் அமர்ந்த நிலையில் புத்தரின் உருவம் செதுக்கப்பட்டுள்ளது. இம்மண்டபத்தின் சுவர்களும், பக்க அறையின் சுவர்களும் புத்தரின் சிற்பங்களைப் பெற்றுள்ளன.

முகப்பை அடுத்துள்ள இறவாரத்தில் எட்டுத் தூண்கள் செதுக்கப் பட்டுள்ளன. இதனை அடுத்துள்ள கூடம் குறுக்கை வடிவில் அமைந் துள்ளது. இவற்றின் நடுவில் குடம் உள்ளது. இது நீள்சதுரக் கூடமாகும். இதன் நீளப்பகுதியில் பக்கத்திற்கு ஐந்து என இரண்டு பக்கத்திலும் 10 தூண்கள் செதுக்கப்பட்டுள்ளன. நடுவிலுள்ள கூடத்தின் முனையில் சமசதுரக் கருவறையில் நின்ற வண்ணமுள்ள புத்தர் சிலை உள்ளது. இதனைச் சுற்றிலும் நிற்கும் சீடர்களின் உருவங்கள் சுவரில் செதுக்கப் பட்டுள்ளன.

வைதிகக் குடைவரைகள்

(13–ஆவது குகையிலிருந்து 29–ஆவது குகை வரை)

எல்லோரா வைதிகக் குடைவரைகளில் 14 ஆவது குடைவரை இராவணன் குகை என்று அழைக்கப்படுகிறது. 15 ஆவது குகை தசாவதாரக்குகை என்றும், 16 ஆவது சூகை கைலாசம் என்றும், 21 ஆவது குகை இராமர் குகை என்றும், 29 ஆவது குகை சீதா குளியலறை என்றும் அழைக்கப்படுகின்றன. இவ் வைதிக சமயங்களின் குடைவரைகளை அவற்றின் அமைப்புகளைக் கொண்டு கீழ்க்கண்ட நான்கு பிரிவுகளாகப் பிரித்து அறியலாம்.

மிகவும் தொன்மையான புத்த மடங்களின் முறையில் அமைக்கப் பட்டவை இக்குடைவரைகள். ஆனால் இவற்றில் தூண்களையுடைய முற்றமும், உட்புற ஒதுக்கில் கருவறையும் காணப்படும். இதற்குச் சிறந்து எடுத்துக்காட்டு 15 ஆவது குடைவரையான தசாவதாரக் குகையாகும். இக்குகை இரண்டு அடுக்குகளையுடையது. இது எல்லா வகையிலும் புத்த மடத்தைப் போலவே அமைந்திருந்தாலும், இதன்

மண்டபம் மட்டும் தனித்து செதுக்கப்பட்டுக் குடைவரைக்கு முன்னால், குடைவரையின் நடுவில் அமைகின்றது. இந்த அமைப்புத்தான், இதனைப் வைதிக குடைவரை என்பதை தெளிவுபடுத்திக் காட்டுகிறது.

முற்றத்தின் இடப்பக்கத்தில் நுழைவாயில் இருக்கிறது. அதன் வழியாக உள்ளே சென்றால் நாற்சதுரத்தில் ஓர் அறை காணப்படுகிறது. அதனைச் சுற்றிலும் பல சிற்றறைகள் காணப்படுகின்றன. அவை பூசைப் பொருள்களையும் வேறு பல பொருள்களையும் வைப்பதற்குப் பயன்படுத்தப்பட்டிருக்க வேண்டும். கருவறை தனித்துக் காணப்படு கிறது. நான்கு தூண்களை நாற்புறத்திலுமுடைய ஒரு மண்டபம் உள்ளது. இதனைச் சுற்றிலும் இறவார இடைவெளி உள்ளது. இதன் மீது ஏறிச் செல்ல முன்னும் பின்னும் படிக்கட்டுகள் உள்ளன. இது விடை (நந்தி) மண்டபம் எனச் சிலர் கூறுகின்றனர்.

ஒன்றன் மேலொன்றாக அமைந்துள்ள இரண்டு அடுக்கு மாடிகள் புத்த மடாலய முறையில் காட்சியளிக்கின்றன .14 சதுரத் தூண்களையும் உடையது, அடியறையிலிருந்து மேன்மாடிக்குச் செல்லப் படிகட்டுகள் உள்ளன. இந்த மேன்மாடியில் 54 பெரிய தூண்கள் கொண்ட ஒரு பெரிய மண்டபம் உள்ளது. இத் தூண்கள் வரிசைக்கு 9 என 6 வரிசைகளாக உள்ளன. முடிவில் அரைவட்ட வடிவில் முடியும் மண்டபத்தின் முனை யில் இரண்டு தூண்கள் செதுக்கப்பட்டுள்ளன. இவற்றினூடே புகுந்து பக்க அறைக்குச் சென்று அங்கிருந்து வட்டவடிவிலான கருவறையை அடையலாம்.

இதன் தூண்கள் நாற் சதுர வடிவில் பட்டைகள் தீட்டப்பட்டுச் சாதாரணத் தலைப்புகளுடன் காணப்படுகின்றன. இக் கோயிலைக் கூர்ந்து நோக்கும்போது சைவமும், வைணவமும் கலந்து காட்சியளிக் கின்றன. இதில் காணப்படும் சிற்பங்கள் சைவ, வைணவப் பண் பாட்டுக் கூறுகளாக விளக்குகின்றன. தசாவதாரக் கோயில் என இதனை நாம் அழைத்தாலும் இதன் மாடியிலுள்ள கருவறையில் இலிங்கமே மூலவராக அமர்ந்துள்ளார்.

இரண்டாவது பிரிவிலுள்ள குடைவரைகள் கிட்டத்தட்ட மேற்கண்ட பிரிவுகளைப் போல் அமைக்கப்பட்டிருந்தாலும் கருவறை தனித்துக் காணப்படுகிறது. அதனைச் சுற்றிலும் வலம் வரும் சுற்றுப்பாதை (பிராகாரம்) அமைந்துள்ளது. இ.்்து நீண்ட சதுர வடிவில் அமைந்

துள்ளது. எல்லோராவிலும், அவுரங்காபாதிலுமுள்ள புத்தக் குடை வரைகள் இது போன்ற அமைப்பில் காணப்பட்டாலும் இது அவற்றி லிருந்து சற்று மாறுபட்டு காணப்படுகிறது. இம்முறைக்குச் சிறந்த எடுத்துக்காட்டு 14 ஆவது குடைவரையான இராவணன் குகையாகும். இது போன்ற அமைப்பையுடையதுதான் 21 ஆவது குகையான இராமர் குடைவரையுமாகும்.

இராவணன் குகை நீள் சதுர வடிவிலான, முன் பக்கத்திலுள்ள மூன்றில் இரண்டு பங்கு பரப்பில் தூண்களைக் கொண்ட பெரிய மண்டபம் ஒன்று அமைக்கப்பட்டுள்ள தூண்களைச் சுற்றிலும் இறவார இடைவெளி உள்ளது. இவ்விடைவெளி உட்புறத்திலுள்ள கருவறையைச் சுற்றிலும் செல்லுகின்ற பக்கச் சிறையோடு இணைந் துள்ளது. கருவறையின் நுழைவாயில்களில் வாயிற்காப்போரின் சிற்பங்கள் செதுக்கப்பட்டுள்ளன. கருவறைக்குள் துர்க்கை யின் உருவம் என கருதும் சிற்பம் அமர்த்தப்பட்டுள்ளது. இக்கோயில் இத் தேவதைக்காகப் படைக்கப்பட்டதாகும். மண்டபத்தின் சுவர் தூண் களிலும், பக்கச் சுவர்களிலும் ஒரு புறம் சைவச் சிற்பங்களும், மற்றொருபுறம் வைணவச் சிற்பங்களும் காணப்படுகின்றன.

இந்த இரண்டாவது பிரிவுக்கு மற்றொரு சிறந்த எடுத்துக் காட்டாக வுள்ள இராமேசுவரன் குடைவரை மிக எளிய முறையில் அமைந்திருந் தாலும் நுண்ணிய கலை நுட்பத்தோடு செதுக்கப்பட்டுள்ளன. இதன் எதிரில் அமைந்துள்ள அழகிய நந்தி மண்டபம், அதனையடுத்துக் காணப்படும் குட்டையான சுவர் ஆகியன சிறப்பானதாகும். இதன் நடுவிலுள்ள இரண்டு தூண்களுக்கு நடுவில் தொடங்கிப் புகுமுக மண்டபம் வரையில் நேராகச் சென்று முடிகிறது. இதனால் இரு பக்கங்களிலும் கூடங்கள் உருவாக்கப்படுகின்றன. இதன் முப்புறத் திலும் நுழைவாயில்கள் அமைக்கப்பட்டுள்ளன. ஒரு பகுதியிலுள்ள கருவறையில் இலிங்கமே மூலவராக அமர்த்தப்பட்டுள்ளார்; வாயிற் காப்போரும் உள்ளனர். இதிலுள்ள தூண்களின் தலைப்புகள் பௌத்த குகையிலுள்ள தலைப்புகளைப் போல் செதுக்கப்பட்டுள்ளன.

மூன்றாவது பிரிவு குடைவரைகளில் கருவறை மேற்கண்டவாறு தனித்துக் காணப்படினும் மண்டபத்தின் மையத்தில் அமைந்திருக் கிறது. இத்தகையப் பிரிவுக்கும், முறைக்கும் சிறந்த எடுத்துக்காட்டு

சீதையின் குளியலறை ஆகும். இதில் குறுக்கை வடிவில் குறுக்கிலும், நெடுக்கிலுமாக அமைக்கப்பட்டுள்ள மண்டபங்கள் காணப்படு கின்றன. எல்லோராவிலுள்ள 34 குடைவரைகளில் இத்தகைய மண்டப அமைப்பைக் கொண்டது இது ஒன்றே.

இதைப் போல மற்றொரு குடைவரை மேற்குக் கரையிலுள்ள சால்செட் தீவில் இருக்கிறது. சோகேசுவரன் கோயில் எனப்படும் இக் குடைவரை எல்லா வகையிலும் இதனை ஒத்திருக்கிறது. இதைப் போன்ற மற்றொரு குடைவரை எலிப்பெண்டாக் தூமார் குடைவரை யாகும். இது சற்று சீதை குளியலறையைப் போல் காணப்பட்டாலும் வேறுபடுகிறது. எலிப்பெண்டாக் குடைவரையில் முன்புறத்தில் ஒரு நுழைவாயிலும், இரு பக்கங்களிலும் ஒவ்வொரு நுழைவாயிலாக மூன்று நுழைவாயில்கள் காணப்படுகின்றன. சால்செட் தீவிலுள்ள சோகேசுவரி கோயில் கி.பி. 800ல் செதுக்கப்பட்டது.

நான்காவது பிரிவில் குடைவரை முறையில் மட்டும் அமையாமல் கற்றளிப் முறையிலும் அமைந்த குடைவரைகள் உள்ளன. இதற்கு மிகச் சிறந்த எடுத்துக்காட்டு 16 ஆவது குடைவரையான கைலாசநாதர் கோயிலும் நில மட்டத்திற்குக் கீழ் குடைவரைகளைக் கொண்ட குகைகளை எல்லோராவில் கண்டோம். ஆனால், கைலாசநாதர் குடைவரை அவ்வாறு இல்லாமல் நிலமட்டத்திற்கு மேல் கட்டப் பட்டுள்ள கற்றளிக் கோயிலைப் போலவே காட்சியளிக்கிறது.

மிகப் பெரிய பாறையைச் செதுக்கி ஒற்றைக் கல்லினாலான ஒரு மாபெரும் கலைக் கோயிலைப் படைத்திருப்பதுதான் இக் கைலாய மாகும். இது தென் நாட்டு கோயிலைப் போலுள்ளது. எனவேதான் அறிஞர் பெர்சி பிரவுன் "இது திரவிடக் கோயிற் முறையை அடிப்படை யாகக் கொண்டது" என்று கூறுகிறார். இதனைச் செதுக்கிக் குடைந்து சிறப்பாக உருவாக்குவதற்குக் குறைந்தது ஒரு நூற்றாண்டுக் காலம் ஆகியிருக்கும் அறிஞர் பெர்சி பிரவுன் கூறுவதோடு இது, இராட்டிரகூட மரபைச் சார்ந்த முதலாம் கிருட்டிணன் (கி.பி. 768 - 772) காலத்தில் அமைக்கப்பட்டிருக்க வேண்டுமென்று கருதுகிறார். ஆனால் வரலாற்று ஆய்வாளர் சிம்மர் (Zimmer) என்பார் இரண்டாம் கிருட்டிணன் (கி.பி. 879 - 912)கட்டியது என்கிறார். மேலும் சிலர் முதலாம் கிருட்டிணன் காலத்தில் தொடங்கப்பட்டு அவன் இறந்த பின்

இடைக்காலத்தில் பணிகள் நிறுத்தப்பட்டு பின்னர் இரண்டாம் கிருட்டிணன் காலத்தில் நிறைவு பெற்றதென்பர்.

இந்தியாவிலுள்ள ஒற்றைக் குடைவரைகளில் மிகவும் பெரியதும், ஒரே பாறையில் செதுக்கப்பட்ட உலகக் குடைவரைகளில் முதலிடம் பெறுவதும் இதுவேயாகும். முதலில் தரைமட்டத்திலே வலப் பக்கத்தில் மூன்று பெரிய குகைகள் குடையப்பட்டுள்ளன. இக்குடை வரையைக் குடைந்து ஏறத்தாழ 300 இலக்கம் கன அடிக்கற்கள் அப்புறப்படுத்தப்பட்டதெனக் கணக்கிடப்பட்டுள்ளது. இதன் விளையில் சுற்றிலும் இயற்கை அரனாக மலையும் இடையில் இருந்த பெருந்திடர் (பெருந்துண்டு) கோயிலாகவும் உருவாக்கப்பட்டது.

இதனைச் சுற்றிலும் ஒரு பெரிய தாழ்வாரம் அமைந்துள்ளது. இதனுள் நுழைந்து படிக்கட்டுகளில் வழியாக மேலே சென்று வெளிப்புறத்தை யடையலாம். அவ்வெளிப் புறப்பாதை முதன் மாடியைச் சுற்றிலும் செல்கிறது. இது கோபுரத்தின் அடிப்பகுதியாகவும் முதன் மாடியின் அடிமட்டமாகவும் உள்ளது. இதனைச் சுற்றிலும் தான் யானைகள், யாளிகள் ஆகியவை வரிசையாகச் செதுக்கப்பட்டுள்ளன.

உட்புறத்திலுள்ள கூடத்தின் நடுவில் இலிங்க உருவம் அமைக்கப் பட்டுள்ளது. இதற்கு எதிரில் 16 தூண்களைக் கொண்ட ஒரு மா மண்டபம் உருவாகியுள்ளது. அம் மண்டபச் சுவர்களில் இராமாயணக் காட்சிகள் புடைப்புருவில் செதுக்கப்பட்டுள்ளன. இம் மாமண்டபத் திற்கு முன்னால் சதுர மண்டபம் அமைக்கப்பட்டுள்ளது. இஃது ஒரு விடை மண்டபமாகும். இதன் நடுவில் விடையின் சிற்பம் உள்ளது. அதிலிருந்தும் இடப்பக்கமாக வெளிப்புறத்திற்கு வருவதற்கு வழியுள்ளது. அவ்வாறு வந்ததும் பிராகாரத்தையடையலாம்.

இதனையடுத்து இறவார மண்டபத்தில் உமையொரு பாகன், கங்காதரன், திரிபுரமெரித்தவன் முதலிய சிவனாரின் திருவுருவங்களும், திருமாலின் பல உருவங்களும், மாலொருபாகன் உருவமும் காணப்படு கின்றன. கைலாயத்தில் காணப்படும் தூண்களில் தனித்துக் காணப்படும் 51 அடி உயரமுள்ள இரண்டு தூண்களை சிறப்பாகக் கூறலாம்.

விடை மண்டபத்தின் இருபுறத்திலும் தனித்து நிற்கின்ற இத்தூண்கள் அமைப்பிலும், கலையழகிலும் சிறந்த இலக்கணப்படி செதுக்கப்

பட்டுள்ளன. இவற்றில் சிவனாரின் மூவிலை சூலம் பொறிக்கப் பட்டுள்ளதால் இக்கோயில் சிவனாருக்குப் படையலாக்கப்பட்ட தென்பது தெரிகிறது. இந்த தூண்களின் இடது பாகத்தில் கங்கை தேவியின் ஆலயம் முற்று பெறாத நிலையில் உள்ளது. வளை வடைப்புகள் இவற்றின் திராவிட முறையிலும், பலகை அய்கோலிப் முறையிலும் காணப்படுகின்றன. மேலுமுள்ள தூண்களும், சுவர்த் தூண்களும் திராவிட முறையின் வளர்ச்சியிலானவை.

"மாந்தனுடைய அறிவும், மனமும், கரங்களும் ஒன்றிணைந்து செயல்படுமேயானால் மிகவுயர்ந்த இலட்சியத்தையும் கண்கூடாகப் படைத்துக் காட்டலாமென்றும், அதற்கொரு சிறந்த எடுத்துக்காட்டு இக்கைலாயக் குடைவரை" என்றும் அறிஞர் பெரிசி பிரவுன் கூறுகிறார்.

இதில் அமைந்துள்ள சிற்பங்களும், ஓவியங்களும் தொல்கதைகளை யும், இதிகாசங்களையும் அடிப்படையாகக் கொண்டு அமைக்கப் பட்டுள்ளன. கைலாய கோயிலின் சிற்ப நுட்பங்களோ சிற்ப வடிவங் களோ இல்லாத தூண்களையும், சுவர்களையும் காண இயலாது. பல்வேறு கோணங்களில் நிறுத்தப்பட்டுள்ள யானைகளில் சில இன்று சிதைந்து காணப்படுகிறது. இந்த யானை சிற்பங்களே கோயிலை தாங்கி நிற்பது போல் அமைந்துள்ளது காண்பதற்கரியதாகும்.

எல்லோராவின் குடைவரைகளுள் தனிச்சிறப்புடையதாய் காணப்படும் கைலாயக் கோயில் ஆயிரக்கணக்காண சிற்பப் பொலிவுகளைக் காணலாம் ஒவ்வொருச் சிற்பமும் தனித்தனிச் சிறப்போடு திகழ்பவை. தென் நாட்டின் வடநாட்டின் மிகச்சிறந்த இணைப்பு வடிவம் இக்கோயிலாகும்.

சமணக் கோயில்கள்

(33–ஆவது குகையிலிருந்து 34–ஆவது குகை வரை) (கி.பி.750 – 850)

எல்லோராவிலுள்ள குடைவரைகளில் கடைசியாகக் குடையப்பட்ட குடைவரைகள் சமணக் கோயில்கள் ஆகும். இவையாவும் மிகச்சிறிய அளவினவாகவுள்ளன. இவற்றுள் சிறப்புடையது, இந்திரன் சபை சகனாதன் சபை (எண் 34) யும் (எண் 33) யும் ஆகும்.

இந்திரன் சபை

இஃது நெடுந்தூரம் மலையைக் குடைந்து உருவாக்கப்பட்டுள்ளது. இதன் மாடியில் 12 தூண்கள் உள்ளன. அவற்றின் மீது மேற்கூரை நிற்கிறது. மாடியிலுள்ள மண்டபத்தில் 24 சமணத் தீர்த்தங்கரர்களின் சிற்பங்கள் செதுக்கப்பட்டுள்ளன. அம்மண்டபத்தின் நடுவில் இந்திரன் கொலுவிருக்கிறான். அவன் காலடியில் ஐராவதம் நிற்கிறது. எல்லோரா விலுள்ள மண்டபங்களில் மிகச்சிறந்த கலையழகையுடையது இம் மண்டபம்.

சகனாதன் சபை

இது இந்திரன் சபையைப் போலவே செதுக்கப் பட்டுள்ளது. இதன் தரை மட்டத்திலுள்ள மண்டபத்தில் மூன்று கருவறைகள் தனித்தனி யாகக் காணப்படுகின்றன. ஒவ்வொரு கருவறைக்கும் தனித்தனி நுழைவாயிலுள்ளது. இதனையடுத்துள்ள முதன் மாடியில் ஒரு பெரிய கூடம் உள்ளது. இதன் நாற்புறத்திலும் 12 தூண்கள் செதுக்கப் பட்டுள்ளன. இம் மண்டபத்தின் ஒரு முனையில் கருவறை காணப்படு கிறது. அதில் அரியணையில் அமர்ந்த வண்ணம் மகாவீரர் காணப்படு கிறார். இம் மண்டபம் ஏராளமான கலையுறுப்புகளுடன் செதுக்கப் பட்டிருப்பினும் இந்திர சபையைப் போல் மனத்தைக் கவரும் அளவுக்கு இல்லை. சிற்ப நூல்கள் கூறும் தக்க அளவுகள் இன்றியும் இவை செதுக்கப்பட்டுள்ளன.

●

22

அவுரங்காபாத் குடைவரைகள்

பௌத்த மண்டபங்களும் கோயில்களும்
(கி.பி.300–700)

அவுரங்காபாதில் 12 குடைவரைகள் உள்ளன. இப்பண்ணிரு குடைவரைகளில் ஒன்று மட்டும் பௌத்தக் கோயிலாகவும், மற்றவை விகாரைகளாகவும் உள்ளன. இந்தப் பௌத்தக் கோயில் கி.பி. 2 அல்லது 3 ஆம் நூற்றாண்டில் குடையப்பட்டதென்பர். மற்றவை கி.பி.7 ஆம் நூற்றாண்டில் அமைக்கப்பட்டவைகளாக இருக்கலாம்.

அவுரங்காபாத் குடைவரைகளை மூன்று பகுதிகளாகப் பிரித்து அறியலாம். முதலாவது, பௌத்தக் கோயில் அல்லது வழிபாட்டு மண்டபம் ஆகும். இந்த வழிபாட்டு மண்டபம் இங்குள்ள குடைவரை வரிசையில் நான்காவதாக உள்ளது. இது அஜாந்தாவில் காணப்படும் ஈனயாண வழிபாட்டு மண்டபங்களைப் போலவே காணப்படுகிறது. எனவே, ஈனயாணக் காலத்தில் மிகச்சிறிய அளவில் எளிமையாக அமைக்கப்பட்ட வழிபாட்டு மண்டபம் இது என்பதை அறியலாம். இதன் தூபமும் அதே காலத்தில் உருவான கர்லித் தூபத்தைப் போல் குட்டையாகவுள்ளது. இதன் கூரை, சுவர்கள் முதலியவற்றைக் கொண்டும்

இஃது இங்குள்ள குடைவரைகளின் முதலாவதாகக் குடையப்பட்ட தொன்மை வாய்ந்த குடைவரையென்பதை அறியலாம்.

அவுரங்காபாதிலுள்ள மற்றப் பதினோரு விகாரைகளில் எட்டு விகாரைகள் திட்டவட்டமாக மடாலய தகுதிகளுடன் உள்ளன. மற்ற மூன்றும் குறிப்பாக இத்தகைய தன்மைகளைப் பெற்றிருக்கவில்லை. இவற்றில் மூன்றாவது, ஏழாவது குடைவரைகள் அழியாமல் இன்றளவும் சிறப்பாகப் பாதுகாக்கப்பட்டுள்ளன. மூன்றாவது குடைவரையில் தூண்களையுடைய மண்டபமும் அதனையடுத்து ஒரு கருவறையும் காணப்படுகிறது. அதில் சிதைந்த நிலையிலுள்ள புத்தரின் சிலை ஒன்றுள்ளது. பின் சுவரை ஒட்டியுள்ள இச்சிலையின் இரு மருங்கிலும் முறையே ஆண், பெண், பக்தர்கள் மண்டியிட்டு வணங்கு வதைப்போல் சிற்பங்கள் செதுக்கப்பட்டுள்ளன. இச்சிற்பங்கள் கலைஞர்களின் மிகச் சிறந்த கலை நுணுக்கத்திற்கு எடுத்துக்காட்டுகளாக விளங்குகின்றன.

ஏழாவது குடைவரை பிறவற்றைப் போலல்லாமல் ஒரு தனித்த முறை யில் அமைக்கப்பட்டுள்ளது. இதிலுள்ள புனிதவிடம் பௌத்த மண்டபத்தின் கடைசியில் அமைந்திருப்பதற்குப் பதிலாக நடுவில் அமைந்துள்ளது. இதனைச் சுற்றிலும் தாழ்வாரம் காணப்படுகிறது. இதன் அமைப்பை நோக்கும்போது வைதிகக் கோயில்களின் அமைப்பைப் போலாவே உள்ளது. இக் குகையில் பல சிற்பங்களும், வண்ண ஓவியங்களும் உள்ளன. கருவறை மண்டபத்தில் நடன மகளிர் அணி வரிசையும், மற்றும் பல சிற்பங்களும் காணப்படுகின்றன.

●

23

பாக் குடைவரைகள்
கி.மு. 500 – 600

அஜாந்தாவின் வடமேற்கில் ஏறத்தாழ 150 ஆவது கல்லில் அகன்ற அடவிகளுக்கிடையில் பாக் மலைக் குகைகள் காணப்படு கின்றன. இக்குகைகளும் பௌத்த விகாரைகளாகும். அஜாந்தாக் குகைகளைப் போலவே இருந்தாலும் இவை மிக எளிமையாகக் காணப் படுகின்றன. இக்குகைகளிலுள்ள மண்டபங்களின் கடைசிப்பாகத்தில் தொழுகையிடம் அல்லது கோயில் காணப்படுகிறது. பெரிய மடங்கள் போலுள்ள குகை மண்டபங்கள் ஒரு பெரிய அரங்கம் போல் காட்சி யளிக்கின்றன.

இம்மண்டபங்களில் நாற்புறங்களிலும் தூண்கள் நிற்பதோடு, நடுவிலும் வரிசையாக நிற்கின்றன. இக் குடைவரைகள் யாவும் ஒரே காலத்தில் குடையப்பட்டவையல்ல என்பதை இவற்றின் தன்மையி லிருந்து அறியலாம். ஆயினும் இவை கி.பி. 500 க்கும் 600 க்கும் இடைப்பட்டக் காலத்தில் குடையப்பட்டவையென்று ஆராய்ச்சி யாளர்கள் கருதுகின்றனர். இங்குக் காணப்படும் ஒன்பது குடை வரைகளில் பெரும்பாலானவை அழிந்த நிலையிலுள்ளன.

முதலாவது குடைவரை மிகச் சிறியதாகவும், ஒற்றை வழியுடையதாக வும் காணப்படுகிறது. இதனுள் எளிய முறையில் அமைந்த ஒரு

நீள்சதுரக் கூடம் உள்ளது. இதனைச் சுற்றிலும் மற்றப் புத்த மடாலயங் களில் காணப்படுவது போன்ற அறைகளோ, தொழுகையிடமோ, உருவச்சிலையோ, வண்ண ஓவியங்களோ காணப்படவில்லை. ஆகவே இது புத்தத் துறவிகள் வசித்த மண்டபமாக இருக்க வேண்டும். இதன் கூரையை நான்கு தூண்கள் தாங்கி நிற்கின்றன.

இதனையடுத்து இரண்டாவது குகை அமைந்துள்ளது. இக் குகை கி.பி.5 -ஆம் நூற்றாண்டின் தொடக்கத்தில் குடையப்பட்டிருக்க வேண்டும். இது அஜாந்தாவிலுள்ள விகாரைகளைப் போலுள்ளது. இதன் நடுவில் நான்கு தூண்கள் வரிசையாகவுள்ளன.

இக் கோயிலுள்ள கருவறை உயரமான மேடையில் அமைந்துள்ளது. அதனையடைவதற்குப் படிகள் உள்ளன. இதன் முற்றம் சிறந்த அணி களைப் பெற்றுள்ளது. இந்த முற்றத்தில் 8 பட்டைகளையுடைய 6 தூண்கள் உள்ளன. ஓவியங்கள் சிதைந்து காணப்படுகின்றன.

இதன் இறவாரத்தின் இரு மருங்கிலும் புத்தர், கணேசர் போன்ற உருவங்கள் காணப்படுகின்றன, இக் குடைவரை ஒரு புத்தக் கோயிலாக வும், துறவிகளின் மடமாகவும் இருந்திருக்க வேண்டும். துறவிகள் தங்கும் தனி அறைகளுக்குப் பக்கத்தில் புத்த உருவமும், தூபமும் உள்ளன. இக் குடைவரைக்கு மூன்று நுழைவாயில்களும், இரண்டு சாளரங்களும் உள்ளன. இக் குடைவரை சதுர வடிவில் அமைந்துள்ளது.

இதன் கூரையைத் தாங்கி நிற்பதற்கு நான்கு வரிசைகளில் பெருந் தூண்கள் நிறுத்தப்பட்டுள்ளன. இரண்டு தூண்கள் நடுவிலுள்ளன. இப் பெரிய குகையினுள் 24 தனியறைகள் உள்ளன. ஒவ்வொரு அறைக்கும் தனித்தனி நுழைவாயில் உள்ளது. இவற்றுள் 7 அறைகள் வலப்புறத் திலும், 6 அறைகள் இடப்புறத்திலும், மற்றவை பின்புறத்திலும், பக்கவாட்டிலுமுள்ளன. நடுமண்டபத்தின் கடைசிப் பகுதியில் மற்றொரு கூடம் காணப்படுகிறது. இதிலுள்ள இரண்டு தூண்களிலும் சிற்பங்கள் செதுக்கப்பட்டுள்ளன. இந்தக் குகையை இங்குள்ள மக்கள் "கன்னச கும்பா", "பண்டவோங்கிக் கும்பா" என்று அழைக்கின்றனர்.

மூன்றாவது குகை முற்றுப் பொறாத குகையாகவுள்ளது. இது அமைக்கப்பட்டுள்ள தன்மையை நோக்கும்போது துறவிகளின் தலைவர்களும், விருந்தினரும் தங்குவதாக அமைக்கப்பட்டதென்பதை

அறியலாம். இந்தக் குகைக்கு முன்னால் முற்றம் இல்லை. ஆனால் வளை முகப்புள்ளது. அதன் அடிப்பகுதியில் "புலித் தலை" வரிசை யாகச் செதுக்கப்பட்டுள்ளது.

இதனுள் சமசதுர மண்டபம் உள்ளது. இம் மண்டபத்தில் 8 பட்டை களையுடைய 6 தூண்கள் உள்ளன. வலப்பக்கத்தில் நான்கு தனியறைகள் உள்ளன. சில அறைகளில் வண்ணச் சாந்துகள் பூசப்பட்டுள்ளது. இவற்றையடுத்து மற்றொரு பெரிய மண்டபம் காணப்படுகிறது. இவை எல்லாவற்றிலும் புத்தரின் உருவங்களும், மண்டியிட்டுத் தொழு வோரின் உருவங்களும் அழகிய வண்ண ஓவியங்களாய்த் தீட்டப் பட்டுள்ளன. இக்குகையின் பின்புறத்தில் மூன்று வாயில்கள் உள்ளன. அவற்றின் வழியே உள்ளே சென்றால் ஒரு சதுரக் கூடத்தை அடைய லாம். அக் கூடத்தில் நான்கு பெரிய சதுரத் தூண்கள் உள்ளன. இந்தக் கூடம் முடிவு பெறாமல் நிற்கிறது.

இங்குக் காணப்படும் குகைகளில் முதன்மையானது நான்காவது குகையாகும். இதனை "அரங்கமகால்" என்று அழைக்கின்றனர். இதன் நடுவிலுள்ள பெரிய கூடம் சமசதுர வடிவிலமைந்துள்ளது. இக் கூடத்தின் மூன்று பக்கங்களிலும் தனியறைகள் காணப்படுகின்றன. இக் கூட்டத்தில் 38 தூண்கள் உள்ளன. இஃது இரண்டாவது குடை வரையைப் போன்ற அமைப்பையுடையதாயினும் அதனினும் பெரிய தாயுள்ளது. இதன் சுவர்களிலும், பிறவிடங்களிலும் வண்ண ஓவியங்கள் தீட்டப்பட்டுள்ளன. இதில் மற்றொரு பெரிய கூடமும் உள்ளது. இஃது ஒரு தனிக் குகையாகக் காணப்பட்டாலும் இத்துடன் இணைந்தே காணப்படுகிறது. அவையிரண்டையும் நீண்ட இறவார மண்டபம் இணைக்கிறது. இந்த இறவார மண்டபத்தில் 20 தூண்கள் செதுக்கப் பட்டுள்ளன.

நான்காவது குகையை அடுத்து இணைந்தாற்போல் காணப்படும் ஐந்தாவது குகை இதன் இறவார மண்டபத்தில் வலப்புறத்தில் சுவர்த் தூணும் தனியறையும் உள்ளது. இங்குள்ள மக்களும் இதனைப் "பாடசாலை" என்றே அழைக்கின்றனர். இதில் புத்த மடாலயத்தின் முகாமை உறுப்புகளோ அல்லது புத்தக் கோயிலின் புனித சின்னங் களோ காணப்படவில்லை. சுவர்களுக்கு உட்புறத்தில் 36 அடிக்கு ஒரு கற்தூண் இரண்டு வரிசைகளில் செதுக்கப்பட்டுள்ளன. அவற்றின்

தலைப்புகள் வட்டமாகவும், வழவழப்பாகவும் ஆனால், எத்தகைய அணியழகுமின்றிச் செதுக்கப்பட்டுள்ளன. இதிலுள்ள மிகப் பெரிய கூடத்தின் வலப் பக்கத்தில் மூன்று தனியறைகளும், இடப்பக்கத்தில் இரண்டு தனியறைகளும் உள்ளன. வலப்பக்கத்திலுள்ள ஒரு நுழை வாயில் வழியாகச் சென்றால் ஒரு சிறு கூடத்தை அடையலாம். அங்கிருந்து ஆறாவது குகைக்குச் செல்லலாம்.

இந்த ஆறாவது குகை கிட்டதட்ட தங்கும் அறையாகவே உள்ளது. இதற்கு முற்றமோ, இறவாரமோ இல்லை. ஒரு வாயிலும் இரண்டு சாளரங்களும் உள்ளன. இதன் சதுரப் பெருங்கூடத்தைச் சுற்றிலும் நான்கு தனியறைகள் காணப்படுகின்றன. ஒரு கருவறையும் உள்ளது. ஆறு தூண்கள் இருந்ததற்கான தடயங்கள் உள்ளன. சுவரில் வண்ண ஓவியங்கள் இருந்ததின் எச்சங்கள் காணப்படுகின்றன.

ஏழாவது குகை இரண்டாவது குகையைப் போலவே அமைக்கப் பட்டுள்ளது. சதுர வடிவிலான இதில் 20 தூண்களும், 20 தனியறை களும் உள்ளன. இதுவும் இன்று அழிந்த நிலையில் காணப்படுகின்றது. இந்த ஏழாவது குகையோடு இணைந்து எட்டாவது குகையும், அடுத்த, ஒன்பதாவது குகையும் முழுவதுமாக அழிந்து காணப்படுகின்றன.

●

24

குண்டுபல்லி

ஆந்திர மாநிலம் கிருட்டிணா மாவட்டத்திலுள்ள குண்டுபல்லி என்னுமிடத்திலும், விசாகப்பட்டினம் மாவட்டத்திலுள்ள சங்கரம் குன்றுகள் என்னுமிடத்திலும் மிகப் பழைய பௌத்த சமயக் குடை வரைகள் உள்ளன. குண்டு பல்லியிலுள்ள குடைவரையில் உட்புறமுள்ள கூடம் வட்ட வடிவமானது. இதற்கு மேல் எழுந்துள்ள கூரையும் வட்ட வடிவிலான கூண்டாகவுள்ளது. இதிலுள்ள வாயிலின் அமைப்பையும் பிற அமைப்புகளையும் நோக்கும்போது மிகப் பழைய தொடக்க காலக் கட்டடத்தைப் போல் காணப்படுகிறது. இது கி.மு. 200 ல் குடையப் பட்டதாக இருக்க வேண்டுமெனக் கருதுகின்றனர்.

இங்குக் காணப்படும் விகாரை (சங்கராமா) இரண்டு பிரிவாக வுள்ளது. ஒன்று பெரிதாகவும் மற்றொன்று சிறியதாகவும் காணப்படு கிறது. பொதுவாக இவ்விடங்களில் காணப்படும் விகாரைகள், தூபங்கள், கோயில் மண்டபங்கள் ஆகியவை செங்கற்களால் கட்டப் பட்டவையாகவும் பாறைகளைப் குடைந்தாக்கப்பட்டவைகளாகவும் இவை இரண்டும் கலந்து காணப்படுகின்றன.

பிற்காலத்தில் எழுந்த பௌத்தக் கட்டடங்களில் காணப்படும் வழிபாட்டு மண்டபம், வலம் வரும் பாதை, கோயில் மண்டபம், இடைவெளி, கருவறை முதலியன தனித் தன்மையுடன் அமைந்து காணப்படவில்லை.

முகப்பு வளைவுகள், வளைவு வாயில்கள், சாளரங்கள் ஆகியவை களும் கருவறையை அடுத்து மேற்கூடத்தில் காணப்படும் சாளரங்களும் இங்குக் காணப்படும் கட்டடங்களின் சிறப்புத் தன்மைகளாகும். இவற்றை உற்று நோக்கும்போது இவை ஈனயாணப் பிரிவைச் சேர்ந்த தொடக்கக் காலத்தைக் சேர்ந்தவை என்பதை அறியலாம்.

●

25

சங்கரம் குன்றுகள்

சங்கரம் குன்றுகளில் காணப்படும் குடைவரைகள் குண்டுபல்லிக் கட்டடங்களைக் காட்டிலும் பிற்காலத்தில் கட்டப்பட்டவை. இதன் சில பகுதிகள் குப்தர் காலத்தில் கி.பி. 350 ல் கட்டப்பட்டவைகளாகக் காணப்படுகின்றன. இவைகள் குன்றுகளின் உச்சியில் இருப்பதால் இவற்றின் அமைப்புகளும் உருவங்களும் ஓர் ஒழுங்காகக் காணப்பட வில்லை. இங்குக் காணப்படும் கட்டடங்களில் பெரும்பாலானவை ஒரே கல்லினாலான தூபங்களாகவும், பல குடைவரைக் கூடங்களாக வும், ஒரே கல்லினாலான தனிக் கட்டடங்களாகவும் உள்ளன.

இத் தூபங்கள் யாவும் ஒரே வகையான அளவில் செதுக்கப்படவில்லை. உருளை வடிவிலான வளை கூண்டின் மேல் நிற்கின்றன. இவை மேலைக் கடற்கரைப் பகுதியில் காணப்படும் ஈனயாணக் கோயில் மண்டபங்களைப் போலுள்ளன. எனவே தான் இவை கிறித்து காலத் திற்கு முன்பே குடையப்பட்டவையாக இருக்க வேண்டுமென்று சிலர் கருதுகின்றனர்.

சங்கரம் குன்றுகளின் கிழக்குப் பாகத்தில் சதுரமான ஒரு பரப்பில் அடுத் தடுத்து அமைந்து காணப்படும் இத்தூபங்களில் பெரும்பாலானவை, இன்று அழிந்து காணப்பட்டாலும் அவற்றின் அமைப்பின்

தன்மையைக் கொண்டு கட்டடக் கலையின் நுணுக்கங்களை நம்மால் அறிய முடிகிறது. நீண்ட சதுர வடிவில் காணப்படும் ஒரு கட்டடம் விகாரையாக இருந்திருக்க வேண்டும். இதனுள் காணப்படும் ஒரு கூடம் இதில் அரை வட்ட வடிவில் முடியும் மூன்று அறைகள் காணப்படு கின்றன. இவை கோயில் மண்டபங்கள் அல்லது வழிபாட்டு மண்டபங்களாக இருக்க வேண்டும்.

இங்குக் காணப்படும் ஒரே கல்லினாலான பல தூபங்களில் மிகவும் பெரிய, இம் மடாலயத்தின் முன் காணப்படும் 65 அடி விட்டமுள்ள தூபமாகும். இதன் மேற்பகுதி இடிந்து காணப்படுகிறது. இங்குக் காணப்படும் கட்டடங்களின் ஒரு சில பகுதிகளை நோக்கும்போது அவற்றில் காணப்படும் சிற்பங்களை நோக்கும் போதும் அவை மகாயாணப் பிரிவைச் சேர்ந்தவையென்பதையும், கி.பி.450ல் உருவானவை என்பதையும் அறிய முடிகிறது.

பொதுவாக இங்குக் காணப்படும் தூபங்கள் கலை அழகிற்கும் பௌத்த முறைகளுக்கும் பெயர் பெற்றவையெனக் கூற முடியாது. எனவே அறிஞர் பிரவுன் குண்டுபல்லியிலும், சங்கரம் குன்றுகளிலும் காணப்படும் குடை வரைகளைக் கலையழகுக்கும் கைவண்ணத்துக்கும் உரியவையென்று எண்ணாமல் தொல் பொருட் பண்டையக் கலைக் கூறுபாடுகள் என எண்ணிப் போற்ற வேண்டும் எனக் கூறுகிறார்.

கிறித்துவுக்கு பின் தொடக்கக் காலத்தில் பௌத்தக் கட்டடக் கலைக்கு மிகச் சிறந்த எடுத்துக்காட்டுகளாய் எழுந்த அரிய சின்னங்கள் சக்கியப் பேட்டை, பட்டிபுரோலு, கண்ட சாலா, அமராவதி ஆகிய இடங்களில் காணப்படுகின்றன. மிகக் கம்பீரமாகக் காணப்படும் வளை கூண்டு சிகரங்களுக்கடியில் மிகச் சிறந்த வேலைப்பாடுகளுடன் செதுக்கப்பட்ட தூபங்கள் சிறப்பான அமைப்பாகும். இவை வெண்சலவைக் கற்களால் செதுக்கப்பட்டிருப்பது மேலும், சிறப்பூட்டுகிறது. இன்று அவை அழிந்து காணப்பட்டாலும் இவற்றின் அமைப்பு நம்மை வியக்கச் செய்கிறது.

இவ்விடங்களில் தூபத்தின் உட்புறத்திலும் பிற பகுதிகளிலும் சலவைக் கற்கள் பயன்படுத்தப்பட்டிருந்தாலும் அடிமட்டம், மேல் வளைவு மட்டங்கள் முதலியவற்றில் செங்கற்கள் பயன்படுத்தப்பட்டுள்ளன. பட்டிபுரோலு, குடிவாடா ஆகிய இடங்களில் இவை ஒரே தின்மை

யாகக் கட்டப்பட்டுள்ளன. சக்கியப்பேட்டை, கண்டசாலா ஆகிய இடங்களில் காணப்படும் கட்டடங்களில் அமைப்பும் உட்சுவர் களின் அமைப்பும் வேறுபடுகின்றன. கண்டசாலாவில் காணப்படும் கட்டடத்தின் உட்புறத்தில் குறுக்கு நெடுக்குமாகச் சுவர்கள் காணப்படுகின்றன. ஆயினும் இச்சுவர்கள் எல்லாம் நடுவிலுள்ள கும்பத்தைத் தொட்டு முடிவடைகின்றன. வண்டியின் சக்கரத்திலுள்ள ஆரங்கள் யாவும் நடுவிலுள்ள குடத்தில் வந்து முடிவதுபோல் காட்சியளிக்கின்றன. இதனால் இக்கட்டடம் வலிவு பெற்றுள்ளது. பொதுவாக இக்காலத்தில் கட்டப்பட்ட கட்டடங்களில் பயன்படுத்தப்பட்டவை சுட்ட செங்கற்கள் ஆகும்.

செங்கற்களை வைத்துத் தூபங்கள் அடியிலிருந்து முகடு வரை ஒழுங்கான சரிவுடன் கட்டப்படுகின்றன. இவ்வாறு கட்டப்பட்ட தூபங்களில் பட்டிபுரோலுத் தூபம் மிகவும் பழமையானதாகும். கிட்டத்தட்ட இது சாஞ்சித் தூபத்தை ஒத்திருக்கிறது. இதற்குப்பின் கட்டப்பட்ட தூபங்கள் மிக உயரமான மேடையில், அகலமான இடத்தில், அடிமட்டம் தொடக்கமாகிப் போகப் போகத் தக்க அளவில் வளைமட்டம் குறைந்து முகடு முடியுமாறு கட்டப்பட்டுள்ளன. வட நாட்டில் சந்தனக் கற்களைக் கொண்டு கட்டியதைப் போலவே வட நாட்டின் தென்னகத்தில் சலவைக் கற்களைக் கொண்டு இக் கட்டடங்கள் கட்டப்பட்டன. ஆனால் அடிப்பகுதியில் மட்டும் சலவைக் கற்கள் கட்டப்பட்டு மேலே போகச் சுட்ட செங்கற்களைப் பயன்படுத்தி அவற்றிற்குச் சலவைக் கல்லைப் போன்ற வெண்சாந்து பூசினார்கள்.

இதுவரை குடைவரைகளின் தோற்றமும் வளர்ச்சியும் குறித்தும் தூபங்களின் வடிவங்கள் குறித்தும் விரிவாகக் கண்டோம். இனி வட நாட்டில் ஏற்பட்ட பல்வேறு அரசுகள் காலத்தில் தோன்றிய கோயில்கள் குறித்து காண்போம். வட நாட்டு அரசுகள் அவர்களின் கலைக் கட்டடங்களை நமக்கு மௌரியர் காலத்திலிருந்தே காணப்படுகின்றன.

எனவே, கி.மு. 300க்கு முன்பிருந்த மௌரியர் காலம், சுங்கர் காலம், சாதவானர் காலம், குப்தர் காலம், கலிங்கர், கூர்சரர், சந்தலர், காலச் சூரிகள், பராமாரர்கள் காலம் என இறுதியாக விசயநகர காலம் வரையிலுள்ள வளர்ச்சிகளைக் காண்போம்.

26

மௌரியர் காலம் (கி.மு. 325 – 185)

மாவீரன் அலெக்சாந்தர் இந்தியாவை விட்டு வெளியேறிய பின் சந்திரகுப்த மௌரியன் நந்தர்களை வீழ்த்தி மகத நாட்டைக் கைப்பற்றிக் கி.மு. 325 ல் மௌரிய பேரரசை நிறுவினான். இவனுக்கு முன் மகத நாட்டைப் பிம்பிசாரன். அசாத சத்துரு, தர்விகன், உதயன், நந்தி வர்த்தனன், மகா நந்தன் ஆகிய அரசர்களும் மகாபத்மநந்தனும், அவனுக்குப்பின் நவநந்தர்களும் (கி.மு. 375 - 325) ஆண்டார்கள்.

நிலையானதொரு பெரு நிலப்பரப்பை வடநாட்டில் நிறுவியவன் சந்திரகுப்த மௌரியனேயாவான். இக் காலத்தில்தான் கடைசி சமண சமயத் தீர்தங்கரான மகாவீர வர்த்தமானரும் (கி.மு. 539 - 467), பௌத்த சமயத்தை உருவாக்கியவரான கௌதம புத்தரும் (கி.மு. 567 - 487) வாழ்ந்தனர். இக்காலத்தில் சமண, பௌத்தக் கலைகள் சிறப்புற்று விளக்கின. அதனை அடிப்படையாகக் கொண்டுதான் சேம்சு பர்குசனும் இந்தியக் கட்டடக் கலை மௌரியப் பேரரசனின் காலத்தில்தான் சிறப் புற்று விளங்கத் தொடங்கியதென்கிறார்.

அலெக்சாந்தரின் தளபதியான செலுகசு நிகேடர் என்பவரால் மௌரியரின் அரசவைக்கு அனுப்பப்பட்ட தூதுவரான மெகசுதனிசு

மௌரியரின் பாடலிபுரத்தில் பல காலம் தங்கியிருந்து தாம் கண்டவற்றை இண்டிகா என்னும் நூலாக எழுதியுள்ளார். இந்நூலில் மௌரியரின் கலைப் பற்றிப் பல செய்திகளை கூறுகிறார். அண்மையில் பாடலி புரத்தில் தொல்பொருள் ஆய்வாளர்களால் கண்டுபிடிக்கப்பட்ட பலதரப்பட்ட கலைப் பொருள்கள் மெகசுதனிசின் குறிப்புகளை மெய்ப்பிக்கின்றன. இந் நகரைச் சுற்றிலும் மரத்தாலான நூக்கிணைப்புப் (Railings) பாதுகாப்பரண் இருந்ததென்றும், அதனையடுத்து ஒரு அகழி சுற்றரனாய் அமைந்திருந்ததென்றும் குறிப்பிடுகிறார். மேலும் இந்நகரைச் சுற்றிலுமிருந்த பாதுகாப்புச் சுவரில் 570 காவல் நிலைகளும், அறுபது சிறு வாயில்களும் நான்கு பெரிய தோரண வாயில்களும் அமைந்திருந்தனவெனக் கூறுகிறார்.

இதுவரை தொல் குடியினரின் பல்வேறு சடங்கு முறைகளும், வேதத்தில் ஆரியரும் மூழ்கியிருந்த நிலையில் பௌத்த, சமண சமயங்களின் வளர்ச்சியால் கோயில் கலையில் புதிய மாற்றத்தைக் கண்டனர்.

மௌரியர் காலத்திலும், அதற்குச் சற்று முன்பும், வடநாட்டில் பெரும்பான்மையான மக்கள் பௌத்த, சமண சமயங்களையே பின்பற்றினார்கள். பேரா. இரிசுடேவிட்ஸ் (Rhys Davis) என்னும் அறிஞர் "அக்காலத்தில் குறைந்தது எழுபதிலிருந்து எண்பது விழுக்காடு வரை மக்கள் சிற்றூர்ப் புறங்களில் வாழ்ந்தார்களென்றும், ஊர்ப்புறத்து மக்களின் பெரும்பாலோர் பௌத்த சமயத்தையே தழுவினரென்றும், இக் காலத்தில் காந்தகாரிலிருந்து வல்கம் வரையிலும், இமயமலையிலிருந்து கட்சு வளைகுடா வரையிலும், ஏறத்தாழ இருபதுக்கும் குறைவான சிறிய நகரங்களே இருந்தனவென்பதைப் பௌத்த சமய இலக்கியங்களிலிருந்து அறியலா மென்றும்" கூறுகிறார். மௌரியருக்கு முற்பட்ட இந்தியாவில் ஆரியர்களுக்கும், திராவிட பழங்குடியினர்களுக்குமிடையே ஏற்பட்ட இனப் போராட்டத்தின் பலனாகக் குமுகாயம் (சமுதாயம்) பல்வேறு பிரிவுகளாகப் பிளவுபட்டது.

இக்காலத்தில் பிராமணரும், சத்திரியரும் குமுகாயத்தில் மேலான்மை மிக்கவர்களாக காணப்பட்டார்கள். எனவே அதிக அளவு மிகுந்த மற்ற இனத்தவர் சமத்துவத்தை அடிப்படையாகக் கொண்ட சமண பௌத்த சமயங்களை பின்பற்றினார்கள். அசோகரின் தீவிர உழைப்பால் மௌரிய நாட்டு மக்கள் ஒன்றிணைக்கப்பட்டு, ஒரே குடையின் கீழ் வாழ்த் தொடங்கினார்கள். இதற்கு பௌத்த சமயம் முக்கிய காரணியாய் நின்றது.

நகரங்களிலும் ஊர்ப்புறங்களிலும் வாழ்ந்த பௌத்த சமயத்தவர் எண்ணிறந்த பௌத்தக் கோயில்களையும், பௌத்த மடங்களையும் கட்டினார்கள். மௌரிய அரசர்களும், குறிப்பாக அசோகரும் தேசிய வருவாயின் பெரும் பகுதியை இத்தகையக் கட்டடங்களைக் கட்டுவதிலும், கல்வெட்டுகளையும், கல் தூண்களையும் நாட்டி சமயக் கொள்கைகளைப் பரப்புவதிலும் தீவிரமாக ஈடுபட்டனர். மௌரியர் காலத்தில் பௌத்த சமயத்தை அடிப்படையாகக் கொண்டு எழுந்த கட்டடங்கள் யாவும் வட நாட்டுக்கு முற்றிலும் வேறுபட்ட தன்மை வாய்ந்தவை அல்ல என்பதும், அவ்வப்பகுதியில் வசிக்கும் பௌத்த, சமண, வைதிக சமயங்களைச் சேர்ந்த மக்கள் தனித்தனியே தங்கள் சமயக் கோயில்களையோ அல்லது வேறு கட்டடங்களையோ கட்டினாலும் அவை அவர்களின் மரபு வழிக் கலையறிவைக் கொண்டே அமைக்கப்பட்டன என்றும் அறிஞர் இ.பி. ஏவலின் கருத்தாகும். பௌத்த சமயமும், கலைகளும் தொல்குடியினர் சமயத்தையும் கலைகளையும் அடிப்படையாகக் கொண்டவைகளே என்றும் அவர் கூறுகிறார்.

கி.மு. மூன்றாம் நூற்றாண்டில் கட்டப்பட்ட ஊர்ப்புற, நகர்ப்புறக் கட்டடங்களையும் மற்றும் பௌத்தக் கோயில்களையும், மடங்களையும் கூர்ந்து நோக்கும்போது அவை சிற்ப நூல்களில் குறிக்கப்பட்டுள்ள விதிகளின்படியே கட்டப்பட்டதை அறிகிறோம். சிற்ப சாத்திர நூல்கள் கி.பி. ஆறாம் நூற்றாண்டில் தான் தொகுக்கப்பட்டன. ஆயினும், அவற்றால் அறியப்படும் செய்திகள் யாவும் பன்னெடுங்காலத்திற்கு முன்பிருந்தே இந்தியக் கலைஞர்களால் கையாளப்பட்ட கலைச் செல்வங்களாகும் பேரா. இரிசுடேவிட்ஸ், பாலி இலக்கியங்களி லிருந்து கட்டடக்கலை, சிற்பக்கலை போன்ற கலைகளைப் பற்றிக் கூறும் ஆவணங்களை ஆய்ந்து வெளியிட்டுள்ளார். அவ்வாவணங்களில் குறிக்கப்படும் கலையிலக்கணங்கள் இந்நாட்டின் சிற்ப சாத்திரங் களையே எதிரொளிக்கின்றன எனக் கூறுகின்றார்.

பாடலிபுரத்தைச் சுற்றிலும் அமைக்கப்பட்டிருந்த மரத்தாலான சுவர் சாஞ்சிக் தூபத்தைச் சுற்றிலும் அமைக்கப்பட்டுள்ள கல்லாலான வேலியைப் போலாவே குறுக்கும் நெடுக்குமாக நுழைக்கப்பட்டு நூக்கிணைப்பாகக் காட்சியளிக்கிறது. இச்சுவருக்குள் தான் அரசனது அரண்மனையும் பல்வேறு மண்டபங்களும் அமைந்திருந்தன.

உறுதியான மரத்தூண்கள் ஏறத்தாழ பன்னிரண்டிலிருந்து பதின்முன்றடி வரை உயரமுள்ளவை. இவற்றைத் தரை மட்டத்திற்கு மேல் ஒன்பதடி உயரத்தில் செங்குத்தாக நிறுத்தி, உறுதியான மரத்தூண்களில் துளையிட்டு அவற்றினூடே மரத் துண்டுகளைச் செலுத்திக் குறுக்காக இணைத்துள்ளார்கள். கொல்கத்தா அருங்காட்சியகத்தில் பழைய பாடலிபுரத்திலிருந்து (புலாந்திபாக்) தோண்டியெடுத்து வைக்கப்பட்டுள்ள தேக்குமர வேலியைக் காணலாம்.

மரத்தாலான இத்தகைய அரண்மனைகளும், மதில்களும், பலகணிகளும், மாடங்களும், நிலைப் பேழைகளும், படிமேடைகளும் உருவம் சிதையாமல் அவற்றின் போலியாக பிற்காலத்தில் கல்லால் ஆக்கப்பட்டன. அவை கற்களையடுக்கிக் கட்டப்பட்ட கற்றளிகளாக இல்லாமல் கற்பாறைகளைக் குடைந்து செதுக்கப்பட்ட குடைவரைகளாயிருந்தன. எனவே, மௌரியர் காலத்துக் கட்டடக் கலையின் படிவங்கள் தாம் பிற்காலத்து எழுந்த பௌத்த, சமண, வைதிக கற்றளிகள், குகை கோயில்கள் முதலியனவாம்.

மரத்தைப் பயன்படுத்திச் செதுக்கிய கட்டடத்தின் உறுப்புகள் யாவும் பின்னாளில் கற்களில் எதிரொளித்தன. மௌரியர் காலத்துக் கட்டடங்களில் காணப்படும் நூக்கிணைப்பு பௌத்தக் கட்டடத்தின் புனிதச் சின்னமாகக் கொள்ளப்பட்டது. வேத காலத்தில் நுக்கிணைப்பு, பாதுகாப்புக் கருதி அமைக்கப்பட்டது. இதைப் போலவே பௌத்தக் கட்டடங்களில் காணப்பட்ட சாளரங்களுக்கு வெளிப்புறத்தைச் சுவடித்த கூம்பிய அரை வளைவுகள் பின்னால் கற்குகைகளில் மாடங்களாகவும், முகப்பு வாயில்களில் சோடனை வளைவுகளாகவும் நின்றன. எனவே, இவ் வளைவு மாடமும் மௌரியர் காலத்துக் கட்டடத்தின் புனிதச் சின்னமாகக் கருதப்பட்டது.

இக்காலத்தில் கட்டடத்திற்குப் பயன்படுத்தப்பட்ட மரம் முதிர்ந்த தேக்காகும். இம் மரங்களை வேண்டிய அளவு வெட்டிச் செதுக்கிக் கட்டடங்கள் கட்டுவார்கள். வளைவுகள், இணைப்புகள் முதலியன அதிகமாக இல்லாமல் அதற்கேற்றாற் போல் கட்டடங்களைக் கட்டுவார்கள். வளைவுகள், மூலைமட்டங்கள், இணைப்புகள் முதலியன வருமிடங்களில் அவற்றிற்குப் பொருத்தமாக வாரைகளைச் செதுக்கி வளைத்து இணைப்பார்கள். கட்டடத்தின் எல்லாப் பகுதிகளும் மரத்தாலேயே ஆக்கப்படும்.

சுவரிலிருந்து கூரைப்பகுதி வரையில் இணைந்து காணப்பட்டா லும் பலகணிகள், சாளரங்கள், மேற்படிகள், கூரைகள் முதலியன கட்டடத்தின் பல்வேறு உருவங்களும் அதனதன் நிலைக்கும் அளவுக்கும் தகுந்தவாறு சிறிதும் பெரிதுமான மரத்தால் ஆனவை யாகும். இவை கட்டடக் கலை நூலில் குறிப்பிடப்பட்டுள்ள அளவை களையும் அக்கட்டடம் கட்டுவதற்கு முன்னர் வரையப்பட்ட வரை படத்தையும், போடப்பட்ட திட்டத்தையும் அடிப்படையாகக் கொண்டு அமைக்கப்படும்.

நிலத்தில் நாட்டப்பட்ட நெடிய மரத்தூண்களின் மேல் இணைத்த உத்தரங்கள் தொடர்ந்திணைந்து கூரை வரையில் சென்று முடிந்தன. மாற்றம் செய்ய வேண்டிய இடங்களில் இவ்வுத்தரங்களை மையமாகக் கொண்டே குறுக்கும் நெடுக்குமாகச் சட்டங்கள் இணைக்கப்பட்டு உருவ மாற்றங்கள் ஏற்படுத்தப்பட்டன. இதனால் கட்டடத்தின் எப்பகுதியில் எம்மாற்றம் ஏற்பட்டாலும் அதன் எடை அடித்தளத்தில் நடப்பட்டுள்ள கம்பங்களின் மேல் பொருந்தி நின்றது. இத்தனைப் புவியீர்ப்பு மையத்தை அடிப்படையாகக் கொண்டு கட்டப்பட்டன.

மௌரியர் காலத்து மரக்கட்டடங்களில் பூச்சு வேலைக்குச் சுண்ணாம்பு, வண்ணக் குழம்புகள் முதலியனவும் பயன்படுத்தப்பட்டனவென்பு தற்குப் பாலி இலக்கியங்களில் சான்றுகள் காணப்படுகின்றன. மரச் சட்டங்களின் இணைப்புகளில் காணப்படும் சிறு துளைகளை வண்ணப் பூச்சாலும் பெருந்துளைகளை மூங்கிற்பத்தைகளை உள்ளிட்டு அடைத்தும் அழகுற அமைப்பார்கள். காலதர்கள் ஒளியதர்கள், கூடங்கள், படுக்கையறைகள் முதலிய இடங்களில் மூங்கில் தட்டி களைப் பயன்படுத்துவார்கள்.

வேதகாலத்தில் வீட்டின் சுவர், கூரை முதலிய எல்லாப் பகுதிகளையும் இம் மூங்கில்களைக் கொண்டே கட்டினார்கள். உருள் தொட்டி வடிவிலான மூங்கில் கூரை குதிரின் வெளிப்பரப்பைப் போலும், கட்டை வண்டியின் கூரையைப் போலவும் அமைக்கப்பட்டது. இத்தகைய மூங்கில் தொழில் மௌரியர் காலத்தில் சிறப்புற்றிருந்தது. எனவே, மௌரியர் காலத்துக் கட்டடங்கள் முதலில் மூங்கிலாலும், மரத்தாலும் கட்டப்பட்டுப் பின்னர் அவை செங்கல்லாலும் கல்லாலும் கட்டப்பட்டன.

கட்டடக் கலையும், சிற்பக் கலையும் சிறந்த தத்துவத்தை அடக்கி வளரத் தொடங்கிய காலம் மௌரிய மரபின் காலமே. அவ்வளர்ச்சி யின் உச்சக் கட்டத்தைப் பேரரசர் அசோகர் காலத்தில் காண்கிறோம். மௌரியர் காலத்தில் தனது ஆரம்ப வளர்ச்சியைப் பெற்ற பௌத்தக் கலைகள் போதி சத்துவத் தத்துவத்தில் வளர்ச்சியடைந்த போது மிகச் சிறந்த படிமக் கலையின் உச்சத்தையடைந்தது.

புத்தர் பிறந்த கபிலவத்து, மெய்யறிவு பெற்ற கயை, முதல் உபதேசம் செய்த காசி (மான்வனம்), அவர் உயிர் நீத்த குசி ஆகிய இடங்களைப் புனிதஇடங்களாகக் கொண்டு, இவ்விடங்களில் நினைவுச் சின்னங் களைக் கொண்டு, வழிபடலானார்கள். இச்சின்னங்கள் கற்றூண்களாக வும், கோயில்களாகவும், மடங்களாகவும், தூபிகளாகவும் நின்றன. இவைகளிளெல்லாம் புத்தரின் தத்துவங்களும் பிற சின்னங்களும் எதிரொளித்தன. புத்தரின் முற்பிறவிபற்றி வழங்குகின்ற இருபத்தைந்து பிறப்பியக் கதைகளையும் படிம, ஓவிய வடிவங்களில் வடிக்கலா னார்கள். இதனால் பௌத்தக் கலைகள் மேலும் செல்வாக்குப் பெற்று நின்றன.

பௌத்தத்தைப் பின்பற்றி அதனைப் பரப்பிய மன்னர்கள் இத்தகைய சின்னங்களைத் தாங்கள் எழுப்பிய பல்வேறு கட்டடங்களில் படிம, ஓவிய வடிவங்களில் பதித்ததோடல்லாமல் நாணயங்களிலும் வெளி யிட்டார்கள். இவ்வாறு வெளியிடப்பட்டுள்ள நாணயங்களில் போதி மரம், அறச் சகடம், தூபம் ஆகியச் சின்னங்கள் தாம் அதிகமாகக் காணப்படுகின்றன.

இத்தகைய சின்னங்கள் யாவும் தொடக்க காலத்தில் தனித்திருந்தன. பிற்காலத்தில் ஒவ்வொரு கட்டடத்திலும் இவை தனித் தனியாகவும், இணைந்தும், வேறு பல சின்னங் களோடு கலந்தும் வளர்ந்தன. அழகுத் தோரணங்களாகவும் கூட இவை தூண்களிலும், வாயிற் கால்களிலும் கட்டட விளிம்புகளிலும் காட்சியளித்தன. பௌத்தக் கலைகளை ஆயும்போது அசோகர் காலம்வரை இவை ஒரு வகையாகவும் அசோகர் காலத்திற்குப் பிறகு சிறிது மாறுபட்டும் காணப்படுகின்றன.

கி.மு. 280 அல்லது 273 ஆம் ஆண்டிலிருந்து தான் மகத நாட்டில் பௌத்தக் கலைகள் வளர்ச்சியடையத் தொடங்கியதை அறிய முடிகிறது. இதுவரை ஏராளமான வழிபாட்டு முறைகளையும், பலதரப்பட்ட கடவுளர்களையும் பின்பற்றி மூழ்கிக் கிடந்த குமுகாயம் புத்தரின் புதிய

சமயப் பாதையைப் பின்பற்றத் தொடங்கியதும், அச்சமயத்தை அசோகர் தமது பேரரசு சமயமாக மாற்றியதும், வடநாட்டுச் சமய வரலாற்றில் மாபெரும் மாற்றத்தை ஏற்படுத்தியது.

வைதிக சமயத்தின் சின்னங்களையும், உருவ வழிபாட்டு முறைகளையும் இதுவரை பின்பற்றி வந்த மக்கள், பௌத்ததின் புனித எச்சங்களைக் கொண்டு கோயில்களை அமைத்து வழிபடத் தொடங்கினர். அசோகர் கலிங்கப் போருக்குப்பின் பௌத்த சமயத்தைப் பரப்பும் பணியில் தீவிரமாக ஈடுபட்டார். அதன் பலனாகப் பௌத்த சமயத்திற்கு மட்டுமல்லாமல் கலையுலகுக்கும் அரிய செல்வங்கள் குவிந்தன. அவரின் அத்தகைய கலைப் பணியைக் ஆறு பகுதிகளாகப் பிரித்துக் கூறுகிறார் அறிஞர் பெர்சி பிரவுன் அவை முறையே :

1. பாறைக் கல்வெட்டுகள். 2. தூபங்கள். 3. கற்தூண்கள். 4. கல் உருவங்கள். 5. அரண்மனை. 6. குடைவரை மண்டபங்கள் முதலியவைகளாகும். இவற்றுள் மிகச் சிறப்பு வாய்ந்தது தூபமாகும். இதற்கடுத்தபடியாகச் சிறப்புப் பெற்று நிற்பவை ஒரே கல்லாலான தூண்களும், அவற்றில் காணப்படும் கலைப்பாகுபாடுகளும், பண்புகளும் ஆகும். பெரும் பாறைகளைக் குடைந்து அவற்றைக் குகைக் கோயில்களாகக் காட்சியளிக்கச் செய்ததும், கட்டடக்கலையின் எல்லாக் கூறுபாடுகளையும் கொண்டு விளங்கும் பாடலிபுரத்து அரண்மனையும் அசோகர் காலக் கலையுலகின் மிகச் சிறந்த எடுத்துக்காட்டாகும்.

இதுவரை மரத்தையும், மூங்கிலையும் கொண்டு ஆக்கப்பட்ட கலைச் செல்வங்கள் யாவும் அசோகர் காலத்தில் கல்லாலாக்கப்பட்டன என்பது கலையுலக வரலாற்றில் குறிப்பிடத்தக்கது. அசோகர் கி.மு. 273 லிருந்து 232 வரை தாம் ஆண்ட 41 ஆண்டுகளில் தம் முன்னோர்களால் எழுப்பப்பட்ட மரக் கட்டடங்களை கற்களால் அமைத்தார். மேலும் நூற்றுக்கணக்கான சின்னங்களைத் தன் நாடு முழுவதும் கல்லாலும், செங்கல்லாலும் எழுப்பினார்.

"அசோகருக்கு முன் அழகிய கட்டடங்களையும், கலைச் சின்னங்களையும் எவரும் கல்லால் செதுக்கியதில்லை. எனவே, கலை வரலாற்றிலேயே முதன்முதலில் கற்றளிகளையும், குகைக் கோயில்களையும், கற்சின்னங்களையும் ஏற்படுத்திய பெருமை அசோகரையே சாரு"மென வி.ஏ.சுமித் கூறுகிறார்.

மௌரியர் காலகட்டத்தின் அசோகர் காலத்திற்கு முன்புவரை கோயில்கள் மரத்தாலும், மண், செங்கல், சுண்ணம் இவற்றால் ஏற்பட்டதால் அவைகள் இன்று காணக் கிடைப்பதில்லை. ஆனால் அவற்றின் எச்சங்கள் ஏராளமாக கண்டுபிடிக்கப்பட்டுள்ளன.

அசோகர் காலக் குடைவரைகள்

அசோகர் காலத்துக் கட்டடங்களில் சிறந்து காணப்படுபவை குடைவரை மண்டபங்களேயாகும். அவற்றுள் மிகவும் சிறப்பு வாய்ந்தவை கயைக்கு வடக்கில் காணப்படும் பராபர்க் குன்றுகளிலுள்ள ஏழு மண்டபங்களும், அவற்றின் அருகமையில் உள்ள நாகார்ச்சுனக் குன்றுகளிலுள்ள மூன்று மண்டபங்களுமாகும். சீதா மாருதி என்னும் இவற்றில் காணப்படும் பல்வேறு பட்டையங்களிலிருந்து பேரரசர் அசோகரின் ஆணையின்படி "அசிவிகா" எனப்படும் சமணத் துறவிகளுக்காக கி.பி. 245 ல் இவை குடையப்பட்டவை என்பதை அறிகிறோம். மேலும் இவர்கள் பௌத்த சமயத்தை எதிர்ப்பவர்கள் என்பதையும், சமண சமயத்தின் ஒரு பிரிவினர் என்பதையும் இக்கல்வெட்டின் மூலம் அறிகிறோம்.

தனிப் பாறைகளைக் குடைந்து குடைவரை மண்டபங்களை ஆக்கும் கலையில் அன்றைய மக்கள் கைதேர்ந்தவர்கள் என்பதை இப் பழம்பெருங்குகைகள் நமக்கு உணர்த்துகின்றன. முதன் முதலாக வட நாட்டில் குடையப்பட்டவை அவைகள்தாம். இவற்றின் உட்புற அமைப்புகளை நோக்கினால் மரங்களைப் பயன்படுத்திக் கட்டப்படும் அறைகளைப் போலவே காட்சியளிக்கின்றன. பராபர்க் குன்றுகளில் காணப்படும் உலோமாசு இரிசிக் குடைவரை மண்டபமும், சுதாமாக் குடைவரை மண்டபமும் அடுத்தடுத்துக் காணப்படுகின்றன. அவற்றின் உட்புற அமைப்புகளும் ஒரே வடிவில் காணப்படுகின்றன. ஆயினும் உலோமாசுரிசிக் குகை, சுதாமாக் குகையைவிட, சற்று பெரிதாகவும் கலையழகுடனும் காட்சியளிக்கிறது. சுதாமாக்குடைவரை மண்டபம் மொட்டையாகக் காட்சியளிக்கிறது. சுதாமாவிலும், உலோமாசுரிசி யிலும் வாயிற் பக்கம் சிறிது சரிந்து காணப்படுகிறது.

இதனையடுத்து ஒட்டினாற்போல் காணப்படும் வட்ட வடிவிலான அறை உள்ளது. இதன் மேற்கூறை அரைக்கோள வடிவிலுள்ளது. இது வேத காலத்தில் காணப்பட்ட கூறை வீட்டின் உட்புற வடிவிலமைந் துள்ளது.

இக் குடைவரை மண்டபங்கள் உட்புறம் முழுவதும் வழவழப் பாகச் மெருகிடப்பட்டுள்ளது. இம் மெருகிடும் கலை தமிழ் இந்தியத் தச்சருக்குப் புதியதன்று என்பது குறிப்பிடத்தக்கது.

உலோமாசுரிசியின் முகவாயிலின் இருபுறத்திலும் இரண்டு தூண்களை நிற்க வைத்து, அதற்குமேல் முகடு வளைந்து அடிமட்டத்தைத் தொடு மாறு வளைகூண்டு வடிவத்தில் அமைக்கப்பட்டுள்ளது. வளைந்த முகப்பின் விளிம்பிலிருந்து உட்புறம் வாயிற்கால்கள் போல் நிறுத்தப் பட்டுள்ள தூண்கள் வரையிலும், உச்சிக்கு நேர் உள்ள முகப்புப் பகுதி யிலும், துண்டு துண்டாக இணைக்கப்பட்டுள்ள நீள் சதுர வடிவிலான மரத்துண்டுகள் போல் காணப்படுகின்றன. இது வளைவின் வலப்புறம் மூன்றும், இடப்புறம் மூன்றும், உச்சியில் வலப்புறம் இரண்டும், இடப்புறம் இரண்டும், கூம்புப் பகுதி ஒன்றும் ஒவ்வொரு வாயிற் காலுக்கு ஒவ்வொன்றுமாகப் பதின்மூன்று கட்டைகள் இணைக்கப் பட்டது போல் காட்சியளிக்கின்றன. இப்பகுதிகளுக்கு அடுத்த உட்புறத்தில் வாயிற்கால்களுக்கிடையில் நுழைவுவளைவில் வரிசை யாக பக்கத்திற்கு நான்கு என எட்டு யானைகளின் உருவங்கள் செதுக்கப் பட்டுள்ளன. அதற்கு மேல் ஒரு வளைவுச் சட்டமும், அச் சட்டத்தி லிருந்து உச்சிவரை உட்புறத்தில் குறுக்கு நெடுக்காகப் பின்னப்பட்டது போன்ற குடைவுப் பாறையும் அமைந்துள்ளது. நுழைவாயிலின் முகட்டில் சிகரம் போன்று காணப்படு கிறது. நீலகிரி தொல்குடியினரான தோடர்களின் இல்லதின் அமைப்பை போன்று இது காட்சியளிக்கிறது.

நாகார்ச்சுனக் குன்றுகளில் காணப்படும் மிகப்பெரிய குடைவரை மண்டபம் "கோபி மண்டபம். உருளை வடிவத்தில் வாயிற்படிக்கு மேலே காணப்படும் கல்வெட்டிலிருந்து இஃது அசோகருக்குப்பின் மெரியப் பேரரசனான தசரதனின் ஆணைப்படி குடையப்பட்டதென அறிகிறோம். இக்கல்வெட்டும் மற்ற இரண்டிடங்களில் காணப்படும் கல்வெட்டுகளும், அசோகரால் தொடங்கப்பட்ட குடைவரைக் கலையை அவருக்குப்பின் வந்தோரும் வளர்த்தனர் என்பதை காட்டுகின்றன.

27

சாஞ்சிக் கோயில்

இந்த பழமையான கோயிலும் மௌரியர் ஆட்சிக் காலத்தில் கட்டப்பட்டிருக்காலமெனக் கருதப்படுகிறது. இது நீள்சதுர வடிவில மைந்தது. அரைவட்ட வடிவில் முடிகிறது. இக்கோயில் கட்டடம் முழுவதும் உயரமான மேடையின் மேல் கட்டப்பட்டுள்ளது. அனால், இதன் பக்கவாட்டிலுள்ள நுழைவாயில்கள் குடைவரையில் காணப் படும் நுழைவாயில்களைப்போல் அமைக்கப்பட்டுள்ளன. இக் கோயிலின் உட்புறத்தில் இரு மருங்கிலும்முள்ள தூண் வரிசை மேற்புரத்திலுள்ள குடத்தில் சென்று முடிகிறது. முதலில் இக் கோயில் மரத்தால் கட்டப்பட்டுப் பின்னர் அதே முறையில் கல்லால் கட்டப் பட்டிருக்க வேண்டும் என்றும் இதன் உட்புற அமைப்பு மிகப் பழமையான முறையென்றும் கலைஞர்கள் கருதுகின்றனர்.

இக்கோயிலின் உட்புற வட்டத்தையடுத்து வெளியில் 180 அடி நீளமும் 140 அடி அகலமுமுள்ள நீள்சதுர சுற்றுப் பாதை உள்ளது. இப்பாதை ஒரு மேடை மீது அமைக்கப்பட்டுக் கோயிலின் கருவறைக் கட்டடத்தை யொட்டிச் செல்கிறது. இச்சுற்று பாதையின் இரு முனைகளிலும் இறங்குவதற்கும், ஏறுவதற்கும் எதிரெதிராகப் படிக்கட்டுகள் அமைக்கப்பட்டுள்ளன. பிற்காலத்தில் இக்கோயில் அகலப்படுத்தப்

பட்டு நீள்சதுர வடிவிலான கோயிலாக மாற்றப்பட்டுள்ளது. வரிசைக்குப் பத்துத் தூண்கள் என ஐந்து வரிசைகள் நிறுத்தப்பட்டு அவற்றின் மீது தளம் கட்டப்பட்டுள்ளது.

சாஞ்சியிலுள்ள மற்றொரு கோயிலும் (வரிசை எண்: 18) மிகப் பழைய கோயில்களில் ஒன்றாகும். இது மேற்கண்ட கோயில்களைப் போலவே கட்டப்பட்டு உட்புறம் வட்டவடிவில் முடிகிறது. இது முதலில் கி.மு. இரண்டாம் நூற்றாண்டில் மரத்தால் கட்டப்பட்டுப் பின்னர் புதுப்பிக்கப்படும்போது கற்றளியாகக் கட்டப்பட்டிருக்க வேண்டும். இதன் சுவரையொட்டிக் கூரையைத் தாங்கி நிற்கும் வட்ட வடிவிலான தூண்கள் கி.பி.ஏழாம் நூற்றாண்டைச் சேர்ந்தவையென அறிஞர்கள் கருதுகின்றனர்.

●

28

பாரத்

பௌத்த சமயத்தின் கருவூலமாய் "பாரத்" உள்ளது. இங்கிருந்த பௌத்தத் தூபத்தின் பல அரிய சின்னங்கள் அழிக்கப்பட்டு அண்மையி லிருந்த மக்கள் அவற்றை வீடுகள் கட்டுவதற்குப் பயன்படுத்திக் கொண்டிருந்தார்கள். பின்னர் 1773 இல் இக்கோயில் காப்பற்றப்பட்டு பல அரிய கலைச் செல்வங்கள் கொல்கத்தாப் அருங்காட்சி நிலையத் திற்கு அனுப்பப்பட்டன. பாரத்தில் காணப்படும் கட்டடத்தின் சுவர் களில் நூக்கிணைப் பரண்போல் செதுக்கப்பட்ட தூண்கள் வரிசையாகக் காணப்படுகின்றன. இத்தூண்களில் புத்தருடைய பிறப்பியக் கதைகளை அடிப்படையாகக் கொண்டு அவற்றை படிம வடிவில் வடித்துள் ளார்கள். நூக்கிணைப்புகளிலும், தோரண வாயில்களிலும்கூட இத்தகைய பிறப்பியக் கதைப் படிமங்கள் செதுக்கப்பட்டுள்ளன.

பாரத்திலுள்ள இக்கட்டடங்கள் அசோகருக்குப் பின் வந்தோரால் கட்டப்பட்டிருக்க வேண்டுமென்றும், இதில் மௌரியர்களேயல்லாமல் சுங்கர்களும் பெரும் பங்கேற்றிருக்க வேண்டுமென்றும் ஆராய்ச்சி யாளர்கள் கூறுகின்றனர்.

இதன் கிழக்குத் தோரண வாயிலில் காணப்படும் பட்டையத்தி லிருந்து கி.மு. 185 லிருந்து 173 வரை ஆண்ட சுங்க மரபினரால் கட்டப் பட்ட சில பகுதிகளும் குறிப்பிடப்படுகின்றன. சில படிமங்களும், எழுத்துகளும் வடமேற்கெல்லைப் புறங்களில் காணப்படும் "கரோசுதி" மாதிரியில் காணப்படுகின்றன. பல தரப்பட்ட அரிய கலைச் செல்வங்களைக் கொண்டுள்ள பாரத் கட்டடம் கட்டி முடிக்கப் பல ஆண்டுகள் ஆகியிருக்க வேண்டுமாதலால் இவை யாருடைய காலத்தைவையென உறுதியாக கூற இயலவில்லை.

பாரத்தில் காணப்படும் கலைகளில் பெருவாரியாகவும் சிறப்பாகவும் காணப்படும் புத்தரின் பிறப்பியக் கதைகளை அடிப்படையாகக் கொண்டு செதுக்கப்பட்ட சிற்பங்களாகும். சிற்பங்களால் அசாத் சத்துரு, பிரசோ சித்து ஆகிய அரசர்களும் புத்தரோடு கொண்டிருந்த தொடர்பு களும், பௌத்த சமயம் மறு பிறவியிலும், கரும விதியிலும் கொண்டி ருந்த கோட்பாடுகளும் நமக்குத் தெளிவாக விளங்குகின்றன.

வடநாட்டின் பல பகுதிகளில் வழங்கிய புத்தரின் முற்பிறவிக் கதைகளை அடிப்படையாகக் கொண்டு பாரதத்தில் சிற்ப வடிவில் புத்தரின் முற் பிறப்பு வரலாறு வடிக்கப்பட்டுள்ளது. அவ்வாறு காணப்படும் ஏறத்தாழ 25 கதைகளை இங்கு சிற்ப வடிவில் காண முடிகிறது.

●

29

மௌரியர் காலக் கோயில்கள்

புதை பொருளாய்வாளர்களால் அகழ்ந்தெடுக்கப்பட்ட சில கட்டடப் பகுதிகளின் சான்றுகளைக் கொண்டு வடநாட்டில் கி.மு. மூன்றாண்டிலேயே கோயில்கள் இருந்தன என்பதை அறிய முடிகிறது. அஃதாவது மௌரியர் காலத்திலேயே சிறப்புற்று விளங்கிய பல கோயிற் கட்டடங்கள் இன்றைய ஆராய்ச்சியாளர்களை வியப்படையச் செய்கின்றன. பைராத் (Bairat) கோயில் என்பது அத்தகைய கண்டு பிடிக்கப்பட்ட, அழிபட்ட மௌரியர் காலத்துக் கோயில்களில் ஒன்றாகும்.

இராஜஸ்தான் மாநிலத்திலுள்ள ஜெய்ப்பூர் மாவட்டத்தில் பைராத் உள்ளது. இஃது ஒரு வட்ட வடிவமான கட்டடம். செங்கற்களாலும் மரத்தாலும் கட்டப்பட்ட கலப்புக் கட்டடம். இதில் எட்டுப் பட்டை களையுடைய 26 மரத்தூண்களை நிறுத்தி அவற்றின் மீது கூரையமைத் திருக்கிறார்கள். இதன் நுழைவாயில் கிழக்கு நோக்கியுள்ளது. இந் நுழைவாயில் அடுத்த முற்றத்தில் இரண்டு மரத்தூண்கள் நிறுத்தப் பட்டுள்ளன. இக்கோயிலை வலம் வரும் பொருட்டு சுற்றுப் பாதை உள்ளது. இக்கோயிலைச் சுற்றிலும் நீள்சதுர மதில் உள்ளது. இம்

மதிலுக்கு முன்னால் கீழ்த்திசையில் ஒரு திறந்தவெளி உள்ளது. இது மகா மண்டபமாக இருந்திருக்க லாமெனக் கருதப்படுகிறது.

மௌரியர் காலத்தில் குறிப்பிட்ட சில கடவுளர்களுக்குக் கோயில்கள் இருந்தனவா? என்பது சில அறிஞர்களிடையே ஐயப்பாடு உள்ளது. பௌத்தத்தின் மூலக் கூறுபாட்டிலிருந்து தான் இந்துக் கட்டடக் கலையும்,சிற்பக் கலையும், பிறவும் தோன்றினவென்றும், அத்தகைய கலைகளை இந்தியா முழுவதும் பரப்பியவர்கள் மௌரியர்கள்தாம் என்றும் சிலர் கருதுகின்றனர். மௌரியர்களால் பரப்பப்பெற்றவை கலைச் சின்னங்கள், குடைவரைகள், பாறைத்தூண் கல்வெட்டுகள், தூபங்கள் முதலியனவாகும். பாடலிபுர அரண்மனை, சாஞ்சிக் கோயில் போன்ற கட்டடங்களும் இருந்தன. இவர்கள் காலத்தில் மரத்தச்சர்கள் கல்தச்சர்களாக மாற்றம் கொண்டு சிறந்தக் கைத்திறன் படைத்தவர்களாக விளங்கினார்கள்.

மரக்காலத்தின் படிகளாகத்தாம் கற்களில் தோன்றிய கலைகள் படைக்கப் பெற்றன. அத்தகைய மரக்காலத்திலேயே இந்தியா முழுவதிலும் கோயில்களும், பிற கட்டடங்களும் கட்டப் பெற்றன. எனவே, பௌத்தம் தோன்றுவதற்கு முன்பாகவே இந்தியாவெங்கிலும் கட்டடக் கலையறிவும், கோயில் எடுக்கும் சிந்தனையும் சிறப்புற்றிருந்தன. புத்தரும், பௌத்த சமய நூல்களும் அத்தகைய பல தெய்வங்களை வழிபடும் முறையையும், அவற்றிற்குக் கோயிலெடுக்கும் முறையை யும் கண்டிருக்கிறார்கள். ஆகவே கோயில் என்பது பழங்காலத்திற்கு முன்பே நம் நாட்டில் நிலைபெற்று விட்ட ஒன்றாகும். அது முதலில் மண்ணாலும், மரத்தாலும், பின்னர் குடைவரைகளாகவும், கற்றளிகளாக வும், இவற்றின் கலப்புகளாகவும் கட்டப் பெற்றது. எனவே, மௌரியர் காலத்தில் மகத நாட்டிலும் பிற பகுதிகளிலும் பௌத்தம் பரவுவதற்கு முன்பு எழுந்தக் கோயில்களும், பௌத்தம் பரவியபின் எழுந்தக் கோயில்களும் இருந்தன என்பதை ஏற்றாக வேண்டும்.

கி.மு. முதல் நூற்றாண்டில் வாழ்ந்த நாகசேனர் என்ற பௌத்த அறிஞர் "மிலிந்தபானம்" என்னும் தமது நூலில் பௌத்தர்கள் வெறுத்தொதுக்க வேண்டிய எட்டு இடங்களைக் குறிப்பிடுகிறார். அவற்றுள் உருவ வாழிபாடு செய்யுமிடமும் குறிப்பிடப் பெறுகின்றது. இது கோயில் கட்டடமாகத்தானிருக்க வேண்டும். ஏனெனில், அவர் குறிப்பிடும்

பிறவிடங்களான பாலங்கள், குளியல் கட்டடங்கள், பெருவழிப் பாதைகள் முதலியவற்றை நோக்கும்போது சிறந்த கட்டடக் கலை யறிவும் அவர் காலத்திற்கு முன்பிருந்தே இருந்து வருகிறது என்பதா லும், அத்தகையக் கட்டடங்களில் ஒன்றாகத்தான் கோயிலும் அமைந் திருக்க வேண்டுமென அறியலாம். பௌத்தம் வளர்ந்து சென்ற போக்கை அறியும்போது இத்தகையக் கோயில்கள் கங்கைச் சமவெளியில்தான் அக்காலத்தில் அதிகமாக இருந்ததென்பதை அக்கால மரபுகளைக் கொண்டு அறியலாம்.

கி.மு. ஆறாம் நூற்றாண்டில் தோன்றிய புத்தர் தன் மாணவனாக அம்பத்தன் என்பவனை அழைத்து தீக்கடவுளுக்குக் கோயிலெடுத்துப் பணிபுரிவதாலேயே ஒருவன் மெய்யறிவு (மெய்ஞ்ஞானம்) பெற்றுவிட முடியுமாவென வினவித் தமது மெய்ப்பாட்டியலை விளக்குகிறார்.

பௌத்தச் சான்றுகளேயன்றி மனுசுமிருதி போன்ற இதிகாசங்கள் முதலியவற்றிலும் தொல் பழங்காலத்திலேயே கோயில்கள் இருந்தன வென்பதை அறியலாம். மெக்சுதனிசு தமது இண்டிகாவில் மௌரியர் கால ஆட்சி முறையைப் பற்றி விவரிக்கும்போது பொதுக் கட்டடங் களைப் பழுது பார்க்கவும், விலைவாசிகளை ஒழுங்குபடுத்தவும், கடைவீதிகள், துறைமுகங்கள், கோயில்கள் ஆகியவற்றின் மீது தக்க கவனஞ் செலுத்திப் பாதுகாக்கவும் தனித் தனித் துறைகள் இருந்ததென் கிறார்.

சாணக்கியர், தமது அர்த்த சாத்திரத்தில் "குமாரி" எனப்படும் போர்த்தேவதைக்கு எழுப்பப்பெற்ற கோயிலைக் கீழ்க்கண்டவாறு விவரிக்கிறார். "மிகப் பெரிய பரப்பளவில் அமைக்கப்பட்ட குமாரி கோயிலின் வாயிற்படிக் கதவுக்குமேல் ஒரு பெரிய பாரமான கல் இருக்கும்... அவன் கோயிலுக்குள் நுழைந்தவுடன் கடைசி மேல்மாடி யில் சுவரோடு முட்ட வைத்திருக்கும் ஒரு கனமான தடி தடாலென்று அவன் தலையில் விழும்..." இக் கூற்றிலிருந்து அக்காலத்தில் பல்வேறு கடவுளர்களுக்குக் கோயில்கள் எடுக்கப்பட்டன என்பதையும், அவைகள் பல மாடிகளாகக் கட்டப்பட்டனவென்பதையும், பல அறைகளையும், பல்வேறு உறுப்புகளையும் உடையனவாயிருந்தனவென்பதையும் அறியலாம்.

ஆகவே, கி.மு. 4 ஆம் நூற்றாண்டிலிருந்த கோயில்கள் பிற்கால வைதிகக் கோயில்களைப் போலவே இருந்தனவென்றும், ஆனால் அத்தகையக் கோயில்கள் இன்று வரை நம்மால் கண்டுபிடிக்கப்பட வில்லை. மௌரியர் காலத்தில் வைதீகக் கோயில்களே இல்லை யென்றும் கூறிவிட முடியாது. சாதி வேற்றுமைகளையும்,பல கடவுளர் கொள்கையையும் உருவ வழிப்பாட்டையும், காவு (பலி) கொடுக்கும் வழக்கத்தையும் எதிர்த்து எழுந்ததுதான் சமண பௌத்த சமயங்கள்.

புத்தர் தோன்றுவதற்குப் பன்னெடுங்காலத்திற்கு முன்பே நிலைபெற்று இந்தியக் குமுகாயத்தைப் பல்வேறு கூறுபாடுகளாக்கிப் ஆரியரை உயர்த்தியதால்தான் புத்தர் ஆரியர்களையும், அவர்களின் கோட்பாடு களையும் வெறுத்துரைக்கிறார். பௌத்தத்தைப் பின்பற்றிய மௌரியர்கள் இத்தகைய வைதிக சமயக் கோயில்களுக்குச் சிறப்பிடம் அளிக்கவில்லை.

மௌரியர் காலத்தில் சுற்று வேலிகள் முக்கியமானது. இவற்றின் தூண்களில் அடுக்கடுக்காகக் காணப்படும் முனைகளை நோக்கும் போது வேதகால ஊரைச் சுற்றிலும் போடப்பட்ட நூக்கிணைப்பு வேலிக் கம்பத்தின் வளர்ச்சி பெற்ற நிலையைக் காண முடிகிறது. வேதகாலத்து நூக்கிணைப்பு வேலித் தூணின் குறுக்கே மூன்று துளைகளிடப்பட்டு, மூன்று குறுக்கு கம்புகளே பொருத்தப்பட்டுள்ளன. மெகசுதனிசு பாடலிபுரம் மட்டுமேயல்லாமல் பௌத்தக் கோயில்களும் கட்டடக் கலையில் மிகச்சிறந்து காட்சியளிப்பதாக இண்டிகாவில் எழுதியுள்ளார்.

பௌத்தக் கட்டடங்களைச் சுற்றிலும் இத்தகைய நூக்கிணைப்பு அரண்கள் அமைந்திருப்பதையும் அல்லது அதுபோன்று நூக்கிணைப்பு அரண்கள் கட்டடங்களைச் சுற்றிலும் செதுக்கப்பட்டிருப்பதையும் குறிப்பிடுகிறார்.

சாஞ்சிக்கோயில் கோபுரவாயில், புத்தரின் பிறப்பிட மான கபிலவஸ்து, பரிநிருவாணமடைந்த குசிநகரம் முதலியவற்றைச் சுற்றிலும் இத்தகைய அரண் காணப்படுகிறது. மேலும் புத்தரின் வாழ்வோடு தொடர்புள்ள உருவேலா, மகதம், காசி, இராசகிருகம் முதலிய இடங்களிலெல்லாம் அமைக்கப்பட்டிருந்த நகரங்களும் அரண்மனைகளும் மிகச் சிறந்த பாதுகாப்பு வேலிகளையும் மதில்களையும் பெற்றிருந்தன.

இவ்வரண்கள் அசிரியர்கள் (Assyriars) கட்டிய அரண்களைவிட உறுதியானவை என்று மெகசுதனிசு கூறுகிறார்.

சுற்றரண் அமைப்பில் முதன்மையானது முகப்பிலுள்ள நுழைவாயிலாகும். இதன் உச்சியில் மேற்கூறிய நூக்கிணைப்பு இருந்தது. குசி நகரத்தில் பேரரசர் பிம்பிசாரர் உலாவருவது போலக் காட்சியளிக்கும் சுவரிலும் இத்தகைய நூக்கிணைப்பு காணப்படுகிறது.

பாடலிபுர நகர அமைப்பு முழுவதும் மரத்தால் அமைக்கப்பட்டது என்றாலும் இத்தகைய மதில்களும் பாதுகாப்பணைகளுங்கூட வலுவான மரத் திம்மைகளாலேயே அமைக்கப்பட்டது.

●

30

தூண்கள்

வடநாட்டுக் கோயில் கட்டடக் கலை வரலாற்றில் தூண்களைப் பற்றி அறிய வேண்டியது இன்றியமையாததாகும். அசோகர் காலத்திலும், அதற்குப் பின்னும் இத்தூண்கள் கொடிமரம் அல்லது புனிதக் தூண்கள் என்று அழைக்கப்பட்டதையறிகிறோம். இக்கொடி மரங்கள் புனித இடங்களைக் குறிப்பதற்காகவும், புனிதச் சின்னங்களை யும், வெட்டெழுத்துக்களையும் தாங்கி நின்றன.

மற்றொரு வகைத் தூண்கள் கட்டடங்களைத் தாங்கி நிற்பதற்காகக் கட்டடத்தின் ஒரு பகுதியாகவே அமைக்கப்பட்டன. பெரும்பாலான தூபத்தூண் தனியாகவும், தனிக்கல்லில் செதுக்கப்பட்டவைகளாகவும் காணப்படுகின்றன.

அசோகர் காலத்து இத்தகைய தூண்களில் புத்தருடைய போதனைகள் பொறிக்கப்பட்டன. பௌத்த சமணக் கோயில்களின் தலைவாயில்களின் இரு பக்கங்களிலும் அசோகர் காலத்தில் நாட்டப்பட்டன. இத்தகையத் தூண்கள் வேத காலத்தில் அரசனது வேள்விக் குழிக்கருகில், குறிப்பாகப் பரிவேள்விக் குழிக்கருகில், நடப்பட்டன. அரசனது வேள்வி மேடை யின் புனிதச் சின்னமாகப் பிற்காலத்தில் இவை எல்லாக் கோயில்

களிலும் முதன்மையிடம் பெற்று விட்டன என்று இ.பி.ஹேவல் கூறுகிறார்.

எத்தகைய கலையழகும் இல்லாமல் மிக எளிமையாகக் காணப் படும் தூண்களிலிருந்து, பல ஆயிரம் கருத்துகளையும், மெய்ம்மங்களை யும் விளக்கும் தூண்கள்வரை பலதரப்பட்ட தூண்கள் அசோகர் காலத்தில் செதுக்கப்பட்டன. அசோகருக்கு முந்தியக் காலத்தில் கொடிக் மரமும், கட்டடத் தூண்களும் மரத்தாலானவைகளாக இருந்திருக்க வேண்டும். அசோகர் குடிமக்களுக்குப் புத்தரின் போதனைகளை விளக்குவதற்காக இத்தகைய கல் தூண்கள் பெரிதும் பயன்பட்டன. வட நாட்டில் காணப்படும் கற்றூண்களில் மிகவும் தொன்மையானதும் ஒரே கல்லினால் (Monolithio) செதுக்கப்பட்டதும் அசோகருடைய கல் தூண்களேயாகும். இத்தகைய அசோகரின் கல்தூண்களின் எண்ணிக்கை 36 ஆகும். இவற்றில் பத்துக் தூண்களில் அவருடைய பட்டையங்கள் காணப்படுகின்றன. இவ்வாறு பட்டையங்கள் பொறிக்கப்பட்டு அழிவுறாமல் காணப்படும் ஆறு கற்றூண்களில் இலெளரியா - நந்தன்காரில் மிகவும் சிறப்புடன் காணப்படுகிறது.

அடி மட்டத்தில் அகன்றும், போகப்போகக் குறுகியும் காணப்படும். இதன் அடிப்பகுதி மெருகிடப்பாமல் மேற்பகுதி நன்றாக மெருகிடப் பட்டு வெட்டெழுத்துகள் காணப்படுகின்றன. இதன் தலைப்பில் நீலோற்பல மலரின் வடிவமும், அதன் மேட்டில் பின்னங்கால்களை மடக்கி அமர்ந்து, முன்னங்கால்களில் நின்று, கம்பீரத்தோடு உரமும் சிங்க உருவமும் இருக்கிறது. அசோகரின் பிற தூண்களைக் காட்டிலும் தலை சிறந்த அழகும், பொலிவுமுள்ளதாகும் சில இத்தூணுக்கு நேர் மாறான கலை கூற்றை தூண் ஒன்று, முசஃபர் பூருக்கண்மையில் பக்கிரா (Bakkhira) என்னுமிடத்தில் காணப்படுகிறது. இக்கற்றூண் இக் கலையின் தொடக்கக் கட்டத்தில் செதுக்கப்பட்டிருக்க வேண்டுமெனக் கருதலாம்.

இலெளரியா - நந்தன்காரில் இருப்பது போலவே மற்றோர் அழகிய கற்றூண் உரூமின்தாயிலுள்ளது. சாங்குசா என்னுமிடத்தில் மற்றொரு கற்றூணின் தலைப்பில் முகஞ் சிதைந்த யானையின் சிற்பம் உள்ளது. இராம்பூர்வாவிலுள்ள கற்றூண்களின் தலைப்பொன்றில் எருதின் உருவமும், மற்றொன்றில் சிங்கத்தின் உருவமும் காணப்படுகிறது.

டாக்டர்.வி.ஏ. சிமித், சாரநாத்துத் தூபத்தின் அருகில் காணப்படும் கற்றூண்கள் கி.மு. 242 ல் அசோகரால் செதுக்கப்பட்டிருக்க வேண்டும். புத்தர், தான் போதித்த தருமத்தின் சின்னமான தரும சக்ககரம் மிக அழகுடனும், பொலிவுடனும் பொறிக்கப்பட்டுள்ளது. ஒரு கற்றூணின் தலைப்பில் நான்கு சிங்கங்கள் நாற்றிசைகளையும் நோக்கி இணைந்து நிற்கின்றன. அவை நிற்கும் மேடையைச் சுற்றிலும் அசோகரின் தரும சக்கரங்களும், சக்கரங்களுக்கிடையில் எருது, யானை போன்ற விலங்குகளும் மிக அழகிய தோற்றத்துடன் காட்சியளிக்கின்றன.

சாரநாத்தில் உள்ளது போன்ற மற்றொரு கற்றூண் சாஞ்சித் தூணுக்கு அருகில் காணப்படுகிறது. இதன் தலைப்பில் காணப்படும் மூன்று சிங்கங்களின் உருவங்களும், அவற்றின் தலைகளுக்கிடையில் காணப்படும் தரும சக்கரமும், தூணில் காணப்படும் வெட்டெழுத்துகளும் கிட்டத்தட்ட, சாரநாத் கற்றூணையே ஒத்திருக்கின்றன. இது கி.மு. 232 ல் செதுக்கப்பட்டிருக்க வேண்டுமென்றும் கருதப்படுகிறது.

கல்லில் செதுக்கப்படும் தனித்தன்மை வாய்ந்த சில உறுப்புகளை அமலகா அல்லது அமலசிலா என்று பண்டைய இந்தியக் கலை நூல்கள் அழைக்கின்றன (அமலா - தூய்மை; சிலா - கல்) அல்லது ஆமலகம் என்னும் சொல் நெல்லிக் கனியை குறிக்கும். நெல்லிக்கனி போன்ற வடிவத்தை கொண்டதால் இப்பெயர் ஏற்பட்டதென்றும் கூறுவர். எனவே கற்களைச் செதுக்கித் தூண்களையமைத்து இத்தகைய வடிவங்களை, உருவாக்குவது பண்டைய இந்தியாவின் மரபுவழித் தச்சர்களுக்கு கைவந்த கலையாகுமென்பது தெளிவாகிறது. மௌரியர் காலத்து தூண் தலைப்புகளில் காணப்படும் வடிவங்களுக்கும் தமிழர்களின் தூண் தலைப்புகளில் காணப்படும் வடிவங்களுக்கும் நிறைந்த வேறுபாடுகள் உள்ளன.

●

31

தூபங்கள்

தூபங்களின் அமைப்பு

தூபங்களை வடநூலார் சரீரிக ஸ்தூப் (Saririka Stupa) என்பர். இதன் பொருள், உடலெச்சங்களைப் புதைத்துக் கட்டப்படும் நினைவுச் சின்னம் என்பதாகும். அரசர்கள், யோகிகள், அறிஞர்கள் ஆகியோரைப் புதைத்து, அப்புதைவிடத்தில் எழுப்பப்பட்ட சின்னங்களையே ஸ்தூபி என்கின்றனர். இத்தகைய தூபிகளைப் பற்றி இராமாயணத்திலும், மகா பாரதத்திலும் குறிக்கப்பட்டுள்ளது. முதலில் சாதாரண மண்ணால் கல்லறை மேடு எழுப்பப்பட்டது. பின்னர், செங்கல்லாலும், கருங் கல்லாலும் தூபம் அமைக்கப்பட்டது. முதலில் உயரம் குறைவாகவும், நாற்கர வடிவிலும் கட்டப்பட்ட இவை பின்னர் நீள்சதுர வடிவிலும், உயரமாகவும் கட்டப்பட்டது. இதன் அடிமட்டம் பிற்காலத்தில் சமசதுர வடிவிலும் வட்ட வடிவிலும் அமைக்கப்பட்டு அடுக்கடுக்காக அமைக்கப்பட்டது.

அடிமட்டம் (பாதா)

முன்கூறியவாறு சதுர அல்லது வட்ட வடிவத்தில் தரை மட்டத்தில் கட்டடத்தின் அடிப்பகுதி அமைந்து, பின்னர் அடுக்கடுக்காக வளர்ந்து

செல்லும், தொடக்க வளர்ச்சியும், தரைமட்டமும் சேர்ந்துதான் அடி மட்டம் எனப்படுகிறது. இவ்வடித்தளம் திடமான கற்களைப்பதித்து உருவாக்கப்பட்டது.

தளம் (மேதி)

அடிமட்டத்திற்கு மேல் மாடங்களாக வளர்ந்து செல்லும் பகுதி களையே தளங்கள் அல்லது மேதி என்கிறோம். முதல் தளத்தைச் சுற்றிலும் இடம் ஒதுக்கப்பட்டிருக்கும். இவ்விடம் தூபத்தை சுற்றி வலம் வருவதற்காகப் பயன்படுத்துவார்கள். எனவே தான் இதற்குத் திருச்சுற்று (பிரதட்சனை) என்று பெயர். முதல் தளம் மூன்று வட்ட மடிப்புகளை உடையது. உருண்டைக்கு மேல் மற்றோர் உருண்டையை அழுத்தி வைத்தாற்போல் இது காணப்படும். வலம் வரும் பாதையைச் சுற்றிலும் குறுக்கும் நெடுக்குமாக இணைந்த வேலி காணப்படும். தளங் களுக்குச் செல்ல படிக்கட்டுகள் அமைக்கப்பட்டிருக்கும்.

வேதி

வேலியைத் தான் நூக்கிணைப்பு அல்லது வேதிகா என்பர். இவ்வேலி யில் மூன்று சிறப்பான உறுப்புகள் உள்ளன. அடிமட்டத்திலுள்ள அடிமட்டப்பகுதி, நூக்கிணை அடிமட்டம் எனப்படும். வேலியில் சுற்றிலும் நடப்பட்டுள்ள தூண்கள் தக்க இடைவெளியிடப்பட்டுச் செங்குத்தாக நடப்பட்டிருக்கும். இத்தூண்களினூடே குறுக்காக நுழைந்து செல்லும் குறுக்குக் சட்டங்கள் நோராக நடப்பட்டுள்ள தூண் களைப் இணைந்து நிற்கும். ஆக மொத்தத்தில் அடிமட்டப் பகுதி, வரிசையாக நடப்பட்டுள்ள தூண்கள், அவற்றை இணைத்து நிற்கும் நூக்குகள் அல்லது குறுக்குச் சட்டங்கள் ஆகியயாவும் சேர்ந்துதாம் நூக்கிணைவேலி அல்லது வேதிகா ஆகிறது.

அர்மிகா தூபத்தில் மேற்பகுதி பொதுவாக, அரை உருண்டை வடிவில் அமைந்து காணப்படும். அது முடியுமிடத்தில் சதுர வடிவில் ஒரு மேடை காணப்படும். இதற்கு அர்மிகா என்று பெயர். இதனைச் சுற்றிலும் கூட நூக்கிணை வேலி அமைந்து காணப்படும். இதில் மூன்று முக்கிய உறுப்புகள் காணப்படும், இதன் நடுவில் ஒரு தூண் இருக்கும். அதன் மேல் தான் குடை வடிவம் அமைந்திருக்கும். மூன்று குடைகளாக இஃது அமையுமானால் இதனை புனித முக்குடை (சத்ராவளி) என்பர்.

இக்குடைத் தூணின் அடிப்பகுதி ஓர் உருண்டை வடிவிலுள்ள பகுதி யினுள் புதைந்திருக்கும். இதன் உச்சியில் தான் குடம் இருக்கும். இதனை வைதீகக் கோயில்களில் கலயம் என அழைப்பர்.

தோரணம்

பொதுவாகத் தூபத்தைச் சுற்றிலும் நான்கு திசைகளிலும் தோரண வாயில்கள் அமைந்து காணப்படுகின்றன. இதன் மேற்பகுதி நூக்கிணை வேலியைப் போலவே அமைக்கப்பட்டிருக்கும்.

தூப மாட அடக்குகள்

தூபம் ஒன்றுக்கு மேற்பட்ட நிலை மாடங்களாகவும் அமைந்திருக் கின்றன. பிணத்தை எடுத்துச் செல்வதற்கும், ஈமச் சடங்குகளின் போதும் இன்றும் தோதுவர், காடர், இருளர் முதலிய பழங்குடி மரபினர் இத்தகைய அடுக்கு பாடைகளைக் கட்டுவதைக் காண்கிறோம். எனவே தான் பல அடுக்குகளைக் கொண்ட தூபிகள் இத்தகைய ஈமத் தேர்களின் எதிரொளிப்பாக அமைக்கப்பட்டவை என்று வரலாற்று அறிஞர்கள் கருதுகின்றனர்.

தூபத்தின் தோற்றமும் வளர்ச்சியும்

தொல்காலக் கல்லறையே தூபமாகியது. புத்தரும் புத்தருக்குப் பின் வந்தோரும் இதனை ஒரு புனிதச் சின்னமாக்கினர். இடைக்காலத்தில் சிற்பங்கள் அமைக்கப்பட்டதால் உருவ வழிபாட்டை வளர்த்தது. பின்னர் இவ்வுருவ வழிபாடு நிலைத்து, தூபத்திலிருந்து சைத்தியம் தோன்றலாயிற்று. புத்தர் பல இடங்களில் தூபங்களைப் பற்றிக் குறிப்பிடுகிறார். வைதிகர்கள் பலதரப்பட்ட தெய்வ உருவங்களையும், இறந்தவர்களின் ஆவிகள் கோயில்களிலும் தூபங்களிலும் வசிப்பதாகக் கருதி வழிபட்ட முறையைப் புத்தர் எதிர்த்துள்ளார்.

பௌத்த நூல்களிலும் மானசார சாத்திரம் போன்ற பண்டைய கட்டடக் கலை நூல்களிலும், இதிகாசங்களிலும் இடுகாட்டுக் கோயில் எனப் படும் பள்ளிப்படை அல்லது தூபங்கள் பற்றி அறியப்படுகின்றன. எனவே தூபம் புத்தருக்கு முந்தியதும், பௌத்தத்தால் கடன் வாங்கப் பட்டு, பின்னர் பௌத்த சமயத்திற்கேயுரிய புனிதச் சின்னமாகக் கொள்ளப்பட்டதென்பதை "மகா பரி நிப்பான சுத்தம்" என்னும் பௌத்த நூலிலிருந்து தெளிவாக அறியலாம்.

வடமதுரையில் அகழ்ந்து கண்ட ஒரு துபம் சமணசமயத்தது என்றும் கிலெளரியா நந்தன்கார் என்னுமிடத்தில் கண்டு பிடிக்கப்பட்ட மற்றொரு தூபம் வைதிக சமயத் தூபமாக உள்ளதென்பதையும் காணும் போது தூபம் இந்நாட்டில் தொல் பழங்காலத்திலிருந்து வழக்கி லிருந்தது என்பதை ஏற்க வேண்டியதாயுள்ளது.

இதற்கு எடுத்துக்காட்டாகத் தென்கன்னடத்தைச் சேர்ந்த பழங்குடியின ரான பில்லவர்கள் புதைகுழியிலும், இறந்தோர் உயிர்விட்ட இடத்தி லும் உப்பரிகை (மரத்தேர்)களை அமைப்பதும், புதைகுழியில் துளசிச் செடியை நடுவதும் இவர்களின் வழக்கம். புதைகுழியின் மேல் கூம்பு வடிவிலான ஒரு சிறு மண்மேட்டை எழுப்புவர். அதற்குத் தூபி என்று பெயர். இறந்தோர் உயிர்விட்ட இடத்தில் மூங்கிற்கழிகளால் மூன்றடுக்குத் தேர் ஒன்றைக் கட்டி அதனை வண்ணத்துணிகளால் சோடிப்பர். இத்தேருக்கு நிர்நெரலு என்று பெயர். அத்தேரின் அடியில் ஒரு கட்டிலைப் போட்டு இறந்தோரின் ஆடையணிகளை வைப்பர். இறந்த பதின்மூன்றாம் நாள் இதே போன்ற மற்றொரு தேரை இடு காட்டில் புதைகுழியின் மேலும் கட்டுவார்கள்.

மேற்கூறியதிலிருந்து புதைகுழியின் மேல் அமைக்கப்படும் கூம்பு வடிவிலான தூபம் மற்றொன்று, புதை குழியின்மீது கட்டப்படும் தேர் அவையே பின்னால் தூபமாகி அங்கு நடப்பட்ட மரமே புனிதக் குடையாகி விட்டது. அதனைச் சுற்றிலும் பாதுகாப்பாக நடப்பட்ட வேலியே நூக்கிணைப்பாக ஆகிவிட்டது. தூபம் வழிபடும் சைத்திமாக மாறியபோது அதனைப் புனித இடமாகக் கொண்டார்கள்.

குறிப்பிடத்தக்க தூபங்கள்

தூபங்களில் மிகக்குறிப்பிடத்தக்க சிறப்பு வாய்ந்த உறுப்பாக அமைந் துள்ளது நூக்கிணைப்பையடுத்து, அடித்தளத்திற்கு மேல் உட்புறத்தில் நான்கு பக்கங்களிலும் அமைந்துள்ள நீண்ட சதுரப் நிள் (ஆயக) மேடை களாகும். இப்புனித மேடைகளில் ஐந்து புனிதத் தூண்கள் நிறுத்தப் பட்டுள்ளன. இவ்வைந்தும் புத்தரின் வாழ்க்கையில் நிகழ்ந்த ஐந்து முதன்மைச் செய்திகளைக் குறிப்பிடுவனவாம். முதல் தூண் புத்தர் உலும்பினியில் பிறந்ததைக் குறித்தும், இரண்டாவது தூண் அவர் துறவு பூண்டது குறித்தும், மூன்றாவது துண் மெய்யறிவு பெற்றது குறித்தும், நான்காவது தூண் அவர் முதன்முதலாக அறவுறை ஆற்றிய அறச் சக்கரம்

மெய்ம்மத்தை குறித்தும், ஐந்தாவது தூண் அவர் குசி நகரத்தில் உயிர் நீத்தது குறித்தும் கூறிப்பிடுகின்றன. இவ்வைந்து தூண்களும் புத்தரின் வாழ்க்கையில் நிகழ்ந்த முக்கிய நிகழ்வுகளைக் குறிப்பிடும் சின்னங் களாகும். சில தூண்களில் புனித மேடைகள் காணப்படவில்லை. புத்தரின் வாழ்க்கை நிகழ்ச்சிகளை அடிப்படையாகக் கொண்டு எழுப்பப்பட்ட இப்புனிதத் தூண்களைத் தொழுத மகா சங்கிகள் எனப்படும் பிரிவினர் வைசாலியிலிருந்துதான் தெற்கு நோக்கிப் பரவினர் என அறிஞர்கள் கூறுவர். இப்புனித மேடைகளையும், தூண் களையும் உடைய தூபத்தில் சிறந்த எடுத்துக்காட்டு அமராவதித் தூபமாகும்.

வட நாட்டின் தென் பகுதியில் குறிப்பிடத்தக்க ஆறு பெருந் தூபங்கள் உள்ளன. அவை முறையே கோலி, சாக்கியப் பேட்டா, பாட்டிபுரோலு, கண்டசாலா, அமராவதி, நாகார்ச்சுன கொண்டா ஆகிய இடங்களில் உள்ளன. இவற்றுள் மிகவும் பழைமையானது பாட்டி புரோலுவில் உள்ளதாகும். இது சுற்றிலும் இரட்டைச் சுவரைப் பெற்றுள்ளது. இதற்கடுத்த தூபம் கண்டசாலாவிலுள்ளாதாகும். இதில் குறுக்கு நெடுக்காகச் சுவர்கள் அமைந்துள்ளன. நடுவில் அறைகள் உள்ளன. அவற்றைச் சுற்றிலும் சுற்றுச் சுவர்கள் உள்ளன.

இவற்றின் மிகப் பெரியதும், சிறப்பு வாய்ந்ததும் அமராவதித் தூபமாகும். இது கிருட்டிணை நதியின் வடகரையில் அமைந்துள்ளது. இன்று முற்றிலும் அழிந்த நிலையில் காணப்பட்டாலும் சிதைந்த அதன் கட்டடப் பொருள்களை மீண்டும் இணைத்து அதன் அமைப்பை அறியலாம். இதன் மையப்பகுதியில் வளைகூண்டும் இதன் நான்கு திசைகளிலும் நீள்சதுரப் புனித மேடைகள் அமைந்துள்ளன. இம்மேடைகளில் ஐயைந்து தூண்கள் உள்ளன. இதன் அடித்தளத்தில் சுற்றுப் பாதையில் அமைந்துள்ள நூக்கிணைப்பு வேலியும் உள்ளது.

இந்தியாவிலுள்ள புத்த சமயச் சின்னங்களில் மிகப்பெரிய நூக்கிணைப்பு வேலி இதுவேயாகும். இத்தூபத்தில் காணப்படும் புத்தரின் பிறப்பியக் கதைகளைச் சித்திரிக்கும் சிற்பங்கள் உள்ளன. இதன் உச்சியிலுள்ள குடைத்தூணும் வேதிகை நூக்கிணைப்பும் கூடக் கலை நுணுக்கத்துடன் செதுக்கப்பட்டுள்ளன. இதன் நான்கு திசைகளிலுமுள்ள தோரண வாயில்கள் ஒரே அளவாய் அமைக்கப்பட்டுள்ளன. இதில் காணப்

படும் விலங்கு, செடி, கொடிகளில், உருவங்கள் மிகச் சிறந்து விளங்கு வது அமராவதி தூபமாகும்.

தூபங்களை அமைக்கும் வழக்கம் புத்த சமயத்தில் எவ்வாறு வந்தது என்பது பற்றி அறிஞர்கள் ஆராய்ந்துள்ளனர். புத்தர் (தான் உயிரோடிருக் கும்போதே) தனது மிகச்சிறந்த சீடராய் விளங்கிய ஆனந்தர் இறந்த வுடன் ஆனந்தரைக் எரியூட்டி, எஞ்சிய எச்சங்களை நான்கு பாதைகள் கூடுமிடத்தில் புதைந்து, அரசர்களுக்குக் கட்டுவது போன்று கல்லறைக் கட்டியும், அதற்கு மாலை சூட்டியும், வாசனைப் பொருள்களைத் தூவியும் புத்தரும், அவருடைய சீடர்களும் வணங்கினார்கள். பிற்காலத்தில் சமணத் தீர்த்தங்கரர்களுக்கும் இத்தகைய கல்லறை (பள்ளிப்படை) கட்டப்பட்டதை அறிகிறோம். ஆனால் தூபம் புத்த சமயத்தின் புனிதச் சின்னமாகவும், சமயத்திற்கு அப்பாற்பட்ட கலைச் சின்னமாகவும், பௌத்தக் கட்டடங்களிலேயே தலைசிறந்ததாகவும் காட்சியளிக்கிறது. "மகாபரி நிர்வாண சுத்தா" என்னும் நூலில் பிறப்பியக் கதைகளை (Mattika Thupam) பற்றிக் குறிப்புகள் வருகின்றன. அக்குறிப்புகளிலிருந்து தூபங்களைப் பற்றிய செய்திகளையும் அறிய முடிகிறது.

புத்தர் இறந்ததற்குப் பின்னர் (அஸ்தியை) அவருடலைத் எரியூட்டி எஞ்சிய எச்சங்களைப் புதைத்து, அவற்றின் மீது அசாத சத்துரு, "சரீர சைத்தியம்" (Dhatu Caitya) கட்டினான். புத்தரின் எலும்புகள், நகங்கள், மயிர், பற்கள் முதலியவையும், எஞ்சிய சாம்பலும் புனிதப் பொருள் களாகக் கருதப்பட்டன. இவை மகத நாட்டின் தலைநகரான பாடலி புரத்தில் சமமாகப் பங்கிடப்பட்டு எட்டிடங்களில் புதைக்கப்பட்டன. அசோகரின் காலத்தில் அவ்வெட்டிடங்களிலும் எட்டுத் தூபங்கள் கட்டப்பட்டன. இவற்றைப் பின்பற்றி வடநாடு முழுவதிலும் இருந்த அசோகரின் சிற்றரசர்களும், அசோகருடன் நட்புறவு கொண்ட அரசர் களும் 84,000 தூபங்களைக் கட்டினார்களென வரலாற்று வாயிலாக அறிகிறோம்.

பிற்காலத்தில் மேற்கண்ட புத்தரின் உடல் எச்சங்களேயன்றி அவர் பயன்படுத்திய பொருள்களான (Paribhasika) திருவோடு, குவளை, பாதக் குறடு, இருக்கை முதலியவைகளையும், அவர் போதித்த அறத்தின் சின்னமான (Uddesika) அறச்சக்கரத்தையும் புனிதப் பொருள்களாகக்

சமயத் துறவிகளுக்கும் இத்தகைய புதைகுழி நினைவு மேடைகளை எழுப்பியதை அறிகிறோம்.

இறந்தவர்களின் உடலை ஊருக்கு வெளியில் புதைப்பது கற்காலம் முதல் இருந்து வரும் வழக்கமாகும். அப்புதைகுழிகளின் மேல் எழுப்பப்பட்ட நினைவு மேடைகளை இறந்தவர்களின் உயர்வு, ஒழுக்கம், புனிதத் தன்மை, வீரம் முதலியவற்றைக் கருதி அவற்றை வழிபடும் வழக்கமும் இந்நாட்டில் பன்னெடுங் காலமாகவே இருந்து வந்திருக்கிறது.

இறந்தவர்களை மக்கள் வாழுமிடங்களிலேயே ஊர் அல்லது நகரத்திற் குள்ளேயே புதைத்து அவர்களுக்கு இத்தகைய நினைவு மேடைகளை எழுப்பி வழிபட முடியாதலால் இந்நினைவு மேடையின் சின்னத்தைத் தங்கள் கோயிலிலும், பிற கட்டடங்களிலும் அமைத்து வழிபட்டார்கள். மேலும் திருமணமாவதற்கு முன் இறந்த பெண்கள், கர்ப்பமாக இருந்த போதும், பிள்ளைப் பேற்றின் போதும் இறந்த பெண்கள் ஆகியோரும் அன்பிலும், வீரத்திலும், ஒழுக்கத்திலும் சிறந்து நின்ற பெண்களும் இறந்த பின்னர் அவர்களுடைய உறவினர்கள், அவர்களைத் தங்கள் குல தெய்வங்களாகவும், ஊர் தேவதைகளாகவும் கொண்டு கோயில் கட்டி வணங்கினார்கள்.

இவற்றிலெல்லாம் மேற்கண்ட புதைகுழி நினைவு மேடைகளைப் போன்ற தூபங்கள் எழுப்பப்பட்டு வணங்கப்பட்டன. இதே போன்ற தூபங்கள் இந்தியாவில் மட்டுமே அல்லாமல் நம் நாட்டு நாகரிகத் தோடு சமகாலப் பெருமை வாய்ந்த நாகரிகங்களையுடைய பிற நாடு களிலும் கட்டப்பட்டதை அறிவோம்.

அசோகர் காலத்துக் கட்டடக் கலையில் தலையாய சிறப்பு வாய்ந்தது தூபத்தின் வளர்ச்சி ஆகுமெனக் கூறும்போது பாறைகளிலும், பாறை களைக் குடைந்தும், பெரும்பாறைகளைச் செதுக்கியும் கலைகளைப் படைக்கும் ஆற்றலில் முதன் முதலில் சிறந்து விளங்கிய அசோகர் காலத்திய இத்தூபம் கலையழகுடன் வளர்ச்சி அடைந்து, கல்லிலே முதன்மை பெற்று நின்றதால் அசோகர் காலத்துக் கலைகளில் தூபத்தின் வளர்ச்சி சிறப்புப் பெறுகிறது. பௌத்த சமயத்தைப் பின்பற்றியே அசோகர் இத்தூபங்களை புத்தரின் புனித எச்சங்களின் புனித நினைவுச் சின்னமாகக் கொண்டார்.

அசோகர் காலத்தில் ஏறத்தாழ இருநூறு ஆண்டுகளுக்கு முன்பிருந்தே இத்தூபத்தின் வளர்ச்சியைப் பற்றி ஜேம்ஸ் பர்குசன் தன் நூலில் விளக்கமாகக் குறிப்பிட்டுள்ளார். சாஞ்சியிலும், அமராவதி யிலும் அமைந்துள்ள பெருந்தூபங்களை உற்று நோக்கும்போது ஒவ்வொரு கட்டத்திலும் காணப்படும் கலை வளர்ச்சியை நன்கு அறியலாம். தொடக்கத்தில் மிக எளிமையாக ஓர் அரையுருண்டையைக் கவிழ்த்து வைத்தாற்போல் காட்சியளித்த இத் தூபங்கள், சாஞ்சியிலும் அமராவதியிலும் பல ஆயிரம் கருத்துகளையும் மெய்ம்மங்களையும் காட்டிக் கண்கவர் கலையழகுடன் காட்சியளிக்கின்றன.

பௌத்த சமயத்தின் மெய்ம்மங்களை விளக்கும் சின்னங்களும், கலைஞனின் கற்பனைகளும் இவற்றில் மிளிர்ந்து காணப்படுவதோடு படிப்படியாக வளர்ந்த தூபங்களின் கதைகளையும் இவை கூறி நிற்கின்றன. கி.பி. இரண்டாம் நூற்றாண்டில் எழுந்த மகாயாணப் புத்த சமயப் பிரிவின் தூபங்களும், அசோகனின் தூபங்களும் அமைப்பில் ஒரே மாதிரியாகக் காணப்பட்டாலும், மேற்கூறியவாறு பிற்காலத்தில் எழுந்த இத்தூபங்களில் கலைவளர்ச்சியின் சாயல்கள் தெளிவாகக் காணப்படுகின்றன. பிற்காலத்தில் எழுந்த கர்லி (Karle)யிலுள்ள புத்தக் கோயிலின் நடுவிலுள்ள தூபத்தைச் சுற்றிலும் அரண்போலமைந்த நூக்கிணைப்பு. தூபியின் அடியில் தனித்து அமைக்கப்படாமல் மேலேயே செதுக்கப்பட்டிருக்கிறது. இது தூபத்தில் பெற்ற கலை வளர்ச்சியின் மற்றொருபடியாகும்.

அசோகர் காலத்தில் கட்டிய எண்பத்து நாலாயிரம் தூபங்கள் அனைத்தை யும் ஒன்றிணைந்து நோக்கும்போது அக்காலக் கலைஞர்களின் கை வண்ணத்தையும், கலை வளர்ச்சியின் நுணுக்கத்தையும், நன்கு அறிய லாம். ஆயினும் நாம் முன்னரே குறிப்பிட்டது போல இத் தூபங்கள் அசோகருக்கு மட்டும் அல்லது பௌத்த, சமண சமயங்களுக்கு மட்டும் உரித்தான ஒரு தனிச்சொத்து அன்று. தொல்தமிழர் காலத்திற்கு முன்பிருந்தே இது காணப்படுகிறது. நேப்பாள எல்லையிலுள்ள "பிப்பிரவா" என்ற இடத்தில் கண்டு பிடிக்கப்பட்ட செங்கல்லால் கட்டப்பட்ட தூபம் கி.மு.450 ல் கட்டப்பட்டது. புத்தர் பிறப்பதற்கு முன்பே செங்கல்லைப் பயன்படுத்தி தூபங்கள் எழுப்பினர்.

புனித எச்சங்களைப் புதைத்து உறுதியும் பாதுகாப்புமுள்ள இத்தகைய தூபிகளைக் கட்டுவதால், தீயசக்திகள் அவற்றை துன்புறுத்த முடியா

தென்றும் கோட்பாட்டில் இவை முதன் முதலில் கட்டப்பட்டன என்பாருமுண்டு. இதே கோட்பாட்டுடன் கட்டப்பட்ட சமணத் தூபங்களுக்குச் சமய சரணங்கள் என்று பெயர். இவை அரையுருண்டை போல் கோள வடிவில் காணப்படாமல் உச்சியிலிருந்து நான்கு பட்டைகளாகச் சரிந்து அடிதளத்தில் வட்டமாக முடிந்து காணப்படுகின்றன.

தூபங்கள் குடைவரைகள்

செங்கற்களால் கட்டப்பட்ட இத் சாஞ்சி தூபி அசோகரால் கி.மு. 264ல் புதுப்பிக்கப்பட்டது. ஒரு நூற்றாண்டுக்குப் பின்னர் இதனைச் சுற்றிலும் உள்ள வேலியும் தோரணவாயிலும் கட்டப்பட்டிருக்கலாமென நம்பப்படுகிறது. இதோர் அரையுருண்டை வடிவில் குமிழ்ப் போல் அமைக்கப்பட்டுள்ளது. வேலியை ஒட்டியுள்ள சுற்றுப்பாதை வலம் வரும் சுற்றுப்பாதையாகப் பயன்பட்டிருக்க வேண்டும். இதனையடுத்துக் கோபுரத்தின் உச்சியில் நீள்சதுர வடிவில் ஒரு அர்மிகா அமைக்கப்பட்டுள்ளது. இந் நீள் சதுர வடிவின் நாற்கால் பக்கமும் சுவர் வைக்கப்பட்டுள்ளது. இதன் நடுவில் ஒரு தூண் (Janda) உள்ளது. தூணின் உச்சியில் விரிந்த வடிவிலான குடையொன்று உள்ளது. இவ்வர்மிகாவும், இதற்கு மேலுள்ள குடையும் அறத்தின் சின்னமாகக் கொள்ளப்படுகிறது.

தூபத்தின் உச்சியிலமைந்த குடை அடுக்குகளாக வளர்ந்து நீண்ட கூம்பு போல் காட்சியளிக்கக் தொடங்கியவுடன் அதனைச் சுற்றியுள்ள காட்சி மண்டப அமைப்பிலும், வளைகூண்டமைப்பிலும், அடிப்பகுதியிலுங் கூட அமைப்பின் தோற்றம் மாறுபடலாயிற்று.

ஈழத்தில் பௌத்தக் கட்டடங்கள் ஏற்பட்டபோது இத்தகைய தூபங்களும் சிறப்பாக வளர்ச்சியடைந்தன. கி.மு.246 ல் ஈழத்திலுள்ள அனுராதபுரத்தில் கட்டப்பட்ட "துபாராம் தகோபா" என்னும் தூபம், நேப்பாளத்திலுள்ள "சுயம்புநாத் சைத்தியா" என்னும் புத்தக்கோயில், அனுராதபுரத்திலுள்ள "மிருசிவேசி தகோபா" என்னும் தூபம் ஆகிய மூன்றையும் அசோகர் காலத்துச் சாஞ்சித் தூபத்தோடும், அடுக்குகளுடன் காணப்படும். மற்ற நேப்பாள, சீனத் தூபங்களோடும் ஒப்பிட்டு நோக்கும்போது தூபிகளின் வளர்ச்சியில் ஏற்பட்ட மாற்றங்களை நன்கு புரிந்து கொள்ளலாம். ஜேம்ஸ் பர்குசன், "தகோபா என்பது புத்தரின் எச்சங்களின் மீது கட்டிய நினைவுச் சின்னங்களை மட்டுமே குறிக்கும்" என்கிறார்.

இன்றைய பாகிசுதானினுள்ள சலாலாபாத்துச் சமவெளியில் அயின் போசு (Ahinposh) என்னுமிடத்தில் கி.மு. 30 ல் கட்டப்பட்டதாகக் கருதப்படும் ஓர் அழகிய தூபத்தின் முகட்டிலுள்ள அர்மிய மண்டபத்தின் அமைப்பு முற்றிலும் மாறுபட்ட அமைப்புடன் காணப்படுவதையும், அதற்கு மேலுள்ள தூண் உயர்ந்து காணப்படுவதையும், அதன் அமல் ஒன்றன் மேலோன்றாக மூன்று குடைகளிருப்பதையும் காணலாம். இது மணியைக் கவிழ்த்து வைத்தாற்போல் (Bell Shaped) இருக்கிறது. அதனடியில் சாரநாத்தில் காணப்படும் வேலியோ, சுற்றுத் தாழ்வாரமோ, மேடைப்பகுதியோ காணப்படவில்லை. இரண்டடுக்கு மாளிகை போலவும், அவ்வடுக்குகள் முழுவதும் அடுத்தடுத்துக் தூண் நிறுத்தியது போலவும் இது காட்சியளிக்கிறது. சுருங்கக் கூறின், இரண்டடுக்காகக் தூண்களை நிறுத்தி அவற்றின் மீது மணிக் கூண்டைப் பொருத்தியதைப் போல் இது காட்சியளிக்கிறது. தலை வாயிலின் இரு பக்கத்திலும் இதே போன்ற தூண்கள் நிறுத்தப்பட்டுக் காட்சியளிக்கின்றன. தலைவாயிலிருந்து தூபியின் நுழைவாயில் வரை சரிவான படிகட்டுகள் அமைக்கப்பட்டிருக்கின்றன. நுழைவாயிலுக்கு மேல் தூண்களின் ஒவ்வோரடுக்கிலும் உருவச் சிலைகள் அமைக்கப் பட்டுள்ளன. இவ்வாறு ஒரு சாதாரணக் குமிழமைப்பை போல் முதலில் அமைக்கப்பட்ட தூபம் மாடிகளைக் கொண்டதாகவும் பல மாறுதல்களைப் பெற்றதாகவும் வளர்ச்சி பெற்றது.

அசோகர் காலத்தில் மிக எளிமையாக வேலிகளோடு காணப்பட்ட தூபங்கள் பிற்கால மௌரியர் காலத்திலும் சுங்கர்கள் காலத்திலும் பல அழகிய சிற்பக்கலைச் அணிகளைப் பெற்று வளர்ந்தன என்பதைப் பாரத், சாஞ்சி, அமராவதி, ஆகிய இடங்களிலுள்ள தூபங்களை ஒப்பிட்டுப் பார்த்து அறிந்தோம். பின்னர் ஒவ்வொரு தளத்திலும் தோரண வாயில்கள் அமைக்கப்பட்டும் அத்தோரண வாயில்களிலும் பல அழகிய சிற்பங்கள் செதுக்கப்பட்டும் கண்ணையும் கருத்தையும் கவருமாறு அமைக்கப்பட்டன. இதற்குச் சிறந்த எடுத்துக்காட்டு சாஞ்சித் தூபமாகும்.

அசோகர் காலத்தில் புத்தக் கோயில்கள் அல்லாமல் புத்தத் துறவிகளுக்கான மடங்களும், குகை மண்டபங்களும் அமைக்கப்பட்டன. இவற்றில் புத்தத்துறவிகள் கூடிச் சங்க அமைப்புப் பற்றியும், அதன் வளர்ச்சி பற்றியும் ஆய்வதோடு புலனடக்கப் பழக்கங்களிலும் பயிற்சி

பெற்றார்கள். பொதுவாக இத்தகைய மடங்கள் நீள்சதுர வடிவில் கட்டப்பட்டிருக்கும். இவற்றில் சில கட்டடங்கள் பல அறைகளைக் கொண்டதாகவும், பல மாடிகளைக் கொண்டதாகவும் விளங்கும்.

மேலை இந்தியாவில் கண்டுபிடிக்கப்பட்ட பல பௌத்த மடங்கள் பெரும்பாறைகளைக் குடைந்து மேற்கண்ட ஏந்துகளுடன் உருவாக்கப் பட்டவைகளாகக் காணப்படுகின்றன. வட இந்தியாவில் சில இடங் களில் அழிந்து காணப்படுகின்றன. புத்த மடங்கள் மரத்தால் கட்டப் பட்டுச் இத்தகைய புத்த மடாலயங்களையும், புத்தக்கோயில்களையும் பற்றி மிகவும் விரிவாகவும், பல தலைப்புகளிலும் பின்னர் காண்போம். சித்தா (Chitta) என்னும் மூலத்திலிருந்து பிறந்தது. சித்தா என்பதற்கு ஈமவிறகடுக்கு அல்லது பிணமேடை என்று பொருள். பிணத்தைச் எரிப்பதற்கு முன் அடுக்கப்படும் கட்டை முண்டுகளையும், எரித்த பின் குவிக்கப்படும் மேடை மண்டபத்தையும் இது குறிக்காலயிற்று. நாம் ஏற்கனவே குறிப்பட்டதைப் போல் புத்தரின் மறைவுக்குப் பின் அவரது பல், எலும்பு, நகம், மயிர் முதலிய எச்சங்களைப் புதைத்து, அவற்றின் மேல் எழுப்பப்பட்ட கோயில்கள் புனித வழிபடும் சைத்தியங்களாக மாறின. இவ்வாறு மாண்டோரைப் புதைத்த இடங்களில் நடுகல் நாட்டி வழிபடுதலும், கல்லறை வழிபடுதலும், மண்டபம் கோயில் முதலியன கட்டி வழிபடுதலும், இந்தியாவில் பண்டுதொட்டு இன்று வரை நிலவி வரும் ஒரு வழக்கமாகும்.

வைதீகக் கோயில் யாவுமே பலிபீடம், புனிதவிடம், திருக்கோயில் முதலிய சொற்களால் அழைக்கப்பட்டாலும் இவை இடுகாடு அல்லது சுடுகாடு என்னும் பொருளையே தருகின்றன. சைத்தியா என்பது மிகச் சிறந்த கலையழகுடன் மாறுதல் பெற்றுத் தூபம் எனக் காட்சியளித் தாலும், இவ்விரு சொற்களுக்குமே எச்சமேடை என்பதுதான் பொருள்.

இவ்வாறு சிந்துவெளி காலத்திலிருந்து படிப்படியாக மாற்றம் பெற்ற கட்டடக் கலை கி.மு. ஆறாம் நூற்றாண்டில் சுட்ட செங்கற்களைப் பயன் படுத்தி உறுதியான சுவர்களையும், பின்னர் கூரைகளையும் பெற்று வளர்ச்சியடைந்தது. பண்டைய வைதீக தலைநகரான இராசகிருகத்தில் கட்டப்பட்ட சுவர்கள் இத்தகைய செங்கற்கள் அல்லது கருங்கற்களை யும், மரத்துண்டுகளையும் கொண்டு கட்டப்பட்டிருக்கலாமென ஆராய்ச்சியாளர் கருதுகின்றனர்.

ஆயினும் இந்தியாவில் கி.மு. ஐந்தாம் நூற்றாண்டுக்கு முன்னால் கட்டிய கட்டடங்களில் செங்கற்களையும், கருங்கற்களையும் பயன் படுத்திக் கட்டிய கட்டடங்கள் எவையென நம்மால் திட்டவட்டமாக அறிய முடியவில்லை.

கி.மு. 7, 8 ஆம் நூற்றாண்டைச் சேர்ந்த கட்டடக்கலை பல இடங்களில் "தைத்திரிய சமிதம்" என்ற நூலிலும் "சுல்வ சூத்திரங்கள்" (Sulva Sutras) என்ற நூலிலும், (Altars) பலி பீடங்களின் வகைகளைப் பற்றியும், அவற்றை அமைக்கும் முறைகளைப் பற்றியும் அமைப்பவரின் இலக்கணங்கள் பற்றியும் அறிகிறோம். ஆயினும் இவை எத்தகைய கட்டடப் பொருள்களால் கட்டப்பட வேண்டும் என்பது பற்றி இந்நூல் களில் கூறுப்படவில்லை. இதற்குக் காரணம் கட்டடப் பொருள்களைப் பற்றிய பட்டறிவை ஏற்கெனவே பெற்றிருந்ததாகும்.

வடநாட்டில் காணப்படும் குடைவரைகளில் மிகவும் தொன்மை யானவை வங்காளத்தின் தலைநகராய்த் திகழ்ந்த இராசகிருகத்தையடுத்த பேகாரிலுள்ள குகைகளாகும். இவை புத்தர் காலத்தில் தோற்றுவிக்கப் பட்டவையென ஆய்வாளர்கள் கருதுகின்றனர். இங்குள்ள சதப்பாணிக் குகைக்கு முன்னால்தான் கி.மு. 543 ல் முதல் புத்த மாநாடு நடந்ததாக வரலாற்றுச் சான்றுகளிலிருந்து அறிகிறோம். அப்பொழுது இக்குகை இயற்கையாக ஏற்பட்ட ஒரு குகையாக இருந்திருக்க வேண்டும். அதற்குப் பின்னர் தான் செயற்கை முறையில் இதனைக் குடைந்து அகலப்படுத்தியிருக்க வேண்டுமென்பது இதன் தோற்றத்திலும், அமைப்பிலும் கருதப்படுகிறது.

அசோகர் காலத்துக் குடைவரை மண்டபங்கள் யாவும் கி.மு. 260 லிருந்து 200க்குள் குடையப்பட்டவைகளாக இருக்க வேண்டுமென்றும், இவற்றுள் உலோமாசரிசி குடைவரை மண்டபம் மிச்சிறப்பானதென்று டாக்டர். கன்னிங்காம் கூறுகிறார்.

மிகப் பழமையான வைதிகர்களால் கட்டப்பட்டதாகக் கருதப்படுவது ஆக்ரா அருகிலுள்ள பர்லி மாவட்டத்தில் காணப்படும் இராம்நகர் மண்டபமாகும். இது சுட்ட செங்கற்களால் கட்டப்பட்டது. சிவ புராணத்தில் வரும் பல காட்சிகள் செங்கற்களைச் செதுக்கியும், சுட்ட மண் சிற்பங்களை உருவங்களாக அமைக்கப்பட்டுள்ளன. சோலாப்பூர் மாவட்டத்திலுள்ள தகரா என்னுமிடத்தில் காணப்படும் வைதிகக்

கோயில் ஏற்கெனவே பௌத்தக் கோயிலாய் இருந்து பின்னர் ஆரியக் கோயிலாக மாற்றப்பட்டது. இது குமிழ் வடிவிலமைந்துள்ளது. இம் மண்டபம் சுட்ட செங்கற்களால் கட்டப்பட்டுள்ளது. இதுபோன்று நான்கு அல்லது ஐந்து மண்டபங்கள் வேறு சிலவிடங்களில் காணப் பட்டாலும் அவற்றின் தோற்றத்தை நாம் அறிந்து கொள்ள முடிய வில்லை.

முதலில் வட்டவடிவிலும் பின்னர் நீள்சதுர வடிவிலும் கட்டப்பட்ட பௌத்த மண்டபங்கள் காலப்போக்கில் நாற்புறமும் கூடுதலான கட்டடங்களையும், உருவ மாற்றங்களையும் பெறலாயின. தூப வடிவில் கட்டப்பட்ட மண்டபங்கள் இத்தகைய வளர்ச்சிகளைப் பெறும்போது கூம்புவடிவக் கோயில்களைப் போல் காட்சியளித்தன. பூனாவுக்கும் மும்பைக்குமிடையேயுள்ள காலி என்னுமிடத்தில் கட்டப்பட்டுள்ள தூப வடிவிலான பௌத்த மண்டபத்தை இத்தகைய வளர்ச்சிக்கு ஓர் எடுத்துக் காட்டாகக் கூறலாம்.

இது ஒரு மணியைக் கவிழ்த்து வைத்தாற்போல் காட்சி யளிக்கிறது. நடுவிலுள்ள குடம் போன்ற அமைப்பிலிருந்து பக்கவாட்டில் தாழ் வாரங்கள் அமைக்கப்பட்டுள்ளன. அவை அரையுருண்டை வடிவிலான பக்கவாட்டில் சென்று முடிகின்றன. இதன் முகப்புத் தோற்றம் நாசிக் கிலுள்ள குடை வரை மண்டபத்தைப் போல் காட்சியளிக்கிறது. இது கி.மு. இரண்டாம் நூற்றாண்டில் அமைக்கப்பட்ட போதிலும் அசோகனின் குடைவரைகளை போலின்றி எளிமையாகவே காணப்படு கிறது. வளைவு முகப்பு வாயிலையுடைய மற்றொரு பழம் பெருங் குடைவரை கயைக்கு அண்மையிலுள்ள பராபர்க் குன்றுகளில் காணப் படும் உலோமாசுரிசிக் குடைவரை மண்டபமாகும்.

அசோகர் காலத்தில் பௌத்த சமயமே மேலோங்கியதாக இருந்த தாலும் மௌரியர் காலத்தில் பௌத்த கோயில்களுக்கே முன்னுரிமைகள் அளிப்பப்பட்டதாலும் இச்சமய கோயில்களே அதிகமாக தென்படு கிறது. சமண, வைதிக சமயங்கள் அப்போது பல கோயில்களை எழுப்பினாலும் அவைகளுக்கான தடையங்கள் மிக குறைவாகவே உள்ளன. அசோகருக்கு பின்னரே வைதிக சமயங்கள் தலை எடுக்க முடிந்தன. இனி சுங்கர்கள் கால கோயில்களின் நிலைமை களை காண்போம்.

•

32

சுங்கர் காலக் கோயிற்கலை

இந்துகுசு மலையிலிருந்து தெற்கே ஆந்திரம் வரை பரவியிருந்த அசோகரின் பேரரசு, அவரின் மறைவுக்குப்பின் சிதைந்து சீரழிந்து விட்டது. அவருடைய மகனான சலங்கன் (Jalanka) காசுமீரத்திற்கும், பெயரனான தசரதன் பேரரசின் மேற்குப் பகுதிக்கும் மற்றொரு பெயரன் சாம்பகுதி பேரரசின் மேற்கு பகுதிக்கும் அரசர்களாகித் தனித்தாள முற்பட்டார்கள் தசரதன் புத்த சமயத்தை ஏற்காமல் வைதீக சமயத்தை ஊக்குவித்தான். சாம்பருதி சமண சமயத்தைப் பின்பற்றினான். அசோகருக்குப் பிறகு வந்த மௌரியர்களும் பின் வந்தோரும் திறமை யற்றவர்களாகவும், சமயத்தின் அடிப்படையில் ஒன்றுபட்ட பெரு நாட்டையும் காண முடியாதவர்களகவும் ஆயினர். இறுதியரசனான பிரகதிரதன் என்பவனை ஆரியத் தலைவனான புசிய மித்திரசுங்கன் என்பவன், கி.மு.185இல் கொலை செய்து விட்டு ஆட்சியைக் கைப் பற்றிக் கொண்டான். இவனால் ஏற்படுத்தப்பட்டதுதான் சுங்க மரபு ஆகும். இம்மரபினர் மகத நாட்டை 88 ஆண்டுகள் ஆட்சி புரிந்தனர்.

ஆரியர்களாகிய சுங்கர்கள், மௌரியர் காலத்தில் சிறப்புற்று வளர்ந்த பௌத்த சமயத்தையும், பௌத்தக் கோயில்களையும், மடங்களையும் அழிக்க முற்பட்டார்கள். புசியமித்திர சுங்கனின் ஆட்சி மகத நாடு

முழுவதிலும் பரவியதோடு தெற்கே நருமதை ஆற்றங்கரை வரையிலும், வடக்கே பாஞ்சாபிலுள்ள சலந்தர் வரையிலும் பரவியிருந்தது. வலிமை பெற்று நின்ற புசியமித்திர சுங்கன் பௌத்தச் செல்வாக்கையும் மகதத்திலிருந்து விரட்டியடித்தான். ஆயினும், மௌரியருக்குப் பின், முந்நூறு ஆண்டுகளுக்கு மேலும் தொடர்ந்து பௌத்த சமயமும், கோயில்களும், மடங்களும் வளர்ந்த வண்ணமாகவே இருந்தன. ஆகவே, சுங்கர்கள் காலத்திலும் அவர்களுக்குப்பின் வந்த சாதவாகனர் காலத்திலும் கூடப் புத்த சமயம் எதிர்ப்புகளுக் கிடையில் அழிவுறாது வளர்ந்த வண்ணமாயிருந்தது. மௌரியரின் வீழ்ச்சிக்குப் பின்னும், சுங்கர்கள், சாதவாக னர்கள் ஆகியோரின் ஆட்சியிலும் தனது வரலாற்றைத் தொடர்ந்த பௌத்த கலைகள், மௌரியர்களுக்குப் பின் சிறிது மாறுபட்ட தோற்றத்துடன் வளர்ந்ததை அறிகிறோம். மௌரியர் காலத்தில் அரியணையின் பாதுகாப்பில் வளர்க்கப்பட்ட பௌத்தக் கலைகள், சுங்கர்கள், சாதவாகனர்கள் காலத்தில் எதிர்ப்பிலே வளர்ந்து, எதிர்நீச்சல் போட்டு, வலிவும் பொலிவும் பெற்று நின்றன. எனவே இக்காலப் புத்தக் கலைகள், அசேகர் காலத்தை விடத் தெளிவும். பொலிவும் பெற்று விளங்குவதைக் காண்கிறோம்.

வைதீக வெறி கொண்ட புசியமித்திர சுங்கன் ஆரிய முறைப்படி பரிவேள்விகள் பல செய்தானென்பதற்குக் காளிதாசனின் மாளவிகா நிமித்திரத்திலும், அயோத்திக் கல்வெட்டிலும், பதஞ்சலியின் மகா பாசியத்திலும் சான்றுகள் ஏராளமாய் கிடைக்கின்றன. பௌத்த மரபுவழி நூலான திவ்விய வதன த்திலும் திபெத்திய வரலாற்றாசிரியர் தாரநாத்தின் வரலாற்றுக் குறிப்பிலும், பாடலிபுரத்தில் சிறப்புற்றிருந்த "குக்குதாராமா" *(Kukkutarama)* என்ற புத்தமடத்தை அவனது நாற்படைகளும் தீக்கிரையாக்கின என்றும் அறிய முடிகிறது. இதற்குப் பின்னர் தொடர்ந்து சுங்கன் பல தூபங்களையும், மடங்களையும், புத்தத் துறவிகளையும் கணக்கின்றி அழித்தொழித்தான். சகாலா என்ற இடத்தில் தங்கியிருந்தபோது சிராமணா என்ற பௌத்தத் துறவியின் தலையைக் கொண்டு வருவோருக்கு நூறு பொற்காசுகள் பரிசளிப்பதாகப் அறிவித்தானென்றும் மேற்படி சான்று களிலிருந்து அறிகிறோம். ஆயினும், இச் சுங்கர்கள் காலத்திலும் பௌத்தக் கலைகள் வளர்த்தன.

பாரத்திலுள்ள தூபத்தின் இடப்புறமுள்ள கற்றூணில் சுங்கர்கள் காலத்தில் கார்கி புத்திர விசுவதேவன் என்ற மன்னனின் மகனான கோபி

புத்திர அசராசு என்பவனின் மகனான வத்சி புத்திர தனபூதி என்பவனால் தோரணவாயிலும், அதனையடுத்த வாயில் தூணும் கல்லால் கவினுறச் செதுக்கப்பட்டன. புத்தக் கலைகளை அழிப்பதைத் தன் கோட்பாடாகக் கொண்ட போதிலும், பிற மன்னர்கள் அவற்றின் வளர்ச்சிக்கு உறுதுணையாக நின்றார்களென்பதை இச்சான்றுகளிலிருந்து அறியலாம். மேலும் சிலர் இத் தோரண வாயில்கள் புசியமித்திர சுங்கனால் கட்டப்படவில்லையென்றும், அவன் காலத்திற்குப்பின் அவை கட்டப்பட்டன என்றும் கூறுகின்றனர்.

பாரத்துத் தூபம்

மௌரியர் காலத்தில் மரத்தால் கட்டப்பட்ட கோயில்கள் யாவும் சுங்கர் காலத்தில் அதே பாணியில் கற்களால் கட்டப்பட்டன. மரத்தால் கட்டப்பட்டிருந்த பௌத்தத் தூபங்களும் கற்களால் கட்டப்பட்டன. அகன்ற அழகிய தோரணவாயில்களும், சுங்கர்கள் காலத்தில் கற்களால் கட்டப்பட்டன. இதற்குச் சிறந்த எடுத்துக்காட்டாகப் பாரத்துத் தூபத்தை கூறலாம்.

சாஞ்சித் தூபி சாஞ்சியிலுள்ள தூபத்தைச் சுற்றிலும் அமைக்கப்பட்டுள்ள வேலி, சுங்கர்கள் காலத்தில் கட்டப்பட்டதாகும்.

சுங்கர் காலத்தில் பூனாவுக்கு அண்மையிலுள்ள பாசா (Bhaja) என்னுமிடத்தில் ஒரு பௌத்த மடம் கட்டப்பட்டது. அதில் குடைவரை மண்டபங்களைக் கொண்ட தூபங்கள் சிறந்த கலையழகுடன் உருவாக்கப்பட்டன. இங்குள்ள குடைவரைக் கோயிலும், மடமும் சுங்கர்களின் கலைச்செல்வத்திற்குச் சான்று கூறுகின்றன. அஜாந்தாக் குகைகளில் ஒன்பதாவது குடைவரை அமராவதித் தூபமும் பாரத்திலுள்ள விருட்ச தேவதா சிற்பமும், பெசுநகரிலுள்ள கருடவாகனத் தூணும், கயைத் தூபமும், நாசிக்கிலுள்ள குடைவரையும் இன்னும் பிறவும் சுங்கர் காலத்தில் எழுந்த கல்லாலான கலைச் செல்வங்களாகும்.

•

33

பெசுநகர் எலியோ தோரசுக் கற்றூண்

பெசு நகரிலுள்ள எலியோ தோரசுக் (Heliodorus) கற்றூண் கி.மு.170 ல் தட்சசீலத்தை ஆண்ட அந்தால்கிதாசு (Antalkidas) என்பவர் காலத்தில் எலியோ தோரசு என்பவரால் படைக்கப்பட்டது. இதன் தலைப்பில்தான் மாலவனின் ஊர்தியான கருடனின் உருவமிருப்பதாக அத்தூணிலுள்ள கல்வெட்டு கூறுகிறது. ஆனால் அக்கருடனின் உருவம் இன்று காணப்படவில்லை. ஆயினும், இந்திய வரலாற்றாசிரியர்கள் இதனைக் "கருடவாகனத் தூண்" என்றே அழைக்கின்றனர். பர்.வி. சிமித் இதனை ஆக்கிய எலியோ தோரசின் பெயராலேயே அழைக்கிறார். பாரதத்திலுள்ளது போலவே பெசுநகரிலும் வேலிகளும், அவற்றில் அழகிய கலை வேலைப்பாடுகளும் செதுக்கப்பட்டுள்ளன. வேலியின் வரிசையில் யானைகள், குதிரைகள் ஆகியவற்றுடன் ஊர்வலமாகச் செல்லும் மக்களின் காட்சியும், இதன் நடுவில் தாமரை மலர்களின் வரிசைக் காட்சியும் இஃதொரு சமய விழா ஊர்வலக் காட்சியென் பதைத் தெளிவுபடுத்துகிறது. இங்குள்ள கற்றூண்களும் இது போன்ற சிற்பங்களும், தாமரை மலரின் மிகப்பெரிய உருவங்களும் செதுக்கப் பட்டுள்ளன.

புத்த கயை

புத்த கயையில் காணப்படும் வேலியின் ஒவ்வொரு பகுதியிலும் சிற்ப வேலைப்பாடு அமைந்துள்ளது. கருங்கல்லாலும், சந்தனக்கல்லாலும் ஆன வேலித்துண்டுகள் முப்பதில் இத்தகைய சிற்பங்கள் அமைந்துள்ளன. மதிலின் சாய்வான மேல் முகட்டில் அமராவதியிலுள்ளது போலவே வரிசையாகப் பல சிற்பக் காட்சிகள் அமைந்துள்ளன. பௌத்த தருமத்தைப் போதிக்கும் சின்னங்களின் உருவங்களும் காணப்படுகின்றன.

ஓர் எருமை மாட்டின் உருவமும், ஆணும் பெண்ணும் அமர்ந்துள்ள (மிதுனம்) உருவமும் இங்குக் காணப்படும் அழகான சிற்பங்களாகும். வேலிகளிலும், பிற பகுதிகளிலும் தாமரை மலர் பல்வேறு தோற்றங்களைக் கொண்டு இக்கலையின் தத்துவத்தையும், வளர்ச்சியையும் ஒருங்கிணைத்து அறியலாம். ஒரு புனித மரத்தைச் சுற்றிலும் வேலி சதுர வடிவில் செதுக்கப்பட்டுள்ளது. வடமதுரை, காந்தாரம் ஆகிய இடங்களில் காணப்படுவதைப் போலவே இரட்டை வடிவிலான உருவங்கள் பதக்கங்களாக வேலிகளிலும், அரைப் பதக்கங்களாகக் கற்றூண்களிலும் காணப்படுகின்றன. அவற்றுள் சிறப்பானவை குதிரை முகத்தையுடைய பெண் (கின்னரர்), மீன் வாலை உடையவர்கள், நாகவடிவும், மீன் வடிவும் ஒட்டிய உருவங்கள் முதலியனவாம்.

பாரத்துத் தூபம்

இஃது அலகாபத்துக்கும் சம்பல்பூருக்கும் இடையிலுள்ள பௌத்த சமயப் புனித இடமாகும். இங்குள்ள தூபம் கிட்டத்தட்ட அழிந்து பட்டிருந்த நிலையில்தான் பர். கன்னிங்காம் கண்டுபிடித்தார். எஞ்சி நின்ற கலைச் செல்வங்கள் இங்கிருந்து கல்கத்தா அருங்காட்சி சாலைக்கு அனுப்பப்பட்டன. இன்று அருங்காட்சிச் சாலையில் ஒரு தனி வரிசையை இவை அலங்கரித்து நிற்கின்றன.

இதில் காணப்படும் ஏராளமான யக்சர்கள், யக்சினிகள், தேவதைகள், நாகராசாக்கள், குபேரன், யக்ச அரசன் முதலிய சிற்பங்களாகும். இச் சிற்பங்களைக் காணும்போது பௌத்த, வைதீக சமயங்களின் கலப்பு எதிரொளிப்பதை உணருகிறோம். வனத்தில் திரிந்த இராமனின் சுதையையும், தேவர்கள், நாகர்களின் உருவங்களை எதிரொளிக்கும்

சிற்பங்களும் காணப்படுகின்றன. விலங்குகள், மரங்கள் ஆகியவற்றின் உருவங்கள் ஏராளமாகவும் ஓடங்கள், பரித்தேர்கள், மாட்டு வண்டிகள், பல்வேறு இசைக் கருவிகள், பலதரப்பட்ட கொடிகள் (Flags), அரச சின்னங்கள், அளவைக் கருவிகள் முதலியனவும் இவற்றில் காணப்படு கின்றன. இங்குக் காணப்படும் சிற்பங்களில் "யக்சி" உருவங்கள் கண்ணையும் கருத்தையும் கவர்வனவாகும். மதிலின் சாய்வான மேல் முகட்டிலும் பல அழகிய சிற்பங்கள் செதுக்கப்பட்டுள்ளன. அவற்றுள் புத்தரின் முற்பிறப்பியக் கதைகளை விளக்கும் சிற்பங்களும் சிறப்பான வைகளாகும்.

மேலும் ஒரு மரத்தை ஒரு கையாலும் காலாலும் அணைத்துக் கொண்டு, மற்றொரு கையால் மரத்தின் கிளையைப் பற்றி நிற்கும் யக்சி யின் சிற்பமும் மிகவும் சிறப்புடையதாகும். இடக்காலால் மரத்தை யணைத்து முன்பாதத்தை ஒரு யானையின் தலையில் ஊன்றியும் வலக்காலை யானையின் முதுகில் வைத்தும் இவ்வுருவம் நிற்கிறது. அந்த யானை முன் பக்கத்திலுள்ள தன் இடக்காலால் அம்மரத்தை முட்டிக்கொண்டு துதிக்கையில் அதை வளைத்துத் தன் தலையால் இடித்துத் தள்ளுவது போல் நிற்கிறது.

இதைப் போலவே ஒரு மனிதன் தனது வலக் காலை மண்டியிட்டு, இடக் காலையூன்றித் தன்னிரு உள்ளங்கைகளால் ஒரு யச்சியின் இரு பாதங்களைத் தாங்கி அவளைத் தூக்கிச் செல்வது போலிருக்கிறது. இச்சிற்பம் பாரத்துக் கண்மையில் பதன்மாரா என்ற இடத்தில் காணப்படுகிறது. ஒரு யாளியின் மீது நின்ற வண்ணம் காட்சியளிக்கும் மற்றொரு யக்சியின் உருவமும் பாரத் வரிசையில் சிறந்ததாகும். இதற்குச் சுதர்சன யக்சி என்று பெயர். இத்தகைய யக்சிகளும், யக்சினிகளும் பாரத் கல்தூண்களில் காணப்படுகின்றன. பெண், மரம், மான், கொடி, பழம், கூரைக்குடில் முதலியவற்றின் உருவங்களாகும். சராவசுதி என்னுமிடத்திலுள்ள சீதாவனம் என்னும் மடத்திலுள்ள சிற்பத்தையும், பாரத்துத் தூபத்தில் எதிரொளித்துள்ளார்கள். அதில் கோயில்களும் மாமரமும் காணப்படுகின்றன. அவற்றினடியில் அனத பிண்டிகன் என்னும் வைப்பகக்காரன் தன் வண்டி நிறைய ஏற்றி வந்த தங்கக் கட்டிகளைக் கொட்டிக் கோயிலைச் சுற்றியுள்ள நந்தவனப் பாதையை தங்கப் பாதையாக்குகிறான்.

கன்வாயின மரபினர் (கி.மு. 73–28)

புசியமித்திர சுங்கனுக்குப் பின் பட்டத்திற்கு வந்த அவனுடைய மகனான அக்கினிமித்திர சுங்கன் கி.மு.149 லிருந்து 141 வரை ஆண்டான். இவனுக்குப் பிறகு சுயெசுத்தர (Suyyeshuttra) சுமித்திரா, வச்சிரமித்திரா, பாகவதா, தேவபூதி முதலியோர் ஆண்டனர். இறுதியரசனான தேவபூதியைக் கி. மு. 73 ல் அவனுடைய அமைச்சனான வாசுதேவன் என்பவன் கொலை செய்து விட்டு, மகதநாட்டின் அரசுகட்டில் ஏறினான். இவனால் ஏற்பட்டுத்தப்பட்ட கன்வாயின மரபினர் கி.மு.73 லிருந்து 27 வரை மகத நாட்டை ஆண்டனர்.

சுங்கர், கன்வாயினர் வைதீக சமயத்தை சேர்ந்தவர்களாக இருந்தாலும் பௌத்ததிற்கு எதிராக பல்வேறு நடவடிக்கைகளை மேற்கொண்டாலும் வைதீக சமயத்தின் கோயில்கள் பல எழுந்தாலும், சமண பௌத்த காலத்தை எதிர்த்து நிற்க முடியாதவையாக போய் விட்டன. இவர்கள் காலத்தைய வைதீக கோயில்கள் மிக குறைவாகவே தென்படுகின்றன. இவைகளும் பௌத்த கலையோடு போட்டியிட இயலாததாகவே இருந்தது.

•

34

சாதவாகனர் கோயில்கள்
கி.மு. 235 – கி.பி. 220

கி.மு. 230 களில் சாதவாகன மரபை ஏற்படுத்தியவர் சைசுகன் என்பவாரவார். இவர்கள் காலத்தில் சுங்க, கன்வாயின மரபினர் காலத்துக் கலைகள் தொடர்ந்து வளர்ச்சி பெற்றன. மௌரியப் பேரரசு வலிமை குன்றிய காலத்தில் சைசுகனால் ஒரு தனியாட்சி அமைக்கப் பட்டது. இவனுக்குப் பின் மன்னனான கௌதமி புத்திர சதகர்ணி என்பவன் சாதவாகன அரசர்களிலேயே மிகவும் சிறப்பு வாய்ந்த வனாவான். இவன் காலத்தில் நாசிக், கர்லி முதலிய இடங்களில் எழுந்த கலைப்படைப்புகளும், கல்வெட்டுகளும் வரலாற்று சிறப்பு பெற்றவை. சாதவாகனர் காலத்தில் பௌத்த, சமண, வைதீக சமயங்கள் தனித் தனியே சிறப்புற்று விளங்கின.

நைனிகாவிலுள்ள நானாகாட் கல்வெட்டிலிருந்து சாதவாகன அரசர்கள் பல வேள்விகளைச் செய்தார்கள் என்பதையும், அவர்கள் ஆரிய வைதீக சமயத்தைப் பின்பற்றியவர்கள். முதலாம் சதகர்ணி (கி.மு. 202 - 192) பரிவேள்விகளும், இராசசூய வேள்விகளும் செய்தான். வேதங்களில் கூறப் பட்ட அத்துணை வேள்விகளையும் செய்ததோடு பார்ப்பனர் களுக்கு 42,700 பசுக்களையும், பத்து யானைகளையும், 1000 குதிரைகளை யும், பதினேழு வெள்ளிப் பானைகளையும், ஒரு பரித்தேரையும், 68,000

பொற்காசுகளையும், பல ஊர்களையும் காணிக்கையாக வழங்கினான் எனக் கூறப்படுகிறது. இதிலிருந்து சாதவாகனர் காலத்தில் வைதீக சமயம் புத்துயிர் பெற்று வேத தோன்றிய விதிகளின்படி நாடெங்கிலும் கோயில்கள் கட்டப்பட்டிருக்க வேண்டுமென்பது தெளிவாகிறது. சைவமும், வைணவமும் இவர்கள் காலத்தில் சிறப்புற்று விளங்கிய சமயங்களென்றும், இந்திரன், சூரியன்,சந்திரன், முதலியவர்களை முதன்மையாக கொண்ட சமயங்களும் போற்றப்பட்டவைவென்றும் அறிஞர் டி.ஆர். பந்தார்கார் கூறுகிறார்.

இருப்பினும் சாதவாகனர் காலத்திலும் பௌத்த சமயமே மேலேங்கி இருந்தது என்பதை இக்கால கோயில்களில் இருந்து காண முடிகிறது, அசோகர் காலத்திலிருந்து சுங்கர்சாலம் வரையில் எழுப்பப் பட்ட பல பௌத்த கோயில்கள் இவர்கள் காலத்தில் புதுப்பிக்கப் பட்டன. மேலும் பல பௌத்த விகரைகளும், குடைவரைகளும், அழகுற உருவாக்கப்பட்டன. சாதவாகனார் கால கோயில்களை குறிப்பிடத்தக்கவைகள் பௌத்த ஆலயங்களே; அவற்றை இனி காண்போம்.

சாதவாகனர் காலத்தில் பௌத்த சமயமும், கலைகளும் சிறப்புற்று விளங்கினவென்பதற்குப் பல சான்றுகள் உள்ளன. பிதால்கோரா, நாசிக், பாச்சா (Bhaja), பெம்சா, கொண்டேனி, குடா முதலியவிடங்களில் இவர்கள் காலத்தில் பௌத்தக் குடைவரைகளும், கோயில்களும் உருவாக்கப்பட்டன. பத்திடிப் புரோலு, அமராவதி, கோலி, கண்டசாலா, கும்மாதிடுர்ரு ஆகிய இடங்களில் பௌத்தத் தூபங்கள் ஆக்கப்பட்டன. புத்தக் கோயில்களுக்கும், துறவிகள் இருக்கும் விகாரை களுக்கும் அரசர்களேயன்றிச் சிற்றரசர்களும், அரச குடும்பதினர்களும், வணிகர்களும், பெண்களும், பொன்னையும், பொருளையும், நிலங் களையும் தானமாக அளித்தார்கள். இதனால் பௌத்தக் கலைகள் சாதவாகனர் காலத்தில் செழிப்புடன் தொடர்ந்து வளர்ந்தன.

சிறப்பாகத் தக்கணத்தில் காணப்படும் பௌத்தக் குகைகள் யாவும் சாதவாகளர் காலத்தில் குடையப்பட்டவை என்பது குறிப்பிடத்தக்கதாம். இவர்களால் குடையப்பட்ட இக்குகைகளை வழிபாட்டு மண்டபங்கள் அல்லது பௌத்தக் கோயில்கள் என்றும், புத்தத் துறவிகளின் வாழ் விடங்கள் என இருவகையாக கூறலாம். இத்தகைய புத்தக் கோயிற் கட்டடங்கள் கவிகைக்கூரை (Vaulted Roof)களையும், குதிரை இலாட

வடிவிலான சாளரங்களையும் உடையன. இச்சாளரங்கள் நுழைவாயிலுக்கு மேல் அமைந்துள்ளன. இதனையடுத்து உட்புறத்திலுள்ள வட்டத்தில் குடத்திற்கு மேல் ஒரு தூணும் காணப்படும். இது சாதவாகனர் காலத்துப் பௌத்தக் கோயில்களில் காணப்படும் பொதுவான கூரைக்கும் துறவிகள் வசிக்கும் ஒவ்வொரு மடத்திலும் பல அறைகள் உள்ளன. ஒவ்வோர் அறையிலும், ஒரு துறவி படுத்து உறங்குவதற்காகக் கற்கட்டில் உள்ளது. ஒவ்வோர் அறைக்கும் பக்கவாட்டில் காலதர்கள் உள்ளன. அத்தோடு ஒவ்வொரு மடத்திலும் ஒன்று அல்லது இரண்டு கல்லாலான நீர்த்தொட்டிகள் உள்ளன. புத்த சமய ஆண் துறவிகளும், பெண் துறவிகளும் தனித்தனியே வாழ்ந்தார்களென்றும். தனித்தனியே அவர்களுக்கு மடாலயங்கள் கட்டப்பட்டனவென்றும் பட்டையங்களிலிருந்து அறியலாம்.

சாதவாகனர் காலத்தில் பௌத்தர்கள் பல பிரிவினர்களாக இருந்தனர். பாதயானியர்கள் (Bhadayaniyas) எனப்படும் பௌத்த பிரிவினர் நாசிக், கன்னேஃரி ஆகிய குடைவரைகளில் வாழ்ந்தார்கள். மகாசமிகர்கள் எனப்படும், மற்றொரு பௌத்த பிரிவினர் கர்லியிலுள்ள குடைவரையிலும், அதனையடுத்த இடங்களிலும் வாழ்ந்தனர். சோப்ராப் புத்த மடத்தில் தம்ம மத்திரியர்கள் எனப்படும் மற்றொரு பௌத்த பிரிவினர் வாழ்ந்தார்கள். தக்கணத்தின் கிழக்குப்பகுதியில் சேதிக் கியர்கள் புபசிலியா அவரசிலியா உதயிபபாகி மகாவின சிலியா, முதலிய பௌத்த சமயப்பிரிவினர்கள் இருந்தார்கள். மேற்குத் தக்கணத்திலும் பௌத்த சமயக் கலைகள் சிறப்புடன் விளங்கின.

இக்காலத்தில் சிறப்புடன் காணபப்படும் கோலி, சாக்கியப்பேட்டா, பத்டிப்புரோலு, கண்டசாலா, நாகார்ச்சுன கொண்டா ஆகிய இடங்களில் காணப்படும் தூபங்களும். சிற்பங்களும் சாதவாகனர் காலத்துக் கலைகளாகும். இவற்றுள் தலைசிறந்தது அமராவதியாகும். அங்குக் காணப்படும் தூபங்களும், பிற படிமங்களும் இவர்கள் காலத்தப் பௌத்தக் கலைகளுக்கெல்லாம் கருவூலமாக விளங்குகின்றன. ஏறத்தாழ கி.மு.25 இல் சாஞ்சிப் பெருந்தூபியிலுள்ள நான்கு பெரும் தோரண வாயில்களை சாதவாகனர்கள் கட்டினார்கள். ஏறத்தாழக் கி.பி.25 ல் தூபத்தின் முகவாயிலும், இவர்களால் கட்டப்பட்டதுதான்.

●

35

சாஞ்சி தூபம்

மௌரியர் காலத்தில் கட்டப்பட்ட தூபங்கள் மிக எளிய முறையில் செங்கற்களால் கட்டப்பட்டன. புத்தத் துறவிகளும், புனிதப் பயணிகளும் இவைகளுக்குச் சென்று வழிப்பட்டார்கள். பொதுமக்கள் அங்கெல்லாம் செல்வதில்லை. ஏனென்றால் அவர்கள் உள்ளத்தைக் கவரும் வண்ணம், இத்தொடக்க காலத் தூபங்கள் கலையழகோடு கட்டப்படவில்லை. அசோகர் காலத்தில் சிறந்த கலைக்காட்சிகளைக் கொண்ட ஒரே கல்லிலான பல கற்றூண்கள் புனிதவிடங்களில் நடப்பட்டன. ஆயினும் பௌத்த சமயத்தில் பற்றுள்ளோர் மட்டும்தான் சமயத்தின் அடிப்படையில் புத்த ஆலயங்களுக்குச் செல்லுகின்றபோது, புனிதவிடங்களுக்குச் செல்லுகின்றபோது பக்தி உணர்வோடு புனிதச் சின்னங்களாகக் கொண்டு வணங்கினார்கள், கலைச் சின்னங்கள். பிற சமயத்தாரையும் கலைஞர்களையும் கவர்ந்த காலம் - சாஞ்சி போன்ற பெருந்தூபங்கள் கம்பீரத் தோற்றத்துடன் வளர்ந்து வியக்கத்தக்க பல கலையுறுப்புகளைப் பெற்றதன் பின்னர்தான். இனி சாஞ்சியை ஒரு முன்னோடியாக வைத்துக் காண்போம்.

தொடக்க காலத்தில் கட்டப்பட்ட தூபங்கள் அரைக்கோள வடிவில் கட்டப்பட்டுள்ளது. இத்தூபத்தின் நடுவிலுள்ள குமிழ் வடிவிலான

உட்புறத்தில் புத்தரின் புனித எச்சமாக குடையின் சின்னம் இருக்கும். இப்புனிதக்குடை அடியில் புதைத்துள்ள புனித எச்சத்தின் புனிதத் தன்மையை மேம்படுத்தும் புனிதச் சின்னமாகப் போற்றப்படுகிறது. சாரநாத், சாஞ்சி போன்ற தூபிகளில் காணப்படும் இப்புனிதக் குடைகள் மெருகிட்ட கற்களால் செய்யப்பட்டவைகளாகும். மௌரியர் காலத்தில் செங்கற்களால் கட்டப்பட்ட இத்தகைய தூபங்கள் சுங்கர்கள் காலத்தில் கருங்கற்களால் கட்டப்பட்டதோடு அவற்றைச் சுற்றி வரும் பாதைகள், நுழைவாயில்கள். தோரணவாயில்கள், சிறு கற்றூண்கள் முதலியவற்றை யும் கல்லாலேயே அமைத்தார்கள். ஆகவே சுங்கர் காலத்துத் தூபங் களைச் சுற்றிலும் புறமும் கட்டப்பட்ட இத்தகைய அமைப்புகளில் பல்வேறு சிற்ப வேலைப்பாடுகளும் அமையலாயின. இதனால் ஆதித் தூபியின் நடுவிலுள்ள (கருவறை) புனித எச்சத்தை வணங்குவதற்கும் வலம் வரும் பாதையைச் சுற்றிலும் வாயில்களையடுத்தும் காணப்படும் பல்வேறு கலைப் பொருள்களைக் காண்பதற்கும் பலரும் சென்றனர். தூபத்தின் மேற்புறத்தில் காட்சி மண்டபமும், குடை மேல் குடையும் கூடுதல் உறுப்புகளாயின. தூண்களிலும், பல்வேறு தலைப்புகளும் நடுப் பகுதிகளில் பலதரப்பட்ட கலை வேலைப்பாடுகளும் தோன்றின.

சாஞ்சிதூபம் முகலாயர்களால் ஆளப்பட்ட சமயத்தில் இதன் பெரும்பகுதி இடிக்கப்பட்டு விட்டது. ஆயினும், பாரத்துத் தூபத்தைப் போல் முழுவதும் சீர்குலையாமல் காக்கப்பட்டு இன்றும் பழைய நிலையில் பாதுகாக்கப்பட்ட சின்னமாக உள்ளது. இத் தூபத்தை முதன் முதலில் கி.மு. 250 ல் அசோகர் கட்டினாரென்றுபதைப் பார்த்தோம். இதற்குப்பிறகு இதைச் சுற்றிலும் இதைப் போலவே இரண்டு மடங்கு பெரிதாகக் கட்டப்பட்டுள்ளது. அசோகரால் கட்டப்பட்ட மூலத்தூபம் அழிக்காமலேயே, அதன் மேல் அதனைச் சுற்றிலும் பெருந்தூபக் கட்டடமாகக் காணப்படுகிறது. இதனை தூபத்தினுள் தூபம் என்று அழைப்பர். இது போன்ற தூபங்கள் பிற்காலத்தில் சாரநாத், பஞ்சாப் முதலிய இடங்களிலும் கட்டப்பட்டுள்ளன. இக் கட்டடம் முழுவதும் செதுக்கப்பட்டு மெருகேற்றிய கருங்கல்லால் கட்டப்பட்டுள் ளது. "இந்தியக் கற்கட்டடங்களில் பொறியியல் அறிவையும், கட்டடக் கலையறிவையும் பயன்படுத்தி முழுக்கட்டடமும் கல்லால் கட்டப் பட்ட முதல் கட்டடம் இதுவே" என பெர்சி பிரவுன் கூறுகிறார். ஒரு தூபத்தின் உச்சியில் ஒரு குறிப்பட்ட வடிவில் நடுவிலுள்ள குடைத்

தண்டைச் சுற்றிலும் அர்மிகா கட்டப்பட்டதும். நாற்புறச் சுவர்களும் வேலிகளால் அமைக்கப்பட்டதும், இவையாவும் கற்களால் ஆனதால் இந்தியக் கட்டடக் கலை வரலாற்றில் சாஞ்சித் தூபமே முதலிடம் பெறுகிறது.

இதற்குப்பின் எழுந்த தூபிகளில் ஆர்மிகா சிறிது சிறிதாக மறைந்து முனை குவிந்து வளர்ந்து குடைமேல் குடையாகவும், கூம்புபோலவும் காணப்படுகிறது. ஆகவே சாஞ்சித் தூபத்திலுள்ள அர்மிகவை போல் அமராவதி, மணிக்கியாலாத் தூபங்களைத் தவிரப் பிறவற்றில் காணப் படவில்லை. மாறாக அது வெவ்வேறு வகையாக மருவி வளர்ச்சி பெற்றிருக்கிறது.

முதன் முதலில் சாதவாகனர்களால் சாஞ்சியில் கட்டப்பட்டது, தெற்குத் தோரணவாயிலாகும். இதுதான் மற்ற எல்லாத் தோரண வாயில்களை விட மேலான கலையழகுடன் விளங்குகிறது. ஆயினும் கலைப் பாணியை அடிப்படையாக வைத்து நோக்கும்போது தெற்கும் வடக்கும் ஒரு பாணியிலும், கிழக்கும் மேற்கும் மற்றொரு பாணியிலும் அமைக்கப்பட்டுள்ளன.

இப்பெருந்தூபத்தை அடுத்தாற் போலுள்ள மற்றொரு தூபியின் ஒற்றைத் தோரணவாயில் இந் நான்கின் பாணியிலிருந்து வேறுபட்டுக் காணப்படினும் வடக்குத் தோரணவாயிற் பாணியை ஓரளவு ஒத்திருக் கிறது. எனவே வடக்குத் தோரணவாயில் கட்டிய அதே நேரத்தில் இதுவும் கட்டப்பட்டிருக்கலாம். இவ்வைந்து தோரணவாயில்களும் இங்கிருந்து சற்று தூரத்திலுள்ள பெசு நகரில் நிலைபெற்று வாழ்ந்த பரம்பரைக் கற்றச்சர்களால்தான் கட்டப்பட்டன என்பதை ஏற்க வேண்டி யுள்ளது. தெற்குத் தோரண வாயிலை விதேச நகரத்து தச்சர்கள் கட்டி னார்கள் என்பதற்கு இங்கொரு கல்வெட்டுச் சான்று இருக்கிறது.

புத்தர் பரிநிருவாணமடைந்த 150 ஆண்டுகளுக்குப் பின்னர் வைசாலியில் கூடிய புத்த மாநாடு புத்தரின் உபதேசங்களை எட்டுத் திங்கள் ஆய்வு செய்து புத்தரின் உபதேசங்களைக் கடைப்பிடிக்கவும், பிறவற்றைக் கண்டிக்கவும் வேண்டுமெனத் தீர்மானித்தது. இதனால் புத்த சமயத்தில் பிளவு ஏற்பட்டு அது ஈனயாணம் (தேரவாத புத்தம்) மகாயாணம் என இரண்டாகப் பிரிந்தது. ஈனயானம் என்பது "சிறு ஊர்தி" எனக் கொச்சைப்படுத்தினர். பெரும்பான்மையானவர்கள் மகாயானம் பெரும்

ஊர்தி என்று தங்களை அழைத்துக் கொண்டனர். புத்தரின் மூலக் கொள்கைகளைப் பின்பற்றியவர்கள் ஈனயாணப் பிரிவினரென்றும், அவரின் புனிதச் சின்னங்களை வழிபட்டோர் வைதீக சமயம் போல் வழிபாட்டு முறைகளை ஏற்றுக் கொண்டோர், மகாயாணப் பிரிவின ரென்றும் அழைக்கப்பட்டனர்.

ஈனயாணத் துறவிகளுக்கெனச் செதுக்கப்பட்ட குடைவரை மண்டபங்கள் மடாலய (Vihara) வளர்ச்சியில் ஒரு புதிய அத்தியாயத்தை ஏற்படுத்தியுள்ளன. பௌத்தக் கோயில்களுக்கு முன்னால் உள்ள மர நிழலில் கூடித்தொழுத புத்தத் துறவிகள் பின்னர் அரசர்களாலும், பக்தர்களாலும் அமைத்துக் கொடுத்த மடாலயங்களில் வாழ்ந்ததை அறிந்தோம். இக்கோயில்களுக்கண்மையில் சாதாரணக் கூரை வீடு களாகவும், பின்னர் மரச்சட்டத்தாலான வீடுகளாகவும் அமைக்கப்பட்ட இத் துறவிகளின் மடங்களில் அவர்கள் வாழ்வதற்கேற்ற ஏந்துகளுடன் மிக எளிய முறையில் அமைக்கப்பட்டன. படுத்துறங்குவதற்காகக் கட்டில் போன்ற சிறு மேடையும் அமைக்கப்பட்டது.

அசோகர் காலத்திலும் அதற்குப் பின்னும் இத்தகைய மடாலயங்கள் கற்பாறைகளைக் குடைந்து நிலையாகக் கட்டப்பட்டன. அப்பொழுதும் மேற்கண்ட அதே ஏந்துகளுடன் ஏறத்தாழ நான்கு அறைகளைக் கொண்டதாய் விளங்கியது. படுத்துறங்குவதற்காகக் கல் மேடைகள் செதுக்கப்பட்டன. இதற்குள் கடைசியாக உள்ள அறை துறவி தனிமையில் ஆழ்ந்து தியானிப்பதற்காக பயன்படுத்தப்பட்டது. இந்தக் கடைசி அறை, வட்டவடிவில் செதுக்கப்பட்டது. இது பிற அறைகளி லிருந்து பிரிந்து ஒரு புறவறை அல்லது தனியறை (Cell) யாகக் காணப்பட்டது.

குளிப்பதற்காகவும், பிற தேவைகளுக்காகவும், நீரை நிரப்பி வைப்பதற் காகப் பெரிய கல்தொட்டிகளும் இம்மடத்தில் உள்ளன. இவ்வாறு முதலில் செதுக்கப்பட்ட குடைவரை மடாலயங்கள் பிற்காலத்தில் ஏற்பட்ட மகாயாணக் குடைவரை மடாலயங்களிலிருந்து பலவகையில் வேறுபடுகின்றன.

ஈனயாண மடாலயங்கள் குடைவரை மண்டபங்களின் வளர்ச்சிப் பருவத்தில் ஏற்பட்டவையாகும். எனவே பிற்காலத்தில் ஏற்பட்ட மகாயாண மடாலயங்களிலிருந்து இவை வேறுபடுவதில் வியப்

பொன்றுமில்லை. எடுத்துக்காட்டாக, ஈனயாண மடாலயத்திலுள்ள பொதுவறை மிகப் பெரிதாகவும், பிற அறைகளுக்குச் செல்லும் வழிகளிலிருந்து தனித்தும் காணப்படும்.

நடு அறையிலிருந்து பின் புறத்திலுள்ள தனியறைக்கு நேரடிப் பாதை செல்லும், இவ்வறை நடுவறை, பொதுவறை முதலிய அறைகளின் நேரடிப் பார்வையிலிருந்து தனித்துக் காணப்படும். அதனுடைய கதவு சுவருக்கு வெளியில் ஒருக்களித்துக் காணப்படும். நடுவிலுள்ள அறையின் வாயில் வெளியிலுள்ள முற்றத்தை நோக்கியிருக்கும். இத்தகைய காலகட்டத்தில் தான் குசாளப் பேரரசு தோன்றியது.

●

36

குசானர் கோயில்

ஆரியர்கள் சிந்து வெளியில் ஊடுருவியதைப் போன்றே சீனத்தி லிருந்த ஊச்சி (Yuch-chi) என்ற நாடோடியினத்தவர் கி.மு.இரண்டாம் நூற்றாண்டில் குடிபெயர்ந்து சிறிது சிறிதாக இந்தியாவை நோக்கி வந்து, கி.பி. முதல் நூற்றாண்டின் தொடக்கத்தில் பாக்தீரியாவை மையமாகக் கொண்டு, தங்கள் ஆட்சியை நிலைநாட்டிக் கொண்டார்கள். அவர்களின் தலைவனான குசலா காட்பீசசு அல்லது முதலாம் காட்பீசசு (கி. பி. 20 - லிருந்து 55 -வரையில்) இப்பகுதியை ஆண்டான். இவன் பெயராலேயே ஊச்சியினப் பெயர் மருவிக் குசானர் என்னும் பெயர் பெறலாயிற்று.

முதலாம் காட்பீசசிற்குப் பிறகு அவனுடைய மகனான இரண்டாம் காட்பீசசு குசானர் அரசனானான். இவன் கி.பி. 55 -லிருந்து 78-வரையில் ஆட்சி புரிந்தான். இவன்தான் முதன் முதலாக வட இந்தியப் பகுதிகளை வென்று பேரரசன் ஆனான். இரண்டாம் காட்பீசஸிற்குப் பிறகு அரசு கட்டிலி லேறிய (கனிஷ்கன்) (கி.பி. 78 - 120) தான் இவ்வரசர்களின் தலை சிறந்த அரசனாவான்.

இவன் காலத்தில் தான் பௌத்த சமயம் மக்களிடையே புகழுடன் பரவியது. இதன் காரணமாகவே இவனை இரண்டாம் அசோகன் என

அழைப்பர். அசோகர் ஈனயாணப் பௌத்த சமயத்தின் வளர்ச்சிக்கு எவ்வாறு பாடுபட்டாரோ அதைப் போலவே மகாயாணப் பௌத்த சமயத்தின் வளர்ச்சிக்கு பாடுபட்டவன் கனிட்கனாவான். கனிட்கர் காலத்தில் குண்டல வனத்தில் வசுமித்திரர், அசுவகோசர் ஆகியோர் தலைமையில் கூடிய பௌத்த மாநாட்டில் மகாயாணப் புத்த சமயம் அரசு சமயமாகத் தீர்மானிக்கப்பட்டது. சுத்த,விநய, அபிதம்ம, பிடகங்கள் இம்மாநாட்டில் முடிவாகத் திருத்தி அமைக்கப்பட்டன.

தென்னாட்டுப் பிராமணன் நாகார்ச்சுனன் என்பவனாலே மகாயாணப் புத்த சமயம் முழு உருவெடுத்து, வேரூன்றி வளரக் காரண மாயிற்று. அவன் வகுத்தளித்த தத்துவங்களின் பெயரில் தான் கனிட்கன் இம்மகாயாணப் பௌத்த சமயத்தைப் பிராமண சமய முறையில் பரப்பினான்.

கனிட்கர் வடநாட்டில் மட்டுமேயல்லாது இமயமலைக்கு அப்பாலுள்ள திபெத், சீனம் முதலிய நாடுகளுக்கும் மகாயாண சமயப் பரப்பூழியர் களை அனுப்பி அச்சமயத்தைப் பரப்பினார். காசியப்ப மதங்கன், தரும ரோதன் ஆகிய இரு பேரறிஞர்கள் சித்திய நாடுகளிலும், எண்ணிறந்த பலர் சீனத்திலும் மகாயாணப் பௌத்த சமயத்தைப் பரப்பினார்கள். குமாரசீவன் என்ற மகாயாணப் பேரறிஞர், அசுவகோசர், வசுபந்து ஆகியோரின் பௌத்த நூல்களைச் சீன மொழியில் பெயர்த்தார். நாகார்ச்சுனர் எழுதிய "மத்திய மிக சூத்திரம், தருமசங்காரகம், சுஹ்ரில்லோக்கம்" ஆகிய நூல்களும், அசுவகோசரின் "புத்தசரிதம், சூத்திரலங்காரம்" ஆகிய நூல்களும், வசுமித்திரரின் பிடகங்களின் தொகுப்பான மகாவிபாச சாத்திரமும், சீன மொழியில் பெயர்க்கப் பட்டன.

கனிட்கர் காலத்தில் தோன்றிய பௌத்த இலக்கியங்களில் பெரும்பாலா னவை பாலிமொழிக் குமாராக சமற்கிருதத்தில் எழுதப்பட்டவையாகும் என்பது குறிப்பிடத்தக்கதாம். உருவ வழிபாட்டைப் பின்பற்றிய மகாயாணத்திற்குச் சமற்கிருதம் ஓர் அணிகமாகும். இதன் பலனாகத் தோன்றிய சிற்ப ஓவிய உருவங்கள் வைதீக சிற்ப ஓவியங்களைப் போல் காணப்படுகின்றன.

கனிட்கர் ஒரு சிறந்த கட்டடக்கலை விரும்பியாவர். இவர் காலத்தில் மடாலயங்கள், தூபங்கள் முதலியவவை ஏராளமாக எழும்பின. இதைப்

போலவே இவர் பல அழகிய நகரங்களை உருவாக்கினார். அவற்றுள் மிகச் சிறந்தது கனிட்கபுரம் ஆகும். இதுவே பிற்காலத்தில் "காசுமீரம்" எனப்பட்டதென்பர். பிற்காலத்தில் ஆரியப் பண்பாட்டுக்கும், ஆரியக் கலைகளுக்கும் தொட்டிலாக விளங்கிய வடமதுரை இவர் காலத்தில் சிறந்த வளர்ச்சியைப் பெற்றது. மேலும் சாரநாத், அமராவதி போன்ற இடங்களிலிருந்த பௌத்தக் கட்டடங்களில் மகாயாணச் சாயல்கள் படியலாயின என்பது குறிப்பிடத்தக்கது.

கனிட்கருக்குப் பிறகு அவிசேகன் (கி.பி.120 - 138) என்பவனும், பிறகு மற்றோர் அரசனும் (கி.பி. 138 - 152), அவனுக்குப் பிறகு வாசுதேவனும் (கி.பி.152 - 177) ஆண்டார்கள். இவனுக்குப் பிறகு குசானப் பேரரசு பல துண்டுகளாகியது. கடைசியாக ஆண்ட மூன்றாம் வாசுதேவனை இரண்டாம் சந்திரகுப்தன் தோற்கடித்து, குப்தப் பேரரசுடன் குசான அரசை இணைத்துக் கொண்டான். கனிட்கருக்குப் பிற்பட்ட இந்திய வரலாற்றை துல்லியமாக அறிய முடியவில்லை.

குசான மன்னர்களின் காலத்தில் மகாயாண புத்தப் பிரிவு சிறப்புற்று விளங்கியது. ஆயினும் சமணம், வைதீகம் முதலிய சமயங்களும் காணப்பட்டன. வடமதுரை சமண சமயத்தின் தலைசிறந்த பீடமாக விளங்கியது. தீர்த்தங்கரர்களுக்கான பல மடாலயங்கள் சமணர்களால் கட்டப்பெற்றன. விஷ்ணு, நாராயணன்,வருணன், குபேரன், சந்திரன், சூரியன் முதலிய கடவுள்களுக்கும், கங்கை, யமுனை முதலிய ஆற்றுத் தேவதைகளுக்கும் இக்காலத்தில் கோயில்கள் தோற்றுவிக்கப்பட்டன.

குசாணர்களில் புகழ் பெற்ற அரசனான கனிட்கன், கனிட்காபுரம் என்னும் ஒரு புதிய நகரத்தை உருவாக்கினான். புருஷபுரம் அல்லது பெசாவர் என்னும் நகரத்தில் ஒரு சிறந்த மகாயாணத் தூபத்தையும், மடாலயத்தையும் அமைத்தான். இன்று காணப்படும் தலையில்லாது முழு உருவமான கனிட்கனின் சிற்பம் இவர் காலத்துப் சிற்பக் கலைக்கு ஓர் எடுத்துக்காட்டாக விளங்குகிறது. இது வடமதுரை மாவட்டத்தில் மாத் (Mat) என்னுமிடத்தில் கண்டெடுக்கப்பட்டது.

கனிட்கரது காலத்தில்தான் காந்தார சிற்பம் எனப்படும் கலப்பு கலை உருவானதென்று சில வரலாற்று ஆசிரியர்கள் கூறுகின்றனர். இது கலப்புக் கலையல்ல தொல்குடியினரின் கலை வடிவங்களின் கால வளர்ச்சியே என்றும் சிலர் கூறுகின்றனர். குசானர்களுக்கு பின் வந்த

ஊனர்கள் குசானர்களுடையது மட்டுமல்லாது அதற்கு முந்தைய ஏராளமான கோயில்களை அழித்தொழிந்தனர். எனவே குசானர் காலத்தியது என்று குறிப்பிடத்தக்க கோயில்கள் ஏதும் அறிய முடியவில்லை. இருப்பினும் கனிட்கர் தூபம் ஒன்றை தெரிந்து காண்போம்.

கனிட்கர் தூபம் (Great Pagoda) பெசாவருக் அருகாமையில் கண்டு பிடிக்கப்பட்ட தேர் போன்ற பெருந் தூபத்தை குசானப் பேரரசர் கனிட்கர் (கி.பி. 78 -120) கட்டியதாக அறிகிறோம். இக்கட்டடம் காந்தாரக் கட்டடக் கலைக்கு ஒருவகை எடுத்துக்காட்டாகும். இதில் காணப்படும் கட்டடக்கற்கள் மிகப் பெரிய துண்டுகளாக உள்ளன. கட்டடம் கட்டத் தொடங்குவதற்கு முன்பாக இத்துண்டுகளின் ஒரு புறம் வழவழப்பாகச் செதுக்கப்பட்டு மற்றொருபுரம் செதுக்கப்படாமல் பின்னர் கட்டப்பட்டுள்ளது. ஒரு கல்லுக்கும் மற்றொரு கல்லுக்குமுள்ள இடைவெளியில் உடைத்த சிறு துண்டுகளால் நிரப்பப்பட்டுள்ளது.

மேற்பகுதியில் கட்டப்பட்டுள்ள கட்டடத்தில் பெருங்கற்களுக்கிடையிலேற்பட்ட இடைவெளிகள் செங்கல் துண்டுகளால் அடைக்கப் பட்டுள்ளன. சுவர்களும் மற்றத்தரை மட்டப்பகுதியும் சோடனையின்றி எளிமையாகக் கட்டப்பட்டுள்ளது. கட்டடக்கலையின் தொடக்க காலத்திற்குச் சற்றுப் பிற்பட்ட காலத்தில் கட்டப்பட்டது போல இது காட்சியளிக்கிறது. சற்றேறத்தாழக் கி.பி. முதல் நூற்றாண்டில் கட்டப்பட்ட கட்டடங்கள் ஓரளவு இதே மாதிரியாய் இருப்பதைக் காண்கிறோம். குசானர் காலத்தில் இது போன்ற கட்டடங்கள் பல இடங்களில் காணப்படுகின்றன.

கி.பி. 4 ஆம் நூற்றாண்டில் இந்தியாவுக்கு வந்த சீனப்பயணி பாகியான் (கி.பி.399 - 411) காந்தாரம், தட்சசீலம், பெசாவர் முதலிய இடங்களிலிருந்த புத்த மடாலயங்களைப் பற்றித் தமது குறிப்பேட்டில் குறிப்பிட்டுள்ளார். ஆபுகானிசுதானத்தில் மட்டும் ஈனயாண மகாயாணப் பிரிவுகளைச் சேர்ந்த 3000 புத்தத் துறவிகள் தங்கள் மடாலயங்களில் வாழ்ந்ததாக இவர் குறிப்பிடுகிறார்.

வடமதுரையில் 3000 புத்தத் துறவிகளைக் கொண்ட 20 மடாலயங்களும் கோட்டானில் ஆயிரக்கணக்கான மகாயாணத் துறவிகளும் 14 மடாலயங்களும், காச்கரில் அயிரம் ஈனயாணத் துறவிகளும், சாங்சனின் 4000

ஈனயாணத் துறவிகளும் தங்கள் மடாலயங்களில் சிறப்புடன் வாழ்ந்ததை மிக விரிவாகப் பாகியான் குறிப்பிட்டுள்ளார்.

பின்னர் வட இந்தியாவின் மீது படையெடுத்து வந்த ஊணர்களின் (Huns) தலைவன் மிகிரகுலன் என்பவனால் கலைகள் அழிக்கப்பட்டன. இவன் 1600 தூபங்களை அழித்தானென்பதை இராசதரங்கிணி என்னும் நூலிலிருந்து அறிகிறோம்.

இத்தூபங்கள் மட்டுமன்றி பல எண்ணிறந்த கட்டடங்களும், சிற்பங்களும், புனிதவிடங்களும் இவனால் அழிக்கப்பட்டன. இதற்குப் பிறகு தான் காந்தார நாட்டுக்கு அப்பாலும், இப்பாலும் உள்ள நாடுகளில் பல புத்த மடாலயங்களும் தூபங்களும் கட்டப் பட்டன.

●

37

குப்தர் கோயில்கள்
தோரா கி.பி. 300 - 600

சாதவாகனர், குசானர்களுக்குப் பிறகு வட நாட்டை முழுவதையும் ஒரு குடைக்கீழ் இணைத்து ஆண்ட பெருமை குப்தர்களையே சாரும். குப்த மன்னர்கள் காலத்தில் சிறப்புற்று விளங்கிய கலைகளாலும், இலக்கிய, சமயப் பண்புகளாலும் குப்தர் காலம் கி. பி. 320 லிருந்து 480 வரை "பொற்காலம்" எனப் போற்றப்படும். இக்காலத்தில் ஆட்சி புரிந்த முதலாம் சந்திரகுப்தன் (கி.பி.320 - 330), சமுத்திர குப்தன் (கி.பி.330 - 375), இரண்டாம் சந்திரகுப்தன் (கி.பி.375 - 415), முதலாம் குமார குப்தன் (கி.பி.415 - 455), கந்தகுப்த விக்கிரமாதித்தன் (கி.பி.455 - 467) ஆகியோர் இப் பொற்காலத்தின் பெருமைக்கு உரியவர்களா வார்கள்.

கந்த குப்தனுக்குப் பிறகு குப்தப் பேரரசு அழிந்துபட்டது இக்காலத்தில் வலுவற்று, உள்நாட்டு, வெளிநாட்டு இடர்ப்பாடுகளுக்கு ஆளாகிப் பல அரசர்கள் ஆட்சி புரிந்தனர். அவர்களில் புருகுப்தன் (கி.பி.467 - 473), இரண்டாம் குமாரகுப்தன் (கி. பி. 473 - 476), புத்தகுப்தன் (கி.பி.476 - 495) முதலிய அரசர்களைக் கூறலாம். இவர்களுக்குப் பின் குப்த அரசு குற்றுயிராயிருந்து அயலார் படையெடுப்பாலும், உள் நாட்டுப் பகைவர்களாலும், மற்றும் பல கரணியங்களாலும் அழிந்து

பட்டது. மேற்கூறிய கி.பி.320 க்கும் 480க்குமிடைப்பட்ட குப்தர்களின் ஆட்சிக் காலத்தை "வைதீக சமயத்தின் மறுமலர்ச்சிக் காலம்" எனலாம்.

குப்தர்களின் வரலாற்றை அறிவதற்கு மூலமாயுள்ள இலக்கியச் சான்றுகள், முத்திரைகள், நாணயங்கள் ஆகியவற்றைவிட மிகச் சிறப்பாகக் காணப்படும் கட்டட, சிற்பச் சான்றுகளைக் கொண்டு இந்திய வரலாற்றில் ஒரு பொற்காலத்தை ஆக்கித் தந்தவை குப்தர்களின் கட்டட சிற்ப, ஓவியக்கலைகளே என்பதைத் தெளிவாகவும் திடமாகவும் கூறலாம். இவற்றைத் தனித்தனியே இனி அறிவோம்.

குறிப்பாக குப்தர்கள் காலத்தில் கட்டப்பட்ட கட்டடங்களில் கோயில் களே முதலிடம் பெறுகின்றன. இந்தியக் கோயில், கட்டட வரலாற்றில் குப்தர் காலமும், அதற்குச் சற்றுப் பிற்பட்ட காலமுமே சிறப்பான வளர்ச்சிப் பருவத்தைப் பெற்றிருக்கிறது. இவ் வளர்ச்சிப் பருவ காலத்தைத் கி.பி. 400 லிருந்து 700 வரை எனக் கூறலாம்.

குப்தர் காலத்துக் கோயில்கள்

குப்தர் காலத்து மக்கள் தனித்தனியாகத் தங்கள் வழிபடும் கடவுளர் களைப் போற்றி, நோன்பு நோற்றல். விழாவெடுத்தல், கூடித்தொழுதல், ஆரவாரித்தல் முதலியவற்றால் பக்தி இயக்கத்தைப் பரப்பலாயினர். வாசுதேவன், பலராமன், வராகன், நரசிம்மன், திருமால், சிவன், கந்தன் முதலிய கடவுளர்கள் வழிபடு தெய்வங்களாயின. இக் கடவுளர்களோடு தொடர்புள்ள இடங்களில் கோயில்களை அமைக்கவும், அவர்களைப் பற்றி அறியப்படும் தொல் கதைகளுக்கேற்ப விழாக்கள் எடுப்பதும், அத்தெய்வங்களின் வேடங்களைத் தாங்குவதும், அவற்றின் மெய்ம்மங் களை வாழ்க்கையில் கடைப்பிடிப்பதும் மக்களின் அன்றாட வாழ்க்கை நெறியாயின.

சுருங்கக் கூறின் குப்தர் காலத்து இந்தியரின் ஒவ்வொரு நாளும், தெய்வ வழிபாட்டு நாளாகவே பின்பற்றப்பட்டு வந்தது. திருமாலின் பத்துத் தோற்றரவுகளும், சிவன், கந்த வழிபாடும் இக்காலத்து மக்களால் போற்றப்பட்டுத் தனித்தனிக் கோயில்கள் எடுக்கப்பட்டன. இதுவரை வழக்காற்றிலிருந்த பௌத்த சமயம் மங்கி நின்றது; ஆனால், மாண்டு விடவில்லை. வடஇந்தியாவின் சில பகுதிகளிலும், மைய இந்தியா விலும் இச் சமயம் உயிர் பெற்று நின்றது. இதற்கெல்லாம் கரணியம்

குப்த மன்னர்கள் வைதீக சமயத்தின் வளர்ச்சியில் காட்டிய ஊக்கமும், ஆக்கமுமே ஆகும்.

பொதுத் தன்மைகள்

குப்தர் காலத்துக் கோயிற் கட்டடங்களைப் பல பிரிவுகளாகப் பிரித் தறிவதற்கு முன் அக்கட்டடங்களில் காணப்படும் ஒரு சில பொதுத் தன்மைகளை நாம் அறிய வேண்டியுள்ளது. இவைகளின் கருவறை பெரும்பாலும் வட்டவடிவில் அமைந்துள்ளது. மண்டபங்களில் அழகிய கலை வேலைப்பாடமைந்த தூண்கள் நாட்டபட்டுள்ளன. திருச் சுற்று கூரையால் மூடப்பட்டுள்ளது. தொடக்க காலத்தியக் கோயில்களின் கூரைகள் தனி கல்லால் மூடப்பட்டிருக்கின்றன. செங்கற்களால் கட்டப் பட்ட மேற்கூரை தளங்களாக வளர்ந்து சிகரத்தின் சிறப்பு, வளர்ச்சி மெய்ப்பிக்கின்றது. கோயில்கள் அழகிய அறைகளுடன் காட்சியளிக் கின்றன. அவற்றில் கணநாதர், மிதுனம் வித்தியாதரர், துவாரபாலகர், நடுவில் மூலவர் முதலிய உருவங்கள் வடிக்கப்பட்டன.

தொடக்க காலப் பௌத்தக் கோயில்களில் ஒற்றை யறையே காணப்படு கிறது. தூணிலுள்ள அகலமான பலகைக்கு (Adacus) மேல் அரிமா உருவம் காணப்படுகின்றன. ஆனால் அவற்றிலுள்ள காலதர்ப் புழை (Shaft) குறுகிக் காணப்படுகிறது. அவற்றின் எளிய வட்டமான நிலை மேடையில், யக்சினியின் உருவங்கள் காணப்படுகின்றன. பிற்காலக் கோயில்களில் இத்தகைய யக்சினியின் உருவங்களும்,வாயிலுக்கருகில் செதுக்கப்பட்டுள்ளன. பிற தன்மைகளை ஆங்காங்கே இனிக் காண் போம்.

குப்தர் காலத்துத் தூண் தலைப்புகள் குட உருவ (பூர்ணகலசம்) த்தில் தொடங்கிப் பின்னர் பல்வேறு வகையில் வளர்ந்துள்ளன. குடத்திலிருந்த தொங்கும் கொடிகளும் பிறவுருவங்களும் இதன் வளர்ச்சிப் போக்கில் காணலாம்.

கோயில்களில் பெரும்பாலானவை சதுரவடிவமுள்ளவை. இவற்றின் மஞ்சரிகள் அடியிலிருந்து சுருள் சுருளாக உயர்ந்து சென்று குவிந்து முடிகின்றன. இக்கோயில்களின் உறுப்புகளில் தலை சிறந்து காணப் படுவது மஞ்சரியின் எழில்மிகு தோற்றமேயாகும்.

தேவகர் (Deogarh) தசாவதாரக் கோயில்

சாஞ்சி மாவட்டத்திலுள்ள தேவகர் என்னுமிடத்தில் கட்டப் பட்டுள்ள தசாவதாரக் கோயில் பிற்காலக் குப்தர்களால் கி.பி. ஆறாம் நூற்றாண்டில் கட்டப்பட்டதாகும். இது பஞ்சயதன என்னும் வகையைச் சார்ந்த கோயிலாகும். அஃதாவது ஐந்து கடவுளர்களின் சிற்பங்களும் ஒரே கோயிலில் அமைக்கப்பட்டிருந்தால் அக் கோயில் பஞ்சயதனக் கோயில் எனப்படும். பஞ்சயதனக் கோயில்களில் கருவறையில் மூலவ ராகச் ஒருவருக்கு திருசுற்றின் நான்கு மூலைகளிலும் தனித்தனி மேடை யில் பிற இறை வடிவங்கள் அமைக்கப்படும். இது பொதுவாகக் காணப்படுவதாகும். ஆனால் சில கோயில்களில் கடவுளர்கள் வரிசை யாகவும் அமைந்திருப்பர்.

இக்கோயிலின் தளம் சமதளமாகும், கருவறைக்கு மேல் கட்டப் பட்டுள்ள சிகரம் நான்கு பட்டைகள் குவிந்து இணைந்தது போல் பிரமிட்போலிகையாக கூம்பு வடிவாகி உள்ளது. இதன் அடிப்புற மிருந்து கருவறை தளம் வரை பலதரப்பட்ட அணி வரிசைகள் காணப் படுகின்றன. இடையிலுள்ள மஞ்சரியின் நான்கு மூலைகளிலும் மஞ்சரிகள் (Urusringa) உள்ளன. இக்கோயில் கல்லாலும் செங்கல்லா லும் கட்டப்பட்டுள்ளது. அகன்ற மேடை மீது அமைந்துள்ள இக் கோயிலின் நாற்புறமும் படிக்கட்டுகள் உள்ளன. ஒன்றன் பின் ஒன்றாக நான்கு முக மண்டபங்கள் உள்ளன. நாற்புறமும் வேறு சில கோயில் களும் கட்டப்பட்டுள்ளன. மேடைக்கும் சுவரையொட்டி நிற்கும் சதுரத் தூண்களுக்கும் இடையில் புராண, இதிகாசக் கதைகள் சிற்பங்களாகச் செதுக்கப்பட்டுள்ளன. சிவன், பார்வதி உருவங்களும், சிவன் யோகத் தில் அமர்ந்துள்ள காட்சியும், மாலனின் சயனமும் இராமாயணம், பாரதம், பாகவதம் வற்றிலுள்ள கதைகளை அடிப்படையாகக் சிற்பங் களும் கண்ணைக் கவரும் காட்சிகளாக உள்ளன.

சுவர் தூண்களில் நம் மனத்தைக் கவரும் வகையில் கசேந்திர மோட்சம், நரசிம்மன், அனந்த சயனம் ஆகிய சிற்பங்கள் செதுக்கப்பட்டுள்ளன. இராமன், கிருட்டிணன், பலராமன் முதலியோரின் கதைகளை விளக்கும் சிற்ப வடிவங்களைக் கொண்ட முதற்கோயில் இதுவேயாகும். இதன் மேடைக்கு அண்மையில் செதுக்கப்பட்டுள்ள சிற்பக்காட்சி இராமன் கதையில் வரும் அகலிகையின் வினைதீர்த்தல், சூர்ப்பனகையின்

உறுப்புக் குறைப்பு, சஞ்சீவி மலையை அனுமன் பெயர்த்தெடுத்தல், மேகநாதனிடம் அடியுண்ட இலக்குவன், புண்ணை ஆற்றுவிக்க மருந்திடுதல் முதலிய பத்து வகையான இராமாயணக் காட்சிகள் மனத்தைக் கவர்வனவாகும். யசோதா, பழைய ஆடை முறைகளுக்கு மாறாக வடமேற்கு மாநிலப் பெண்களைப் போல் ஆடையணிந் துள்ளாள் என்பது குறிப்பிடத்தக்கது.

பித்ராகன் (Bhiragam) கோயில்

இக் கோயிலும் கி.பி. ஆறாம் நூற்றாண்டில் கட்டப்பட்டதாகும். நாம் வடநாட்டுக் கோயில்களைப் பற்றிக் கூறும் பொழுது அவற்றின் தலையாய தனிச்சிறப்பாகக் காணப்படுவது கருவறைக்கு மேலமைந்த சிகரமே. இதற்கு சிறந்த எடுத்துக்காட்டாய்த் திகழ்வது இப் பித்ராகன் கோயிலாகும். பித்ராகன் கான்பூர் மாவட்டத்திலுள்ளது. இக்கோயில் செங்கல்லால் கட்டப்பட்டது கூம்பு வடிவிலான மஞ்சரியையுடையது. உயரமான மஞ்சரிகளை அடுத்துக் குறு மஞ்சரிகள் அமைந்துள்ளன. மூன்று பக்கங்களிலும் தேர்களை இணைந்து நிற்பதைப் போல் கட்டப் பட்டுள்ளன. இதன் கருவறையை அடுத்துள்ள அறையிலிருந்து முன்னோக்கிச் செல்லும் நீண்ட சுற்றுப்பாதையும், பாதை மேடையும், அமைக்கப்பட்டுள்ளன. தூண் வரிசைகளும், அவற்றில் காணப்படும் சிற்ப அணிகளும் அழகுமிக்கவை அவ் வணிகளுக்கு மேல் புராண இதிகாசக் கதை நிகழ்ச்சிகள் சிற்ப காட்சிகளாகக் காணப்படுகின்றன. கணேசர், ஆதிவராகர், மகிடாசுரனைக்கொல்லும் கொற்றவை, ஆற்றுத் தேவதைகள் சீதை முதலிய தெய்விகத் தன்மை ஒளிவீசி நிற்கும் சிற்பங் களும், மாந்தர்கள், விலங்குகள், பறவைகள், ஊர்வன முதலியவற்றின் பல்வேறு வகையான சிற்பங்களும் நம் மனத்தைக் கவர்கின்றன. இக் கோயிலின் சிகரம் வட நாட்டுக் கோயில் கலைக்கு சிறந்த எடுத்துக்காட் டாகும். இது மிக உயரமாக வளர்ந்து நின்று தூப வடிவில் முடிகிறது. தூபவடிவிலான மாடக்குழிகளையுடைய உயரமான குறுமஞ்சரிகளும் உள்ளன. அவற்றின் முனைகளில் மனித முகங்கள் அமைக்கப் பட்டுள்ளன.

மகாபோதிக் கோயில்

கயை மாவட்டத்திலுள்ள இக்கோயிலைப் புத்தகயை எனக் கூறுவர். நீள் சதுர வடிவில் இதன் தரை மட்டம் அமைந்துள்ளது. செங்கற்களால்

கட்டப்பட்ட குப்தர் காலத்துக் கோயில்களில் மிகவுயர்ந்த சிகரத்தையுடைய கோயில் இதுவேயாகும். சதுர வடிவில் உயர்ந்து வளரும் இதன் மஞ்சரி குவிந்து முடிகிறது; ஏழு தளங்களையுடையது.

இவற்றில் புத்தரின் வாழ்க்கை வரலாறு சிற்பங்களாக வடிக்கப் பட்டுள்ளது. புத்தர் நிலத்தைத் தொடும் புவிதொடு முத்திரை, அரச மரத்தடியில் மெய்யறிவு பெறல், ஆறாண்டுகள் கடுந்தவம் புரிந்து எலும்புக் கூடு வடிவில் காணப்படுதல் முதலிய போதிசத்துவத் மெய்ம்மச் சிற்பங்கள் இங்கு சிறப்புற அமைக்கப்பட்டுள்ளன.

"போதி சத்துவம்" என்றால் "மெய்யறிவு உருவம்" என்பது பொருள். இப்போதி சத்துவச் சமயப் பண்பை வளர்க்க உதவியது. மேற்கூறப் பட்ட புத்தரின் சிற்பங்கள் காந்தாரக் கலையின் சாயலைப் பெற்றதாகும். கடுந்தவம் புரிந்து எலும்பும் தோலுமாய் இளைத்துக் காணும் புத்தரின் உடற் கூற்றியலை விளக்கி நிற்கும் படிமம் இக் காந்தாரக் கலைக்கு ஒரு சிறந்த எடுத்துக்காட்டாகும். இதனைப் பின்பற்றியே கீழ்த் திசை நாடுகளிலெல்லாம் காந்தாரக் கலையும் பரவியது.

சாலித் தீவி (ஜாவா) லுள்ள போராபுதூர் போதி சத்துவக் கோயிலில் காணப்படும் சிற்பங்கள் காந்தாரக் கலையின் படைப்புகளோயாகும் என வரலாற்று ஆய்வாளர்கள் சிலர் கருதுகின்றனர்.

குப்தர் காலத்துப் பிற்காலக் கோயில்கள் அனைத்தையும் மேற்கூறிய தன்மைகளை உடையவை. உரைபூர் மாவட்டத்திலுள்ள சிர்ப்பூர் என்னுமிடத்திலுள்ள கி.பி. ஏழாம் நூற்றாண்டில் கட்டப்பட்ட இலக்குவன் கோயில் பிற்காலப் பிரிவில் முதலிடம் பெறுகிறது.

சதுரமான அமைப்புடன் அரைவட்ட வடிவிலான இக்கோயில், தூபம் போன்ற கூரையைப் பெற்றுள்ளது. இதன் மண்டபம் செங்கற்களால் கட்டப்பட்டுள்ளது. அழகியத் தூண்களும், சுவரோடு ஒட்டியத் தூண் களும், மாடக்குழிகளும் இதில் காணப்படுகின்றன. உயராமன மேடை மீது கட்டப்பட்ட இக்கோயிலுக்குச் செல்ல இருபுறமும் படிக்கட்டுகள் அமைக்கப்பட்டுள்ளன.

இதன் ஐந்தேர்க் (பஞ்சரதம்) கோபுரமும், நடுவில் தூபம் போன்ற மூன்றடுக்குச் சிகரமும் பெரிய மாடங்களும் பட்டை பட்டையாக நிற்கும் தூப மாடங்களும், சுவருக்கும் சிகரத்திற்குமிடையில் காணப்

படும் அணி வரிசைகளும் இதன் தனிச் சிறப்புக்குச் சிறந்த எடுத்துக் காட்டாகும்.

அடித்தளத்தின் மேல் நான்கு குறுஞ்சிகரங்கள் அமைந்துள்ளன. இதுவரை நாம் கண்ட குப்தர் காலத்துக் கோயில்களின் சில தன்மைகளுடன் வேறு சில சிறப்புக்களையும் இக்கோயில் பெற்றிருப்பதால் குப்தர் காலத்திலிருந்து இடைக்கால நிலைக்கு மாறும் சிறந்ததொரு கலைப் படைப்பாக இது விளங்குகிறது. இதற்கு மற்றொரு சிறந்த எடுத்துக்காட்டு ஆலம்பூரிலுள்ள விசுவபிரமன் கோயிலாகும்.

கி.பி.ஏழாம், எட்டாம் நூற்றாண்டுகளை இந்தியக் கலை ஆய்வாளர்கள் புதுமுறை ஆய்வுக் காலம் என்பர். இக் காலத்தில் கட்டப்பட்ட கோயில்கள் சமதளத்தையும், மொட்டைச் சிகரத்தையும், கூம்புவடிவக் கூரையையும், தாழ் சிகரம் அல்லது குறுஞ்சிகரத்தையும் பெற்றுள்ளன. மூன்று தேர்களை இணைத்தாற்போல உள்ள கோயில்கள், இரண்டு தூண்களுடைய முன் மண்டபங்களையுடைய கோயில்கள் ஆகியவற்றை இக்காலத்தில் காணலாம்.

பெரிய சுற்றுக்களைக் கொண்டு கட்டியச் சுவர்கள், ஒரே கல்லினால் மூடப்பட்ட கூரை ஆகியவையும் இக்காலத்துக் கோயில்களின் சிறப்புகளாகும். இத் தன்மைகள் குப்தரின் தொடக்காலக் கட்டடங்களில் காணப்பட்டாலும் இவற்றின் முன் மண்டபம் தாழ்ந்தும் சிறியனவாகவும் காணப்படுகின்றன. இராம்நகர், சாப்ரா, சாஞ்சிக்கரவிலுள்ள பதோ, சாண்சியிலுள்ள இலலித புரம், மத்திய பிரதேசத்திலுள்ள குண்டல்பூர் முதலிய இடங்களில் காணப்படும் கோயில்கள் பிற்காலக் குப்தர்களின் காலத்தில் கட்டப்பட்ட கோயில்களாகும்.

வேறு சில கோயில்கள்

குடைவரைக் கோயில்களாகவும், குடைவரைக் கோயில்களைப் போன்றும் அமைக்கப் பெற்ற இவை பெரும்பாலும் நீள்சதுர அடித்தளத்தையும் ஒரு புறம், அரைவட்ட வடிவிலும் காணப்படும். இது பார்ப்பதற்கு ஒரு நீண்ட அரையுருளையைக் கவிழ்த்து வைத்தாற் போலக் காணப்படும். தூபங்களில் உள்ளது போல் இதன் கருவறை வட்டமான தனியறையாகக் காணப்படும்.

உதயகிரிக் கோயில்கள்

பெசுநகருக்கண்மையில் உதயகிரிக் குன்றுகளில் காணப்படும் குடைவரைக் கோயில்கள் கி.பி.5 ஆம் நூற்றாண்டில் செதுக்கப்பட்ட வையாகும். பிற குடைவரைக் கோயிலைப் போலவே இவற்றின் நுழை வாயிலும், நுழைவாயிலுக்கு மேலுள்ள முகப்பு சிற்ப அணிகளும், சுவரோடு ஒட்டிய குறுந்தூண்களும் உள்ளன.

இவற்றில் காணப்படும் தூண்களும், குறுகிய காலதர்ப்புழைகளும் (Shafts), தூண் தலைப்புகளும் குப்தர் காலத்துத் தூண்களின் தனித் தன்மைக்கு சிறந்த எடுத்துக்காட்டுகளாகும். இவற்றில் காணப்படும் கருவறைகள் அகன்றுள்ளன. அவற்றைக் காட்டிலும் அதிகப் பரப்பளவுள்ள முன் மண்டபங்களில் தூண்கள் செதுக்கப்பட்டுள்ளன. எடுத்துக்காட்டாக வினாகக் குகை (வரிசை யெண்: 3) யின் முன் மண்டபத்தில் நான்கு பெரிய தூண்களும் இருமருங்கும் இரு சிறிய தூண்களும் காணப்படுகின்றன.

அமிர்தாக் குகை (வரிசை யெண் : 9) என்பது இங்கு காணப்படும் குகைக் கோயில்களில் மிகவும் பெரியதும், பிற்காலத்ததும் ஆகும். இதன் கருவறை வினாகக் குகையின் கருவறையைவிட இருமடங்கு பெரியது. முகமண்டபத்தில் மூன்று வாயில்கள் உள்ளன. அவற்றையடுத்துத் தூண்களைக் கொண்ட பெரிய மண்டபம் உள்ளது.

தெர்

இக்கோயில் மாராட்டிய மாநிலத்தில் சோலாப்பூர் மாவட்டத்தில் உள்ளது. இது குடை வரை போன்று செங்கல்லால் கட்டப்பட்டுள்ளது.

சிராளா

இது கிருட்டிணா மாவட்டத்திலுள்ள இடமாகும். இங்குக் காணப் படும் கபோதீசுவரன் கோயிலும், மேற்கண்ட கோயிலைப் போலவே குடைவரை போன்று தூபம் செங்கல்லால் கட்டப்பட்டுள்ளது.

பாவே (Paway)

மைய மாநிலத்திலுள்ள குவாலியர்க்கு அருகிலுயிலுள்ளது பாவே என்னும் இடமாகும். இங்குக் கண்டுபிடிக்கப்பட்ட செங்கல்லால்

கட்டப்பட்ட கோயில், அலங்காரச் சுவர்த் தூண்களும் தூபி முறை யிலமைந்த கூரையை உடையது. இதில் பல்வேறு சிற்ப அணிகள் காணப்படுகின்றன.

அகிச்சதாரா (Ahichchhatra)

இன்றைய வங்காள தேசத்தில் பாகர்ப்பூ மாவட்டத்தில் இராம் நகருக்கு அண்மையிலுள்ள இடத்தில் காணப்படும் ஒரு கோயில் குறுக்கை (பத்திரிப்பு) வடிவில் அமைக்கப்பட்டுக் கூர்மையான சிகரத்தைக் கொண்டது.

மாற்று முயற்சிகள்

மேலே கூறப்பட்ட முறைகளின் கீழ் வாராமல் பல்வேறு முறைகளில் காணப்படும் குப்தர் காலத்துக் கோயில்களை ஒரு வகையாக அறியாமல் முரண்பட்ட பாணிகளாக அறியலாம். இவைகள் கோயில் கலையில் புதிய தோற்றத்தையும் வடிவத்தையும் உருவாக்கும் முயற்சிகள் எனக் கருதலாம் அவற்றின் சிலவற்றை காண்போம்.

மணிநாகர் கோயில்

நாளந்தாவுக்கு அண்மையில் இராசகிரி என்னுமிடத்தில் இக்கோயில் கட்டப்பட்டுள்ளது. இதனை அங்குள்ளோர் "மணியார்மத்" என்று அழைக்கின்றனர். செங்கற்களால் உருளை வடிவில் கட்டப்பட்டுள்ள. இக்கோயிலின் நாற்புறத்திலும் சிறு ஆலயங்கள் காணப்படுகின்றன. இதன் மாடக்குழிகளில் விஷ்ணு, அரவரசன், அரவரசி முதலிய சிற்பங்கள் உள்ளன.

சீதை கோயில்

நாளந்தாவில் காணப்படும் இக்கோயில் ஏழு தளங்களை உடையது. ஆறாவது தளம் பஞ்சயதனமாக உள்ளது. நான்கு மூலைகளிலும் தூப வடிவிலான சிறுமஞ்சரிகள் உள்ளன. இதன் அகலமான மாடக்குழி களில் புத்தரின் உருவங்கள் காணப்படுகின்றன. நீள்சதுர வடிவில் அமைந்துள்ள இக்கோயில் உயரமான மேடை மீது கட்டப்பட்டுள்ளது. அம்மேடையில் படிக்கட்டுகள் உள்ளன. சுற்றிலும் மதிற்சுவர் கட்டப் பட்டுள்ளது. அம்மதிற் சுவரின் மேல் அரிமா உருவங்கள் உள்ளன.

முகுந்தராயன் கோயில்

இராசசுதான் மாநிலத்திலுள்ள கோட்டா மாவட்டத்தில் இக்கோயில் உள்ளது. சிவந்த கற்களால் கட்டப்பட்டுள்ள இக்கோயில் அகன்ற வலம் வரும் பாதையைப் பெற்றுள்ளது. அது தாழ்வான மேடையின் மீது கட்டப்பட்டிருந்தாலும் இதில் படிக்கட்டுகள் செங்குத்தாக அமைந்துள்ளன. இஃதொரு குகைக் கோயில் போன்ற அமைப்பையும் எளிமையான தோற்றத்தையும் கொண்டுள்ளது.

முண்டேசுவரி கோயில்

பீகாரிலுள்ள சகாபாத் மாவட்டத்தில் இக்கோயில் உள்ளது. எண் பத்திரிப்பு வடிவிலான இக்கோயில் முழுவதும் கல்லால் கட்டப் பட்டுள்ளது. நான்கு மூலைகளிலும் நான்கு பெரிய மாடங்களையும், கீழே நான்கு சிறிய மாடங்களையும் இதன் சிகரத்தில் காணலாம். இம் மாடக்குழிகளிலும், வாயிற்கால்களிலும், உள்கூரையிலும், மண்டபத் திலும் கலைச் சின்னங்கள் பொறிக்கப்பட்டுள்ளன. இங்குக் காணப் படும் கல்வெட்டுச் சான்றிலிருந்து இக்கோயில் கி.பி. 636 ல் கட்டப் பட்டதாக அறிய முடிகிறது.

38

சாளுக்கியரின் கோயில்கள் கி.மு. 500 – 750

தொடக்கக் காலத்தில் சாளுக்கியர்கள் தங்கள் ஆதிக்கத்தைத் தக்காணத்தில் வளர்த்த போதே தங்களுக்கே உரித்தான முறையில் பல கோயில்களை கட்டினார்கள். அவற்றுள் சிறப்பானவை அய்கோலி (Aihole) என்னுமிடத்தில் கட்டப்பட்ட கற்கோயில்களாகும். இக்கோயில்கள் யாவும் கி.பி. 450 ஆம் ஆண்டிலிருந்து 650 ஆம் ஆண்டுகள் வரை ஏறத்தாழ இரு நூறு ஆண்டுகளில் கட்டப்பட்டவையாகும்.

இவற்றுள் பெரும்பாலானவை வைதீக கோயில்களாகவும், மிகச் சில சமணக் கோயில்களாகவும் இருக்கின்றன. அய்கோலியில் காணப்படும் குடைவரைகளும், கற்றளிகளும் வட நாட்டுக் கோயில்களின் முறையிலிருந்து தனித்துக் காணப்படுகின்றன. கி.பி. ஆறாம் நூற்றாண்டின் பிற்பகுதியில் கட்டப்பட்ட சாளுக்கியரின் கோயில்களில் சிறப்பான பகுதி குடைவரைகளும், அவற்றில் காணப்படும் அலங்காரத் தூண்களையும் பாதாமியில் காணலாம். எனவே, சாளுக்கியரின் கட்டடக் கலை முதன் முதலில் அய்கோவியிலும், பின்னர் பாதாமிலும் தோன்றிப் பிற்காலத்தில் பட்டடக்கல், பீசப்பூர், பேலூர், அளேபேடு (Helebed), மெகுடி முதலிய இடங்களில் சிறப்புற்று வளர்ந்தன. தக்காணத்தைப் பொறுத்த வரையில் அழகிய கோயில்களைக் கட்டத் தொடங்கியவர்களே சாளுக்கியர்கள் தாம்.

முதற்காலச் சாளுக்கியர் (அ) மேலைச் சாளுக்கியர்

வட இந்தியாவில் வைதிக சமயத்திலும், சமற்கிருத மொழியிலும் ஒரு மாபெரும் மறுமலர்ச்சியை ஏற்படுத்திவிட்டு மறைந்த குப்தரின் ஆட்சிக்குப் பிறகு ஏற்பட்ட மங்கிய காலத்தில், ஊணர்கள் (Huns) படை யெடுப்பையும், பின்னர் வர்த்தனர்களின் எழுச்சியையும் வட இந்திய வரலாற்றில் காண்கிறோம். இச் சமயத்தில் தக்காணத்தில் சாளுக்கியர் களும் இராட்டிரகூடர்களும் எழுச்சி பெற்று வடநாட்டின் தென் பகுதி யின் வரலாற்றில் சிறந்தோர் இடத்தைப் பெற்றார்கள்.

ஆறாம் விக்கிரமாதித்தனின் அரசவைப் பாவலரான பில்கணர் என்பவரின் நூலான விக்கிரசிங்க தேவசரிதம் என்பதிலிருந்து, பிரம னுடைய வெறுங்கையிலிருந்து (சாளுக்கியம்) உண்டாக்கப்பட்டவர் களே சாளுக்கியர்களாவர் எனக் கூறுவர். குச்சரத்தையாண்ட இராச புத்திர மரபின் ஒரு பிரிவினரே சாளுக்கியர்கள் என்பாருமுளர். சிலர் இவர்களை இட்சுவாகு குடும்பத்தினரென்றும் சோலங்கிக் குடும்பத் தினரென்றும் கூறுகின்றனர். ஏறத்தாழ கி.பி.550 ல் தக்கணத்தில் இவர்கள் அதிகாரம் பெற முற்பட்டனர். மேற்கே அதிகாரம் பெற்ற சாளுக்கியர்கள் பாதாமி (வாதாபி) யைத் தலைநகராகக் கொண்டனர். இவர்களுடைய ஆட்சி இன்றைய மராட்டிய மாநிலத்திலும், கத்திய வாரிலும், குச்சரத்திலும் பரவியிருந்தது. இவர்கள் ஏறத்தாழக் கி.பி. 550 லிருந்து 753 வரை இந்நிலப்பரப்பில் அதிகாரம் பெற்றிருந்து இராட்டிர கூடர்களால் விலக்கப் பெற்றனர்.

ஏறத்தாழ இருநூறு அண்டுகள் ஆண்ட இச் சாளுக்கியர்களையே பாதாமி நகரத்து மேலைச் சாளுக்கியர்கள் அல்லது முற்காலச் சாளுக்கியர்கள் என வரலாற்று ஆசிரியர்கள் குறிப்பிடுகின்றனர். இவர் களில் மிகவும் புகழ்பெற்று விளங்கிய அரசர்கள் முதலாம் புலிகேசி, முதலாம் கீர்த்திவர்மன் மங்களேசன் இரண்டாம் புலிகேசி, முதலாம் விக்கிரமாதித்தன் முதலியோராவர். இவர்களில் முதலாம் புலிகேசி பீசப்பூர் மாவட்டத்திலுள்ள வாதாபியை வென்று, அதனைத் தன் தலை நகராக்கிக் கொண்டான். அவனுடைய மகனான முதலாம் கீர்த்திவர்மன் கி.பி.578 ல் வாதாபியில் ஒரு குடைவரைக் கோயிலைச் சமைத்து அதனைத் திருமாலுக்குப் படைத்தான்.

மேலைச் சாளுக்கிய அரசர்களின் தலைசிறந்து விளங்கியவன் இரண்டாம் புலிகேசியாவான். இவன் கடம்பர், தலைகாட்டுக் கங்கர்,

மாளவர், குச்சரத்தார், கலிங்கர், கோசர் ஆகியோரையும், பேரரசனான அர்சனையும், காஞ்சிப் பல்லவன் மகேந்திரவர்மனையும், வேங்கை நாட்டு அரசனையும் தோற்கடித்தான். தான் கிழக்குப் பகுதியில் வென்ற நாடுகளுக்குத் தன் நிகராளியாகத் இளவல் குப்சா என்ற விட்ணு வர்த்தனன் என்பவனை அமர்த்தினான். கி.பி. 615ல் இக் கீழ்த்திசைப் பகுதிகளுக்குப் படிநிகராளியான இவன் வேங்கையிலிருந்து கொண்டு ஆட்சி செய்தான். இவனால் ஏற்படுத்தப்பட்டதே கீழைச் சாளுக்கிய மரபு ஆகும்.

முற்காலச் சாளுக்கியர் காலத்தில் வைதீக சமயம் மேலும் தழைத் தோங்கத் தொடங்கியது. பௌத்தம் மங்கலாயிற்று, சமணத்தின் ஒரு பிரிவான திகம்பர சமணம் இவர்களின் காலத்தில் பெரும்பான்மை யான மக்களால் பின் பற்றப்பட்ட சமயமாகத் திகழ்ந்தது. தக்கணத்தில் தோன்றிய வைதீக சமயக் கோயில்கள் யாவும் முதலில் வாதாபி சாளுக்கியர்களால்தான் தோற்றுவிக்கப்பட்டன. தென்னக வரலாற்றில் பல்லவர்களின் கட்டடக்கலை எவ்வாறு சிறப்புற்று விளங்குகிறதோ, அதைப் போலவே தக்கணத்தில் விளங்கும் சிறந்த கட்டடக்கலை சாளுக்கியருடையதாகும்.

வாதாபிச் சாளுக்கியரின் கட்டடங்களில் ஒரு சில பொதுத் தன்மைகள் காணப்படுகின்றன. எளிமையாகக் காட்சியளிக்கும் கருவறை, தாழ்வான சிகரம், மண்டபம், வலம் வரும் பாதையைச் சுற்றியமைத்த தாழ்வாரம் முதலியன இவர்களின் தொடக்க காலக் கட்டடங்களில் காணப்படும் பொதுத் தன்மைகளாகும். இதற்குச் சிறந்த எடுத்துக்காட்டு அய்கோலியிலுள்ள கோயில்களாகும். பின்னர் கட்டப்பட்ட கட்டடங் களில் அகன்ற மண்டபங்களும், உயரமான கோபுரங்களும் எண்ணிறந்த சிற்பங்களும் காணப்படுகின்றன. கிட்டத்தட்டப் பல்லவர் காலத்துக் கோயில்களை இவை ஒத்துள்ளன.

இத்தகையக் கட்டடங்கள் வாதாபிக்கு அண்மையிலுள்ள பட்டடக்கல், மல்லிகார்ச்சுனா, விருப்பாட்சம், பவநதம், சங்கமேசுவரம் முதலிய இடங்களில் காணப்படுகின்றன. ஆகவே சாளுக்கியரின் கோயில்களை அய்கோலிக் கோயில்கள், பாதாமிக் கோயில்கள், பிறவிடங்களில் காணப்படும் கோயில்கள் எனவும், அல்லது தொடக்க காலக் கோயில்கள், பிற்காலக் கோயில்கள் எனவும் பிரித்தறியலாம்.

●

39

அய்கோலிக் கோயில்கள்

அய்கோலி என்பது சாளுக்கியர் காலத்தில் சிறந்து விளங்கிய, தார்வாரிலுள்ள ஒரு நகரமாகும்.

இங்கு ஏராளமான கோயில்கள் ஒரே இடத்தில் கட்டப்பட்டிருந்தன வென்றும் கூறப்படுகிறது. ஏறத்தாழ இருநூறு அண்டுகள் சாளுக்கியர் கள் தங்களின் பண்பாட்டின் பெட்டகங்களாக அய்கோலியில் கட்டியக் கோயில்கள் கிட்டத்தட்ட ஒரே வகையான முறையிலேயே கட்டப் பட்டன. கி.பி.ஏழாம் நூற்றாண்டின் பிற்பகுதியில் அய்கோலிக்கு அண்மையில் பட்டடக்கல் என்னும் மற்றொரு நகரத்தில் பல கோயில்கள் கட்டப்பட்டன. இவை அய்கோலிக் கோயில் களின் முறை யிலிருந்து வளர்ச்சியடைந்தும் காணப்படுகின்றன. நாம் முன்னார் குறிப் பிட்டது போல அய்கோலிக் கோயில்களில் எளிய கருவறையும், ஓரடுக்குச் சமதளமும், சாதாரணமான மண்டபமும் இருக்கின்றன. இவையே அகன்றும், பல அலங்காரங்களுடனும் பட்டடக்கல் பகுதியில் காணப்படும் கோயில்களில் வளர்ந்துள்ளன.

இலதக்கான் (Ladhkhan) கோயில்

அய்கோவியிலுள்ள கோயில்களின் மிகவும் பழமையானதும், முந்திய

வளர்ச்சியைக் கொண்டதும் இலதக்கான் கோயிலாகும். இஃது ஏறத்தாழ கி.பி.450 ல் கட்டப்பட்டது. இதனுடைய கூறைத் தாழ்வாகவும், சமதளதுடையதாகவும் இருக்கிறது. இதன் சுவர்கள் கற்களைக் கொண்டு கட்டப்பட்டுள்ளன. சுவரோடு ஒட்டியச் சதுரத் தூண்களின் தலைப்பு களில் போதிகைகள் காணப்படுகின்றன. கூறையில் பௌத்தத் தூபங் களின் காணப்படும் வளைவு வடிவங்களிள் கூடு காணப்படுகின்றன. முக மண்டபத்திலுள்ள தூண்களில் ஆற்றுத் தேவதைகளின் உருவங்கள் செதுக்கப்பட்டு உள்ளன. இத்தகைய படிமக்கலை குப்தர் காலத்தில் மிகவும் சிறப்புடையதாக வளர்ந்து தொலைகிழக்கு நாடுகளிலெல்லாம் பரவியது. குறிப்பாகச் சாலித்தீவில் (Java) இது சிறப்புற்றிருந்தது. இதன் சமதளக் கூறையின் மேல் ஒரு சமசதுரச் சிறு மண்டபம் போன்ற கருவறை கட்டப்பட்டு உள்ளது. இதில் சூரியனின் படிமம் சமைக்கப் பட்டுள்ளது. சுவர்களின் நடுவில் மாடக்குழிகளும் புடைப்புருவங் களும் உள்ளன.

சாளரங்கள் யாவும் கருங்கற்களாலேயே செதுக்கப்பட்டுள்ளன. ஒவ்வொன்றும் ஓர் அழகிய படைப்பாகக் காணப்படுகிறது. இதிலுள்ள மண்டபத்தின் கூரை மிகவும் தாழ்வானது. ஐம்பதடி அகலமுள்ள இம் மண்டபத்தின் மூன்று பக்கங்களிலும் சுவர்களும், கிழக்குப்பக்கத்தில் முன் மண்டபமும் உள்ளன. இம்மண்டபத்தின் தூண்களில்தான் மேலே கூறப்பட்ட கங்கை, யமுனை ஆகிய ஆற்றுத் தேவதைகளின் உருவப் படிமங்கள் செதுக்கப்பட்டுள்ளன.

கட்டடக் கலையைப் பொறுத்தவரை இக்கோயில் இரண்டு தனித் தன்மைகளைப் பெற்றுள்ளது. இதன் கடைசிப் பகுதியில் காணப்படும் சுவரோடு ஒட்டிய சதுரத் தூண்கள் பிற்காலத் தமிழர் கட்டடங்களில் உள்ளதைப் போல், இவற்றின் கொள் பலகைகளும், போதிகைகளும் தலைப்புகளும் அகன்றவைகளாக வளைவடைப்புகளை (போதிகைகள்) மேலும் கீழும் தாங்கி நிற்கின்றன. பிற்காலச் சாளுக்கியர்களின் கட்டடங் களில் சிறப்பு உறுப்பாகக் கொள்ளப்படும் தாழ்வான கூரையும், நீளமான பத்தைகள் போன்ற கற்பலகைகள் இதில் சுண்ணச்சாந்தின்றி ஒட்டவைத்திருக்கும் தன்மையும் இதன் இரண்டாவது சிறப்புத் தன்மையாகும்.

உட்புறத்தில் ஒன்றுக்குள் ஒன்றாகக் காணப்படும் சதுர மண்டபங்களைச் சுற்றிலும் பக்கச் சிறைகள் (Aisles) காணப்படுகின்றன. நடுவில் மிகப் பெரிய உருவிலான காளை (நந்தி) ஒன்று காணப்படுகிறது. இதனால் இக்கோயில் சிவன் கோயில் என்பதை அறியலாம். ஆனால் இதன் பக்கச் சிறைகளும், மண்டபங்களும் பிற்காலத்தில் ஒன்றன் பின் ஒன்றாகக் கட்டப்பட்டு வளர்ச்சியடைந்தவை என்பதை நோக்கும் போது, முதலில் இது திருமால் கோயிலாக இருந்து பின்னர் சிவன் கோயிலாக்கப்பட்டிருக்க வேண்டும். இக்கோயில் கட்டடத்திலுள்ள மற்றொரு சிறப்புத் தன்மை இதில் காணப்படும் கற்பலகை மேடைகளாகும். ஊர் மக்கள் கூடிப் பேசும் ஊரம்பலமாக (Santhagara) இது பயன்பட்டிருக்க வேண்டுமெனவும் கலை அறிஞர் பெர்சிபிரவின் கருதுகிறார். பண்டைய சான்றுகளிலிருந்து இதில் காணப்படும் கல் மேடைகள், உயர் தனிக் கல்லிருக்கை ஆகியவற்றிலிருந்தும், குமுகாய நலக்கூடமாகவோ, ஊரம்பலமாகவோ இம் மண்டபம் பயன்பட்டிருக்க வேண்டும்.

இலதக்கான்கோயிலில் காணப்படும் தூண் தலைப்புகள் இது வரை நாம் கண்ட வட நாட்டு முறையின் கற்றூண் தலைப்புகளிலிருந்து முற்றிலும் வேறுபட்டுக் காணப்படுகின்றன. தூணின் கழுத்துக்கு மேலுள்ள பலகையும், போதிகையும் அகலமாக அமைந்துள்ளன. இதனால் இவை இரண்டுக்குமிடையில் அமைக்கப்படும் வளைவடைப்புகள் (போதிகை) ஒரு இருக்கையில் அமைந்தது போல் காணப்படுவதோடு இவை நெகிழாதவாறு ஆணித்தரமாகப் பொருத்தப்பட்டுள்ளன. இதற்கு மேலுள்ள தலைப்பின் பளு இவ்வளைவடைப்புகளை மேலே பலகையும், அடியில் போதிகையும் கிட்டி போட்டாற் போல் பிடித்து நிற்கும் வகையில் தூண் கழுத்தில் அழுத்தி நிற்கிறது. இம் முறை முதன் முதலில் சாளுக்கியர்களால் தொடங்கப்பட்டது.

முகமண்டபத்தில் காணப்படும் கல்லிருக்கை, உட்காருபவர் பின்புறம் சாய்ந்து கொள்வதற்கேற்றவாறு வளைவாகச் செதுக்கப்பட்டிருக்கிறது. இத்தகைய இருக்கைகள் பிற்காலத்தில் எழுந்த இடைக்காலக் கட்டடங்களின் முன் மண்டபங்களில் சாதாரணமாகக் காணப்படுகின்றன. எனவே இத்தகைய இருக்கையமைப்பிற்கும், அதன் முறைக்கும் இலதக்கான் கோயில் பிறப்பிடமாயுள்ளது.

இதன் கூரையமைப்பு முறையும் வட நாட்டுக் கோயில்களில் காணமுடியாத தனித்தன்மை வாய்ந்தவையாகும். இதனைப் பின்பற்றிக் கி.பி. 13ஆம் நூற்றாண்டுவரை கட்டப்பட்ட கட்டடங்களின் கூரைகள் சுண்ணச்சாந்தைப் பயன்படுத்தாமலே கட்டப்பட்டுள்ளன.

மைசூரிலுள்ள சாளுக்கிய, போசாளர் (ஒய்சளர்) கோயில்கள் இத்தகைய கற்பலகைக் கூரைகளைக் கொண்டுள்ளன. இத்தகைய கூரையமைப்பு முறை மூங்கிற் பத்தைகள் அல்லது மரப்பலகைகள் ஆகியவற்றைக் கொண்டு அமைக்கப்பட்ட கூறைகளின் போலிகையின் வழிவந்தவை எனக் அறிஞர் பெர்சிபிரவுன் கூறுகிறார். எனவே இலதக்கான் கோயில் கட்டடக்கலை வளர்ச்சியின் முந்தைய நிலைக்கு ஓர் எடுத்துக்காட்டாக வும், தென்னாட்டுக் கோயில் கலையின் தாக்கத்தையும் வெளிப்படுத்து கின்றது. இதன் சுவர்கள் சரியான சமன்பாட்டு முறையில் அமைக்கப் படாததால் ஒன்றுக்கொன்று வேறுபட்ட வலிவுடையனவாகக் காணப் படுகின்றன. தேவையில்லாமல் 2 கற்கள் வீணாக்கப்பட்டிருக்கின்றன. இதிலிருந்து இக்கோயிலைக் கட்டிய கலைஞர்களின் கைத்திறனையும் பட்டறிவையும் நம்மால் உணர முடிகிறது. இதன் தூண்கள் மண்டபச் சுவர்கள் ஆகியவைகூட முழுமையாக செதுக்கப்படாமல் கோடாரியால் செதுக்கப்பட்டவை போல் காணப்படுகின்றன.

கொற்றவை (துர்க்கை) கோயில்

அய்கோலியிலுள்ள மற்றொரு சிறப்பான கோயில் துர்க்கை கோயி லாகும். இக் கோயிலில் முன் மண்டபத்திற்கும் கருவறைக்குமிடையில் ஓர் இடை மண்டபம் அல்லது அர்த்த மண்டபம் (Antarala or Vestibule) கட்டப்பட்டுள்ளது. கருவறைக்கு மேல் அமைந்த சிகரமும் இவ்விடை நாழிகையும் இக்கோயிலின் தனித்தன்மைகளாகும். இக்கோயில் வைதீக பௌத்தக் கோயில்களின் கலப்புத் தன்மைகளைப் பெற்றுள்ளது. இத்தகைய தன்மைகள் நாகரக் கோயில்களில் சிறப்பாகத் தெர் (Ter) என்னுமிடத்திலுள்ள கோயில்களில் காணப்படுகின்றன. இக் கோயிலின் உட்புறம் நீள் சதுர வடிவிலானது. ஆனால் இதன் முனை அரைவட்ட வடிவில் (Apsidal) முடிகிறது.

மிகவுயரமான மேடையில் அமைக்கப்பட்டுள்ள இக்கோயில் சுருள் சுருளாக வளர்ந்து பிரமிட் கோபுரத்தைப் போல் முடிகிறது. பல உறுப்புகளுக்கிடையிலும், தூண் வரிசைகளுக்கிடையிலும் அமைந்த

நடைபாதை கோயிலைச் சுற்றிலும் காணப்படுவதும், அதே போன்ற முறையில் முன் மண்டபத் தூண்களுக்கிடையில் நடைபாதை காணப்படுவதும் இக்கோயிலின் தனிச் சிறப்பாகும். முக மண்டபத்தை அடைவதற்கு உயரே செல்லும் இரண்டு படிக்கட்டுகள் இருபுறத்திலும் அமைக்கப்பட்டுள்ளன. இதன் உட்புறத்தில் அமைந்துள்ள தூணுக்கிடையிலுள்ள வாயிலின் வழியாகவே இதனுள் செல்ல வேண்டும். இதற்குள் சென்றவுடன் உட்புறத்தில் மண்டபம் உள்ளது. இம் மண்டபத்தின் முனையில் தான் அரைவட்ட வடிவில் காணப்படும் கருவறை அமைந்துள்ளது. அதற்கு முன்னுள்ள குடவடிவில் (Nave) நான்கு தூண்களும், இரண்டு சுவரோடு ஒட்டிய சதுரத் தூண்களும் முடிந்து நிற்கின்றன.

திருச்சுற்று பாதை இச் சுவரோடு ஒட்டியத் தூண்களைத் தொட்டே செல்கிறது. நடைபாதைக்கும், நடுக்கூடத்திற்கும் போதிய வெளிச்சம் வருமாறு சுற்றிலும் பின்னல் கொடி கருக்குகள் கொண்ட காலதர் பொருத்தப்பட்டுள்ளன. சுருங்கக் கூறின் இஃதொரு பௌத்தக் கோயில் மண்டபத்தின் (Chaitya Hall) எதிரொளிப்பேயாகும். இக்கோயிலின் ஒவ்வொரு பகுதியும் தனித்தனி அமைப்பில் அமைந்து, முன் கூறியபடி வைதீக, புத்தக் கட்டடக் கலைப்பாணிகளை ஒருங்கே கொண்டுள்ளன. இதில் காணப்படும் மாடக்குழிகளில் தேவைதைகளின் முழு உருவங்கள் அமைக்கப்பட்டுள்ளன.

உச்சி மல்லிக்குடி

அய்கோலியிலுள்ள கோயில்கள் யாவற்றிலும் மிகவும் பழைமையானது உச்சி மல்லிக்குடிக் கோயிலாகும். இது மேற்கூறப்பட்ட துர்க்கை கோயிலைப்போல் இருந்தாலும் இதன் முனை அரைவட்ட வடிவில் முடியாமலும், தூண் வரிசைகளின் நடுவில் பாதை இல்லாமலும் இருக்கின்றன. இதன் சுவர்கள் ஒரே மாதிரியில் மிக எளிய முறையில் கட்டப்பட்டுள்ளன. இதன் முகமண்டபத்தில் காணப்படும் வளை விருக்கைகளும், எளிய அணிகளும் துர்க்கை கோயிலில் காணப்படும் எழில்மிகு அணிகளிலிருந்து வேறுபடுகின்றன. இதன் உட்புறத்தில் ஒரு நீள்சதுர மண்டபம் உள்ளது. நடுவில் இரண்டு தூண் வரிசைகள் காணப்படுகின்றன. ஒவ்வொரு வரிசையிலும் மூன்று தூண்கள் காணப்படுகின்றன. இதனைச் சுற்றிலும் காணப்படும் சுற்று பாதைக்கு மேல் கூரை

மூடப்பட்டுள்ளது. கருவறைக்கு முன்னால் ஓர் அழகிய இடைநாழிகை அமைந்துள்ளது. இத்தகைய அமைப்புகளைக் கொண்டு இக்கோயில் சாளுக்கியரின் பண்டைய கோயில் என்பதையும், ஒன்றன் பின்னொன்றாக மாற்றி மாற்றி இதன் உறுப்புகள் அமைக்கப்பட்டன என்பதையும் அறியலாம். இதன் கருவறைக்கு மேல் சிகரம் அமைக்கப்பட்டுள்ளது. எனவே உச்சி மல்லிக்குடிக் கோயில் நாகரப்பாணிக்குச் சிறந்ததோர் எடுத்துக்காட்டு என்பதை அறியலாம்.

மெகுடி – சமணக் கோயில்

அய்கோலியில் காணப்படும் மற்றொரு கோயில் மெகுடி சமணக் கோயிலாகும். இங்குக் காணப்படும் ஒரு கல்வெட்டிலிருந்து இது கி.பி.634ல் கட்டப்பட்டதென அறிகிறோம். இதுவரை நாம் பார்த்த சாளுக்கியரின் கட்டடங்களிலிருந்து இது வளர்ந்து கலை நுணுக்கத்தைப் பெற்றுள்ளது. இதுவரை பார்த்த கோயில்களில் நீளமான தனிக்கற்கள் பயன்படுத்தப் பெற்றிருந்ததையறிந்தோம். ஆனால் இக் கோயிலில் சிறுசிறு அளவிலான துண்டுக் கற்கள் வேலைப்பாடுகளுடன் பொருத்தப்பட்டுள்ளன. போதிகை வேலைப்பாடுகளிலும், சுவரோடு ஒட்டியத் தூண்களின் தலைப்புகளிலும் காணப்படும் கலை நுட்பங்கள் பிற கோயில்களில் காணப்படுவதைவிடச் சிறந்து விளங்குகின்றன.

இதன் தரை வரைவடிவங்களில், மற்ற உறுப்புகளின் அமைப்பிலும் பல வேறுபாடுகள் செய்யப்பட்டுள்ளன. பல தூண்களையுடைய மண்டபம் நடுவில் மூலவரை இருத்தி நிற்கிறது. இக்கோயிலின் ஒரு பகுதி அழகிய அணிகளுடன் காணப்படுகிறது. மற்றொரு பகுதி அலங்காரமின்றி உள்ளது. இதிலிருந்து கோயிலைக் கட்டுவதற்கு முன்பாகவே கற்களில் உருவங்களையும் அணிகளையும் செதுக்கியபின் கட்டும் வழக்கத்திற்கு மாறாக இக்கோயிலைக் கட்டியபின் அத்தகைய பணிகளை மேற்கொண்டிருக்கிறார்கள் எனத் தெரிகிறது.

இம்முறை பெரும்பாறைகளைக் குடைந்து குடைவரைக் கோயில்களையும், மண்டபங்களையும், படிமங்களையும் சமைக்கும் வழக்கத்திலிருந்து வந்தது என்பதை அறிகிறோம். இத்தகைய குடைவரைக் கலை சிறப்புறத் தொடங்கிய இக்காலத்தில் இங்கிருந்து சற்று தொலைவிலுள்ள வாதாபியில் பல அழகிய குடைவரைகள் படைக்கப்பட்டதையொட்டி இக்கோயிலும் கட்டப்பட்டது என்று கருத வேண்டியதாயுள்ளது.

முற்காலச் சாளுக்கியர்களின் சிறப்பிடமாய் விளங்கியது. வாதாபி அல்லது பாதாமியாகும். கி.பி. 578 ல் கீர்த்திவர் மனுக்குப் பிறகு பட்ட மேற்ற, அவனுடைய மகனான மங்களேசன் ஒரு சிறந்த வைணவ பக்தனாவான். இவன் காலத்தில் பல கோயில்கள் கட்டப்பட்டாலும் வாதாபியில் இவனால் குடைவிக்கப்பட்ட திருமாலின் குடைவரை மிகவும் சிறப்புடையதாகும்.

இதைப் போலவே பல சிறந்த கோயில்கள் வாதாபியில் காணப்படு கின்றன. இக் கோயில்கள் முற்காலச் சாளுக்கிய மன்னர்கள் பலரால் கட்டப்பட்டவை. ஒரு மலையடிவாரத்திலுள்ள ஏரியைச் சுற்றிலும் சிறிதும் பெரிதுமாகப் பல கோயில்கள் கட்டப்பட்டுள்ளன. நான்கு தூண் களையுடைய பல மண்டபங்கள் பாதாமியின் தென்கிழக்குத் திசையில் அமைக்கப்பட்டுள்ளன. இவற்றுள் மூன்று மண்டபங்கள் வைதீகக் கட்டட முறையிலும், ஒன்று சமண முறையிலும் அமைந்துள்ளன. வைதீக முறையிலுள்ள மூன்று மண்டபங்களும் மங்களேசனால் கட்டப் பட்டனவென்றும், அவனே இவ்விடத்தைத் தெரிந்தெடுத்துச் சாளுக்கி யரின் தலைநகரை அமைக்கத் திட்டமிட்டானென்றும் கல்வெட்டுச் சான்றொன்று கூறுகிறது. இம்மண்டபங்களும் வரிசையான பல அறைகளும் பாறைகளில் குடையப்பட்டுள்ளன.

இவற்றை நோக்கும் போது குப்தர் காலத்து உதயகிரிக் கோயில்களைப் போல் காட்சியளிக்கின்றன. பொதுவாகப் வாதாபியில் காணப்படும் கோயில்கள் யாவும் அழகிய வேலைப்பாடுகளுடன் காணப்படு கின்றன. இங்குள்ள நான்கு மண்டபங்களும் திறந்த முற்றங்களையும், உள்முற்றங்களையும் பெற்றிருக்கின்றன. ஒவ்வொரு மண்டபத்திற்கும் படிக்கட்டுகள் அமைக்கப்பட்டிருக்கின்றன. இந்நான்கு முற்றங்களை யும், மண்டபங்களும் தூண்களை உடைய தாழ்வாரங்களையும், உறுப்புகளைக் கொண்ட மண்டபங்களையும், உட்புறத்தில் சதுர வடிவி லான கருவறையும் கொண்ட ஒரே மாதிரியான பல குடைவரை களாகும். சுற்றிலும் பல கலைச் சின்னங்கள் படைக்கப்பட்டுள்ளன.

வாதாபியில் காணப்படும் குடைவரைக் கோயில்களில் மூன்று வைதீக குடைவரைகளும் கிட்டத்தட்ட ஒரே காலத்தில் ஒரே மாதிரியாக குடையப்பட்டவையயிக்கும். ஒரே காலத்தில் சமணக் கோயில் இவற்றிற்கு ஒரு நூற்றாண்டிற்குப் பின் குடையப்பட்டது. இம் மூன்று

வைதீகக் கோயில்களில் மிகவும் பெரியதும், கி.பி. 578 ல் மங்களேச னால் குடைவிக்கப்பட்டதும், திருமாலுக்குச் சமைக்கப்பட்ட (வரிசை யெண்:3) கோயிலாகும். திருமால் விஷ்ணு பாம்பணையில் அமர்ந்திருக் கும் காட்சி, ஆளரி (நரசிம்மர்) காட்சி ஆகியவை அணிச் சிற்பங்களாக அமைந்துள்ளன.

தாழ்வாரத்திலுள்ள தூண்கள் ஒவ்வொன்றிலும் மூன்று போதிகை கள் காணப்படுகின்றன. அப் போதிகைகளில் முழு வடிவில் காணப் படும் மாந்த உருவங்கள் மிக நேர்த்தியாகச் செதுக்கப்பட்டுள்ளன. இவற்றைக் குப்தர் காலத்து போதிகை படிமங்களுக்கு ஒப்பிடலாம். மற்றொரு குடைவரை (வரிசை யெண் : 21) இதுவும் திருமால் கோயி லாகும். இது மேற்கூறப் பட்டதில் பாதியளவே உள்ளது. இவை இரண்டுக்குமிடையில் அமைந்த குடைவரை சிவன் கோயிலாகும். இது தோற்றப் பொலிவு கொண்டதாக இல்லை.

மற்ற இரு வைதீகக் கோயில்களும் (வரிசையெண்: 1, 2) மேற்கூறிய கோயில்களிலிருந்து சிறிது வேறுபட்டாலும் எட்டு உறுப்புகளையுடை யனவாய்க் காணப்படுகின்றன. ஒவ்வொரு கோயிலின் முகப்பிலும் நான்கு தூண்களையுடைய முற்றங்கள் காணப்படுகின்றன. இம் முற்றத்தின் நுழை வாயிலில் இரண்டு தூண்களும், நடுவில் இரண்டு தூண்களும் உள்ளன.

நான்காவதாக மைந்துள்ள சமணக் கோயில் பிற்காலத்தில் குடையப் பட்டிருக்க வேண்டுமென்று கருதுகின்றனர். இது சமணக் கோயிலா யினும் கிட்டத்தட்ட வைதீக கோயிலின் சாயலாகவே காணப்படுகிறது. இதன் முகப்பில் நான்கு தூண்கள் காணப்படுகின்றன. அத்தூண்களில் போதிகையுருவங்கள் காணப்படுகின்றன. இக்கோயிலில் சமணத் தீர்த்தங்கரர்களின் உருவங்கள் செதுக்கப்பட்டுள்ளன. இவ்வுருவங்கள் பிற்காலத்தில் செதுக்கப்பட்டவையாக இருக்க வேண்டும் என்ற கருத்தும் உண்டு.

வாதாபியிலுள்ள மகா குதேசுவரன் கோயில் கி.பி. 600.ல் கட்டப்பட்ட தாகக் கல்வெட்டுச் சான்று கூறுகிறது. இக் கோயில் மிகவும் சிறியதாகக் காணப்பட்டாலும் இதில் காணப்படும் உறுப்புகள் யாவும் தமிழர் சிகரத்தின் மூலக்கூறுபாடுகளாய் உள்ளன.

இதைப் போலவே முழு உறுப்புகளையும் கொண்டு சிறப்புற விளங்கும் மற்றொரு கோயில் மேலிக்கிட்டி (Melegity) சிவன் கோயிலாகும். இது வாதாபி நகருக்கண்மையின் குன்றுகளுக்கு நடுவில் அமைந்துள்ளது. இதனுடைய விமானம் எண்கோணக் கூண்டு வடிவில் உள்ளது. இதனை அடுத்துப் பல தெய்வ உருவங்கள் அமைக்கப் பட்டுள்ளன.

இதன் ஒவ்வோர் உறுப்பும் வளர்ந்த தன்மையில் நமக்குத் தெளிவாகக் காட்சியளிக்கிறது. கருவறை, அம்பலம், முன்மண்டபம் ஆகியவற்றை யுடையது. கருவறையின் அம்பலமும் சதுர வடிவில் அமைந்துள்ளன. அழகிய போதிகைகளையுடைய கற்றூண் தலைப்புகளும், தொங்கும் கொடுங்கை வரிசைகளும் அணி வரிசைகள், விளிம்புகள், மாடக் குழிகள் முதலிய சிறிய, பெரிய உறுப்புகளும், உள்ளத்தையும், உணர்ச்சி யையும் தொடும் வகையில் செதுக்கப்பட்டுள்ளன.

இக்கோயிலுக்குச் சற்றுத் தொலைவில் இதே முறையிலமைந்த மற்றொரு கோயில் காணப்படுகிறது. இக் கோயில் முழுவதும் அழிந்த நிலையில் காணப்பட்டாலும் இதன் அமைப்பு முறையைக் கொண்டு இதன் முழு உருவத்தையும் நம்மால் ஊகிக்க முடிகிறது. இதன் கருவறையைச் சுற்றிலும் வலம் வரும் பாதையும், கருவறைக்கு எதிரில் தூண்களையுடைய மண்டபமும் இருந்திருக்கின்றன. இம் மண்டபத் தின் கூரை சரிந்த நிலையில் உள்ளது.

மேலே கூறப்பட்ட இரண்டு கோயில்களும் குடைவரை போன்று அமைந்தவை. பிற்காலக் கோயில்களின் தூண் வளர்ச்சிக்கு இவை வழி கோலுகின்றன. குறிப்பாக, சாதாரணமாக வட்ட வடிவில் செதுக்கப் பட்ட போதிகை மாற்றங்களையுடைய தூண் தலைப்பு ஆகியவை இக் காலக் கற்றூண்களில் சிறப்பாக வளர்ந்த உறுப்புகளாகும். வார்ப்புரு வில் காணப்படும் அகன்ற மண்டபங்கள் இக்காலக் கட்டடத்தின் மற்றொரு சிறப்புத் தன்மையாகும். குடைவரைக் கட்டடங்களில் சிகரங்களின் தனித் தன்மையையும். சிறப்பையும் வழக்காற்றில் கொண்டு வருவதற்குப் வாதாபிக் கட்டடங்கள் வழிவகுத்தன. இத்தகையத் தன்மைகளைக் கொண்டே பிற்காலத்தில் எழுந்த குடை வரைகள் செதுக்கப்பட்டன ."இக் குடைவரைகளைப் போலிகைகளாகக் கொண்டே பிற்காலத்தில் கோயில்கள் எழுந்தன. சுருக்கக் கூறின்,

கீழிருந்து மேலே எழும் கற்றளிகள் மேலிருந்து கீழே வரும் குடைவரைகளின் வழித் தோன்றலாயின. ஆனால், இவையிரண்டுமே காலப் போக்கில் வளர்ச்சியுறும்போது ஒன்றுக்கொன்று முறைகளைப் பரிமாற்றம் செய்து கொண்டன" என்கிறார் அறிஞர் பெர்சி பிரவுன்.

பட்டடக்கல்

சாளுக்கியரின் கோயில்களில் பல சிறப்பான கோயில்கள் பட்டடக் கல் என்னுமிடத்தில் உள்ளன. கி.பி. 642 க்குப் பிறகு கட்டப்பட்ட பல கோயில்கள் இங்கு காணப்படுகின்றன. சாளுக்கிய அரசர்களில் தலைசிறந்த அரசர்களான விசயாதித்தன் (கி.பி.696 - 733), இரண்டாம் விக்கிரமாதித்தன் (கி.பி.733 - 746), ஆகியோரின் காலங்களில் பட்டடக் கல் பேரும் புகழும் பெற்ற நகரமாக விளங்கியது. இங்குக் காணப் படும் தலைசிறந்த கோயில்கள் இம் மன்னர்களால் கட்டப்பட்டவை என்பதை அறிகிறோம். இங்கு காணப்படும் கோயில்களின் முறையை யும், கட்டட அமைப்பும், தனியழகுடனும் தோற்றத்துடனும் காட்சித் தருகின்றன.

பாவநாதன் கோயில்

பட்டடக் கல்லிலுள்ள இக்கோயில் ஏறத்தாழக் கி.பி.680ல் கட்டப்பட்ட தாக அறிகிறோம். உயரமான மேடையின் மேல் கட்டப்பட்ட இக்கோயில் அதன் கிழக்குப் புறத்திலுள்ள சிகரம் நாகரப் முறையை உணர்த்தி நிற்கிறது. இதன் முன் மண்டபம், அடுத்துள்ள மண்டபம் முதலியவையும், கருவறைக்கு மேலுள்ள கூரையும், மாடக்குழிகளும், பின்னல் வேலைப்பாடுகளுடைய சாளரங்களும், அலங்கரிக்கப்பட்ட கைப்பிடிச் சுவர்களும் இதனை ஒரு தனித்தன்மை வாய்ந்த கோயிலாகக் காட்டுகின்றன.

இக் கோயில் காணப்படும் நெடுமேடை, கொடுங்கைகளும், கருவறை யிலிருந்து தனித்துக் காணப்படுகின்றன. மண்டபத்தின் நடுவில் கலயம் உள்ளது. பக்கத்திற்கு நான்கு தூண்கள் உள்ளன. கடைசியில் சுவரோடு ஒட்டிய சதுரத் தூண்கள் உள்ளன. முன் மண்டபம், முக மண்டபம், கருவறை, அதனையடுத்த நீள்மேடை முதலியவை ஒன்றுக்கொன்று தனித்தன்மைகளுடன் காட்சியளிக்கின்றன. வெளிப்புறச் சுவர்களில் காணப்படும் கொடுங்கையும், அதற்கு மேலுள்ள அலங்காரக்

கைப்பிடிச்சுவரும், கீழே சுவரைச் சுற்றிலும் செல்லும் அணியலங்காரங் களுக்கும், ஏற்றாற்போல் அமைந்துள்ளன. ஒவ்வொரு மாடக்குழிக்கும் இரண்டு தூண்களும், ஒரு கொடுங்கையும், ஒரு மாட மேற்கவிகையும் உள்ளன. இம் மாடமேற்கவிகை நாகரக் கட்டடத்தின் முகாமையுறுப் பாகக் கருதப்படுகிறது.

இக்கோயில் முதலில் திருமாலுக்கும் சூரியனுக்குமாகப் படைக்கப் பட்டுச் சிவன் கோயிலாக மாறியது என்பதை இதன் வளர்ச்சியின் அமைப்பிலிருந்து அறியலாம். இதன் சிகரம் முத்தேர் முறையில் அமைந்துள்ளது. வாயில்களில் நாகங்களின் உருவங்களும், அடிப்பகுதி யில் கங்கை, யமுனை ஆற்றுத் தேவதைகளின் உருவங்களும் உள்ளன.

காசிநாதன் கோயில்

நாகரப் பாணியில் காணப்படும் கோயில்களில் பாவநாதன் கோயில் களும் அடுத்து குறிப்பாக காணப்படுவது காசிநாதன் கோயிலாகும். இக் கோயில் ஐந்து தளங்களையும் ஐந்தேர்ச் சிகரங்களையும் உடையது. இதன் மண்டபம் இரண்டு நிலைகளைக் கொண்ட சமதள மண்டபமா கும். இதில் காணப்படும் தூண்கள் கலய வடிவத்தைக் கொண்டவை யாகும்.

பட்டடக் கல்லில் காணப்படும் ஆறு கோயில்கள் தமிழர் முறையில் அமைந்துள்ளன. அவை சங்கமேசுவரன் கோயில், விருப்பாட்சகன் கோயில், மல்லிகார்ச்சுனன் கோயில் கலகநாதன் கோயில், சம்மேசுவரன் கோயில், சமணக் கோயில் ஆகியவையாம். இதில் விருப்பாட்சகன் கோயில் இரண்டாம் விக்கிரமாதித்தனால் கி.பி.740 ல் கட்டப்பட்டது. இது சிவபெருமானுக்கு இரண்டாம் விக்கிரமாதித்தனின் பட்டத்தரசி யாரால் படைக்கப்பட்டதென்பர். இக்கோயில் பல்லவ காஞ்சிபுரத்தி லுள்ள கயிலாயநாதர் கோயிலைப் போலவே கட்டப்பட்டிருப்பதாலும் இரண்டாம் விக்கிரமாதித்தன் பல்லவரின் காஞ்சியை கி.பி.740 ல் வெற்றிகொண்டான் என்ற கல்வெட்டுக் குறிப்பைக் கொண்டும் அவன் பல்லவ நாட்டிலிருந்த தமிழ்க் கலைஞர்களைப் பட்டடக் கல்லுக்கு அழைத்து வந்து தன் அரசியாரின் விருப்பத்திற்கிணங்க இக்கோயிலை யும், மற்றொரு கோயிலையும் கட்டுவித்தான் எனக் கருதத் தோன்று கிறது.

இக்கோயிலின் ஒரு சில உறுப்புகள் பட்டடக் கல்லின் மரபுவழிக் கலைஞர்களின் கைவண்ணமாய்க் காட்சியளிப்பதால் இதனைத் முழுமையான தமிழர் கட்டட முறை எனக் கூற இயலாது. இதன் கருவறை மண்டபத்தைச் சுற்றிலும் வலம் வரும்பாதை அமைந் துள்ளது. இதன் முன் மண்டபம் கருவறையிலிருந்து தனித்துக் காணப் படுகிறது. இம் மண்டபத்திற்கு உறுதியான கற்சுவர்கள் உள்ளன. அவற்றில் தனித்துக் காணப்படும் கற்சாளரங்கள் அமைக்கப் பட்டுள்ளன. சதுர வடிவிலான சிகரம் நிலைமாடங்களைக் கொண் டுள்ளது. அடியில் அகன்று எழும் முதனிலை மாடத்தையடுத்த மாடங்கள் தன்னளவில் குறைந்து சென்று சிகரத்தில் முடியும் காட்சி சிறப்பான காட்சியாகும்.

சாளரங்களின் முனைகள், பௌத்தக் கோயில் முனைகளைப் போல் முடிந்துள்ளன. ஒரே கல்லினாலான தூண்களிலும் பெரிய நீள்சதுரக் கற்களைக் கொண்ட சுவர்களிலும், கூரைகளிலும், விளிம்புகளிலும் அலங்காரப் சிற்ப அணிகள் உள்ளன. இவற்றில் சிவன், நாகன், நாகினியர் உருவங்களும், இராமாயணக் கதையில் வரும் காட்சிகளும் குறிப்பிடத்தக்கவையாகும். தமிழ் நாட்டுக் கோயில்களைப் போலவே இக்கட்டடத்தில் காணப்படும் நீள்சதுரக் கற்கள் எழுதி அடித்து இணைக்கப்பட்டுள்ளன.

பண்டைக் காலத்தில் கட்டப்பட்ட கோயில்களில் இன்றும் மக்களால் வழிபாடு செய்யும் கோயில்களில் ஒன்றாக இச் சிவன் கோயில் விளங்குகிறது. இக்கோயில் இதற்கு முன்பு கட்டிய சாளுக்கியரின் கோயில்களைவிட வளர்ச்சி பெற்ற தன்மையைக் கொண்டது. விருப்பாட்சகன் கோயிலின் முகாமைக் கட்டடத்தினின்று நந்தி மண்டபம் தனித்துக் காணப்படுகிறது. இதனைச் சுற்றிலும் அமைக்கப் பட்ட சுவர்கள் மூலக் கட்டடத்திற்கேற்ப அழகாகச் சமைக்கப் பட்டுள்ளது. சற்றுத் தொலைவிலிருந்து நோக்குவோருக்கு இக்கோயில் சிகரத்திலிருந்து முன்புறத்திலும், பிற பக்கங்களிலும் தனித்தனியே எழுந்து நிற்கும் உறுப்புகளை நோக்கினால் ஒரு சிறந்த கவிதையை அளவெடுத்துக் காட்டுவது போல் அழகாக அமைந்தது என்கிறார் பெர்சி பிரவுன்.

இக்கோயிலின் உறுப்புகள் தனித்தனியே காணப்பட்டாலும் ஓர் உடலில் காணப்படும் பல்வேறு உறுப்புகள் அவற்றின் இலக்கணத் தோடு அமைந்து உடலமைப்பின் சிறப்பை மேம்படுத்துவதுபோல் இவை அமைந்துள்ளன. வார்ப்புகள், சுவரோடு ஒட்டிய சதுரத் தூண்கள், கொடுங்கைகள், போதிகைகள், சாளர அமைப்புகள் முதலியவற்றை நோக்கும்போது பெரும் மகிழ்ச்சியை ஏற்படுத்துகின்றது.

விருப்பாட்சகன் கோயிலைப் போலவே அமைந்துள்ள மற்றொரு கோயில் சங்கமேசுவரமாகும். இஃது ஏறத்தாழ கி.பி. 700 ல் கட்டப் பட்டது. இதன் கட்டட அமைப்பும் கோபுரமும், திறந்த மண்டபமும் இதனையொரு தமிழர் முறை கட்டடமென்பதைக் காட்டி நிற்கின்றன.

40

ஆலம்பூர்க் கோயில்கள்

முற்காலச் சாளுக்கியர்களின் சிறந்த நகரங்களில் ஒன்றாக விளங்கியது தார்வார் ஆகும். இதனையடுத்துத் துங்கபத்திரை ஆற்றங் கரையில் மகபூப் நகர் மாவட்டத்தில் உள்ள ஆலம்பூர் என்ற ஊரில் அய்கோலி, வாதாபி பட்டடக்கல் ஆகிய இடங்களில் காணப்படு வதைப் போலவே கும்பலாகச் சில கோயில்கள் இருந்தன. மேற்கூறிய இடங்களில் காணப்படுவதைப் போலவே நாற்புறமும் மதில் சூழ்ந்த வெளிக்குள் இக்கோயில்கள் அருகருகே காணப்படுகின்றன. இவற்றில் பெரும்பாலானவை கி.பி.7 ஆம் நூற்றாண்டில் கட்டப்பட்டவையாகும். இவை சாளுக்கிய தமிழர் கட்டட முறையை ஒத்துள்ளன. இவற்றுல் மிகப் பெரிய கோயில் ஒன்று காணப்படுகிறது. இக்கோயில்கள் பட்டடக்கல்லிலுள்ள பாவநாதன் கோயிலைப் போல் அமைப்பிலும் உருவிலும் காணப்படுகின்றன. ஆலம்பூர்க் கோயில்களை உற்று நோக்கும்போது குப்தர் கட்டட முறையை சிந்தித்து கலைஞனின் பட்டறிவை இவை எதிரொளிக்கின்றன.

ஆலம்பூரில் ஒட்டுமொத்தமாகக் காணப்படும் ஒன்பது கோயில்களை பிற்காலத்தவர் "நவபிரமக் கோயில்" என்பார்கள், அவற்றில் விசுவ பிரமம், வீர பிரமம். அரசு பிரமம். குமார பிரமம், பால பிரமம், பதம

பிரமம், கருட பிரமம், சொர்க்க பிரமம் ஆகிய எட்டும், நாகரப் முறை யிலும், தாரக பிரமம் தென்னக முறையிலும் அமைந்துள்ளன. சொர்க்க பிரமக் கோயிலும், பிரபாக் கோயிலும் சாளுக்கியரின் கலை முறைக்குச் சிறந்த எடுத்துக்காட்டுகளாய் விளங்குகின்றன. இக்கோயில்கள் தற்போது இங்கிருந்து பிரித்தெடுக்கப்பட்டு அருகாமையில் மீண்டும் சேர்த்துக் கட்டப்பட்டுள்ளன.

பொதுவாக, சாளுக்கியரின் கட்டடங்கள் அய்கோலி, பாதாமி, பட்டடக்கல், ஆலம்பூர் ஆகிய இடங்களில் கும்பல் கும்பலாகக் காணப்பட்டாலும் இவற்றிற்கென உள்ள சிறந்த தனித் தன்மைகளைப் பார்த்தோம். மலர் மாலையை முடி போட்டுத் தொங்கவிட்டது போன்ற சுவர் அலங்காரங்கள் இவர்களால் தொடங்கப்பட்டு, தொடக்க காலப் பிரதிகாரர்களால் இது சிறப்புத் தன்மை வாய்ந்த கலையாகக் பின்பற்றப் பட்டது.

ஆலம்பூரிலுள்ள சொர்க்க பிரமக் கோயிற்கல்வெட்டுகள் பிற்காலச் சாளுக்கியரைப் பற்றி அறிய உதவுகிறது. சுருங்கக்கூறின் முற்காலச் சாளுக்கியரின் கட்டடக்கலை குப்தர் பாணியிலிருந்து பிரிந்தும், தனித்தும், நாகர, வேசர, திரவிடப் முறைகளை உள்ளடக்கியும் பின் வந்த, பிரதிகார, இராட்டிரகூட, கட்டடப் முறைகளுக்கு இணைப்பாக வும் எடுத்துக்காட்டாகவும் விளங்குகின்றன.

●

41

கூர்ச்சரர் கோயில்கள்
கி.பி. 725 - 1090

ஊணர் (Hunas) களுக்குப் பிறகு இந்தியாவுக்குள் நுழைந்த அயலவர் கூர்ச்சரர்கள் (Gurjaras) ஆவார்கள். இவர்களை பிரதிகாரர்கள் (Prathiharas) என்றும் கூறுவர்.

இக்கூர்ச்சரர்கள் சோத்பூர் (Jodhpur) என்னுமிடத்திலுள்ள மந்தோர் என்னுமிடத்தில் குடியேறினர். இது மைய இராச புதனத்தில் உள்ளது. இங்கிருந்து கொஞ்சங் கொஞ்சமாகத் தெற்கு நோக்கி நகர்ந்து தங்கள் அதிகாரத்தைப் பரப்பியவர்கள் உச்சியினியைத் தலைநகராகக் கொண்டு ஆட்சி புரியத் தொடங்கினர். பின்னர், அவந்தி அவர்களின் வலிமை மிக்க நாடாயிற்று.

கூர்ச்சரர், பீன்மால், கன்னோசி ஆகிய இடங்களில் வாழ்ந்த காரணத் தால், "பீன்மால், கன்னோசி கூர்ச்சரர்கள்" என்று அழைக்கப்பட்டனர். கூர்ச்சர மரபை ஏற்படுத்தியவன் முதலாம் நாகபட்டன் (கி.பி.725 - 740) என்பவனாவான். இவனே பீன்மா என்னும் ஊரை தலைநகராகக் கொண்டு குச்சரத்தை ஆண்டபோது சிந்து நாட்டின் மீது படையெடுத்த அராபியரை முறியடித்தானென்று யுவான்சுவாங் குறிப்பிலிருந்து அறிகிறோம்.

இவனுக்குப் பின் இம்மரபில் நான்காவது அரசனான வத்சராசா (கி.பி.775 - 800) வங்காள அரசனைத் தோற்கடித்தான். இவனுக்குப் பின் அரசனான இரண்டாம் நாகபட்டன் (கி.பி.800 - 834) காலத்தில் தலை நகரம் கன்னோசிக்கு மாற்றப்பட்டது. இவனுக்குப்பின் இராமபத்திரன் (கி.பி.834 - 840) பட்டமேற்றான். இவனுக்குப்பின் இவன் மகனான மிகிரபோசன் (கி.பி.840 - 890) பட்டமேற்றான்.

மிசரபோசன் காலத்தில் கூர்ச்சர ஆட்சி பஞ்சாப், இராசபுதனம், குவாலியர், குச்சரம், கத்தியவர் முதலிய நாடுகளில் பரவியிருந்தது. பண்டேல்கண்டை ஆண்ட சந்தலர் இவனுக்குக் கப்பம் செலுத்தினர். குப்தர்களுக்கும், அர்சருக்குப்பின் மிகப் பரந்த நிலபரப்பை ஆண்ட மன்னன் இவனேயாவான். இவனுக்குப்பின் இவன் மகனான முதலாம் மகேந்திரபாலன் (கி.பி.890 - 908) அரசனானான். இவன் மகதத்தையும், வங்காளத்தின் வடபகுதியையும் வென்றான். இவன் காலத்தில் சமற்கிருத, பிராகிருத மொழிகளில் சிறந்த இலக்கியங்கள் தோன்றின. இவனுக்குப்பின் வந்தவன் இவன் மகனான இரண்டாம் போசராசன் (கி.பி. 908 - 914) ஆவான்.

இரண்டாம் போசராசனுக்குப் பிறகு வந்த கூர்ச்சரர்களைக் "கண்னோசிக் கூர்ச்சரர்கள்" எனக் கூறுவர். இவர்களில் முதலாம் மகிபாலன் (கி.பி.914 -943) என்பவன் காலத்தில் இராட்டிரகூடர்கள் தலைதூக்கத் தொடங்கி னர். இவனுக்குப் பிறகு இரண்டாம் மகேந்திரபாலன், தேவபாலன், விநாயக பாலன், இரண்டாம் மகிபாலன், இரண்டாம் வத்சராசன், விசயபாலன் ஆகியோர் பட்டமேற்றனர்.

இக்காலத்தில் சந்தலர், கூர்ச்சரர் ஆட்சிக்குக் கட்டுப்படாமல் தனித்து ஆண்டனர். அனில்வாரா சோளங்கிகளும், திரிபுரி காலச்சூரிகளும் இக்காலத்தில் வெகுவாக வளர்ச்சி அடைந்தனர். இராசபாலன் என்ற கூர்ச்சர மன்னன் கி.பி.960 லிருந்து 1018 வரை கன்னோசியைக் தலை நகராகக் கொண்டு ஆண்டான். இவன் காலத்தில் பரந்துக் கிடந்த கூர்ச்சரர் ஆட்சி கங்கை ஆற்றுக்கும் யமுனை ஆற்றுக்குமிடையில் மட்டும் குறுகி நின்றது.

கஜினி முகமது இந்தியாவின் மீது பன்னிரண்டாவது முறையாகப் படை யெடுத்தபோது (கி.பி.1018 - 1019) இவனுடைய தலைநகரான கன்னோசியைத் தாக்கினான். இராசபாலன் கசினியிடம் சரணடைந்

தான். கஜினி கன்னோசியிலிருந்து எண்ணிறந்த மக்களை அடிமை யாக்கிக் கொண்டும், ஏராளமான செல்வங்களை கொள்ளையடித்துக் கொண்டு திரும்பிச் சென்றான். சந்தல அரசன் வித்யாதரன் (கி.பி.1019 - 1051) என்பவனால் இராசபாலன் தோற்கடிக்கப்பட்டுக் கொல்லப் பட்டான். இவனுக்குப்பின் திரிலோசன பாலன், யாசபாலன் முதலியோர் ஆண்டதாகப் பட்டயச் சான்றுகளிலிருந்து அறிகிறோம். கடைசியாக ஆண்ட யாசபாலனை ககார்வார் (Gaharwars) மரபைச் சேர்ந்த சந்திதேவன் (கி.பி.1080 - 1100) என்பவன் வீழ்த்திவிட்டு, கன்னோசியைக் கைப்பற்றிக் கொண்டான். இந்நிகழ்ச்சி கி.பி.1090 ல் நடந்ததாக அறிகிறோம். இவ்வாறு கிட்டத்தட்ட முந்நூறு ஆண்டுகள் ஆண்ட குச்சரர்களில் சிலர் சிவனையும், சிலர் மாலனையும் வழிப் பட்டார்கள். பகவதி வழிபாடும் இக்காலத்தில் சிறப்புற்று விளங்கியது.

கூர்ச்சரர்கள் குப்தர் பேரரசுக்கு ஒப்பான ஆட்சியை நிலைநாட்டி வட இந்தியாவின் சமய வளர்ச்சிக்கு பாடுபட்ட காலத்தில்தான் பல கோயில்கள் கட்டப்பட்டன. இக்கோயில்கள் யாவும் கி.பி.எட்டாம், ஒன்பதாம் நூற்றாண்டுகளில் மைய இந்தியா இராசபுதனம், குவாலியர் முதலிய இடங்களில் கட்டப்பட்டன. இக்கோயில்களின் கட்டடக் கலை யமைப்பில் சில தனித்தன்மைகள் காணப்படுகின்றன. இவற்றின் பாணிகளையும் காலத்தையும் அடிப்படையாகக் கொண்டு சில வகை களாக பிரித்தறியலாம்.

கூர்ச்சரர்காலக் கோயில்களில் கி.பி. எட்டாம் நூற்றாண்டில் கட்டப் பட்டவை மிகச் சிறியனவாகவும், கலை நுணுக்க வேலைபாடு உடை யனவாகவும் காணப்படுகின்றன. இவை மிக உயரமான மேடைகளின் மீது கட்டப்பட்டுள்ளன. பெரும்பாலானவை முத்தேர் அல்லது ஐந்தேர்ச் சிகரங்களையுடையவை.

பெரும்பாலான கோயில்களில் முகமண்டமும் காணப்படுகிறது. சில கோயில்களில் முன் மண்டபமும் காணப்படுகிறது. இமயமலைப் பகுதியில் இவர்கள் காலத்தில் கட்டப்பட்ட ஜெகத்சுகுவிலுள்ள சிவன் கோயில், இலக்கமண்டலிலுள்ள சிவன் கோயில், சகேசுவர், கோபேசுவர் ஆகிய இடங்களிலுள்ள சிவன் கோயில்கள் இவ் வகையைச் சார்ந்தவையாகும். இவற்றின் கருவறைகள் நீள்சதுர வடிவத்திலும், கூரைகள் அரையுருளை வடிவத்திலும் உள்ளன.

கி.பி.9 ஆம் நூற்றாண்டில் கட்டப்பட்ட கோயில்கள் மேற்கண்ட முறையிலிருந்து வளர்ச்சியடைந்து காணப்படுகின்றன. இக்காலக் கோயில்களின் நாற்புறமும் வாயில்கள் காணப்படுகின்றன. இவற்றில் காணப்படும் செதுக்கு வேலைகள்,சோடனைகள் யாவும் நேப்பாளம், காசுமீரம் ஆகிய நாடுகளின் கலைப்பாணியையும், காந்தாரக் கலைப் பாணியையும் உள்ளடக்கியுள்ளன. பாச்செளராவிலுள்ள பாசேசுவர மகாதேவன் கோயில், சத்ராரிருள்ள சக்தி தேவி கோயில், முதலியன கி.பி. எட்டாம் நூற்றாண்டின் கோயில்களைவிட மிகச் சிறப்பாக அமைக்கப்பட்டுள்ளன. கங்கிரா மாவட்டத்திலள்ள மசுரூர் என்னு மிடத்திலுள்ள குடைவரை கி.பி. ஒன்பதாம் நூற்றாண்டின் பிற் பகுதியைச் சார்ந்ததாகும். இதன் அமைப்பும் அழகும் இதன் புதிய முறையையும் கூர்ச்சரரின் கலைப்பணிக்கு களஞ்சியமாக விளங்கு கின்றது.

கூர்ச்சரர் காலத்துக் கோயில்கள் கி.பி.எட்டாம், ஒன்பதாம் நூற்றாண்டு களில் மைய இந்தியா, இராசபுதனம் கன்னோசி, உத்திரப்பிரதேசம், பஞ்சாப், இமயமலை பகுதி முதலிய இடங்களில் கட்டப்பட்டன. இவையாவும் ஆரிய சமயங்களின் மெய்ம்மங்களை அடிப்படையாகக் கொண்டே அமைக்கப்பட்டவையாகும். பொதுவாக, இவர்களின் பாணி ஒரு தனித்தன்மை வாய்ந்ததாகவே காணப்படுகிறது.

நடு நாட்டுக் கோயில்கள்

நடு நாட்டில் காணப்படும் கூர்ச்சரர் கோயில்களில் (பீட) அடிப்பகுதி (Socle) மிகவும் தாழ்வாகவும், கோபுரம் எளிய முறையில் குவிந்து வளர்ந்தும் காணப்படுகின்றன. சுவர் அழகிய மாடக்குழிகளைக் கொண்டு காட்சியளிக்கின்றன. மேடை எத்தகைய சோடனையுமின்றி மிக உயரமாகக் காணப்படுகிறது. ஒரேயொரு கருவறை உள்ளது. இக் கருவறையை ஒட்டினாற் போல் முன்மண்டபமும், சில கோயில்களில் அதனையடுத்து முக மண்டபமும் காணப்படுகின்றன.

குவாலியர்க் கோயில்கள்

நடு நாட்டில் குவாலியர் பகுதியில் காணப்படும் கூர்ச்சரக் கோயில்கள் சதுர வடிவில் அமைந்துள்ளன. இவற்றில் பெரும்பாலானவை முத்தேர்ச் சிகரங்களையுடையவை. இச்சிகரங்கள் வளைகோடுகளை

வரம்புகளாகக் கொண்டு குவிந்து முடிகின்றன. இக்கோயில் வாயில் களில் மூன்று வகை அணி வரிசைகள் காணப்படுகின்றன. சுருள் கருக்குகள் தூண்வடிவு, பாம்பின் வாலைப் பற்றிய கருடன் ஆகிய சிற்பங்கள் இவற்றில் செதுக்கப்பட்டுள்ளன. கருவறையினுள் பல்வேறு அணிகளும், மணி வடிவ அணியும் காணப்படுகின்றன. சுவரில் பதிந்து புடைப்புச் சிற்பமாக காணப்படும் கணேசர், கார்த்திகேயன், இலக்குலிசன், பார்வதி, சூரியன் ஆகிய சிற்பங்கள் சுவரின் அழகை கூட்டுகின்றன. கருவறை நீள்சதுர வடிவானது. இத்தகையத் தன்மை களோடு கூடிய பல கோயில்கள் குவாலியரில் உள்ளன.

நரேசர் என்னுமிடத்தில் காணப்படும் பல கோயில்களும், பத்தேசுவர் என்னுமிடத்தில் பல கோயில்களும், அம்ரோலிலுள்ள மகா தேவன் கோயிலும் இவற்றுள் மிகவும் குறிப்பிடத்தக்கனவாகும். இக்கோயில்கள் யாவும் கி.பி.எட்டாம் நூற்றாண்டில் கட்டப்பட்டிருக்க வேண்டும் என வரலாற்று ஆய்வாளர்கள் கருதுகின்றனர்.

தெலிக்கா மந்திர்

இது குவாலியரிலுள்ள மிகப் பெரிய கோயிலாகும். இதன் கருவறையும் முன் மண்டபமும் நீள்சதுர வடிவிலுள்ளன. இதன் சிகரம் அரையுருளை வடிவில் இரண்டு அடுக்குகளையுடையது. ஒன்றன் மேலொன்றாக அமைந்த இரு கூறைகளையுடையது. இதன் நடுவிலிருந்து ஒரு பகுதி சரிந்து குட்டையாகவும், மற்றொரு பகுதி நீளமாகவும் காணப்படுகிறது. உயரமான மேடையில் இக்கோயில் கட்டப்பட்டிருப்பதால் மேலேறிச் செல்வதற்கு படிக்கட்டுகள் உள்ளன. இக்கோயிலைப் கூர்ச்சர மன்னர் மிகிரபாலன் (கி.பி.836 - 885) என்பவன் கட்டினான்.

கூர்ச்சரர்களால் கட்டப்பட்ட கோயில்கள் பல மத்தியப் பிரதேசத்தில் காணப்படுகின்றன. அவை கூர்ச்சரர் காலத்துப் பொதுத் தன்மை களோடு, உள்ளூர் முறையையும் கொண்டு விளங்குகின்றன. அவற்றுள் சிறப்பானவை சிவபுரி மாவட்டத்தில் மகுவா என்னுமிடத்திலுள்ள சிவன் கோயிலும், இந்தூரிலுள்ள சிவன் கோயிலும் ஆகும். மகுவாவுக் கண்மையிலுள்ள தெராய் என்னுமிடத்திலுள்ள மற்றொரு கோயில் சிறியதாகக் காணப்பட்டாலும், மிகச் சிறந்த முறையில் கட்டப் பட்டுள்ளது. ஐந்தேர்ச் சிகரத்தை உடைய இக்கோயில் அழகிய முகமண்டபத்தையும், பல அழகிய சுவர் தூண்களையும் பெற்றுள்ளது.

மங்கேதா என்னுமிடத்திலுள்ள கதிரவன் கோயில் கூர்ச்சரர் கட்டடக் கலையின் கருவூலமாகும். வட்ட வடிவிலான இதன் கருவறை அழகிய ஐந்தேர்ச் சிகரத்தையுடையது. இதன் முன் மண்டபம், அழகிய கூரை யையும் அதன் மேல் அரிமாவின் உருவங்களையும் கொண்டு விளங்கு கிறது.

விதுசா மாவட்டத்தில் பதாரி என்னுமிடத்திலுள்ள குடகேசுவரன் கோயிலும், கைராசுப்பூர் என்னுமிடத்திலுள்ள மாலதேவிக் கோயிலும் சிறப்பு வாய்ந்தவையாகும். இது கடம்பர் பாணியில் கட்டப்பட்ட முத்தேர்களையுடைய கோயிலாகும். இதன் முன் மண்டபமும் முக மண்டபமும், குவாலியரிலுள்ள சதுர்புசன் குடைவரைக் கோயிலைப் போல் காணப்படுகின்றன. இச்சிகரத்தின் உச்சியில் மிகப்பெரிய கலயம் காணப்படுகிறது.

மாலதேவிக் கோயில் பாதி குடைவரைக் கோயிலாகவும், பாதி கற்றளி யாகவும் காணப்படுகிறது. கூர்ச்சரர் கோயில்களில் முகமண்டபம், முன்மண்டபம், கூடம், கருவறை ஆகியவற்றின் அளவுகள் மிகச் சிறப்பாகப் பொருத்திக் காணப்படும் ஒரே கோயில் இதுவேயாகும். இதன் கருவரை முத்தேர் வரைபடத்திட்டப்படி கட்டப்பட்டிருக்கிறது. ஆனால், ஐந்தேர்ச் சிகர அமைப்பைக் கொண்டுள்ளது. இச் சிகரத்தின் கழுத்திற்கு மேல் இரண்டு பெருங்கலயங்கள் காணப்படுகின்றன. ஆனால், அவை முடியும் போது இலைக்கொத்தின் ஒப்பனை போல் கலய வடிவில் முடிகின்றன. இதன் அணி வரிகளையும் சிற்பங்களை யும் நோக்கும் போது கட்டடக் கலையையும் சிற்பக் கலையையும் ஒன்றிணைத்துக் கட்டிடய பட்டறிவால் முதிர்ந்த அழகிய கலைக் கருவூலமாக காணப்படுகிறது.

சாண்சி மாவட்டத்திலுள்ள தியோகார் என்னுமிடத்தில் காணப்படும் சமணக் கோயில்களில் 12 ஆவது 15 ஆவது கோயில்கள் கி.பி.ஒன்பதாம் நூற்றாண்டில் கூர்ச்சரர்கள் காலத்தில் கட்டப்பட்டவையாகும். இவற்றுள் 15 ஆவது கோயில் மூன்று கருவறைகளையுடையது. ஒவ்வொரு கருவறையிலும் தனித்தனிச் சோடனைகள், மாடக்குழி வரிசைகள் முதலியன காணப்படுகின்றன. ஆனால் இவை மூன்றுக்கும் பொதுவாக ஒரு சபை மண்டபம் காணப்படுகிறது. இச்சபை மண்டபத் திற்கு வருவதற்கு ஒரு முகமண்டபமும் வாயிலும் ஒரே வரிசையில்

கட்டப்பட்டுள்ளன. பன்னிரண்டாவது கோயிலில் ஒரேயொரு கருவறை யும், அதனையடுத்து திருச்சுற்றுப் பாதையும், அதனையடுத்து மண்டப மும் காணப்படுகின்றன. இஃது ஐந்தேர் வகையைச் சேர்ந்தது. இதில் காணப்படும் சுவர் மாட வரிசைகளில் 24 சமண இயக்க சிற்பங்கள் செதுக்கப்பட்டுள்ளன.

பன்னா மாவட்டத்தில் நாச்சினா என்னுமிடத்திலுள்ள சதுர்முக மகாதேவன் கோயில் நாகரமுறைக்கு மிகச் சிறந்த எடுத்துக் காட்டாகும். ஐந்தேர் வகையைச் சேர்ந்த இக்கோயில் சுவர்கோட்டச் சிற்பங்களை யுடையது. இதன் மூலவர் நான்கு முகங்களையுடைய முகலிங்க மூர்த்தியாக உள்ளார். இதில் வித்தியாதரர்கள் மற்றும் தேவகணங்கள் வரிசை வரிசையாக அமர்ந்துள்ளனர். ஐந்து அடுக்குகளையுடைய இதன் சிகரம் புத்தக் கோயிலைப்போல் காட்சியளிக்கிறது. இதன் உச்சியில் மிகப்பெரிய கலயம் உள்ளது. இவை கூர்ச்சரக் கட்டடக் கலையின் வளர்ச்சிக்கு எடுத்துக்காட்டுகளாய்த் திகழும் கி.பி.9-ஆம் நூற்றாண்டைச் சேர்ந்த கோயில்களாகும்.

●

42

கலிங்க (ஒட்டாரம்) நாட்டுக் கோயில்கள்
கி.பி.800 – 1250

வடநாட்டு வகைக் கோயில்களுக்கு முத்தாய்ப்பாக திகழ்வன கலிங்க கோயில்களாகும். வட நாட்டின் மூன்று பகுதிகளிலும் காணப்படும் கோயில்களை இந்தோ ஆரிய அல்லது நாகர வகைக் கோயில்கள் என அழைப்பர். ஆயினும், இம் முப்பகுதிகளிலும் காணப்படும் கோயில்களிலிருந்து தனித்து நின்றும், நாகரவகையின் தனித்தன்மைக்கும் சிறப்புக்கும் எடுத்துக்காட்டாய் விளங்குவன கலிங்க கோயில்களே.

வட நாட்டு கோயில்கள் காலப்போக்கில் பல மாற்றங்களைப் பெற்று, நாகரப் பண்பினின்று மாறுபட்டுக் காணப்படினும், கலிங்க கோயில்கள் அப் பண்பிலிருந்து மாறாமலிருக்கின்றன. கி.பி.ஏழாம் நூற்றாண்டில் முதன் முதலாகத் தொடங்கப் பெற்ற இக் கட்டடக்கலை நாகர மூலத்தையும், கலிங்க நாட்டு ஊர்களின் முறைகளையும் உள்ளடக்கி வளரத் தொடங்கிக் கி.பி.பதின்மூன்றாம் நூற்றாண்டில் மிக உயர்ந்த நிலையை அடைந்தது.

ஏறத்தாழ ஏழு நூற்றாண்டுகள் தொடர்ந்து கட்டப்பெற்ற நூற்றுக்கணக்கான கோயில்கள் கலிங்கத்தில் உள்ளன. கலையறிஞர் பெர்சி பிரவுன்

"இந்தியாவிலுள்ள கோயில்களின் மொத்த எண்ணிக்கையைக் காட்டிலும் அதிக எண்ணிக்கையுடைய கோயில்கள் கலிங்க நாட்டில் இருந்தன" என்கிறார். அதுவும் இந்நாட்டின் தலைநகரான புவனேசுவத்தில் மட்டும் முப்பது வகையான கோயில்கள் இருந்தன என்கிறார். இந்நகரை கலிங்க நாட்டின் தலைநகரம் என அழைப்பதை விடக் "கோயில்களின் தலைநகரம்" என அழைக்கலாமென்பது அவர் கூற்றாகும்.

பண்டைய கலிங்கமே இன்றைய ஓரிசாவாகும். புவனேசுவரம், பூரி, கோளராக் முதலியனவும், பீகார் மாநிலத்தின் சில பகுதிகளும், வங்காளத்திலிருந்து இன்றைய ஆந்திரப் பிரதேசத்தின் கஞ்சம் முதலிய பகுதிகள் வரை பண்டையக் கலிங்க நாட்டில் இருந்தனவாகும். கோயில்கள் யாவும் ஒரே இடத்தில், ஒரே மூலத்தின் தனித்தன்மையுடன் காணப்படுவது இந்தியாவில் இங்கு மட்டுமே என்பது ஜேம்ஸ் பர்குசன் கூற்றாகும்.

கோயில்கள் யாவும் ஒரு குறிப்பிட்ட காலத்தில் குறிப்பிட்ட அரசர்களால் கட்டப்பட்டவையல்ல. நாம் முன் குறிப்பிட்டதைப் போல் கி.பி.ஏழாம் நூற்றாண்டிலிருந்து பதின்மூன்றாம் நூற்றாண்டு வரை தொடர்ந்து கட்டப்பட்ட இக்கோயில்கள் பல மரபுகளைச் சார்ந்த பல்வேறு அரசர்களால் பல் வேறு காலங்களில் எழுப்பப்பட்டவையாகும்.

ஏழு நூற்றாண்டுக்கு இடைப்பட்ட கலைச்சாயலும், கருத்தும் வளர்ந்தும், மாறுபட்டும் இருக்கலாம். இதில் பல்வேறு அயலவர் படையெடுப்புகளும், இயற்கையிடர்ப்பாடுகளும், ஆட்சி மாற்றங்களும் ஏற்பட்டன. குறிப்பாக முகம்மது கசினி, கோரி முகம்மது போன்றோரின் படையெடுப்புகளும், தில்லிச் சுல்தானியமும், அச்சுல்தானியர் இறை படிமங்களையும்,திருக்கோயில்களையும் அழித்த செயல்களும் வட நாட்டு வரலாற்றில் இடம் பெற்றன. இத்துணை இடையூறுகளுக்கும் தப்பி, இன்றளவும் தனித் தன்மையுடன் காட்சியளிப்பன கலிங்கக் கோயில்களாகும்.

வடநாட்டு வரலாற்றின் இடைக்காலத்தில் தோன்றிய பக்தி இயக்கம் (Bakti Movement) ஒரே வகையாய் நாடு முழுவதும் பரவியதை அறிகிறோம். அதன் பயன்தான் இக்காலத்தில் இந்நாடு முழுவதும்

எண்ணிறந்த கோயில்கள் எழுந்தன. இவைகளில் சிறப்பானவை இராசசுதானத்தில் அபு மலையிலுள்ள திவ்வாரா சமணக் கோயில்கள் கலிங்கத்திலுள்ள புவனேசுவரக் கோயில்கள், மத்தியப் பிரதேசத்திலுள்ள கோயில்கள் முதலியவையாகும்.

இந்தப் பகுதியிலுள்ள கோயில்களின் வளர்ச்சியை ஆராயப் புகுமுன், ஒரு கோயில் அமைப்பின் பல்வேறு பகுதிகளின் பெயர்களையும், அறிந்து கொள்வது நலம் பயக்கும். கலிங்கத்தின் பழங்காலக் கோயில்கள் குப்தர் காலத்தவை போலவே கருவறை மட்டுமே கொண்டதாக இருந்தன. முன்புறம் மண்டபமோ, முகப்பு தோரண வாயிலோ இராது. பரசுராமேசுவரர் கோயிலில் பின்னால் சேர்த்துக் கட்டப்பட்ட மண்டபத்திலிருந்து இதை அறியலாம். சிகரத்துடன் கூடிய கருவறைக்கு பாத அல்லது ரேக்கா தேவுள் என்று பெயர். பிரமிட் உருவில் உள்ள மண்டபம் அல்லது ஜகமோகனம், பத்ர அல்லது பீடதேவுள் எனப்படுகிறது. பிற்காலக் கோயில்களில் போக மந்திர், நடமந்திர் எனப்படும் இரண்டு மண்டபங்கள் ஜகமோகனத்தின் முன்னாக, ஒன்றின் முன்னொன்றாக அமைக்கப்பட்டன. இவை அனைத்தையும் சுற்றி அப்போது திருச்சுற்று இருந்தது. இதர இடங்களில் செய்தது போலவே இங்கும் நாளடைவில் பிராகரத்தில் துணைக் கடவுளார்களின் கருவறைகள் அமைக்கப்படலாயின.

கருவறை செங்குத்து அமைப்பில் நான்கு முக்கிய பகுதிகளாகப் பிரிக்கப்பட்டுள்ளது. பிசுமும் (பிஷ்மம்) இவற்றுள் முதலாவதாகும். கலிங்கத்திலுள்ள பல கோயில்களில் இந்தப் பகுதி இருப்பதில்லை. பாத அல்லது கர்ப்பக் கிருகத்தின் சுவர்ப்பகுதி அல்லது மண்டபம் இரண்டாவதாகும். கலிங்கத்திலுள்ள பெரும்பாலான கோயில்கள் எடுத்துக்காட்டாக, புவனேசுவரக் கோயில்கள் இப்பகுதியிலிருந்து தாள் எழுப்பப்பட்டுள்ளன. கண்டி அல்லது சிகரம் மூன்றாவது பகுதியாகும். மத்தகம் அல்லது உச்சி பகுதி நான்காவதாகும்.

இந்த முக்கியப் பிரிவுகள் தவிர இவை ஒவ்வொன்றும் மேலும் பல பகுதிகளாகப் பகுக்கப்பட்டுள்ளன. இவற்றுள். மிகவும் முக்கியமானது பரமதா. இது பாதம், கண்டியுடன் சேர்ந்துள்ள எல்லைக் கோட்டில் அமைந்தது. கண்டி, பல பூமிகள் எனப்படும் அடுக்குகளை கொண்டது. ஒவ்வொரு அடுக்கிலும் அதன் மூலைகளாக அமைந்த அமலகம்

இருக்கும். இந்த அமலகங்களுக்கு பூமியமலா என்று பெயர். இந்த அமலகத்தின் கீழுள்ள பகுதிக்கு பேகி அல்லது கிரீவம் என்று பெயர். நுனி வெட்டப்பட்ட கண்டியின் மேடையிலிருந்து இது எழுப்பி நிற்கிறது.

மேடைக்கு பிசம (பிஸ்ம) அல்லது வேதி அல்லது இசுகந்தம் (ஸ்கந்தம்) அல்லது தோள் பகுதி என்று பெயர். இதன் மீது கபுரி எனப்படும் சமதளமான இடம் உள்ளது. அமலகசீலத்தில் கலயம் இருக்கும். இதற்கு மேல் கொடி மற்றும் ஆயுதம் அதாவது அக்கோயி லுக்குரிய இறைவனின் சின்னம் இடம் பெற்றிருக்கும். சிகரத்துடன் கூடிய கருவறையில் (ரேக்கா) கண்டியின் அமைப்பு உச்சிக்கருகே உட்புறம் வளைந்ததாக இருக்கும். பத்ர வகை கோயிலின் கண்டி பல அடுக்குகளாக அமைந்தது. இவை ஒவ்வொன்றாகவோ. மூன்று மூன்று சேர்ந்ததாகவோ கூம்பு அமைப்பில் இடம் பெற்றிருக்கும். பேகியின் மீது பெரிய மணி உருவிலமைந்த பகுதியும் அதன் உச்சியில் அமலக சீலமும் இருக்கும். ஏற்கெனவே கூறியிருப்பது போல் இந்த மண்டபத் தின் மிக உயரமான பகுதி பிரதான மண்டபத்தின் சுகநாசத்தின் உயரத்துக்கு மேல் இராது.

இக்கோயில்களின் கருவறை, மண்டபம் ஆகிய இரண்டினுடைய உட்பகுதியும் சதுர வடிவமாக இருந்த போதிலும் அவற்றின் வெளிப் புறத்தில் துருத்திக் கொண்டிருக்கும் பகுதிகள் பல உள்ளன. ஆரம்ப காலக் கோயில்களின் கருவறைகளில் ஒவ்வொரு பக்கத்திலும் நடுப் பகுதியில் நீட்டிக் கொண்டிருக்கும் பத்திரிப்பு அமைப்பு ஒன்று மட்டுமே இருக்கக் காண்கிறோம். பிற்காலக் கோயில்கள் துருத்திக் கொண்டிருக்கும் பிரதான பகுதிக்கு இரு புறமும் ஒன்றுக்கு மேற்பட்ட பத்திரிப்புகள் உள்ளன. நீட்டிக் கொண்டிருக்கும் ஒரு பகுதியுடனும், இரண்டு வளைவுகளுடன் உள்ள கருவறைக்கு திரிரதம் என்றும் நான்கு வளைவுகளுடன் அமைந்ததற்கு பஞ்ச ரதம் என்றும் ஆறு வளைவு களுடன் உள்ளவற்றிற்கும் சப்த ரதம் என்றும் எட்டு வளைவுகள் கொண்டதற்கு நவரதம் என்றும் பெயர். பாதத்தின் இந்த செங்குத்துப் பிரிவுகள் கண்டியில் முழு அமைப்பு வரை உள்ளன. கண்டியின் பிரிவு களுக்கு பாகங்கள் என்று பெயர்.

காலத்தால் முற்பட்ட கோயில்களில் பாகம், பாபாகம் அல்லது அடித்தளப் பகுதி, ஜங்கம் அல்லது சுவர்ப் பகுதி, பாதத்துக்கும் கண்டிக்கும் இடையிலுள்ள பரந்தம் என்று பிரிக்கப்பட்டுள்ளது.

புவனேசுவரத்திலுள்ள சத்ருக்னேசுவர கோயில் இப்பகுதியில் நாகர முறையிலமைந்த காலத்தால் முற்பட்ட கோயிலாகும். இது 7 -ஆம் நூற்றாண்டைச் சேர்ந்தது. இக்கோயிலின் சிகரம் நேரான முனைகளைக் கொண்ட தோற்றமுடையது. எளிய முறையில் கட்டப்பட்டுள்ளது. இந்த வகைகளில் இக்கோயில் நாம் ஏற்கெனவே பார்த்த தியோகார் தசாவதாரக் கோயிலைப் பெரும்பாலும் ஒத்திருப்பது போலத் தோன்று கிறது.

விந்து சரோவரத்தின் அருகிலுள்ள சிறு கோயில் சற்று காலத்தால் பிற்பட்டதாக பரசுராமேசுவரர் கோயிலுக்கு முன்னோடியாக இது இருக்கவும் கூடும். பரசுராமேசுவரர் கோயில் இன்றும் நல்ல நிலையில் உள்ளது. சிறப்பாக பூர்த்தி செய்யப்பட்டுள்ள இக்கோயில் தொடக்க கால கலிங்க கோயில்களுக்கு சரியான எடுத்துக்காட்டாகும். இது எட்டாம் நூற்றாண்டைச் சேர்ந்தது என்பர். பெரும் கற்களை அடுக்கி காறை உபயோகப்படுத்தப்படாமல் கட்டப்பட்டது. கற்கள் ஒன்றை யொன்று பற்றிக் கொண்டிருக்கும் படியாகப் பிடிப்புகளுடன் அமைந் துள்ளன. பாபாகத்தில் சிற்பங்கள் செதுக்கப்பட்டுள்ளன. ஒவ்வொரு பக்கத்தின் ச(ஜ)ங்க பகுதியிலும் மூன்று மாடங்கள் உள்ளன. பரந்தத்தில் மிதுன உருவங்களும் வேலைப்பாடுகள் கொண்ட போதிகை இருக் கிறது. சிகரம் படிப்படியாக வளையும் உருவம் கொண்ட கிராக பாகம், அநுராக பாகம், கோணக பாகம் ஆகியவை கவனமாக அமைக்கப் பட்டுள்ளன. ஒவ்வொரு கோணக பாகத்திலும் ஐந்து பூமி அமலங்கள் இருப்பதால் கண்டி ஐந்து அடுக்குகள் கொண்டது என்பதைக் காட்டு கிறது. கண்டி ஒரு சதுர பிசமத்தில் முடிகிறது. அதன் ஒவ்வொரு மூலை யிலும் உட்கார்ந்த நிலையிலுள்ள சிங்கச் சிற்பங்கள் இருக்கின்றன. மேலே இருக்கும் அமலகம் இந்தச் சிங்கங்களின் ஆதரவில் இருப்பது போல் தோற்றமளிக்கிறது.

இக்கோயிலின் முன்புறமுள்ள சக மோகனம் பிற்காலத்தில் சேர்க்கப் பட்டது போல் இருக்கிறது. இது ஒரு நீண்ட சதுர மண்டபம். இரட்டைக் கூரை கொண்டது. (த்விசாத்ய) வகைக்கு இது ஓர் எடுத்துக்

காட்டு. உட்புறம் ஒவ்வொன்றிலும் மூன்று தூண்களைக் கொண்ட இரு வரிசைகளால் கூரைகள் தாங்கப்படுகின்றன. நாளடைவில் கலிங்க கோயில்களில் தூண்கள் தவிர்க்கப்படலாயின என்பதையும் இங்கு குறிப்பட வேண்டும். மண்டபத்துக்கு மூன்று வாயில்களும் நீண்ட சுவர் களில் சிற்ப அணிகளுடன் கூடிய காலதர்களும் அமைந்துள்ளன. இவற்றுள் ஏராளமான சிற்பங்கள் கண்களுக்கு விருந்தாக காட்சியளிக் கின்றன.

பொதுத்தன்மைகள்

கலிங்க நாட்டுக் கோயில்களின் கருவறை அமைப்பு, சகமோகன மண்டப அமைப்பு ஆகியவற்றை நோக்கும்போது சில பொதுவான தன்மைகள் காணப்படுகின்றன. இவற்றில் நான்கு முகாமைப் பகுதிகள் உள்ளன. பிசுதா, பாதம், கண்டி, மசுதகம் ஆகியவை அந்நான்கு முகாமைப் பகுதிகளாகும். இதில் பிசுதா (பிஸ்தா) என்பது கட்டடம் எழுந்து நிற்கும் அடிப்பாகத்திலுள்ள மேடை அல்லது அடிக்கட்டை யாகும். இஃது இல்லாமலேகூட கோயிலை அமைக்கலாம். ஆனால், கலிங்க நாட்டுக் கோயில்களில் இத்தகைய மேடைகள் பொதுவாக எங்கும் காணப்படுகின்றன. அடிமேடையும். அதனோடு கூடிய சுவரின் அடிப் பகுதியும் அடியிலிருந்து போதிய உயரம்வரை செங்குத்தாக நிற்கும்.

கலிங்கத்தில் மூன்று வகைக் கோயில் முறைகளிலும் இந்நான்கு பகுதி களும் சிறு மாறுதல்களைப் பெற்று விளங்குகின்றன. எடுத்துக் காட்டாகப் பாதம் இரேகாப் பிரிவுக் கோயிலில் கண்டியோடிணைந்து, குவிந்து, ஒன்று சேர்ந்து காணப்படுகிறது. இரேகா வகைக் கோயிலில் "கண்டி" தன்னையும் பாதத்தையும் பிரிந்து நிற்கும். "பாரந்தா" எனும் பகுதியைப் பிரித்துக் காட்டாமல் இணைந்து விடுகின்றன. மூலைகளில் ஒன்றோடொன்று இணைந்து நிற்கும் பகுதி பொதுவாகப் "பூமிய மலகம்" எனப்படும். இது கண்டியைப் பிரித்துக் காட்டும்.

தொடக்கத்தில் மூன்று பகுதிகளைக் (திரிஅங்கம்) கொண்டிருந்த கலிங்க நாட்டுக் கோயில்கள் பின்னர், நான்கு பகுதிகளாகவும் (சதுரங்கம்) ஐந்து பகுதிகளாகவும் (பஞ்சாங்கம்) வளர்ந்தன. இவ்வளர்ச்சியில் சுவர்ப் பகுதிகள் (ஜங்கம்), சிகரப் பகுதிகள் ஆகியவை முதலிடம் பெறு கின்றன.

கண்டி அல்லது கருவறையின் உச்சியில் அமைக்கப்படும் சிகரத்தின் உச்சிப் பகுதி கல்லால் அமைக்கப்பட்டால் "அமலகசிலா" என்று பெயர் என்பர். இதற்குமேல் அமர்ந்த ஆமலசாராகா அல்லது ஆமலசிலா (கலயக்கல்) பெரும்பாலும் பல பட்டைகளை இணைத்தாற் போன்று நெல்லிக்கனி போல் காட்சியளிக்கும். அதன் நடுவில் உயர்ந்து நிற்கும் பகுதி காபுரி (Khaburi) எனப்படும். இச்சொல்லுக்கு மண்டை யோடு என்பது பொருள். இதற்கு மேல் காணப்படும் பகுதிதான் கலயம் என்பதாகும். இதுவே வடஇந்தியச் சமயத் தத்துவங்களின் உயிர்நாடி யாகவும், புனிதப் பொருளாகவும் கருதப்படுகிறது. இக்குடத்தில் "ஜீவநீர்" உள்ளதென்றும், அந்நீரே முத்திக்கு முகாமையானது என்றும் கூறுவர்.

கலிங்க கோயில்களின் பாதமும், சிகரமும் பெரும்பாலும் சதுரவடிவில் அமைந்துள்ளன. ஆனால் உச்சியிலுள்ள பகுதிகள் வட்டவடிவில் காணப்படுகின்றன. கருவறையைப் போலவே சகன் மோகன மண்டப மும் சதுர வடிவில் கட்டப்பட்டிருக்கிறது. இதுவும் மேலே செல்லச் செல்ல குறுகி முடிகிறது. கருவறையும், சகமோகன மண்டபமும் ஒரே நேர்கோட்டில் அமைந்து இணைந்து காணப்படுகின்றன. ஆனால் அவற்றின் தரைப்பட அளவுக்கேற்றவாறு ஒவ்வொரு பகுதியும் அகன்றும், குறுகியும் காணப்படுகின்றன. இதனால் சுவர்கள் தேர்ப் பகுதிகளாக நின்றிணைகின்றன.

பிரிவுகள்

நாம் மேலே கூறியவாறு கலிங்க நாட்டுக் கோயில்கள் யாவும் நாகர வகையைச் சார்ந்தவையாயினும் குறிப்பிடத்தக்க பல்வேறு தன்மை களில் அவை கட்டப்பட்டுள்ளன. அத்தன்மைகளைக் கொண்டும், சிறப்பாக அவற்றின் சிகர அமைப்புகளைக் கொண்டும் கீழ்க்கண்ட மூன்று பிரிவுகளாக அவற்றைப் பிரித்தறியலாம்.

இரேக்காதேவுள்

கருவறைக்கு மேல் வளையம் வளையமாக வளர்ந்து சென்று முடியும் விமானத்தையுடைய கோயில்கள் இரேக்காதேவுள் கோயில்கள் எனப்படும்.

பிதாதேவுள்

அடியில் நாற்கர வடிவையும், பல அடுக்குகளையும் கொண்டு வளர்ந்து நின்று, மேலே நீள்சதுர வடிவிலான மேடை போன்ற சிகரம் கூம்பு போல் குவிந்து முடியுமாயின், அது பீடச்சிகரம் எனப்படுகிறது. இதில் சகன்மோகன மண்டபமும் இணைந்திருக்கும். பிற்காலத்தில் கட்டப் பட்ட இவ்வகையைச் சார்ந்த கோயில்களில் பொதுமண்டபத்தோடு நாட்டிய மண்டபம், சகன்மோகன, போக மண்டபம் ஆகிய முப்பெரும் மண்டபங்களும் காணப்படுகின்றன. நீள்சதுர வடிவில் பல தூண் களுடன் கட்டப்பட்டிருக்கும். இதன் கூரை பெரும்பாலும் இரண்ட டுக்காய்ச் சரிந்து காணப்படும்.

காகாரதேவுள்

ஒரு நீண்ட, சதுரக் கட்டடத்தின் மேல் ஓர் அரையுருளையைக் கவிழ்த்து வைத்தாற்போன்ற விமானத்தையுடைய கோயில்கள் காகாரதேவுள் எனப்படும். இவ்விமான அமைப்பு தென்னகப் முறையில் ஒரு பகுதி போலும், பௌத்த மடாலயக் கூரையைப் போலும் காட்சியளிக்கும். காலப்போக்கில் இத்தகைய கோபுரங்கள் பல அணிகளுடன் வளர்ச்சி பெறும்போது "காகாரமுண்டி" என்று அழைக்கப்பட்டன.

•

43

முற்காலக் கோயில்கள்

இவை ஏறத்தாழ கி.பி. 750 லிருந்து 900 வரையில் கட்டப்பட்ட கோயில்களாகும். இவ்வகையில் பாசுராமேசுவரன் கோயில் வைதல் கோயில். உத்தரேசுவரன் கோயில் இசுவரேசுவரன் கோயில் சுத்துருக்க ணேசுவரன் கோயில் பாரதீசுவரன் கோயில், இலக்குமணேசுவரன் கோயில் ஆகியவைகளைக் கூறலாம். இவை யாவும் புவனேசுவரத்தி லுள்ளவைகளாகும்.

குப்தரின் தொடக்கக் காலக் கோயில்களைப் போல அவை மிக எளிமை யாகவும் சதுரக் கருவறைகளுடனும், வளைவுகளாக வளர்ந்து சென்று முடியும் சிகரங்களையும் கொண்டனவாகும். நீண்ட சதுர வடிவிலான பல தூண்களையுடைய முகமண்டபம் (சகன்மோகன) இவ்வகைக் கோயில்களில் காணப்படுகிறது. இம்மண்டபம் இரண்டடுக்காய்ச் சுற்றிலும் சரிந்து காணப்படுகிறது. இத்தகைய கோயில்களையே இரேக்காக் கோயில்கள் என்கிறோம்.

பரசுராமேசுவரன் கோயில்

இது, புவனேசுவரத்திலுள்ள கோயில்களில் மிகவும் பழைமையான தாகும். இஃது ஏறத்தாழ கி.பி. ஐந்து அல்லது ஆறாம் நூற்றாண்டில்

கட்டப்பட்டிருக்க வேண்டுமென்று வரலாற்று ஆய்வாளர்கள் கூறுகின்றார்.

இக்கோயில் கி.பி.ஏழாம் நூற்றாண்டில் கட்டப்பட்டிருக்க வேண்டுமென்று சில ஆராய்வாளர்கள் கருதுகின்றனர். கலிங்கத்திலுள்ள பிற கோயில்களின் வளர்ச்சிகள் இக்கோயிலின் மூலத்திலிருந்துதான் பிறந்தன. சதுரங்க வகைக் கோயில்களுக்கும், கருவறையின் மேல் வளர்ந்த முத்தேர் (திரிரதா) வடிவத்திலிருக்கும். இஃதோர் சிறந்த எடுத்துக்காட்டாய் விளங்குகிறது. இதிலிருந்துதான் பின்னர் தோன்றிய ஐந்தேர் முதலியன வளர்ந்திருக்க வேண்டும் என கருதப்படுகிறது.

பரசுராமேசுவரன் கோயில், கருவறைக்குமேல் முத்தேர் அமைப்பையும், சதுரஞ்சதுரமாக வளர்ந்து சென்று முடியும் சிகரத்தையும், நீள் சதுரமாக முகமண்டபத்தையும் உடையதாகும். இம்மண்டபம் பல தூண்களையுடையது. இதன் மண்டபம் இரண்டடுக்குகளையுடையது. மேலுள்ள அடுக்குச் சிறியதாகவும், கீழுள்ள அடுக்குப் பெரியதாகவும். இடையில் பலகணி வரிசையும் உடையது.

கருவறை ஓர் உயர்மேடை மேல் அமைக்கப்பட்டுள்ளது. இதனைச் சுற்றிலுமுள்ள சுவர் ஒவ்வொன்றிலும் ஒரு மாடக்குழியும், அதற்கு மேல் இரு சிறு மாடக்குழிகளும் காணப்படுகின்றன. ஆக, ஒவ்வொரு சுவரிலும் மூன்று மாடக்குழிகள் அடுக்கடுக்காய் வளர்ந்து குவிந்து காணப்படுகின்றன. சதுரங்களாக வளர்ந்து சென்று முடியும் சிகரத்தின் முனையில் மிகப்பெரிய அமலகசரகம் அமைந்துள்ளது. சுவர்களிலும், கோபுரத்தின் அடிப்பகுதியிலும் ஆண், பெண், சேர்ந்த மிதுன படிமங்களும், மற்றும் பல சிற்பங்களும் இடம் பெற்றுள்ளன. கிழக்கிலும் தெற்கிலுமுள்ள சுவர்களில் கணேசர், கார்த்திகேயன் ஆகிய கடவுளரின் சிற்பங்கள் செதுக்கப்பட்டுள்ளன.

மண்டபத்திற்கு இரு புறத்திலும் இரு வாயில்கள் உள்ளன. இதில் கருக்கணி வேலைப்பாட்டுடன் காணப்படும் சல்லடைச் சாளரங்கள் நான்கு உள்ளன. இம்மண்டபத்தின் சுவர்களில் மாடக்குழி வரிசையும், அதன் கீழ் அணிவரிசைகளும் காணப்படுகின்றன. இவ் வரிசைகளில் சிவன், அரியரன். சூரியன், அக்கினி, எமன், வருணன், கங்கை, யமுனை, பார்வதியின் ஏழு தோற்றரவுகள் (அவதாரங்கள்) வீரபத்திரன். கணேசன் முதலிய கடவுளரின் சிற்பங்கள் காணப்படுகின்றன. இவற்றைத் தவிர

புராணங்களை விளக்கும் பல காட்சிகள், சிறப்பாகச் சிவபெருமானின் திருவிளையாடல்கள் கருவறை மின் முகப்புகளில் செதுக்கப்பட்டுள் ளன. விலங்குகளின் தலைகளும், மனிதவுடலுமுடைய சிற்பங்களும் கலந்து காணப்படுகின்றன. இதன் சிகரத்திலுள்ள வளைசாளரங் களையடுத்து, சிவபெருமான் இராவணனுக்கு அருள்புரியும் காட்சியும், நடராசர் தேவகணங்களோடு புடைசூழ ஆடும் காட்சியும் குறிப்பிடத் தக்கன. உட்கதவுகளில் ஒன்பான் கோள் (நவக்கிரகம்) களில் கேது தவிர மற்ற எண் கோள்களின் வடிவங்கள் செதுக்கப்பட்டுள்ளன.

இக்கோயிலின் அடிப்பகுதி (Pabhagha) மூன்று வகை மேடைகளை யுடையது. இவற்றிற்கு மேல் எழுந்து நிற்கும் சுவர்களில் மேற்கூறிய மூவகை மாடக்குழி வரிசைகள் காணப்படுகின்றன. உயர் மேடையி லிருந்து உச்சிப்பிதுக்கம் வரையுள்ள பாதம் எனப்படும் பகுதிக்கும், கண்டிக்கும் இடையிலுள்ள பகுதி தனித்துக் காணப்படுவது போல் உள்ளது. இப்பகுதியில்தான் மிதுன சிற்பங்கள் செதுக்கப்பட்டுள்ளன. சிகர முகடு உட்குவிந்து தாழ்ந்து காணப்படுகிறது. நடுவிலுள்ள மாடக்குழி இதன் மேற்பகுதியையும், அடிப்பகுதியையும் இணைத்து மேற்குவிந்து செல்லும் வகையில் சரிந்து காணப்படுகிறது. எனவே நடுவிலுள்ள இம்மாடக் குழி இச்சிகரத்தின் இராகபாகமாக அமைந் துள்ளது. மற்ற இருபக்கத்திலுமுள்ள மாடக்குழிகள் அனுராக பாகங் களாக அமைந்துள்ளன. சிகர முகட்டின் மூலைகள் (கோணப்பாகங்கள்) ஐந்து பகுதிகளாகப் (Bumi or Bumiamalaka) பிரிந்துள்ளன. ஐந்தாவது பூமி பாகத்தில் ஒரு தட்டையடுக்குக் காணப்படுகிறது. இத்தட்டையடுக் கிறகுப் "பிசாமா" என்று பெயர். இதனை "வேதி" அல்லது பலிபீடம் என்று அழைப்பர்.

இச்சிகரம் முழுவதும், சதுரங்களாகச் சென்று முடிந்தாலும், அச்சதுரங் களின் ஓரங்களும் மூலைகளும் கோடி ஒழுங்குடன் உள்ளன. நடுப்பகுதி யிலிருந்து மேலே செல்லச் செல்ல குறுகிச் சென்று முடிகின்றன. ஒவ்வொரு சதுரமும் முடிந்து மேலெழும்போது இடையிலுள்ள பகுதி (வேதி) மேலும் கீழுமுள்ள சதுரங்களைவிட மிகக் குறுகிக் காணப்படு கிறது. இதைப் போலவே கலயக்கல்லும் அமைந்துள்ளது. நான்கு மூலைகளிலும் அமர்ந்துள்ள அரிமாக்களின் உருவங்கள் கலிங்க தன்மைகொண்ட கலைத்திறனுடன் அமைக்கப்பட்டுள்ளன. இவ்வரிமா முறையை தோபிச்ச சிம்மா (Dopichha Simha) என அழைப்பர்.

கலயத்திற்கு மேல் குறிப்பிடத்தக்க எவ்வமைப்பும் இல்லாவிட்டாலும் மற்றக் கோயில்களைப் போலவே இதன் முனை முடிந்திருக்க வேண்டும். இக் கோயிலின் உட்புறக் கருவறையின் நீளத்தைப் போல் மூன்று மடங்கு நீளத்தை (உயரத்தை) உடைய இவ்விமானம் பிற வட நாட்டுக் கோபுரக் கட்டட (அளவு) அமைப்பிலிருந்து வேறுபட்டுக் காணப்படுகிறது. சிகரத்தில் ஒவ்வோர் அடுக்கும் முடியும் இடமும், அத்துடன் சிகரம் முடிவடைவது போல் காட்சியளிப்பதும் இக் கோயிற் கோபுரத்தின் சிறப்பாகும். உச்சியிலிருந்து ஒவ்வோரடுக்காக நீக்கிக் கொண்டே வந்தாலும் இக்கோபுரம் முழுவுறுப்புகளையும் பெற்ற தாகவே காட்சியளிக்கும் விதத்தில் கட்டப்பட்டுள்ளது.

வைதல் கோயில்

கலிங்க நாட்டுத் தொடக்க காலக் கோயில்களில் பரசுராமேசுவரன் கோயிலையடுத்து சிறப்பைப் பெறுவது புவனேசுவரத்து வைதல் கோயிலாகும். இக்கோயிலின் அமைப்பிலும், நுன்னிய செதுக்கு பணிகளாலும் பிற கோயில்களிலிருந்து சிறப்புமிக்க மிகச் சிறிய கோயில் ஆகும். சிறிய பரப்பைக் கொண்ட இக்கோயில் நாகர முறையில் தனி சிறப்புடையதாகும். அடித்தள அமைப்பைப் (Pada) சுற்றிலும் அமைந் துள்ள கல்லடுக்குகளும் பிற கோயில் கட்டட அடுக்குகளிலிருந்து தனித்துக் காணப்படுகின்றன. இதன் பொது மண்டபத்தின் அமைப்பும் தனித் தன்மை வாய்ந்ததாகும். இதன் மேல் வட்ட வடிவில் அமைந்து அதில் நடராசர் தாண்டவமாடும் காட்சி அமைக்கப்பட்டுள்ளது.

இது பௌத்த மடாலய வடிவமைப்பிலிருந்து வளர்ந்ததெனக் கொள்ளப் படுகிறது. இதன் சிகரம், நீண்ட அரையுருளை வடிவில் அமைந்துள்ளது. இம்முறையும் பௌத்த மடாலய மண்டப வடிவங்களின் வளர்ச்சி யெனக் கொள்ளப்படுகிறது. இச்சிகரத்திற்கு மேலும் மற்றோர் அடுக்குக் காணப்படுகிறது. அது கிட்டத்தட்ட தூங்கானை மண்டபத்தைப் போல் காணப்படுகிறது. ஆனால் அதன் முகட்டில் சூலாயுதம் செருகப்பட்ட மூன்று கலயங்கள் அமைக்கப்பட்டுள்ளன.

இதன் பொது மண்டபம் நீள்சதுர வடிவிலானது. இதன் ஒவ்வொரு மூலையிலும் சிறுசிறு கோயில்கள் அமைக்கப்பட்டுள்ளன. ஆகவே இக்கோயில் ஐந்தேர்க் கோயில் (பஞ்சாயதன) வகையைச் சேர்ந்ததென் பதை அறியலாம். இக்கோயிலில் சிற்ப வேலைபாடுகளையுடைய

மாடக் குழிகளைக் கொண்ட, சுவரோடு ஒட்டிய ஐந்து சதுரத் தூண்கள் காணப்படுகின்றன. அத்தூண்களின் போதிகைகளில் யானை மீதமர்ந்த இரண்டு அரிமாக்களின் உருவங்கள் பொறிக்கப்பட்டுள்ளன. இது போன்ற சிறு தூண்களிலும் பல சிற்பங்களும், வேலைப்பாடுகளும் காணப்படுகின்றன. சுவர் மாடங்களில் நான்கு கைகளுடன் நிற்கும் பார்வதி, எண்கைகளுடன் மகிடனை வதைக்கும் கொற்றவைச் சிற்பங்கள், மற்றும் கோபுர அடுக்குகளின் இடைப்பகுதிகளிலும் விளிம்புகளிலும் அணி வரிசைகள் காணப்படுகின்றன.

சிகரத்தின் கிழக்குப் பகுதியில் இரண்டு வளைமாடங்கள் காணப் படுகின்றன. மேலுள்ளதில் பத்துக் கைகளுடன் நடேச பரிவாரமும், கீழுள்ளதில் இரண்டு கைகளையுடைய கதிரவன், ஏழு குதிரைகள் பூட்டிய தேரில் அமர்ந்து செல்லும் காட்சியும் காணப்படுகின்றன. கதிரவன் செல்லும் தேரை அருணன் செலுத்தவும், உசா, பிரதியுசா ஆகியோர் காட்சியளிக்கவும் காண்கிறோம். மற்றும் சுவரோடு ஒட்டிய சதுரத் தூண்களில் காணப்படும் ஆடையணிகலனற்று அழகுடன் காணப்படும் சிற்பங்களும் காட்சியளிக்கின்றன. மேற்புறத்திலுள்ள மாடத்தில் உமையொரு பாகன் தூண் நடுவிலுள்ள சுவர்களில் போர் வீரர்கள், குதிரை வீரர்கள் ஆகிய சிற்பங்கள் உள்ளன.

கலிங்கத்தில் கி.பி.900 லிருந்து 1100 க்குள் கட்டப்பட்ட கோயில் பல. இவற்றுள் எடுத்துக்காட்டுகளாக கீழ்க்கண்ட ஐந்து கோயில்களைக் காண்போம். அவை புவனேசுவரத்திலுள்ள முத்தேசுவரன் கோயில், இலிங்கராசா கோயில், பிரம்மேசுவரன் கோயில், இராமேசுவரன் கோயில் பூரியிலுள்ள சகந்நாத கோயிலுமாகும். தொடக்க காலக் கோயில் கட்டட அமைப்பிலிருந்து மாறுபட்ட வளர்ச்சியை இக்காலக் கோயில்களில் காணலாம். அவ்வமைப்புகளின் சிறப்புத் தன்மையுடைய கோயில்களை இனி தனித் தனியே ஆய்வோம்.

முத்தேசுவரன் கோயில்

கி.பி.975 ல் புவனேசுவரத்தில் கட்டப்பட்ட இக்கோயில் பல தரப்பட்ட அணியழகினைப் பெற்ற நுண்ணிய வேலைப்பாடுகளைக் கொண்டது. கோயிலுள் செல்வதற்கு மிக அழகிய வளைவு முகப்பையுடைய தோரணவாயில் கட்டப்பட்டுள்ளது. மிகக் குறுகிய சிகரத்தையுடைய தாயினும் இதன் தனித்தன்மையும், இதனையடுத்துள்ள முகமண்டபச்

சிகரத்தின் தன்மையும், தோரணவாயிலுமே இது தொடக்க காலக் கோயில்களில் சிறப்புத் தன்மை வாய்ந்தது இக்கோயில், வைதல் கோயிலோடு ஒப்பிடுகையில் கலை வளர்ச்சியை துல்லியமாக காணலாம்.

கோயிலின் அடிமுதல் கலயம் வரையிலும், இதைப் போலவே மண்டபத்தின் அடி முதல் உச்சி வரையிலும் கோயிலின் உட்புறம, மண்டபத்தின் உட்புறம், வெளிப்புற, சுவர்கள் முதலிய எல்லாப் பகுதிகளிலும் காணப்படும் நுண்ணிய வேலைப்பாடுகளும், சிற்பங்களும், கோயில் கலை அழகுக்கு அழகை சேர்க்கின்றன.

பொதுவாக நோக்கும்போது ஐந்தேர் வடிவில் அமைக்கப்பட்டிருக்கிறது. இதன் மண்டபம் தாழ்வான சிகரத்தோடு காணப்படுகிறது. உருவத்தில் மிகச் சிறியதாகவும், வனப்பில் தலைசிறந்ததாகவும் காணப்படும் கோயில் கலிங்கத்தின் கட்டடக்கலைக்குச் சிறந்த எடுத்துக் காட்டாகவும், எல்லையற்ற பொலிவுடையதாகவும் காணப்படுகிறது. கலிங்க நாட்டுத் தொடக்க காலக் கோயில்களையும், பிற்காலக் கோயில் களையும் ஒன்றிணைக்கும் வகையிலும், இரண்டுக்கும் மாறுபட்ட தன்மைகளோடும் இக்கோயில் விளங்குகிறது. பரசுராமேசுவரன் கோயில் கட்டப்பட்ட இரு நூற்றாண்டுகளுக்குப் பிறகு இக்கோயில் கட்டப்பட்டது. இதற்கு பிறகு பல தலைசிறந்த கோயில்கள் புவனேசுவரத்தில் கட்டப்பட்டன. ஆயினும், இஃது அப்பழைமைக்கும், புதுமைக்கும் இடையே நின்று தனித்தன்மையுடன் திகழ்கிறது.

கோயிலின் அடியமைப்பு, தோளமைப்பு, சிகர அமைப்பு முதலியவற்றைப் போலவே அதனையொட்டியுள்ள இதன் முகமண்டபம் அமைந்திருப்பது மற்றொரு சிறப்புக் கூறாகும். தொடக்க காலக் கோயில்களில் முகமண்டபங்கள் கோயில் வரைபடத்திலிருந்து வேறுபட்டும், கூரைகள் தட்டையாகவும் அல்லது இரண்டடுக்கு உடையதாகவும் காணப்பட்டதை அறிவோம். இதன் கருவறையும், பிற அமைப்பும் இஃதொரு முழு வளர்ச்சி பெற்ற ஐந்தேர்க் கோயில் என்பதை தெளிவாக்குகின்றது. இக்கோயிலின் அமைப்பிலிருந்தும் மண்டபத்தின் அமைப்பிலிருந்தும் இது நாகர வகையின் மாடக் கோயில் பிரிவைச் சேர்ந்தது என்று கூறலாம்.

இலிங்க ராசா கோயில்

இது ஏறத்தாழ பத்தாம் நூற்றாண்டின் பிற்பகுதியில் அல்லது பதினோராம் நூற்றாண்டின் முற்பகுதியில் கட்டப்பட்டிருக்க வேண்டும் என வரலாற்று ஆய்வாளர்கள் கூறுகின்றனர். புவனேசுவரத்திலுள்ள கோயில்களில் இதுவே மிகப்பெரிய பரப்பளவில் கட்டப்பட்ட கோயி லாகும். மிக உயரமானதும், மிகவும் வலிவானதுமான இதன் சுவர்கள் உள்ளும் புறமும் உயர்ந்து நிற்கும் மேடைக்கு உட்புறத்தில் வலுவாக இறுக்கப்பட்டுள்ளன. இதற்குள் பல சிறு கோயில்களும், வழிபடு மிடங்களும் உள்ளன. ஆனால், பௌத்தக் கோயில்களில் அமைந்துள்ள தொழுகை மண்டபங்களைப் போல் இவை அமைக்கப்படவில்லை.

கலிங்கத்திலுள்ள கோயில்களிளெல்லம் இலிங்க ராசா கோயில்தான் மிகச் சிறந்தும் அருமையான எடுத்துக்காட்டுக் கோயிலுமாகும். இலிங்கராசா கோயிலின் கருவறை மண்டபம், முக மண்டபம், சபா மண்டபம், போக மண்டபம் ஆகிய நான்கு பகுதிகளையும் கொண்டது. கருவறை ஐந்தேர் அமைப்பில் கட்டப்பட்டுள்ளது. இக்கோயிலின் அடிப்பாகச் சுவர்கள் "ககாகார முண்டி" எனப்படும் அணிச்சோடனை யையும் சுவர்கள் "பிதாமுண்டி" எனப்படும் அணிச் சோடனையையும் பெற்றுள்ளன. அடிப்பகுதியின் மூலைகளில் எண்வகைச் சிறு கோயில்கள் பல்வேறு அணிகளுடன் காணப்படுகின்றன. மேற் புறத்தில் வைதீக சமயத் கடவுளர்களின் சிற்பங்கள் காணப்படுகின்றன. அடிப்பகுதியிலுள்ள இடைவெளிப் பட்டைகளில் பல்வேறு தோற்றங் களில் அமர்ந்துள்ள யாழிகள், யானையின் மீதமர்ந்தள்ள அரிமாக்கள் முதலிய உருவங்கள் பொறிக்கப்பட்டுள்ளன.

இலிங்கராசா கோயிலின் சிகரம் மிக உயர்ந்து காணப்படுகிறது. இதன் நாற்புறத்திலும் இச்சிகரத்தின் போலிகையில் அமைந்த நான்கு குறுஞ்சிகரங்கள் உள்ளன. பத்து அடுக்குகளையுடைய இக்கோயிலின் குறுஞ்சி கரங்களும், இதன் மூலைகளில் அமைந்த புனைவுகளும், பிற கோயில்களிலிருந்து வேறுபட்டு இதன் தனித்தன்மைக்கு எடுத்துக் காட்டாய் விளங்குகின்றன.

இக்கோயில் கருவறை மண்டபத்தின் வெளிப்புறத்தில் பிதுங்கிக் காணப்படும் பகுதிகளைக் காணும் போது இஃது சதுர வடிவத்தில் கட்டப்பட்டதாகத் தெரியாது. செங்குத்தாகச் செல்லும் இதன் சிகரம்

சிறிது சிறிதாகக் குவிந்து தோள் பட்டைப் பாகத்தைப் பெற்றுள்ளது. இதற்கு மேல் தான் அதனுடைய கழுத்தும், அதனையடுத்த அமலகமும் அமைந்துள்ளன. இதற்கு மேலுள்ள கலயத்தில் திரிசூலம் அமைக்கப் பட்டுள்ளது. சிகரத்தின் நடுப்பகுதியில் செங்குத்தாக நிற்கும் கட்டடப் பகுதிகளில் குறுக்கும் நெடுக்குமாக அழகிய கலைவேலைப்பாடுகள் காணப்படுகின்றன. சுருங்கக் கூறின், இச்சிகரம் செங்குத்தாக நிறுத்தி வைக்கப்பட்ட பத்திரிப்புகளை ஒன்றிணைத்தாற்போல் காணப்பட்டா லும் ஒவ்வொரு கோணமும் தனித்தனி அமைப்புடன் வளர்ந்திருக் கிறது. இச்சிகரத்தின் அடிபாகத்தில் இதன் கருவறை அமைந்துள்ளது.

பிற கோயில்களில் உள்ள கருவறைகளின் மீது கூரைகள் அமைக்கப் பட்டு அக்கூரைகளின் மீது சிகரங்கள் எழும்பி நிற்பதுதான் பொதுவாகக் காணப்படும் அமைப்பாகும். ஆனால், இலிங்கராசா கோயில் கருவறை யில் தரை மட்டத்திலிருந்து அமலகம் வரையில் இடையில் மூடு பலகை இல்லாமல் வெற்றிடமாகச் செல்கிறது. கருவறைக்கு மேல் மூடப்பட்ட கூரையும், அதற்கு மேல் சிகரமும் அமையாமல் தரை மட்டத்திலிருந்தே உச்சிவரை தடையின்றி, உள்ளீடற்றுச் சிகரம் வளர்ந்து சென்று முடிகிறது.

கருவறையின் அமைப்பிற்கேற்றவாறு இக்கோயிலின் முக மண்டபம் (சகன்மோகன மண்டபம்) அமைந்திருப்பது மிகவும் சிறப்புடையதாகும். இம் மண்டபமும் மூலக் கோயில் கட்டப்பட்ட அதே காலக்கட்டத்தில் கட்டப்பட்டதாகும். இம்மண்டபம் நீள்சதுர வடிவத்தில் அமைந்துள்ளது. இதுவும் பல அடுக்குகளைக் கொண் டுள்ளது. ஒவ்வோரடுக்கும் முறையாகக் குறைந்து கொண்டே சென்று பிரமிடு வடிவில் முடிவடைகிறது. இம்மண்டபத்தில் தனியறைகள் பல காணப்படுகின்றன. சுவர்கள், கருவறைச் சுவர்களைப் போலவே அழகிய கலை வேலைப்பாடுகளைக் கொண்டுள்ளன. காலாட்படை, குதிரைப் படை, யானைப் படை முதலிய படைகளின் அணிவரிசை களும், அழகிய வளைவுகளைக் கொண்ட இதன் சிகரமும், சிற்ப கலைஞர்களின் கைவண்ணத்திற்கு எடுத்துக்காட்டாக விளங்குகின்றன.

இக்கோயிலிலுள்ள போக மண்டபம், சபா மண்டபம் இரண்டும் பிற்காலத்தில் கட்டப்பட்டவையாகும். இவை சற்றேறக்குறைய சகன்மோகன மண்டபத்தை ஒத்திருக்கின்றன.

பூரி–சகந்நாதர் கோயில்

இலிங்கராசா கோயிலைப் போலவே இதுவும் நான்கு பகுதிகளைக் கொண்டுள்ளது. இதன் நுழைவாயில் ஒரே கல்லினாலானது. இதனை "சூரியத்தூன்" (அருணஸ்தம்பா) என்று அழைக்கின்றனர். மற்றப் பகுதிகள் யாவும் இலிங்கராசா கோயிலைப் போலவே உள்ளது.

இக்கோயிலைச் சுற்றிலும் 40 சிறு கோயில்களும் வழிபாட்டு மண்டபங் களும் காணப்படுகின்றன. பொதுவாக, இவை யாவும் ஓர் உயரமான மேடையில் அமைக்கப்பட்டிருக்கும் காட்சி, தொலைவிலிருந்து காண்பதற்குப் புத்தத் தூபத்தைக் காண்பது போல் இருக்கிறது. இக் கோயிலைச் சுற்றிலும் பிற்காலத்தில் கட்டப்பட்ட சுவர்களில் நாற் புறமும் நான்கு வாயில்கள் அமைந்துள்ளன. இவ் வாயில்களுக்கு மேல் கட்டப்பட்டுள்ள தோரணங்கள் பிரமிடைப் போல் உள்ளன. பின்னால் எழுப்பப்பட்ட இச்சுவருக்கும் அதன் உட்புறக் கருவறைச் சுவருக்கு மிடையில் திருச்சுற்றுப் பாதை செல்கிறது. இது தென் நாட்டுக் கோயில் சுற்றுப் பாதையைப் போல் உள்ளது. இக் கோயில் கி.பி. 1100 ல் கட்டப் பட்டிருக்க வேண்டுமெனப் பொதுவாகக் கருதப்படுகிறது. ஆனால். கி.பி.1030 ல் சோரகங்கன் என்ற அரசன் கலிங்க நாட்டை வென்றதன் நினைவாக ஒரு வெற்றித்தூணை இங்கே எழுப்பினானென்றும், அதுவே நாளாவட்டத்தில் வளர்ச்சி யடைந்து சகந்நாதர் கோயிலாயிற்று என்றும் வரலாற்று அறிஞர்கள் கூறுவர்.

கலிங்க நாட்டில் கி.பி.1100 லிருந்து 1250 வரையில் கட்டப்பட்ட கோயில்களை நோக்கும்போது இஃது பிற்காலமாகக் கொள்ளப்படு கிறது. இவ்விடைப்பட்ட காலத்தில் புவனேசுவரத்தில் ஆனந்த வாசுதேவன் கோயில், சித்தேசுவரன் கோயில், கேதாரீசுவரன் கோயில், சமேசுவரன் கோயில், மேகேசுவரன் கோயில், சாரி கோயில், சோமேசு வரன் கோயில், இராசாராணிக் கோயில் ஆகியவைகளும், கோனராக் என்னுமிடத்தில் கதிரவன் கோயிலும் கட்டப்பட்டன. இவற்றுள் கடைசியாகவுள்ள இராசாராணிக் கோயிலையும், கதிரவன் கோயிலை யும் மட்டும் காண்போம். பிற யாவும் மேற்கூறப்பட்ட கோயில்களைப் போலில்லாமல் சிறிய அளவில் அமைந்துள்ளன. ஆனால், இவற்றில் காணப்படும் வேலைப்பாடுகளையும் கலையழகையும் நாம் எவ்வகை யிலும் குறைத்து மதிப்பிட முடியாது.

இக்கால கட்டடத்தில் இப்பகுதியில் கட்டடக் கலையின் வளர்ச்சியில் நேர்த்தியும், எளிய அமைப்பும் அதிக உயரமும், மண்டபங்கள் அதிகரித்ததும் ஏற்பட்டன. விமானத்தின் முன்புறம் அணைச்சுவர் போன்ற நீட்டிக் கொண்டிருக்கும் பகுதிகள் அதிகரித்ததற்கேற்ப ஒவ்வொன்றின் செங்குத்துப் பகுதிகளும், துணை பிரிவுகளும் பல ஏற்பட்டன. பிற்கால கலிங்க கோயில்களில் பாதத்தில் சங்கத்தை, தால சங்கம், உபரசங்கம் என்று பிரித்ததின் மூலம் ஐந்து பகுதிகளாகச் செய்யப்பட்டுள்ளது.

பாந்தனம் அல்லது கட்டு என்ற ஒரு புதிய கூறு இதில் புகுத்தப் பட்டுள்ளது. ஏற்கெனவே கூறியதுபோல் சுவர்ப் பகுதியை செங்குத் தாக்கிப் இரட்டிப்பாக்கியது. உயரமும் கம்பீரமும் மிகுந்த சிகரத்துக்கு இடமளிப்பதற்கு அவசியமாக இருந்தது. இதே போல் பாபாகம், பரந்தம் ஆகியவற்றிலுள்ள சிற்பங்களின் எண்ணிக்கையும் அதிகரிக் கின்றது. கண்டியின் பூமிகளும் எண்ணிக்கையில் அதிகமாகின்றன. இத்துடன் பாதத்தின் வெளிப்புறத்தில் செய்யப்படும் சிற்ப வேலைப் பாடுகளும் பெருமளவுக்கு விரிவுபடுத்தப்பட்டுள்ளன.

புவனேசுவரம் இராசாராணி கோயில் போன்ற சில ஆலயங்களில் கண்டியின் கீழ்ப்பகுதியைச் சுற்றி சிறிய அளவு இரேகாக்கள் செதுக்கப் பட்டுள்ளன. வேறு சிலவற்றில் கண்டியின் இத்தகைய அலங்கார வேலைப்பாடு அனுராக பாகங்களில் மட்டும் செய்யப்பட்டுள்ளது. முன்புறத்திலுள்ள இராகபாகத்துக்கு பெயரளவுக்குச் செய்வதும் உண்டு.

நன்கு வளர்ச்சியடைந்த கலிங்க கோயில்களில் காணப்படும் இதர மாறுதல்கள், கண்டியின் இரு பக்கத்திலும் உள்ள கச - சிம்ம (யானை மீது சிங்கம்) உருவங்கள் பிசமத்தின் மேல், ஆமலக சீலத்துக்கு கீழே தூல் சாரனி எனப்படும் பெண்ணுருவம் இருப்பது, சகன் மோகனத்தின் முன்பு மேலும் இரு மண்டங்கள் இருப்பது ஆகியவையாகும். பின்னதின் பாதமும் மூல விமானத்தினுடையதைப் போல ஐந்து பகுதி களாகப் பிரிக்கப்பட்டுள்ளது.

இராசாராணிக் கோயில்

கலிங்கத்தின் அழகுமிக்க இக்கோயில் கிட்டதட்ட 11ஆம் நூற் றாண்டில் கட்டப்பட்டதாகும். இதன் சிகரம் பல அடுக்குகள்

கொண்டது. நாற்புறத்திலுமுள்ள குறுஞ்சிகரங்களில் இரட்டைக் கலயங் களைக் கொண்டுள்ளது. இது கிட்டத்தட்ட வட்டவடிவிலமைந்த ஐந்தேர் வகைக் கோயிலாகும். ஐந்தடுக்குகளைக் கொண்ட உயர் மேடை மீது இதன் சுவர்கள் எழுந்து நிற்கின்றன. இச்சுவர்கள் இலிங்கராசா கோயில் சுவர்களிலுள்ளது போல் மேற்பகுதியிலும், கீழ்ப்பகுதியிலும் பல அழகிய அணி வரிசைகள் காணப்படுகின்றன. ஐந்தேர்களிலும் அழகிய வேலைப்பாடுகள் காணப்படுகின்றன. தேர்களுக்கு இடையி லுள்ள பகுதி அடியில் மனிதவுருவங்களும், மேலே யானை மீது நிற்கும் அரிமாவுருவங்களும் செதுக்கப்பட்டுள்ளன. இதன் சிகரம் பத்திரிப்பு களாகப் பிரித்து சென்று இறுதியில் நான்கு பட்டை கண்டத்துள் முடிந்து மேலே அமலகமும், கலசத்தையும் பெற்றிருக்கிறது. இதன் கருவறை வட்ட வடிவில் அமைந்துள்ளது.

இக்கோயிலிலுள்ள சகன் மோகன மண்டபத்தில் பிற மண்டபங் களில் காணப்படும் அணிகளினின்றும் வேறுபடும் வேலைப்பாடுகள் காணப்படுகின்றன. இரட்டையிரட்டையாகக் காணப்படும் சுவரோடு ஒட்டிய சதுரத் தூண்களும், அவற்றிற்கிடையில் அடியில் யானை மீது நிற்கும் அரிமாக்களும், மேலே நாகங்களும் செதுக்கப்பட்டுள்ளன. இவை போன்ற சிற்பங்கள் அதன் வாயிற்கால்களில் சிறப்பாகச் செதுக்கப்பட்டுள்ளன. முத்தேசுவரன் கோயில் மண்டபத்தைப் போலவே இம் மண்டபத்தின் கூரையும் தட்டையான அடுக்குகளாய் முடிகின்றது. இவ்வடுக்கின் உச்சியில் எளிய சிகரம் காணப்படுகின்றது.

கோனராக் –கதிரவன் கோயில்

கலிங்க நாட்டுப் பிற்காலக் கோயில்களில் தலைசிறந்து நிற்பது கோனராக்கிலுள்ள கதிரவன் கோயில் ஆகும். இதுவரை கண்ட கோயில்கள் அனைத்திலும் இஃது ஒரு தனித் தன்மையுடன் காணப் படும் கோயிலாகும். மிச் சிறப்பான கோயில்களின் கலைத்தன்மையின் கருப்பொருளைக் கடைந்தெடுத்துத் தன்னில் பொருந்தி நிற்பதும், மிகத் துல்லியமான அளவையும், பேரெழில் மிக்க சிற்ப காட்சியும் கொண்டிருப்பதும் இக்கோயிலின் தனித்தன்மையாகும். இதன் நாட்டிய மண்டபம் தனித்து நிற்பதும் இதன் தன்மைக்கு மற்றொரு காரண மாகும்.

கதிரவன் கோயில் கி.பி. 1250 ல் முதலாம் நரசிம்மன் (கி.பி. 1238 - 1264) என்னும் மன்னனால் கட்டப்பட்டது. இம்மன்னன் கலிங்கத்தை யாண்ட கங்க மரபைச் சேர்ந்தவன் ஆவான். இக்கோயிலில் தான் பன்னிரண்டு திங்கள்களை குறிப்பிடும் வகையில் பன்னிரண்டு இனைச் சக்கரங்களையுடைய நீண்ட தேரில் கதிரவன் ஏழு நாட்களை குறிப் பிடும் வகையில் ஏழு குதிரைகளைப் பூட்டி செல்லும் காட்சி செதுக்கப் பட்டுள்ளது.

இதன் கருவறைக்கு முன்னால் அமைந்துள்ள சகன்மோகன மண்டபம் அழகியது. இக்கோயிலின் அடிப்பகுதியில்தான் தேர்ந்து வடித்தெடுத்த கதிரவன் மிகப் பெரிய முழு உருவத்தில் அமைக்கப்பட்டுள்ளது. நாட்டிய மண்டபம் மட்டும் தனியாகக் கட்டப்பட்டுள்ளது. ஆயினும் கருவறை மண்டபம், சகன் மோகன மண்டபம், நாட்டிய மண்டபம் மற்றும் சிறியதும் பெரியதுமான பல சிறிய கோயில்கள் உள்ளன. கதிரவன் கோயிலுக்கு செல்வதற்கு மூன்று புறங்களில் நுழைவாயில்கள் உள்ளன.

தனித்துக் கட்டப்பட்டுள்ள நாட்டிய மண்டபம் ஓர் உயரமான மேடை மீது அமைக்கப்பட்டுள்ளது. இம் மேடையிலிருந்து கீழிறங்கும் படிக்கட்டு ஒவ்வொன்றிலும் வாயிற் காப்போரைப் போன்று விலங்கு களின் உருவங்கள் நிறுத்தப்பட்டுள்ளன. மிகவுயர்ந்த மேடைமீது கட்டப்பட்ட கோயிலின் கருவறையும், சகன்மோகன மண்டபமும் ஐந்தேர் அமைப்பையுடையன. இவற்றில் மிகச் சிறிய உருவ வரிசைகள் பல காணப்படுகின்றன. கருவறையின் மேலுள்ள சிகரத்தின் மூன்று பக்கங்களிலும் கதிரவன் உருவம் காணப்படுகிறது. சகன்மோகன மண்டபம் செங்குத்தாக எழுந்து நிற்கிறது. மூன்று நிலைகளாக வளர்ந்து நிற்கும் இதன் ஒவ்வொரு பகுதியிலும் மூன்று முழு உருவ மங்கையின் சிற்பங்கள் நிறுத்தப் பட்டுள்ளன. அதற்கு மேலுள்ள உச்சிப்பகுதி அழகிய மணி வடிவத்தில் முடிகிறது.

சகன்மோகன மண்டபம், நாட்டிய மண்டபத்தின் படிக்கட்டில் நிற்கும் விலங்குகளின் உருவங்களும், மற்றப் சிற்பங்களும் இதன் கம்பீரத் தோற்றத்திற்கும், சிறப்பிற்கும் எடுத்துக்காட்டுகளாகும். பொதுவாக சற்றுத் தொலைவிலிருந்து நோக்கும்போது பன்னிரண்டு சக்கரங்களை யுடைய ஒரு தேர் ஏழு குதிரைகளால் இழுக்கப்பட்டு ஊர்ந்து வருவது

போல் இக்கோயில் காட்சியளிக்கிறது. இக் கட்டடம் தந்திர - சாத்திரக் கோட்பாட்டின் அடிப்படையில் கட்டப்பட்டுள்ளதென்றும் கூறுவர்.

கலிங்க கட்டடக் கலைஞர்களின் மாபெரும் கடைசிப் படைப்பு கோனாராக்கிலுள்ள கதிரவன் கோயிலாகும். ஆனால் இன்று அது சிதில மடைந்து காணப்படுகிறது. கருப்புக் கோயில் எனப்படும் இது சிதில மடைந்த நிலையிலும் அசாதாரணமாக அமைந்த அற்புதக் கோயில் இது என்பதைப் புலப்படுத்தும் தடயங்கள் உள்ளன.

பிரம்மாண்டமான அமைப்பு, நுண்ணிய சிற்ப வேலைப்பாடு, வானளாவி நிற்கும் உருவில் படைத்திருக்கும் ஆற்றல். எல்லா வற்றுக்கும் மேலாக இக்கோயிலில் செய்யப்பட்டுள்ள புதிய மாறுதல் கள் ஆகியவை உலகத்தின் தலை சிறந்த கலைப் பொருள்களில் ஒன்றாக இதனை உருவாக்கியுள்ளனர்.

●

44

சந்தலர் கோயில்கள்
கி.மு.950 – 1050

இன்றைய பண்டேல்கண்டு நகருக்கு வழங்கிய பண்டைய பெயர் "செகசாகபுக்தி" என்பதாகும். இந்நகரைத் தலைநகராகக் கொண்டு ஆட்சி புரிந்தவர்கள் சந்தலர் (அ) "பண்டேல் கண்டு - சந்தலர்" என்று கூறுவர். கூர்ச்சரப் பேரரசர்களின் ஆட்சிக் காலத்தில் இது ஒரு தலைசிறந்த நகரமாகத் திகழ்ந்தது. கி.பி.9 -ஆம் நூற்றாண்டின் இடைப் பகுதியில் கூர்ச்சரரின் கீழ் ஆளுனராக இருந்த நனுகா (Nanuka) என்பவன் கஜுராவோவைப் படைத்தான். இவனே சந்தல (சந்திர) குலமரபை ஏற்படுத்தினவனாவான். இவன் மகன் வாகபதி என்பவனாவான். இவனுக்கு ஜெயசக்தி, விஜயசக்தி என்ற மகன்களிருந்தனர். ஜெயசக்தி ஜெஜா என்ற பெயருடன் ஆண்ட பகுதியே ஜெஜாக புக்தி (செகசா புக்தி) என்றாயிற்று.

சந்தல மன்னர்களின் முதலாம் யசோவர்மன் இராட்டிர கூடர்களிட மிருந்து கலிஞ்சார் நாட்டைக் கைப்பற்றி மகோபா என்னும் நகரினைத் தலைநகராக கொண்டு ஆட்சி புரிந்தான். இவனுக்குப்பின் வந்த தாங்கா (Dhanga கி.பி. 954 1002) என்பவன் குவாலியர், அலகாபாத்து ஆகிய வற்றைக் கைப்பற்றி தனியாட்சியமைத்தான். தாங்காவால் கட்டப்பட்ட

கஜுராகோ திருமால் கோயிலை தொடர்ந்து பல கோயில்களை அங்கு இவன் எழுப்பினான்.

இவனுக்குப்பின் வித்யாதரன் 1019 - 1051 கீர்த்திவர்மன் முதலிய அரசர்கள் ஆண்டார்கள். கீர்த்திவர்மன் மகோபா சிவன் கோயிலையும் மற்றும் பல கோயில்களையும் கட்டினான். இவர்களுக்குப்பின் ஆண்டவர்களில் மதனவர்மன் கி.பி. 1129 - 1163, பரமார் கி.பி.1167 - 1202 முதலியோர் ஆட்சி புரிந்தனர். திரிலோக்யவர்மன் கி.பி.1202 - 1241 ஆண்டபோது சந்தல அரசு அலாவுதீன் கில்ஜியால் கி.பி.1309 ல் வீழ்த்தப்பட்டது. இதற்குப் பின்னும் கலிஞ்சாரிலிருந்து கொண்டு சில சந்தலர் மரபினர் ஆண்டு வந்தனர். கடைசியாக 1569 இல் இதனை ஆண்ட இராணி துர்க்காவதியை வீழ்த்தி அக்பர் தன் ஆட்சியுடன் கலிஞ்சாரை இணைத்துக் கொண்டார்.

கசுரோகோ கோயில்கள்

முற்காலத்தில் விந்தியப் பிரதேசம் என்று அழைக்கப்பட்டு இன்று மத்தியப் பிரதேசத்துடன் இணைந்திருக்கும் பண்டேல் கண்டு பகுதியில் கசுரோகோ என்ற இடத்தில் தான் சிறப்புமிக்க கோயில்கள் காணப்படு கின்றன. கிபி. 10 -ஆம் நூற்றாண்டில் கசுரோகோ மிகச்சிறந்த இடமாக விளங்கியது. இங்குக் காணப்படும் கோயில்கள் யாவும் சந்தல மன்னர் களால் கட்டப்பட்டவையாகும். இவர்கள் அந்தப் பகுதியில் பல கோயில்களைக் கட்டினார்கள் என்று கூறப்படுகிறது. ஆனால், இன்று எஞ்சி இருப்பவை இருபது கோயில்களேயாகும். இக்கோயில்கள் யாவும் கி.பி.950 லிருந்து 1050 க்குள் கட்டப்பட்டவைகள்.

சந்தலர்களின் முன்னோர்கள் வைணவர்களாகவும், பிந்தியவர்கள் சைவர்களாகவும் இருந்ததால் இங்கு திருமாலுக்கும் சிவனுக்கும் பல கோயில்கள் கட்டப்பட்டிருக்கின்றன. ஆயினும் இவர்கள் சமண பௌத்த சமயங்களையும் ஆதரித்ததால் இவ்விரு சமயங்களைச் சார்ந்த கோயில்களும் உள்ளன.

கசுரோகோவிலுள்ள கோயில்களில் சவுசத் யோகினி என்ற கோயிலே மிகவும் சிறப்புடையதும், தனித்தன்மையும் பெருமையும் வாய்ந்தது மாகும். பிரமன் இலால்குண மகாதேவன், வராகன், மதங்கேசுவரன் ஆகிய கோயில்களும், சமண, பௌத்தக் கோயில்களும் இங்குக் காணப்

படுகின்றன. இவ்வாறு பல்வேறு சமயப் பிரிவுகளின் கோயில்கள் இங்கு ஒட்டுமொத்தமாகக் காணப்படினும், அவைகளின் கலைத் தன்மையும் முறையும் இடைக்கால நாகர கலையின் கருப் பொருளையே கொண்டுள்ளன. குறிப்பாகக் கசுரோகோக் கோயில் கட்டடங்கள் வட நாட்டின் மையப்பகுதியின் கட்டடக் கலையின் தனி தன்மையுடன் திகழ்கின்றன.

தன்மைகள்

உயரமாகவும் உறுதியாகவுமுள்ள மேடைகளின் மீது இக்கோயில் கள் எழுப்பப்பட்டுள்ளன. கருவறையைச் சுற்றிலும் சுற்றுத் தாழ்வாரம் போல் அகன்ற சுற்றுப்பாதை அமைந்துள்ளது. ஆனால், அடிமட்டத்தி லிருந்து உச்சி வரை அழகு கெடாமல் கோயிலின் கரவு மட்டம் அமைந்துள்ளது. கருவறைக்கு முன்புள்ள மண்டபங்களும், சுற்றிலு முள்ள பக்கக் கட்டட அமைப்புகளும் மேற்பகுதியில் தனித்தனியே இருப்பதைப் போல் காணப்படினும், இவை யாவும் கீழ்மட்டத்தில் ஒரே கட்டடத்தின் மேல் அமைந்து வளர்ந்து சென்று குறிப்பிட்ட பகுதிவரை ஒன்றோடொன்று இணைந்து நிற்பவையே ஆகும். ஆகவே உள்ளும் புறமும் இக்கட்டடப் பகுதிகள் ஒருங்கிணைந்துக் காணப்படு கின்றன.

மண்டபமும் கருவறையும்

கசுராகோக் கோயில்களில் பலவகை மண்டபங்களும் பக்கவறைகளும் காணப்படுகின்றன. பிற்காலத்து கோயில் மண்டபங்களில் சாளரங்கள் உள்ளன. இச் சாளரங்கள் கட்டடம் எழுந்து நிற்கும் செங்குத்துப் பகுதியி லிருந்து பிரிந்து ஒட்டி வைத்தாற்போல் தனித்துக் காணப்பட்டாலும் பெரிதாகவுள்ள மண்டபத்தையடுத்துச் சிறிது சிறிதாகச் சரிந்த வண்ணம் பிற மண்டபங்கள் அமைக்கப்பட்டுள்ளன.

இங்குக் காணப்படும் கோயில்களில் இவற்றின் பரப்புக்கு ஏற்றவாறு கருவறையைச் சுற்றிலும் உட்புறத்தில் பக்கவறை (Ambulatory) உள்ளது. இதனை அடுத்தும் ஒட்டியும் இரட்டைக் குறுக்கறைகள் (Transepts) காணப்படுகின்றன. இவற்றிலும் காளதர் உள்ளன. இதனால் கருவறையைச் சுற்றிலும் உட்புறப் பகுதியில் நல்ல வெளிச்சமும் காற்றும் புக முடிகிறது. முதன்மைக் கட்டடத்தின் குறுக்கிலும், பின்புறத்

திலும் இத்தகைய இரட்டைக் குறுக்கு அறைகள் அமைந்துள்ளன. இவை பத்திரிப்புகளாய் காட்சியளிக்கின்றன. ஒரே ஒரு குறுக்கு அறையும், பக்க அறையையும் உடைய கோயில்கள் ஒற்றைக் குறுக்கையைப் போல் காட்சியளிக்கின்றன. சில பெரிய கோயில்களில் நான்கு மூலைகளிலும் சிறு கண்ணக் கூடுகள் காணப்படுகின்றன. இதன் மேல் நிற்கும் நான்கு சிகரங்களையும் மூலக் கோயிலின் சிகரத்தையும் கணக்கிட்டு, இத்தகைய கோயில்களை ஐந்தேர்க் கோயில்கள் என்கின்றனர்.

சுவர்கள்

கசுராகோக் கோயில்களின் சுவர் கனம் மிகுதியாகவும் உள்ளறைக் கேற்றவாறு வளைவுகளைக் கொண்டும் காணப்படுகின்றன. இரு சுவர்களுக்கிடையில் சிற்ப வரிசைகள் உள்ளன. சுவர்களின் மேற்பகுதியில் சாளரங்கள் அமைந்துள்ளன. சிகரத்தின் நிழல் சாளரத்தின் மேல் விழும்; சாளரத்தினூடே வெளிச்சம் உட்புறமுள்ள சிற்பங்களின் மீது விழுந்து படரும். இது கதிரொளி வெளிச்சத்தைக் குறிப்பிட்ட பொருளின் மீது விழும்படி செய்யும் ஏற்பாட்டை கொண்டுள்ளது. ஆகவே நாம், இக் கோயில்களைக் கட்டிய அன்றைய பெருந்தச்சர்களின் நுண்ணறிவை வியக்க வைக்கிறது.

சிகரம்

சிகரக்கூரை சுவர்களின் மேற்பகுதியிலிருந்து படிப்படியாக வளர்ந்து சென்று முடிகிறது. கூரையின் மேற்பகுதிகளில் தனித்தனியே பிறை வடிவிலான முகடுகள் காணப்படினும் இவையாவும் ஒரே சீராக இணைந்து முடிகின்றன. சுற்றிலும் கூரைப்பகுதியில் எழுந்து நிற்கும் இம்முகடுகள் தனித்தனி வடிவங்களில் அமைக்கப்பட்டிருந்தாலும் அவற்றின் வளைவும் நெளிவும் மேல் வளர்ந்து செல்லும் போது ஒரே மாதிரியாகக் காணப்படுகின்றன.

சிகரத்தின் குறுக்குப் பகுதியில் ஒரு குறிப்பிட்ட புள்ளியிலிருந்து தொடங்குகின்ற ஒரு கோடு அதனைச் சுற்றிலும் சென்று அதே இடத்தில் வந்து முடியுமானால் இடையில் சிறிதும் பெரிதுமாக வளர்ந்து காணப்படும். இச்சிகரத்தின் உருவத்தையும் பாதிக்காமல், அதன் விளிம்பாகவே காணப்படும். கருவறைக்கு மேலெழுந்து மிகவுயரமாக நிற்கும் சிகரத்தை மையமாகக் கொண்டு சுற்றிலுமுள்ள

சிகரங்கள் தக்க அழகுடனும் சரிந்து முடிகின்றன. எனவே ஒரு கோயிலில் காணப்படும் பல்வேறு சிகரங்களும் குறுக்கிலும் நெடுக்கிலும், அண்மையிலும் தொலைவிலும் எப்படிப் பார்த்தாலும் பொருத்தமான கலையழகுடனேயே காட்சியளிக்கின்றன.

இடை நாழிகை, சகன்மோகன மண்டபம், முக மண்டபம் முதலியவற்றின் கூரைகள் கூம்பு வடிவில் முடிகின்றன. ஆயினும் இவை சிகரத்தின் முடிச்சுக் கேற்றவாறு அழகாகப் பொருந்திக் காணப்படுகின்றன . எனவே நடுவிலுள்ள மூலச்சிகரத்தை மையமாகக் கொண்டு பிற சிகரங்களும் சுற்றறைகளும் படிப்படியாக சரிந்து முடிகின்றன. இதிலிருந்து இக்கட்டடங்களின் ஒவ்வொரு பகுதியும் சீரணியின் வடிவமாகக் காட்சியளிக்கின்றன.

பக்கச் சிகரங்கள்

கோயில் கட்டடத்தின் தோள்பட்டை பகுதிக்குமேல் நாற்புறத்திலும் சுற்றிலும் காணப்படும் பல குறுஞ்சிகரங்களும், மூலைப் பகுதிகளில் உள்ள கட்டைகளும் மேல் உள்ள இரண்டு பெரிய அமலகங்களுக்கு ஏற்றாற்போல் கட்டப்பட்டுள்ளன. மேலுள்ள இரட்டை அமலகங்கள் ஒன்றன் மேல் ஒன்றாகக் காணப்பட்டாலும் அடியில் உள்ளது பெரியதாகவும் மேல் உள்ளது சிறியதாகவும் காணப்படுகின்றன. மேலுள்ளதின் உச்சியில் அலுங்கு ஒப்பனை முகப்பு அமைந்துள்ளது கசுரோகோக் கோயில்களின் சிறப்புச் சிகரங்கள் ஆகும்.

உட்புற அமைப்பு

கசுரோகோ கோயில்களின் புற தோற்றங்களைப் பற்றி இதுவரை கண்ட நாம் அவற்றின் உட்புற அமைப்புகளைப் பற்றி காண்போம். முக மண்டபத்தில் முகப்பில் தோரணவாயில் உள்ளது. இதற்குச் சிறந்த எடுத்துக்காட்டு இலக்குமணன் கோயில், கந்தேரிய மகாதேவன் கோயிலாகும். இக்கோயில்களில் அழகிய சிற்பங்கள் செதுக்கப் பட்டுள்ளன.

கசுரோகோ கோயில்களின் முகமண்டபம் எளிமையாக நீள் சதுர வடிவத்தில் காணப்படுகின்றன. இவற்றில் பெரிய நடைபாதையும் உள்ளது. நடு மண்டபத்தில் குறுக்கு அறைகளும் சாளரங்களும் காணப் படுகின்றன. பெரிய கோயில்களில் இத்தகைய மண்டபத்தின் நடுவில்

நான்கு தூண்கள் நிறுத்தப்பட்டுச் சதுர வடிவில் முற்றம் ஏற்படுத்தப் பட்டுள்ளது. இந்த நான்கு தூண்களும் மேற்சென்று முடியுமிடங்கள் குறுக்கு விட்டங்களால் இணைக்கப்பட்டுள்ளன. இவ்விணைப்பால் நான்கு தூண்களுக்கும் நான்கு கோணங்களும், இடையிடையே ஒவ்வொரு கோணமாக நான்கு கோணங்களும் ஆக எட்டுக் கோணங்கள் ஏற்படுகின்றன. இதனையே தமிழ்நாட்டுக் கோயில்களில் கோண விட்டம், சதுரவிட்டம் என்பர். இந்த எண் கோணத்தின் மேல் நிற்கும் கூரையும் இத்தூண் தலைப்புகளின் மேல் காணப்படும் வளையத் தண்டைகளும் பொருந்திக் காணப்படும் அளவும், அத்தண்டையங்கள் ஒன்றன்மேல் ஒன்றாக வளர்ந்து சென்று கூரையின் மேல் தாங்கி நிற்கும் அளவும், சீராகவும் சிறப்பாகவும் காணப்படுகின்றன. இந்த மண்டப மும் கருவறையும் நேராக இணையாமல் பக்க அறைகளின் வழியாக இணைந்து காணப்படுகின்றன. கருவறை ஐந்தேர், எழுதேர் என வெவ்வேறு வகைப்படுகின்றன. உட்புறத்தில் கருவறையில் சிற்ப வரிசைகளும் உள்ளன. எழுவகை அணி வரிசைகளைக் கொண்டுள்ளது.

அணிகள்

வாயிற்கால் தூண்கள், வளைவுத் தோரணங்கள், கூரைகள் முதலிய வற்றில் வழக்கமான அணிவகைகள் காணப்படுகின்றன. உட்புறத்தில் கூரையின் அடிவிளிம்புப் பகுதியிலுள்ள வளைவடைப்புகளில் தேவதை களின் சிற்பங்கள் காணப்படுகின்றன. பக்கவறைகளிலுள்ள கோயில் களின் கருவறைச் சுவர்களிலும், உட்புறமுள்ள குடில்களில் சிற்ப அணி வரிசைகள் காணப்படுகின்றன.

கசுரோகோவிலுள்ள உயர்தரமான கோயில்களில்தான் வைணவம், சைவம், சமணம் பௌத்தம் ஆகிய சமய தெய்வங்களுக்கு உரிய சிறியதும் பெரியதுமான கோயில்கள் உள்ளன. வைணவ சதுர்புசன், சைவ கண்டரீய மகாதேவன், சமண பார்சுவ நாதர் கோயில்கள் இவற்றுள் மிகவும் முக்கியமானவையாகும். வாமனர், ஆதிநாதர் ஆகியவர்களுக்கான சிறிய கோயில்களும் உள்ளன. உயர்ந்த மேடை மீது கட்டப்பட்ட இவை நான்கு கட்டடங்களைக் கொண்டதாக இருந்த போதிலும், கண்டியின் கீழ்ப்புறத்தில் சிறிய அளவு சிகரங்களைக் கொண்ட தொகுதி இவற்றில் இல்லை. ஆதிநாதர் கோயிலில் கோணகம் உள்பட பாகங்கள் பேகிக்கு அப்பாலும் நீட்டிக் கொண்டிருக்கின்றன.

பாதத்தில் ஏழு பிரிவுகள் உள்ளன. சங்கத்தில் மூன்று சிற்பப் பகுதிகள் இருக்கின்றன. இவ்விடத்திலுள்ள கோயில்களில் இவை காலத்தால் முற்பட்டவை.

இதர கோயில்கள் பெரும்பாலானவற்றில் கண்டியைச் சுற்றி அங்க சிகரங்கள் உள்ளன. சித்திர குப்தர், தேவி செகதாம்பாள், குன்வார் மடம், சதுர்புச இராமச்சந்திரர். பார்சுவநாதர், விசுவநாதர், கண்டரீய மகா தேவர் ஆகிய கோயில்கள் இவ்வகையில் உள்ளவை.

இவற்றுள் இரண்டு வகைகளைக் காணலாம். முதல் வகை நிரந்தார வகையிலுள்ள முதலிலுள்ள மூன்று கோயில்கள். இரண்டாவது வகை சாந்தார வகையைச் சேர்ந்த கடைசி நான்கு கோயில்கள். இரு வகை கோயில்களுமே சம காலத்தவை. நிரந்தார வகைக் கோயில்கள் சாந்தார வகையை விட சற்று காலத்தால் முற்பட்டதாக இருக்கலாம். முதலில் சொன்ன பிரிவுக் கோயில்களில் குன்வார் மடம் குறிப்பிடத்தக்கது. அதன் சிகரத்தில் அடுத்தத்து வரிசையாக சிறிய அளவு சிகரங்கள் உள்ளன. ஒன்றன்மேலொன்றாக இதன் முழு உயரத்துக்கும் அவை இருக்கின்றன.

சாந்தார வகை இராமச்சந்திரர் அல்லது சதுர்புசர் கோயில் பாதத்தில் ஐந்து அங்களைக் கொண்ட பஞ்சரத வகையைச் சேர்ந்தாகும். மற்றவை சப்தரத வகை. சதுர்புசன் கோயிலில் மண்டபத்தின் நீண்டு கொண்டிருக்கும் பத்தரிப்பு வடிவ அறைக்கு கருவறையை சுற்றியும் உள்ளன. மண்டபத்திலும் மூல விமானத்தின் மூன்று புறத்திலும் சாளரங்கள் உள்ளன. இது வரை மண்டபத்தில் மட்டுமே இந்த கூறு இடம் பெற்று இருந்தது. மூலக் கோயிலிலும் இதனை அமைத்ததானது கட்டடத்துக்கு எடுப்பான தோற்றத்தை அளித்திருக்கிறது. கூம்பு வடிவ மேற்கூறை அமைந்த இக்கோயிலிலுள்ள மண்டபம் உச்சியில் இரட்டை அமலகங் களுக்குக் கீழே மணி போன்ற பகுதியையும் மேலும் ஒரு சிறிய கோயில் இருக்கிறது. சாந்தார வகைப் மூலக் கோயிலின் பக்கங்களில் சாளரங்கள் இல்லாதது ஒரு மாற்றமாகும்.

இங்குள்ள கண்டரீய மகாதேவர் கோயிலை அற்புதமான படைப்பு என்று கூறலாம்; நாகர முறை கட்டடக் கலையின் உச்சத்தை இங்கு காண முடிகிறது. இதில் நமது கவனத்தைப் பெரிதும் கவர்வது சிகரம். பல்வேறு அளவுகளிலுள்ள, உரோ மஞ்சரிகள் ஒன்றன் மேலொன்றாக இதில் அமைந்துள்ளன. எல்லா விதமான சிற்ப வேலைகளும் நிரம்பிய

இக்கோயிலில், சங்கத்தின் மூன்று பகுதிகளிலும் உள்ள சிற்ப வேலைப் பாடுகள் தேர்ந்த கலைத் திறமைக்கு புகழ் பெற்றவை. மண்டபம் கூரை போன்ற பகுதிகளின் உட்புற வேலைப்பாடுகள் இக்கோயிலைக் கட்டியக் கலைஞர்களின் திறமையைப் புலப்படுத்துவதாக உள்ளன.

மூலக் கோயிலின் செங்குத்து அமைப்பில் அதிக கவனம் செலுத்தி அதன் பல்வேறு பகுதிகளை அமைத்திருப்பது குறிப்பிடத்தக்கதாகும். எனவே, பின்புறமுள்ள பகுதிகளின் அடித்தளம் அதற்கு முன்புள்ளதை விட உயரமாக இருக்கிறது. மண்டபம், கருவறை ஆகியவற்றின் சாளர அமைப்பிலும் இந்த ஏற்பாடு கடைப்பிடிக்கப்பட்டுள்ளது. இக் கோயில் வடநாட்டுக் கட்டடக் கலையின் மிகச் சிறந்த படைப்புகளுள் ஒன்றாகத் திகழ்கிறது.

சந்தலர்களின் ஏராளமான கோயில்களில் மிகப் பெரும்பாலானவை நாகர முறையில் அமைந்தவை. ஆனால் விசித்திரமான அமைப்புக்கும், வேலைப்பாட்டுக்கும் புகழ் பெற்ற சில கோயில்களும் உள்ளன. கசுரோகோவிலேயே மேலே கூறிய நாகர பாணிக் கோயில்களைத் தவிர, நான்கு வாயில்களைக் கொண்ட சர்வதோ பத்ர வகைக் கோயில்கள் இரண்டு உள்ளன. பிரம்மா, மிருத்யஞ்ச மகாதேவ் கோயில்கள் இவை. வளை கோடுகளான சிகரத்துக்குப் பதிலாக இக்கோயில்களில் பிரமிட் வடிவ மேற்கட்டு உள்ளது.

வட்டவடிவ அமைப்பிலும் கட்டப்பட்ட கோயில்களும் இப்பகுதியில் உள்ளன. இதற்கு எடுத்துக் காட்டு உரேவா அருகிலுள்ள குர்கிமசான் கோயிலும், சந்த்ரேகாவிலிருக்கும் கோயிலுமாகும். கி.பி.10 ஆம் நூற்றாண்டை சேர்ந்தவை இவை. ஒவ்வொரு கோயிலிலும் உட்புறமும் வெளிப்புறமும் வட்ட வடிவமாகவுள்ள கருவறை அந்தராலமும், திறந்த மண்டபமும் உள்ளன. இவற்றின் கட்டட அமைப்பும் அலங்கார வேலைப்பாடும் வழக்கமான முறையிலேயே இருக்கின்றன.

வட்ட வடிவக் கோயில் அமைக்கும் கலையில் உயர்ந்த போக்கை கான்பூர் மாவட்டம் பராலியிலுள்ள கோயில் போன்றவற்றில் காண முடிகிறது. இங்கு கருவறை வட்ட வடிவமாக உள்ளது. ஆனால், வெளிப்புறம் 16 கோண பத்திரிப்பு அமைப்பில் இருக்கிறது.

பதேபூர் மாவட்டம் குராரிலுள்ள கோயில் மேற்கூறியதைப் போலவே இருந்த போதிலும், சதுர வடிவ கர்ப்பகிருகத்தைக் கொண்டுள்ளது.

பதேபூர் மாவட்டம் டிண்டுலியிலுள்ள கோயிலின் கருவறையும் சதுர வடிவம்தான். ஆனால், வெளிப்புறம் வட்ட வடிவமாக உள்ளது. ஆரங்கிலுள்ள பந்த்தேவால் எனப்படும் கோயிலும் மற்றொரு சிறப் பான காட்டாகும். இதில் கருவறை சதுரமாகவும், வெளிப்புறம் வட்ட மாகவும், ஆனால் நேர் முகங்களைக் கொண்டதாகவும் இருக்கிறது. இரு முகங்களுக்கிடையேயுள்ள இடைவெளி மூன்று முறை செதுக்கப் பட்டுள்ளது.

நட்சத்திர வடிவ அமைப்பு என்ற எண்ணத்தை இது ஏற்படுத்து கிறது. இந்தப் புதிய அமைப்பின் அடுத்த வளர்ச்சியை பிலாசுபூர் மாவட்டம், கரோடிலுள்ள கௌரி நாராயனர் கோயிலில் காண்கிறோம். இங்கு முன்புறம் தவிர ஒவ்வொரு பக்கத்திலும் ஐந்து இடங்களில் செதுக்கப்பட்டுள்ளது. உதயபுரி நீலகண்டேசுவரர் கோயிலில் இந்த அமைப்பு பெரும் வளர்ச்சி பெற்றிருப்பதைக் காண்கிறோம். இந்தச் சிறப்பு கூறு தவிர இதர முறைகளில் பல்வேறு பகுதிகள், அவற்றின் அமைப்பு, உயரம், அலங்கார வேலைப்பாடு, ஆகியவற்றில் முறை யான நாகர முறையையே பின்பற்றி இக்கோயில்கள் அமைந்துள்ளன. வட்டவடிவ அமைப்பிலிருந்து நட்சத்திர வடிவ அமைப்பின் வளர்ச்சிக்கு பரவலாக வழக்கில் இருந்தது. இனி சிறப்பாக சில கோயில்களைக் காண்போம்.

சௌசத்யோகினி கோயில்

கசுரோகோவிலுள்ள கோயில்களை முற்காலக் கோயில்கள், பிற்காலக் கோயில்கள் என இருவகையாகப் பிரிக்கலாம். முற்காலக் கோயில்களுள் சிறந்தவை சௌசத்யோகினி, இலால் குவான், கந்தேரிய மகாதேவன், பிரமன், மதங்கேசுவரன் ஆகியவர்களின் கோயில்களாம். மற்றவை பிற்காலத்துக் கோயில்களாகும். கசுரோகோ சாகர்க்கரையில் வரிசையாக அமைந்துள்ள கோயில்களின் முதன்மையாகக் கொள்ளப்ப வேண்டி யவை ஏறத்தாழ ஆறு கோயில்களாகும். அவற்றுள் சிவன் கோயில் களும், திருமால் கோயில்களும் உள்ளன. சௌசாத்யோகினி 64 யோசித என்ற கோயில் ஒரு காளி கோயிலாகும். உயரமான மேடை மீது சிறு குடில்களில் இன்று 34 சிறு குடில்களே காணப்படுகின்றன. இக்கோயில் கருங்கற்களால் கட்டப்பட்டது. இதைத் தவிர மற்றவை மஞ்சள் கலந்த சிவப்பு நிறக் கற்களால் கட்டப்பட்டவை. எனவேதான் இக்கோயில்

இங்குக் காணப்படும் கோயில்களுக்கெல்லாம் மூத்த கோயில் என்றும் ஏறத்தாழ கி.பி.875 ல் கட்டப்பட்டதென்றும் கருதப்படுகிறது. நீண்ட சதுர வடிவில் அமைந்த மேடை மீது கட்டப்பட்டுள்ள இக்கோயிலின் சிகரம் தொடக்ககாலக் கட்டடக்கலை நுணுக்கத்தைப் பெற்றுள்ளது. இரட்டைக் கலசத்தையும், மூன்று பகுப்பான சிகரத்தையும் ஆறு அணி வரிசைகளைக் கொண்ட சுவரையும் உடையது இந்தக் கோயிலாகும்.

கந்தேரிய மகாதேவன் கோயில்

கசுரோகோக் கோயில்களில் மிகவும் பெரிய கோயில் கந்தேரிய மகா தேவன் கோயிலாகும். நீண்ட சதுர மேடையின் மீது இக்கோயில் கட்டப்பட்டுள்ளது. இதில் அமைந்துள்ள இரட்டைக் குறுக்கு அறை களைக் கொண்டு இஃது பத்திரிப்பு வடிவிலான கோயில், இதனுள் காணப்படும் வலம் வரும் பாதைக்கும், பின்புறமுள்ள சுற்றுத் தாழ் வாரத்திற்கும் நல்ல காற்றும் வெளிச்சமும் புகுவதற்குகாகச் சாளரங்கள் அமைக்கப்பட்டுள்ளன. இதன் உட்புறத்தில் முற்றம், சகன்மோகன மண்டபம், இரட்டைக் குறுக்கறைகள், பக்கவறை, கருவறை, வலம் வரும் பாதை ஆகியன உள்ளன.

மிகவுயரமான மேடையின் மீது கட்டப்பட்ட இக்கோயில் அலையலை யாக வளர்ந்து சென்று முடிவடைகிறது. இதில் முதன்மைச் சிகரத்தைத் தவிர எண்பத்தைந்து குறுஞ்சிகரங்கள் காணப்படுகின்றன. இக் கோயிலின் நான்கு மூலைகளிலும் கட்டப்பட்டிருந்த சிறு கோயில்கள் இன்று இடிந்து காணப்படுகின்றன. இக்கோயிலின் முகப்பில் கல்லால் அமைந்த ஒரு தோரணவாயில் உள்ளது. இத் தோரண வாயிலில் பல தரப்பட்ட இசைக் கருவிகளை வாசிக்கும் இசைவாணர்கள், காதலர்கள், கின்னரர் விண்ணில் பறக்கும் கந்தருவர்கள், இயக்க இயக்கியர் முதலிய சிற்பங்கள் காணப்படுகின்றன.

இக்கோயிலின் சுவரில் காணப்படும் மிகப் பெரிய சுவரோவியங்கள் மூன்று, நான்கு அடுக்குகளில் காணப்படுகின்றன. யானைகள், குதிரைகள் இவற்றின் மீதமர்ந்து வேட்டையாடும் வீரர்கள், பாடகர்கள், நடனக்காரர்கள், பத்தர்கள், காதலர்கள் முதலியவர்களின் சிறப்பு ஓவியங்களும் காணப்படுகின்றன. இவற்றுள் சிறப்பானவை பெண் களின் ஓவியங்களே, அவர்கள் துடிப்போடு ஆடவர் மனதைக் கொள்ளை கொள்ளுமாறு வடிக்கப்பட்டுள்ளனர். இக்கோயில் முழுதும்

மஞ்சள் கலந்த சிவப்பு நிற வண்ணக் கற்களால் கட்டப்பட்டது. இவ்வண்ணக் கற்களே ஒரு சிறந்த சிற்ப ஓவியமாய்க் காணப்படு கின்றன. மண்டபச் சுவர்த்தூண் ஒன்றில் இக்கோயிலைக் கட்டியவன் வித்தியாதரன் எனக் குறிப்பிடப்பட்டுள்ளது. இவன் கி.பி.1010 முதல் 1059 வரை ஆண்ட சந்தல அரசன் ஆவான். இக்கோயிலின் கருவறையில் எழுந்தருளியுள்ள கந்தேரிய மகாதேவர் சலவைக் கல்லினால் செதுக்கப் பட்ட இலிங்க வடிவில் உள்ளார்.

கந்தேரிய மகாதேவன் கோயிலுக்கு வடகிழக்கு மூலையில் விசுவநாதர் கோயில் அமைந்துள்ளது. இந்தக் கோயில் கந்தேரிய மகாதேவன் கோயிலைப் போலவே கட்டப்பட்டுள்ளது. இக் கோயிலி லுள்ள கல்வெட்டைக் கொண்டு இது கி.பி. 1000 த்தில் கட்டப்பட்டிருக்க வேண்டுமென அறிகிறோம். மஞ்சள் கலந்த சிவப்புநிறக் கற்களால் கட்டப்பட்ட இக்கோயில் சுவர்களில்தான் ஒரு பழக்குலையையும் கிளியையும் ஏந்திக் கொண்டு நிற்கும் பெண்ணொருத்தியின் சிற்பம், குழந்தையுடன் கொஞ்சிக் கொண்டிருக்கும் மங்கை, குழலூதும் நங்கை ஆகியோரின் சிற்பங்களும் உள்ளன. இக்கோயிலுக்கு எதிரில் அழகிய நந்தி மண்டபம் ஒன்றிருக்கிறது. இதிலுள்ள விடை எடுப்பானத் தோற்றத்துடன் கூடியது.

மாலன் கோயில்

இக்கோயிலுக்குத் தென் பக்கத்தில் இலக்குமணன் கோயில் என அழைக்கப்படும் மாலன் கோயில் ஒன்றுள்ளது. இதுவும் கந்தேரிய மகா தேவன் கோயிலமைப்பைப் போலவே கட்டப்பட்டுள்ளது. இதுவும், மேற்கூறிய விசுவநாதன் கோயிலும் நான்கு மூலைகளிலும் நான்கு சிறுகோயில்களைப் பெற்று, சிகரங்களையும் உடைத்தாயிருத்தலின் ஐந்தேர்க் கோயில்களௌன அழைக்கப்படுகின்றன. இக்கோயிலில் பிரம்மா, திருமால் முதலியோர் இருக்கின்றனர். வாயிலில் அமிருத மதன வரலாறு சிற்ப வடிவில் இருக்கிறது. கோயிலில் மூலவராக முகங் களுடனும், நான்கு உள்ள மாலன் மூன்று கைகளுடனும் நிற்கும் தோற்றத்தைத் தருகிறார். இந்த மூன்று முகத்தில் ஒரு முகம், மாந்த முகம்; மற்றொரு முகம் சிம்ம முகம், மூன்றாவது பன்றி முகமாக வுள்ளது.

தூலதேவன் கோயில்

இத் தூலதேவன் கோயில் மாறுபட்ட பாணியைக் கொண்டுள்ளது. ஒரே மாதிரியான அணிவரிசைகளையும் வெவ்வேறு வகையான தளச் சிகர வரிசைகளையும் கொண்டுள்ளது. எனவே இக்கோயில் தொடக்க காலப் முறையைச் சேர்ந்ததாகக் கருதப்படுகிறது. ஒரே மாதிரி அணி வரிசையைக் கொண்ட கடைசிக் கோயிலாகவும் இது எனக் கருதப்படு கிறது. இதற்குப்பின் இதே மாதிரி அணிவரிசையுடைய கோயில் வேறெங்கும் கட்டப்படவில்லை. இலக்குமணன் கோயிலும் இக் கோயிலும் தொடக்ககால வளர்ச்சியைப் பெற்றிருந்தாலும் இவை இரண்டும் வெவ்வேறு வகையினைச் சேர்ந்தவை.

தேவி செகதாம்பாள் கோயில்கள்

கந்தேரிய மகாதேவன் கோயிலுக்கு வடபுறம் அமைந்துள்ள தேவி செகதாம்பாள் கோயில், முதலில் மாலன் கோயிலாக இருந்தது. பின்னர் தான் கறுத்த உருவிலான காளியின் உருவம் இங்கு நிறுத்தப்பட்டது. மிக எளிய முறையில் வலம் வரும் பாதையும் அமைந்திருப்பது இதன் சிறப்புத் தன்மையாகும்.

சித்த குப்தர் கோயில்கள்

தேவி செகதாம்பாள் கோயிலுக்கு வடபுறத்தில் அமைந்துள்ள சித்த குப்தர் கோயிலில் கம்பீரமாக ஏழு குதிரைகள் பூட்டிய வலம் வரும் மூலவர் சூரிய நாராயணன் ஆவார். இக்கோயிலும் தேவி செகதாம்பாள் கோயிலைப் போன்ற அமைப்பையுடையது. இவ்விரு கோயில்களிலும் மிச் சிறந்த சுவரோவியங்களும் சிற்பங்களும் காணப்படுகின்றன.

முற்காலக் கோயில்களில் மிகச்சிறந்த கோயில் மதங்கேசுவரன் கோயிலாகும். மஞ்சள் கலந்த சிவப்பு நிறக் கற்களால் கட்டப்பட்ட மிகப் பெரிய புதுமையைக் கொண்டது. இதைப்போலவே மஞ்சள் கலந்த சிவப்பு நிறக் கற்களால் கட்டப்பட்ட கோயில்கள் பிரமன், வராகன் முதலிய கோயில்களாகும். கந்தரிய மகாதேவன் கோயிலுக்குக் கிழக்கே அருகாமையில் அமைந்துள்ள பிரமன், வாமனன், சாபேரி ஆகிய மூன்று கோயில்களும் இவ்வகையைச் சேர்ந்தவைகளே. குறிப்பாகப் பிற் காலத்து சத்தலர் கோயில்கள் முழுவதும் மேற்கண்ட வண்ணக்

கற்களால் கட்டப்பட்டு முற்காலக் கோயில்களில் தரைப்படம், சுவர், சிகரம், சிற்பம், அணிவரிசை முதலிய பகுதிகளைக் காட்டிலும் சிறப்பான வளர்ச்சியைப் பெற்றுள்ளன. இதற்கு எடுத்துக்காட்டடாக நாம் கசுரோகாவிலுள்ள சமணக் கோயில்களைக் கூறலாம்.

சமணக் கோயில்கள்

மேற்கூறிய கோயில்களுக்குத் தென் கிழக்கு மூலையில் சற்றுத் தொலைவில் காணப்படும் சமணக் கோயில்களில் இன்றும் ஆறு கோயில்கள் அழியாமல் உள்ளன. இந்த ஆறு கோயில்களும் மேற்கூறிய கட்டட அமைப்பிலிருந்து மாறுபட்டுக் காணப்படுகின்றன. சிகரத்தின் எழுச்சி, சாளர அமைப்பு முதலியவற்றில் வைதிகக் கோயிற் முறையி லிருந்து இவை சற்று மாறுபட்டுக் காணப்பட்டுகிறது. இக்கோயில்களி லுள்ள மாடக் குழிகள் அமைக்கப்பட்டிருப்பதும், பலகணிகள் இருக்கை களில் சாய்ந்து நின்று, எண்ணிறந்த சிறு சிறு வண்ணச் சிற்பங்களைப் பெற்றிருத்தலும் இக்கோயில்களின் தனிச் சிறப்பாகும்.

பார்சுவநாதர் கோயில்

இங்குள்ள சமணக் கோயில்களின் மிகவும் பெரியதும் புகழ் பெற்றதும் பார்சுவநாதர் கோயிலாகும். இதன் கிழக்குப் பக்கத்தில் நுழைவாயி லும், தோரண வாயிலும் உள்ளது. மிக அகலமான சுற்றுப் பாதையை யுடைய இக்கோயிலின் கருவறை சாளரமின்றி அமைக்கப்பட்டுள்ளது. இஃது ஒரு சமணக் கோயிலாயினும் இதில் காணப்படும் சிற்பங்கள் வைதீக சிற்பங்களாகவும், அடிப்படையாகக் புராண, இதிகாசங்களை கொண்டும் அமைக்கப்பட்டுள்ளன. கிருட்டிண லீலைகளை விவரிக்கும் அணி வகைகள் இவற்றுள் சிறப்பானவையாகும்.

இக்கோயில் சுவரில் காணப்படும் சிற்பங்களில் காதல் மடல் எழுதும் கன்னி, காலில் தைத்த முள்ளை எடுக்கும் பாவனையில் மோகினி, குழந்தையைக் கொஞ்சும் கோகிலம், தலைவாரிப் பொட்டிட்டுக் கொள்ளும் நங்கை முதலியன உயிரோட்டமுள்ளவையாகும். இக் கோயிலின் சிகரமும் சதுர வடிவில் மேலோங்கி நிற்கிறது. முகப்பில் செகன்மோகன மண்டபமும் அதனையொட்டி சிறு கருவறைகளும், குறுக்கறையில் பலகணிகளையுடைய சாளரங்களும், கசுரோகோ

பாணியில் அமைந்துள்ளன. இக் கோயிலைக் கட்டியவன் தாங்கா (கி.பி.954 - 1002)எனும் சந்தலர் அரசனாவான்.

இச்சமணக் கோயில்களுக்கருகில் குன்வார்மத் எனப்படும் சிவன் கோயிலொன்று காணப்படுகிறது. இதிலும் கசுரோகோ கோயில்களைப் போலவே மண்டபங்கள் பக்க அறைகள் குறுக்கறைகள் முதலியன உள்ளன. இதுபோன்ற பல்வேறு கோயில்கள் கசுரோகோவைச் சுற்றிலும் ஆங்காங்கே அழிந்த நிலையில் பல உள்ளன.

கசுரோகோவிலுள்ள கோயில்களில் மிகவும் சிறப்புத் தன்மை வாய்ந்தவை செளசத் யோகினிக் கோயிலாகும். பிற யோகினிக் கோயில்களின் கருவறை வட்டவடிவில் இருக்க, இதன் கருவறை மட்டும் நீண்ட சதுர வடிவில் இருப்பது இதன் சிறப்பாகும். இக்கோயில் மட்டும் கருங்கல்லால் கட்டப்பட்டிருப்பதும் இதன் தனிச் சிறப்புக்கு மற்றொரு காரணமாகும். அடுத்தபடி சிறப்புடையது கந்தேரிய மகாதேவன் கோயிலாகும். பொதுவாகக் கசுரோகோ கோயில்களில் வாத்சாயனரின் காம சூத்திர நூலில் கூறப்பட்டுள்ள கலவிக் கரணங்கள் யாவும் சிற்ப வடிவில் செதுக்கப்பட்டிருப்பதே இவற்றின் பெரும் புகழுக்குக் கரணியமாகும்.

●

45

காலச்சூரிகளின் கோயில்கள்

வட நாட்டின் இடைக்கால வரலாற்றில் மேற்கு இந்தியா, வட இந்தியா, மைய இந்தியா, கிழக்கு இந்தியா, மற்றும் தக்கணம், தென்பகுதிகள் முதலியவற்றில் பல்வேறு மரபினர்கள் ஆண்டதைப் கண்டோம். இவர்களில் பிரதிகாரர், சோளங்கியர் முதலியவர்களைப் பற்றியும் அவர்களின் கலைமுறைகளைப் பற்றியும் பார்த்தோம், எஞ்சி யுள்ள இடைக்கால அரசுகளின் கட்டடக்கலையைப் பற்றி சற்று அறிவோம்.

மைய நாட்டின் பிறமாநிலங்களுக்கு நடுவில் அமைந்துள்ளதால் இப் பகுதியில் கட்டப்பட்ட கோயில்களின் முறையும் சுற்றியுள்ள மாநில முறைகளின் சாயலைப் பெற்றுள்ளது. செசாகபுக்தி - சந்தலர்கள், கன்னோசி - பிரதிகாரப் பேரரசர்கள், தகாலா - காலச்சூரிகள், மாளவ நாட்டு - பாரமாரர்கள் முதலியோர் இவ்விடைக்கால மைய நாடுகளை ஆண்டவர்களாவர். இவர்களைத் தவிர நார்வார் நாட்டு காச்சா பாகதர் (Kachchha Paghatas of Narwar) என்பவர்களும் தூப்கண்டு, குவாலியர் ஆகியவற்றை ஆண்டவர்களும் மிகச் சிறிய மரபினர்களாயினும் இந்த இடைக்கால வரலாற்றில் சிறந்த கலைப் பணியாற்றியவர்களாவார்கள். இவ்வரசர்கள் ஒருவருக்கொருவர் போட்டியிட்டுக் கொண்டு கட்டிய

பல கோயில்கள் இக்காலத்தில் இந்தியாவுக்குள் புகுந்த முகமதியரால் அழிவுற்றன. ஆயினும் இங்குமங்குமாக எஞ்சி நிற்கும் இவர்களின் கோயில்கள் தனித்தன்மைகளுடன் இன்றும் காட்சியளிக்கின்றன.

குப்தர்கள் தொடங்கிய கட்டடக் கலைமுறையைத் தொடர்ந்து பிரதிகாரர்கள் கட்டினார்கள் என்பதைக் கண்டோம். இவர்களையடுத்து அம் மாபெரும் மரபைக் கி.பி. 10 -ஆம் நூற்றாண்டிலிருந்து 12 -ஆம் நூற்றாண்டு வரை காலச்சூரிகள், மைய நாட்டின் கீழைப் பகுதியில் ஆட்சி புரிந்தனர். இவர்களைப் போலவே நாடுநாட்டின் இடைப்பகுதி யில் சந்தலர்களும், மேற்குப் பகுதியில் பாரமாரர்களும், வடக்குப் பகுதியில் சாச்சா பாகதர்களும் பிரதிகாரர்களின் மரபுவழிக் கட்டடக் கலையை பின்பற்றிப் பல கோயில்களைக் கட்டினார்கள்.

இவர்கள் கட்டியக் கோயில்களின் பாணிகள் குப்தர்கள், பிரதிகாரர்கள் ஆகியோர் கட்டடங்களின் பொதுத் தன்மைகளை அப்படியே பெற்றிருக் கின்றன. கருவறை, சகன்மோகன மண்டபம், முன் மண்டபம் ஆகிய வற்றின் அமைப்புகள் குப்தர், பிரதிகாரர் அமைப்புகளைப் போலவே உள்ளன. பின்னர் விரிவாக்கப்பட்ட கோயில்களில் உள்ள மண்டபங் களையொட்டி முன் கூடம், பக்கவறைகள் முதலியன காணப்படு கின்றன.

வாதாபிச் சாளுக்கியர்களுக்கும், கூர்ச்சர பிரதிகாரர்களுக்கும் முன்னால் நருமதையாற்றிற்குத் தெற்கிலும், கோதாவரியாற்றுக்கு வடக்கிலுமுள்ள நிலப்பகுதியில் வேரூன்றி நின்றவர்களே காலச்சூரிகள் ஆவர். பிரதி காரர்கள் ஆதிக்கம் பெற்றபின் அவர்களுக்கு அடங்கிக் காலச்சூரிகள் வாழ்ந்தார்கள். கி.பி.10 -ஆம் நூற்றாண்டில் இவர்கள் வளர்ச்சி பெற்று சேதி எனப்படும் ஆட்சியை அமைத்தார்கள். இவர்கள் சப்பல்பூருக்கு சற்றுத் தொலைவிலுள்ள திரிபுரி என்னும் நகரைக் தலைநகராகக் கொண்டார்கள். இந் நகரைச் சுற்றிலுமுள்ள நிலப்பரப்புக்கு தகாலா (Dhahala) என்று பெயர். இவர்கள் தங்களைத் திரைகூடகர் என்றும் அழைத்துக் கொள்வர். இதனால் காலச்சூரிகளைத் திரைகூடக, சேதி, தகாலா, திரிபுரி காலச் சூரிகள் என்றெல்லாம் குறிப்பிடுகிறோம்.

இலக்குவனராசன் என்பவனே சேதி அரசை முதன் முதலாகத் தனி அரசாக ஏற்படுத்தினான். ஆயினும், வரலாற்றுப்படி இம் மரபை யாண்ட மன்னர்களை நோக்கும் போது முதலாம் கோக்கல்லான்

என்பவனே முதல் அரசனாகக் காணப்படுகிறான். இவன் இராட்டிர கூடர்கள் சந்தலர்கள், பிரதிகாரர்கள் ஆகியவரோடு மண உறவும், நட்புறவும் கொண்டு வாழ்ந்தான். இவனுக்குப் பின் முதலாம் சங்கர கானம் பட்டமேற்றான், இவன் இராட்டிரகூடர்களின் சிற்றரசனானான். இவனுக்குப்பின் வந்த பல அரசர்கள் மாறிமாறி இராட்டிர கூடர் களுக்கும், சந்தலர்களுக்கும் கீழ்ப்படிந்தும், தனித்தும் ஆட்சி புரிந்தனர்.

கங்கையதேவ விக்கிரமாதித்தன் (1030 - 1041) என்பவன் காலத்தில் காலச்சூரிகளின் ஆட்சி மிகவும் விரிந்து. இவன் மகன் இலக்குமி கர்ணன் (1041 - 1073) என்பவன் இந்தியப் பெரும் வீரர்களில் ஒருவனாகத் திகழ்ந்தான்; அண்மையிலுள்ள நாடுகளனைத்தையும் வென்றான்; "முக்கலிங்க தளபதி" என்னும் பட்டப்பெயரைப் பெற்றான்; திரிபுரிக் கருகில் ஓர் அழகிய நகரையும், காசியில் கர்ணமேரு என்னும் அழகிய கோயிலையும் கட்டினான். இவன் மகனான யாசகர்ணன் (1073 - 1125) என்பவனும் இவனைப்போலவே ஆட்சிப் பரப்பை விரிவுபடுத்த முயன்றான். ஆனால் சந்தலர்கள், சாளுக்கியர்கள், பாரமாரர்கள், சோளங்கிகள் முதலியோர் எதிர்ப்பாலும், இவனுக்குப் பின் வந்த திறமையற்ற அரசர்களாலும் காலச்சூரிகளின் ஆட்சி அழிந்துபட்டது.

தில்லிச் சுல்தானியர்களால் இவர்களின் ஆட்சிக்குட்பட்டிருந்த பகுதிகள் கி.பி. 1251 லிருந்து 1309 ஆம் ஆண்டுக்குட்பட்ட இடைக்காலத்தில் ஒன்றன்பின் ஒன்றாகச் இழந்தனர். ஆயினும், அங்குமிங்குமாகச் சிதறிக் கிடந்த இவர்களின் பிறங்கடையினர் திரிகுரியைச் சுற்றிலும் குறுநில மன்னர்களைப் போல் கி.பி. 15 ஆம் நூற்றாண்டின் தொடக்க காலம் வரையில் ஆட்சி புரிந்தனர். அவர்களும் கடைசியாகக் கொண்டர்களால் அழிக்கப்பட்டு விட்டனர்.

காலச்சூரிகளின் சுருக்கமான வரலாற்றுக் குறிப்பிலிருந்து இவர்கள் ஏறத்தாழக் கி.பி. 10 ஆம் நூற்றாண்டிலிருந்து 12 ஆம் நூற்றாண்டு முடிய மிகச்சிறந்து விளங்கினார்களென்பதையும், இவர்கள் காலத்தில் சைவமும் வைணவமும் சிறந்து விளங்கிய சமயப் பண்பாடுகளென் பதையும் அறிகிறோம். எனவே, இவர்களால் கட்டப்பட்ட கோயில் களைப் பற்றியும் நாம் ஒருவாறு ஊகிக்க முடிகிறது. நாம் ஏற்கெனவே கூறியது போல் இவர்கள் சுற்றுப் புறத்திலிருந்த பிற மரபினர்களோடு கொண்டிருந்த தொடர்பாலும் உறவாலும் இவர்களின் கட்டட முறையும் அவர்களது கட்டட முறைகளின் சாயலைப் பெற்றுள்ளது.

மத்தியப் பிரதேசத்தில் சாதோல் மாவட்டத்தில் பந்தோகார் (Bandogarh) என்னுமிடத்திலுள்ள கோயில்கள் கி.பி.8 -ஆம், 9 -ஆம் நூற்றாண்டுகளில் பிரதிகாரர்களால் கட்டப்பட்டவை. ஆயினும் காலசூரிகளின் கோயில்களிலுள்ள உள்ளூர்ச்சாயல் இவற்றில் காணப்படுகின்றன. இதைப் போலவே கி.பி. 9 -ஆம் நூற்றாண்டில் கட்டப்பட்ட உரேவா மாவட்டத்தில் பாசிநாத் என்னுமிடத்திலுள்ள வைத்தியநாதர் கோயிலும், சாகர் மாவட்டத்தில் பினைகா என்னுமிடத்திலுள்ள அழிந்த நிலையில் உள்ள மற்றொரு கோயிலும் காலச்சூரிகளின் உள்ளூர் முறையின் சாயலைப் பெற்றுள்ளன. இத்தகைய எடுத்துக்காட்டுகளிலிருந்து காலச்சூரிகளின் கோயில்கள் தூய்மையான தனித்தன்மை வாய்ந்தவையல்லவென்பதையும், இடைக்காலக் கோயில்கள் யாவும் ஒன்றுக்கொன்று தொடர்பும், உள்ளூர் முறையும் கொண்டு திகழ்வனவென்றும் அறியலாம்.

கி.பி.10 -ஆம் நூற்றாண்டின் தொடக்கத்தில் கட்டப்பட்ட சாதோல் மாவட்டத்தில் அர்சூலா என்னுமிடத்திலுள்ள திருமால் கோயில் காலச்சூரிகளால் கட்டப்பட்டதாகும். இதன் வாயிற்கால்கள் தூண்கள் முதலியவற்றிலுள்ள அணி புனைவுகள் காலச்சூரிகள் கோயில்களின் தனித்தன்மையை எடுத்துக்காட்டுகின்றன. இம்முறையில் இன்றும் புத்தம் புதியது போல் காட்சியளிக்கும் மற்றொரு கோயில் மத்தியப் பிரதேசத்தில் சித்தி மாவட்டத்தில் சாந்தரேயி என்னுமிடத்திலுள்ள சிவன் கோயிலாகும்.

இக்கோயிலின் கருவறை வட்டவடிவமானது; பதினாறு அணி வரிசைகளைக் கொண்டது. இதன் முன்னுள்ள முகமண்டபத்திற்குப் படிக்கட்டுகள் உள்ளன. இம் மண்டபத்தின் கூரை குறுக்கும் நெடுக்குமாகப் பின்னப்பட்ட தளவரிசை களைக் கொண்டது. இதற்கு முன்னுள்ள புகுமுக மண்டபத்தில் கைப்பிடி மேடையும், சிறு தூண் வரிசைகளும் காணப்படுகின்றன. இக்கோயில் மேடையின் மீது அமைக்கப் பட்டுள்ளது. இதன் சிகரம் படிக்கட்டைப் போலவே வளர்ந்து சென்று முடிகிறது. சுவர் இருபகுதிகளாகப் பிரிக்கப்பட்டு மேற்பகுதி சிகரத்திற் கேற்றவாறும். அடிப்பகுதி பாதத்திற்கேற்றவாறும் அணி செய்யப் பட்டுள்ளன. சாதாரணக் வாயிலையும், அதற்கு மேல் தண்டையக் கட்டுகளையும், கூரையமைப்பையும் இக் கோயிலில் காணலாம். இதே

போன்ற அமைப்பையுடையது தான் உரேவா மாவட்டத்தில் மசௌன் என்னுமிடத்திலுள்ள சிவன் கோயிலாகும். கங்கைச் சமவெளியில் ஃபாதிபூர், கான்பூர் முதலிய மாவட்டங்களிலுள்ள ஏறத்தாழப் பன்னிரண்டு செங்கற் கட்டடக் கோயில்களும் இதே போன்ற முறையிலும், வட்டக் கருவறையுடனும் கட்டப்பட்டுள்ளன.

சத்னா மாவட்டத்தில் மைகார் என்னுமிடத்திலுள்ள சிவன் கோயில் (கோலமத்) மேற்கூறப்பட்ட கோயில்களின் வடிவிலிருந்து சிறிது மாறுபட்ட வளர்ச்சியைப் பெற்றுள்ளது. இதன் சிகரம் நீண்டுயர்ந்து நிற்கும் ஐந்தேர்களையுடையது. இதன் சகன்மோகன மண்டபம் மிகவும் சிறியது. இதன் கருவறைச் சுவரில் இரண்டு சிற்ப அணிவரிசைகள் காணப்படுகின்றன. கீழுள்ள வரிசையில் குடும்பக் கடவுள்களும், மேலுள்ள வரிசையில் அழகு தேவதைகளும் குறிப்பாகக் காதலர் இணைகளும் காணப்படுகின்றன.

இதே போன்ற முறையில் கட்டப்பட்ட மற்றொரு கோயில் தாமோ மாவட்டத்தில் நோதா என்னுமிடத்தில் காணப்படும் மகாதேவ கோயிலாகும். இது மண்டபமும் சகன்மோகன மண்டபமும் மிக உயரமாகக் கட்டப்பட்ட மேடையின் மேல் காணப்படுகின்றன. காலச்சூரி கோயில்களில் வளம்மிக்க கலையழகைக் கொண்டது உரேவாவிற்கு அருகிலுள்ள கூர்க்கிக் கோயிலாகும். இதற்கு மேற்கண்ட கோயில்களில்லாத தோரணவாயில் புத்துறுப்பாக இணைந்துள்ளது. இத்தோரணவாயில் இன்று உரேவா அரண்மனையில் வைத்துப் பாதுகாக்கப்படுகின்றது. இதில் காணப்படும் சிற்பங்களில் சிவனுக்கும் பார்வதிக்கும் நடக்கும் திருமணக் காட்சியும், சிவனும் பார்வதியும் அமந்திருக்கும் காட்சியும் எழில்மிக்கவை. சிவ - பார்வதி சிற்பம் உரோவிலுள்ள பொது மக்கள் பூங்காவில் இன்று வைக்கப்பட்டுள்ளது.

பண்டைய காலச்சூரிகளின் தலைநகரான திரிபுரியிலும், பில்காரிலுள்ள கோயில்களின் அமைப்பில் பல கல்தூண்களைக் கொண்ட மண்டப அமைப்பே சிறப்புடையனவாகக் காணப்படுகின்றன. சத்னா மாவட்டத்தில் மறை என்னுமிடத்தில் அழிந்த நிலையில் காணப்படும் சிவன் கோயில் அதன் உயரமான சிகரத்திற்குப் பெயர் பெற்றதாகும். மேற்கூறப்பட்ட கோயில்கள் யாவும் சற்றேறக்குறைய கி.பி. 10-ஆம் நூற்றாண்டில் காலச் சூரிகளால் கட்டப்பட்டவையாகும்.

கி.பி. 11 ஆம் நூற்றாண்டில் இவர்களால் கட்டப்பட்ட பல்வேறு கோயில்களில் மேற்கூறப்பட்ட கோயில்களைவிட வளர்ச்சியடைந்த நிலைகளைக் காணலாம். சாதோல் மாவட்டத்தில் நருமதையும், சோணையும் உற்பத்தியாகுமிடத்தில் அமர்காந்தகம் என்னுமிடத்தி லுள்ள கோயில் கி.பி.11 ஆம் நூற்றாண்டில் கட்டப்பட்டதாகும். இது வளைந்து வளைந்து செல்கிறது. இதன் சிகரமும், படிக்கட்டுகளைப் போல் அமைந்துள்ள இதன் கூரையும் பல நெடுந் தூண்களையும், சிறு தூண்களையும், கைப்பிடிச்சுவர்களையுடைய மண்டபமும், பிரமிடு போல் முடியும் கூரைத்தளத்தையும் உடையது. பின்னோக்கிச் சரியும் அடுக்குகளை உடைய இதன் சிகரமும் மேற்கண்ட அமைப்புகளி லிருந்து வேறுபடுகின்றது.

கர்ணா கோயில் பிற கோயில்களைப் போல் ஐந்தேர்களைப் பெற்றிருக்க வில்லை. அத்தோடு மூன்று கருவறைகளையும், அம்மூன்று கருவறை களின் மேல் ஏழு பகுதிகளாகப் பிரித்து செல்லும் மூன்று தனிச்சிகரங் களையும், இவையாவற்றிற்கும் பொதுவாக ஒரு மண்டபத்தையும் பெற்று இதுவரை கண்ட காலச்சூரிகள் கோயில் எல்லாவற்றிலும் தனித்தனமையுடன் காணப்படுகிறது. ஒவ்வொரு கருவறைச் சுவரிலும் மூன்று வகையணிகள் காணப்படுகின்றன. இதன் தரைப்பட வரைவை நோக்கும்போது ஏழுதேர் கருவறையை உடையதாகக் காணப்படுகிறது.

முழுவளர்ச்சி பெற்ற காலசூரி கோயில்களில் சாதோல் மாவட்டத்தில் சோகாபூரிலுள்ள வீரத்தீசுவரன் கோயில் சிறப்பானது. இது கசுரோகோக் கோயில்களைப் போலுள்ளது. இதன் மேடை தாழ்ந்து காணப்படுகிறன. இதன் தரை வரையை நோக்கும் போது இதுவும் ஏழு தேர்க் கோயில் என்பதை அறிகிறோம். இதன் சுவர்கள் மூன்று பகுதி களாகப் பிரிக்கப்பட்டு கசுரோகோக் கோயில்களில் காணப்படும் அணி வரிசைகளைப் போன்ற சிற்ப அணிவரிசைகளில் இரண்டு பெருங் கலயங்கள் ஒன்றன்மேலொன்றாக அமைந்திருப்பதைப் கண்டோம். ஆனால் இக்கோயிலில் மூன்று பெருங் கலயங்கள் உள்ளன.

இதன் சிகரத்தில் பாதிக்குமேலுள்ள பகுதி செங்குத்துச் சரிவாக அமைந் துள்ளது. இதன் மண்டபம் உட்புறத்தில் எண் கோணவடிவில் அமைந் துள்ளது. ஒவ்வொரு கோணத்தின் முனையிலும் வளைவடைப்புகள் காணப்படுகின்றன. இவையாவும் நடுவிலுள்ள தூண்களோடு இணைந்து உள்ளன. வெளிப்புறத்தில் இம்மண்டபத்தைச் சுற்றிலும்

அழகு தேவதைகள், யாழிகள் ஆகியவற்றின் உருவங்கள் மாறிமாறி அமைந்துள்ள அணிவரிசைகள் காணப்படுகின்றன.

காலச்சூரி கோயில்களில் மிகவும் விந்தையானதும், அழகுடையதும் மத்திய பிரதேசத்தில் சப்பல்பூர் மாவட்டத்தில் பேராகாட் என்னுமிடத்தில் உள்ள சௌசாத் யோகினி என்னும் கோயிலாகும். இக் கோயில் ஏறத்தாழ 9 அல்லது 10 ஆம் நூற்றாண்டில் கட்டப்பட்டிருக்க வேண்டுமெனக் கருதுகின்றனர். இஃது ஒரு காளி கோயில் ஆகும்.

"சௌசாத்" என்றால் அறுபத்து நான்கு என்பது பொருள். காளி அறுபத்து நான்கு யோகினிகளைத் தன் சேடிகளாய் பெற்றாள் என்பதனால் இக்கோயிலுக்கு சௌசாத் யோகினி கோயில் என்று பெயர் வந்தது. வட்ட வடிவில் அமைந்துள்ள கோயிலின் மேடையின் மீது இக் கோயில் கட்டப்பட்டிருக்கிறது. இதன் முன்புறத்தின் அடிப்பகுதியில் மேற்கூறிய 64 யோகினிகளுக்கும் சிறுசிறு குடில்கள் கட்டப் பட்டுள்ளன. மொத்தத்தில் இக்கோயிலில் எண்பத்தொரு வழிபாட்டிடங்கள் உள்ளன. இதுபோன்ற கோயில்கள் மொத்தத்தில் வடநாட்டில் ஐந்து உள்ளன. வட நாட்டில் மைய இந்தியாவிலும் கலிங்கத்திலும் இக் கோயில்கள் உள்ளன. நீண்ட சதுர வடிவிலுள்ள யோகினி கோயில் கசுரோகோவிலிருக்கிறது.

கி.பி. 12 -ஆம் நூற்றாண்டைச் சேர்ந்த கோயில்கள் ஐந்தேர்க் கோயிலாகவும், மண்டபங்களை உடையவைகளாவும், சிறந்த சிற்பங்களுக்குப் பெயர் பெற்றவைகளாகவும் காட்சியளிக்கின்றன. சந்தா மாவட்டத்தில் மார்க்கண்டா என்ற இடத்திலுள்ள மகாதேவன் கோயில் இந்நூற்றாண்டில் கட்டிய கோயில்களுளில் சிறந்த எடுத்துக்காட்டாகும்.

இம்மாவட்டத்தில் சங்கீர் என்னுமிடத்திலுள்ள திருமால் கோயில் கி.பி.13 -ஆம் நூற்றாண்டில் கட்டப்பட்டதாகும். இது மிக உயரமான மாடியின் மீது அமைக்கப்பட்டுள்ளது. ஏழு தேர்களைக் கொண்ட கருவறையையும், யானை, குதிரை மீது அமர்ந்து செல்லும் வீரர் அணிகளைக் கொண்ட சுவர்ச் சிற்பங்களையுமுடைய இக்கோயில் கண்டைதியோர், பிசியா முதலிய இடங்களிலுள்ள பிற்காலக் கோயில் முறையில் காணப்படுகிறது. இதே முறையில் மத்தியப் பிரதேசத்தில் நாராயண்பால் என்னுமிடத்திலுள்ள நாராயணன் கோயிலும் அமைந்துள்ளது.

●

46

வடநாட்டின் மேலைக் கோயில்கள் கி.மு. 950 – 1300

வட நாட்டின் கோயில் கலையில் முழு தன்மை பெற்று விளங்கும் கட்டடக் கலையைக் கொண்டது குச்சரம், கத்தியவார் முதலிய மேலைக் கோயில்களாகும். இப்பகுதிகளில் கட்டப்பட்டுள்ள பல கோயில்கள் கசினி முகமதுவின் படையெடுப்புக்கும், தில்லிச் சுல்தானியர்கள் கைப்பற்றியதற்கும், இடைப்பட்ட காலத்தில் கட்டப்பட்டதென கருதப்படுகிறது. இந்த மூன்று நூற்றாண்டுகள் வரை இப்பகுதியில் நிலவிய அமைதியாலும் மக்களிடையே தோன்றிய பக்தி நெறியுணர்ச்சி யாலும் பல கோயில்கள் எழுந்தன.

இக்காலத்தில் குச்சரத்தை மையமாகக் கொண்டு கத்தியவார், கட்சு, இன்றைய இராசசுதானத்தின் பெரும்பகுதி முதலியவற்றை ஆண்ட சோலங்கி குலத்தினர் இத்தகையக் கோயில்களைப் கட்டுவித்தனர். இவர்களுடைய தலைநகரம் அன்கில்வாரா என்பதாகும். இன்று அகமாதாபாத்திற்கு வடமேற்கேயுள்ளது. இடைக்கால வடநாட்டு வரலாற்றை நோக்கும் போது குச்சரம் அயலக வாணிகத்தால் செல்வங் கொழிக்கும் நாடாகத் திகழ்ந்தது. அச்செல்வம் யாவும் விலைமதிக்க இயலாத கோயில்களாக உருவெடுத்தன. அரச குடும்பத்தினரும் வணிகப் பெருமக்களும், மற்றும் சமயப் பற்றாளர்களாளும் கட்டப்

பட்டன. கோயில்களில் வைதீக சமயக் கோயில்களும், சமண சமயக் கோயில்களும் எண்ணிலடங்காதவையாகும். அபுமலையிலுள்ள இரு சமணக்கோயில்களைக் கட்டிய வசுத்துபாலன், தேசபாலன் ஆகிய உடன் பிறந்தோராவர்.

குச்சரத்திலுள்ள கோயில்களை சோலங்கியரசர்களின் காலத்திற்கு முந்தயக் கோயில்கள் சோலங்கியர் காலத்துக் கோயில்கள் (சோலங்கிப் பாணி) என இரு கூறுகளாகப் பிரித்தறியலாம். பொதுவாக வட மேலை பகுதியில் கோயில் களைக் கட்டுதற்கென்றே தலைமுறை வழியாக சிலாவசுத்து என்னும் மரபினர் வாழ்ந்து வந்தனர்.

பொதுவாக மேலை இந்தியக் கோயில்களில், கருவறை, மண்டபம் ஆகிய முதன்மையான இரு பிரிவுகள் உள்ளன. இவற்றிற்கிடைப்பட்ட அல்லது இவற்றை உள்ளடக்கிய பிற பகுதிகள் தனித்தன்மைகளுடன் ஆக்கப்பட்டுள்ளன. சில கோயில்களில் சபை மண்டபம் தனித்தும், சிலவற்றில் இணைத்தும் காணப்படுகின்றன. அவ்வாறிணையும் போது அவற்றின் மூலைகள் மட்டும் இணைந்து சிகரத்திற்கேற்றவாறு நிமிர்ந்து சரிந்து நிற்கின்றன. பெரும்பாலான கோயில்கள் இருநிலை மாடங்களாகவும், மூன்று நிலை மாடங்களாகவும் இருக்கின்றன. சில மண்டபங்களும் இவ்வாறு பல அடுக்குகளைக் கொண்டுள்ளன.

சோலங்கி முறையில் கட்டப்பட்ட கோயில்களின் பகுதிகளை பீடம் (Pida), மந்துவரம் (Mandovara), விமானம் ஆகிய மூன்றாகப் பிரித்து அறியலாம். பீடம் பல வருகங்களாக அமைந்து காணப்படும், தரை மட்டத்தின் கீழே உள்ள பகுதிக்கு வக்சனா என்று பெயர். அதனை யடுத்துள்ள பகுதிக்கு கஜபீடம் என்றும், அதனையடுத்தப் பகுதிக்கு அசுவந்தாரா என்றும், அதனையடுத்தப் பீடத்தின் தலைப் பகுதிக்கு நரந்தரா என்றும் பெயர். இதற்கு மேல் கூரைப்பகுதி வரையில் நிற்பது தான் மந்துவாரமாகும். இச் சுவர்ப்பகுதியில் மாடக்குழி அணிகள், மற்றும் தேவதை அணிகள், ஆகியவை அக்கோயிலில் எழுந்தருளியுள்ள மூலவரோடு தொடர்புள்ள அணிகளாய் அமைக்கப்படும்.

நாற்புறச் சுவர்களிலும் இவ்வணிகள் வரிசை வரிசைகளாக அமைக்கப் பட்டும், இச்சுவர்ப்பகுதிக்கு மேலுள்ள கூரைப்பகுதி மண்டபங்களில் தாழ்ந்த பிரமிட் முறையிலும் கோயில்கள் சிகரங்களாகவும் அமையும். பெரும்பாலான சிகரங்கள் பல குறுஞ் சிகரங்களைச் சுற்றிலும்

பெற்றுள்ளன. இக்குறுஞ் சிகரங்கள் (Urusringars) முதன்மைச் சிகரத்தை மையமாகக் கொண்டு அதற்கேற்றவாறு தக்க அளவுகளில் குறைந்து நின்று காட்சியளிக்கும். முதன்மைசிகரமும், குருஞ் சிகரங்களும் பெரும்பாலும் ஒரே மாதியாக அமைந்திருக்கும்.

இக்கோயில்களின் உட்புறத்தில் காணப்படும் தூண்கள் கட்டடத்தின் முக்கியப் பகுதியாகக் கருதப்படுகின்றன. எண்கோண வடிவில், அக்கோணத்தின் மூலைகளில் இவ்வழகிய தூண்கள் நிறுத்தப் பட்டுள்ளன. இவற்றின் தலைப்புகளை ஒட்டியுள்ள பகுதிகளுள் பொதுவாக அழகிய பெண் சிற்பங்கள் செதுக்கப்பட்டிருக்கும். இத்தூண்கள் நடுவிலுள்ள குடத்தைச் சுற்றியும், காட்சியாகவும், காப்பரணாகவும் இருப்பதோடு நடுவிலுள்ள கூரையையும் தாங்கி நிற்கின்றன. இதனையடுத்துக் கருவறைக்குச் செல்வோமானால் அதன் வாயில்களும் அவற்றிலுள்ள சிற்பங்களும், அவ்வறையைச் சுற்றிலுமுள்ள பல்வேறு அணி வகைகளும் மிகச்சிறந்த கட்டட சிற்ப காட்சிகளாகும். சில கோயில் களில் கூரையில்லாத சபை மண்டபமும் குடமண்டபமும் உள்ளன. இவைகளில் மிகச்சிறந்த அணிகளும், சிற்பங்களும் இடம் பெற்றுள்ளன.

சோலங்கிகளுக்கு முற்பட்ட கோயில்கள் கி.பி. 600–950

இக்காலத்தில் கட்டப்பட்ட மிக தொன்மையான கோயில் கத்தியவாரில் சொம்நகர் மாவட்டத்தில் பர்தாக் குன்றுகளில் கோப் என்னுமிடத்தில் ஏறத்தாழக் கி.பி. ஆறாம் நூற்றாண்டில் கட்டப்பட்ட கோயிலாகும். இதுவே மிகவும் தொன்மையான கிட்டத்தட்ட அழிந்த நிலையில் காணப்படுகிறது. இதன் சிகரத்தைக் கொண்டு இஃது இரண்டு மாடங்களையுடைய கோயிலென்பதை அறியலாம். முதல் நிலை மாடம் மிகத் தாழ்ந்து காணப்படுகிறது. இக்கோயில் உயர்ந்த மேடைமீது கட்டப்பட்டுள்ளது. இதன் சுவர்கள், கருவறை, மண்டபம் யாவும் மிக எளிமையாகக் காணப்படுகின்றன. பீடத்திலும், சுவர்களிலும் மேற்பகுதி களில் மாடப் படிமங்களும் மிகக் குறைந்த அணிவரிசைகளும் காணப்படுகின்றன.

இது போன்ற அமைப்பைக் கொண்ட ஏறத்தாழ ஐம்பது கோயில்கள் இன்று கத்தியவாரில் காணப்படுகின்றன. உயரமான இதன் சுவர் களுக்கு மேல் பிரமிடு வடிவில் அமைக்கப்பட்டுள்ளன. சுனகாத்

(Junaghat) மாவட்டத்தில் கூரைகள் மியானி (Miani) என்னுமிடத்திலுள்ள அர்சாத் கோயிலும், பான்சாரா என்னுமிடத்திலுள்ள கோயில்களும் மூன்று கூரையின் மடிப்புகளைக் கொண்டுள்ளன. ஒவ்வொரு மடிப்பிலும் கடவுட் சிற்பங்கள் இடம் பெற்றுள்ளன. இதைப் போலவே இதே மாவட்டத்திலுள்ள விசுவவதா, கிம்மேசுவரா ஆகிய கோயில்களும் பவ நகர் மாவட்டத்திலுள்ள கல்சார்க் கோயிலும் நான்கடுக்குக் சிகரங்களைக் கொண்டுள்ளன.

அடியடுக்கு மிகவும் பெரியதாகவும் மேலே போகப் போகத் தக்கவாறு குறைந்து, நான்காவது அடுக்குக் கூரிய சிகரமாகவும் முடிகிறது. இவ்வடுக்குகளின் மூலைகளும் சிகரங்களைப் போல் எழுந்து கலய உருவங்களைப் பெற்றுள்ளன. சாம்நகர் மாவட்டத்திலுள்ள பிந்தாரா, நவிதுருவாத் ஆகிய இடங்களிலுள்ள கோயில்கள் இதே போன்ற அமைப்பில் ஐந்தடுக்குகளைக் கொண்டுள்ளன.

நவிதுருவாக் கோயிலில் ஒரு பெரிய கூடமும், முகமண்டபமும் உள்ளன. இம் முகமண்டபமும் மிக உயரமான கூரையைப் பெற்றுள்ளது. இக்கூரைக்கு மேலுள்ள சிகரத்தில் மிகப் பெரிய கலயமும், அதற்கு மேல் கலய இலைக் கொத்தணி ஒப்பனையும் காணப்படுகிறது. இத்தகைய முறையில் மிகப்பெரிய கோயிலாக அமைந்துள்ளது பிலேசுவர் கோயிலாகும். இது சுனாகத் மாவட்டத்தில் உள்ளது. இஃது ஆறடுக்குகளைக் கொண்ட கோயிலாகும். ஒவ்வோரடுக்கின் மூலையும் குவிமாடத்தை கொண்டுள்ளது. அதற்கு மேல் பெரிய கலயமும், அக் கலையத்தின் தலையில் இலைக்கொத்தணி ஒப்பனைக் கலயமும் உள்ளன. மேற்கூறிய கலயங்கள் யாவும் "அமலக சாரக" என்றழைக்கப்படும்.

கோப் என்னுமிடத்திலுள்ள வேறு முறையில் அமைந்த சில கோயில்களும் குச்சரத்தில் உள்ளன. அவற்றுள் சிறப்பானவை கத்துவார் என்னுமிடத்திலுள்ள வராகன் கோயிலும் சூத்திரப்பதா (Sutrapada) என்னுமிடத்திலுள்ள கதிரவன் கோயிலும் சிறப்பானவையாகும். கி.பி. ஏழாம் நூற்றாண்டில் கட்டப்பட்ட வராகன் கோயிலில் அழகிய மண்டபமும், மூடிய கூடமும், முக மண்டபமும் உள்ளன. இரண்டு அடுக்குகளைக் கொண்ட இதன் சிகரங்கள் இரு வேறு முறைகளில் அமைந்துள்ளது. கி.பி. எட்டாம் நூற்றாண்டின் இடைப்பகுதியில்

கட்டப்பட்ட கதிரவன் கோயிலின் சிகரம் நாகர முறைக்குச் சிறந்த எடுத்துக்காட்டாகவுள்ளது.

இதே முறையில் கி.பி. எட்டாம் நூற்றாண்டின் கடைசியில் சபர்கண்டா மாவட்டத்தில் உரோதா (Roda) என்ற இடத்தில் பல கோயில்கள் உள்ளன. இவற்றின் தரைப்பட அமைப்பையும், உடலமைப்பையும், குறுகிய சிகரத்தின் தோற்றத்தையும் காணும் போது இவை நரேசா என்னுமிடத்திலுள்ள பிரதிகாரர் காலத்துக் கோயில் களைப்போல் அமைந்துள்ளன. முத்தேர், ஐந்தேர்க் கருவறைகளை யுடைய இக்கோயில்கள் முக மண்டபத்தையும், மாடச் சிற்பங் களையும் பெற்றுள்ளன. இக்கோயில்கள் இவற்றின் அணிவகைகள் உள்ளத்தைக் கவருவனவாய் அமைந்துள்ளன.

சூத்திரப்பதாவில் உள்ளது போன்ற மற்றொரு கதிரவன் கோயில் அதற்குச் சற்றுத் தொலைவில் பீமநாதம் என்ற இடத்திலுள்ளது. இக் கோயில் கி.பி. ஒன்பதாம் நூற்றாண்டின் தொடக்கத்தில் கட்டப்பட்ட தெனக் கருதப்படுகிறது. இது சித்தார்கார் என்னுமிடத்திலுள்ள காளிகா கோயில் முறையில் அமைந்துள்ளது. இக்காளிகா கோயில் பிரதிகாரர் காலத்தைச் சேர்ந்ததென்பதை அறிவோம்.

சாம் நாகருக்கருகிலுள்ள கிம்ரானா கோயிலும் கட்சுப்பகுதியில் மஞ்சால் என்னுமிடத்துக்கருகிலுள்ள இரசாராணி கோயில் எனப்படும் சிவன் கோயிலும் ஐந்தேர் கோயிலாகும். இவை கி.பி. ஒன்பதாம் நூற்றாண்டின் பிற்பகுதியில் கட்டப்பபட்டதாகக் கருதப்படுகின்றது. வாதான் என்னும் இடத்திலுள்ள இரானத்தேவி கோயிலும், சாம் நகர் மாவட்டத்தில் கூம்லி என்னுடத்திலுள்ள கணேசன் கோயிலும், கி.பி. பத்தாம் நூற்றாண்டில் கட்டப்பட்டவையாகும். இவை இரண்டும் மேற்கண்ட மியானியில் உள்ள கோயில்களைப் போலவே ஒரு நிலை மாடச் சிகரத்தையும், ஒரு கருவறையையும், ஒரு முக மண்டபத்தையும் பெற்றுள்ளன.

சோலங்கி மன்னர்கள் காலத்தில் கோயில்கள் மேற்கண்ட கோயில்களின் முறையிலிருந்து தனித்துக் காணப்படுகின்றன. ஆயினும் கி.பி. பத்தாம் நூற்றாண்டின் பிற்பகுதியில் கட்டப்பட்ட சோலங்கியருக்கு முற்பட்ட கோயில்கள் சில சோலங்கியர் முறைக்கு முன்னேடிகளாய் அமைந் துள்ளதைக் காண்கிறோம். சுரேந்திர நகர் மாவட்டத்தில் தான்

நகரத்திற்கு அருகிலுள்ள ஈசுவரன் கோயிலும், கெராகோத் என்னுமிடத்தில் உள்ள சிவன் கோயிலும், கொடாய் என்னுமிடத்திலுள்ள சூரியன் கோயிலும் கி.பி . தொள்ளாயிரத்து ஐம்பதில் கட்டப்பட்டவை. இவற்றின் சுவர்களில் மிகச் சிறந்த அணிகள் காணப்படுகின்றன.

கெராகோத் கோயிலில் ஒரு சிறந்த மண்டபமும் உள்ளது. "தாண்" பட்டணத்தில் உள்ள முனிக் கோயில் ஒரு நிலை மாடச் சிகரத்தை உடையது. இதன் மண்டபம் எண்கோண வடிவத்தில் அமைந்துள்ளது. அதன் எட்டு மூலைகளிலுமுள்ள வளைவடைப்புகளில் அழகிய தேவதைகளின் சிற்பங்கள் செதுக்கப்பட்டுள்ளன. இக்கோயில் கி.பி.970 களில் கட்டப்பட்டது. இதே காலத்தில் தான் பிரபாசு பட்டணத்திலுள்ள சோமநாதன் கோயிலும் சாந்தர் என்னுமிடத்திலுள்ள மகாவிட்ணு கோயிலும் கட்டப்பட்டன. இக்கோயில்கள்தாம் சோலங்கிப் முறைக்கு தொடக்கமாகத் திகழ்கின்றன.

●

47

சோலாங்கியர் கோயில்கள் கி.மு. 950 - 1300

கி.பி. 900 லிருந்து 1200க்கு வரை வடநாட்டில் மிகப் பரந்த வலுவான ஆட்சி எதுவும் இல்லை. அர்சனுக்குப் பிறகு அவன் ஆண்ட வடநாட்டு பேராட்சியும் பல துண்டுகளாக உடைந்தது. தில்லிச் சுல்தானியம் தோன்றி மொகலாயர் ஆட்சிக்கு வழிகோலும் வகையிலும் தங்களுக்குள் சண்டையிட்டுக் கொண்டனர். இதனால் தான் முகமது கசினி (கி.பி.997 - 1030), முகமதி கோரி (கி.பி.1173 - 1206) ஆகியோர் வடநாட்டின் மீது படையெடுத்து எண்ணிறந்த செல்வங்களைக் கொள்ளை கொண்டனர்; பல கோயில்கள் அழிக்கப்பட்டன. இச் சூழலிலும் இக்காலத்தில் குச்சரம், கத்தியவார் இராசபுதனம் மற்றும் வட மேற்கிந்திய நாடுகள் முதலியவற்றில் எண்ணிறந்த கோயில்கள் கட்டப்பட்டன.

இந்நூற்றாண்டுகளுக்கு இடைப்பட்ட காலத்திலே வடநாட்டில் இங்கு மங்குமாகப் பல்வேறு மரபினைச் சேர்ந்த பல்வேறு மன்னர்கள் ஆட்சி புரிந்தனர். ஒகிந்து, பாதிந்தா பகுதிகளில் சாயிகள் எனப்படுவோரும், கன்னோசியில் குச்சரப் பிரதிகாரர்களும், தார், உச்சயினியில் பாரமாரர் களும், திரிபுரியில் காலச்சூரிகளும், பண்டேல் கண்டில் சந்தலர்களும், ஆச்சுமீர், சம்பார்ப் பகுதியில் கச்சமானர்களும், காசி, கன்னோசி

பகுதிகளில் ககார்த்வலர்களும், வங்காளம், பீகார்ப் பகுதிகளில் சேனர்கள், பாலர்களும், கலிங்கத்தில் கங்கர்களும் மற்றும் கிழக்கு, தக்கணப் பகுதிகளில் இராட்டிர கூடர்களும், சாளுக்கியர்கள், யாதவர்கள், காக்கதியர்கள், ஒய்சாளர்கள் முதலியவர்களும் ஆட்சி புரிந்தனர். இம்மன்னர்கள் எப்பொழுதும் போரிட்டுக் கொண்டு ஒருவரையொருவர் விழுங்கி தங்களின் பேராதிக்கத்தை நிருவ எத்தனித்தனர்.

முகமது கசினி கத்தியவார்கடர் கரையில் உள்ள சோமநாதர் (1025-26) கோயிலைக் கொள்ளையிட்டான். மூல்தான் வழியாக ஆச்சுமீர் சென்று அங்கிருந்து சோலங்கி மன்னரின் தலைநகரான அனில்வாராப் பட்டணத்தை அடைந்தான். அப்போது குச்சரத்தை ஆண்டு கொண்டிருந்த முதலாம் பீமதேவன் (1022 - 1064) தலைநகரை விட்டே ஓடி விட்டான். பின்னர் முகமது கசினி பக்தர்களின் எதிர்ப்புக் கிடையில் அக் கோயிலைக் கொள்ளையிட்டு இருபது இலக்கம் தினார் மதிப்புள்ள தங்க, வைர நவரத்தினங்களை அள்ளிச் சென்றான். இக்கோயில்களி லிருந்த சோமநாதர் இலிங்க வடிவானவர். அன்றைய உலகில் அதிசயப் புனிதப் பொருளாக இந்தியருக்குக் காட்சி தந்த அந்த இலிங்கத்தை உடைத்தெரிந்தான்.

மேற்கண்ட வரலாற்றுக் குறிப்பிலிருந்து குச்சர நாட்டின் செல்வச் செழிப்பையும் கோயில்களின் சிறப்பையும் அறியலாம்.

அனில்வாத் பட்டணம் அல்லது அனில்வாரா என்ற நகரிலிருந்து கொண்டு குச்சரநாட்டை ஆண்ட சோலங்கி மன்னர்களில் கீழ்கண்டவர் களைச் சிறந்தோராகக் கொள்ளலாம். கி.பி. 8 ஆம் நூற்றாண்டில் சிறப் புற்று நின்ற குச்சர பாத்திகாரப் பேரரசு கி.பி. 10 ஆம் நூற்றாண்டில் தொடக்கத்தில் குன்றிவிட்டது. சாளுக்கியர்களின் வழி வந்தோர் நாளா வட்டத்தில் சோலங்கியர் எனப்பட்டனர். முதலாம் மூலராசன் (கி.பி.961 - 966), சாமுண்டராசன் (கி.பி.996 - 1010), துர்லபராசன் (கி.பி.1010 - 1022), முதலாம் பீமதேவர் (கி.பி. 1022 - 1064), செயசிம்மன் (கி.பி. 1064 - 1094), செயசிம்ம சித்தராசன் (கி.பி.1094 - 1144), குமாரபாலன் (கி.பி.1144 - 1173), இரண்டாம் பீமதேவர் (கி.பி.1173 - 1176), இரண்டாம் மூலராசன் (கி.பி.1176 - 1178), இரண்டாம் பீமதேவர் (கி.பி. 1178 -1241) முதலியோர் ஆட்சி புரிந்தனர். இவர்கள் காலத்தில் சைவ

மும் சமணமும் இந்நாட்டில் செழித்தோங்கின. செயசிம்ம சித்தராசன் காலத்தில் கத்தியவார், கட்ச்சு,மாளவம், இராசபுதனத்தின் தென்பகுதி முதலிய பகுதிகள் குச்சர நாட்டுடன் இணைக்கப்பட்டன. சமணப் பெரியாராகிய ஏமச்சந்திரர் இவர் காலத்தவராவர். கடைசியாகச் சோலங்கி மரபினர் சுல்தான் அலாவுதின் சில்ஜியால் (கி.பி.1297) அழிக்கப்பட்டு விட்டனர்.

இவ்வாறு கிட்டத்தட்ட ஒன்பதாம் நூற்றாண்டின் பிற்பகுதியிலிருந்து பதின்மூன்றாம் நூற்றாண்டுவரை குச்சரம், கத்தியவார் மற்றும் மேற்கிந்தியப் பகுதிகளையாண்ட சோலங்கி மன்னர்களின் நிலையான ஆட்சியில் தோற்றுவிக்கப்பட்ட சிவன் கோயில்கள், சமணக் கோயில்கள் முதலியவற்றையும் முன் ஆண்டவர்கள் இப்பகுதியில் கட்டிய (தோரா. கி.பி.600 லிருந்து 950 வரையில்) கோயில்களைப் பற்றியும் அவற்றின் அமைப்புகளைப் பற்றியும் இனி காண்போம்.

சோலங்கி மரபினர் ஆண்ட காலத்தில் கட்டப்பட்ட கோயில்களைக் அறிஞர்கள் கீழ்க்கண்டவாறு காலத்தை அடிப்படையாகக் கொண்டு நான்கு பகுதிகளாகப் பிரித்துக் கூறுகின்றனர்.

கி.பி. பத்தாம் நூற்றாண்டில்

சுனக், கனோதா, தேமால், காசரா ஆகியன குச்சரத்திலுள்ள கோயில்கள்.

கி.பி. பதினோராம் நூற்றாண்டில்

கூம்லியிலுள்ள நவலக்கணக் கோயில்கள், கத்தியவாரில் செசாக்பூர் கோயில்கள், குச்சரத்திலள்ள மொதேரா ஆரியள் கோயில், இராசபுதனத்தில் அபுமலையிலுள்ள ஆதிநாதர் கோயில், மேவாரிலுள்ள கராதுக் கோயில்கள்.

கி.பி. பன்னிரண்டாம் நூற்றாண்டில்

சித்தாபூரிலுள்ள உருத்திர மாலாக் கோயில், கத்தியவாரிலுள்ள சோமநாத் கோயில்கள்.

கி.பி. பதின்மூன்றாம் நூற்றாண்டில்

அபுமலையிலுள்ள நேமிநாதர் கோயில் போன்றவைகளும் சிறப்பாக கூறலாம்.

மேற்கூறிய பிரிவுகளில் நாம் பலவற்றை பல்வேறு தலைப்பில் கூறியுள்ளோம். எனவே சோலங்கிப் முறையின் ஒரு சில தன்மைகளை யும் ஒரு சில கோயில்களையும் பற்றி மட்டும் காண்போம்.

சோலங்கி முறையில் வட இந்தியக் கோயில்களில் காணப்படும் அத்தனை தன்மைகளையும் ஒரு சேரக் காண்கிறோம். சிறப்பாக இக் கோயில்கள் யாவும் இராசசுதானத்துக் கோயில்களை ஒத்திருக்கின்றன. இவற்றின் தரைப்படத்தை நோக்கும்போது ஒரு கருவறை, பெருங் கூடம், முக மண்டபம் ஆகிய மூன்றும் உள்ளும் புறமும் ஒன்றை யொன்று ஒட்டினாற் போல் காணப்படுகின்றன. சுவர்கள் சிகரத்திற்கும் மேற்கூரைக்கு ஏற்றவாறு பரந்தும், வளைந்தும் காணப்படுவதோடு போதிய வெளிச்சம் உட்புகுமாறு அமைக்கப்பட்டுள்ளன.

பெருங் கோயில்களில் போக மண்டபம் கருவறையின் கோணத்திலேயே அமைக்கப்பட்டும் தனித்தும் காணப்படுகிறது. இதற்குமுன் உள்ள தோரண வாயில் அழகிய சோடனை வளைவைப் பெற்றுள்ளது. ஒவ்வொரு பகுதியும் உறுப்பு அமைப்பும், அந்நாட்டுக் கலை மரபுப் படியும், சோலங்கியருக்கான தனித்தன்மைகளுடனும் அமைந்துள்ளன.

சோலங்கிப் முறையை அறிய வேண்டுமானால் கோயில்களின் உட்புற அமைப்பையும் ஒவ்வொரு பிரிவின் தனியமைப்பையும் நாம் அறிந் தாக வேண்டும். மண்டபங்கள் அணி செய்யப்பட்ட தூண்களை யுடையன. இவற்றிலுள்ள அணி வரிகளும் அலங்காரம் ஒவ்வொரு பகுதிக்கு ஏற்றவாறு ஒன்றன்பின் ஒன்றாகத் தக்கவிடத்தில் அமைக்கப் பட்டுள்ளன. இம்மண்டபங்கள் யாவும் தோரண வாயிலையடுத்து அமைந்தது போக மண்டபங்களாய்ப் பயன்படுகின்றன. எண்கோண வடிவத்தில் அமைக்கப்பட்டுள்ள தூண்கள் மண்டபம் தாங்கிகளாகவும் கூடத்தின் அழகிய சிற்பக் காட்சிகளாகவும் அமைந்திருக்கின்றன.

சில கோயில்களில் மண்டபத்தின் முன்புறத்திலுள்ள இரு தூண்களே தோரண வாயில்களாகப் பயன்படுகின்றன. எண்கோண வடிவத்தில் நிற்கும் இம்மண்டபத்தின் கூரையும் அதேபோல் அமைந்திருப்பினும் கூண்டு வடிவில் காட்சியளிக்கிறது. இக்கூரையின் நடுவிலிருந்து வளைவு வளைவாகச் அமைக்கப்பட்டுள்ளன. இம் மண்டபமும், முக மண்டபமும் ஒன்றிணையும் போது இடையில் வருகங்களும் அணி

வகைகளும் பிறவும் சேர்ந்து இணைந்து ஒன்றே போல் நீண்டு இருப்பதைப் போல் காட்சியளிக்கின்றன.

பதினோராம் நூற்றாண்டுக் கோயில்கள் மேற்கண்ட கோயில்களை விட மிகப் பெரிய அளவிலும், பல உறுப்புகளோடும், அணிகளோடும் கட்டப்பட்டவையாகும். கத்தியவாரிலும் இராசபுதனத்திலும் காணப் படும் இக்கோயில்களில் தலைசிறந்து திகழ்வது குச்சரத்தில் மொதேரா விலுள்ள சூரியன் கோயிலாகும். இன்று இக்கோயிலில் சிகரம் முழுவதும் இடிந்து காணப்படுகிறது. இக்கோயிலில் கருவறையும் இதனையடுத்து அர்த்த மண்டபமும், முக மண்டபமும் வரிசையாகக் காணப்படுகின்றன. இதன் சபை மண்டபம், மட்டும் தனித்துக் காணப் படுகிறது. அதன் முகப்பில் இரு தூண்களுக்கிடையில் அழகிய வளை வோடு தோரண வாயில் காணப்படுகிறது. இதன் நீராட்டு மண்டபத்தில் எண்ணிறந்த சிறு தேவதைகளின் மாடங்கள் உள்ளன. இதன் மண்டபம் மிகப் பெரியதாகவும் எண்கோண வடிவத்திலும் தோரண வளைவுகளு டனும் ஒவ்வொரு மூலையிலும் இரட்டைத் தூண்களுடனும் கட்டப் பட்டுள்ளது. அதன் சுவர்களில் காணப்படும் மாடக்குழிகளில் பன்னிரண்டு ஆதித்தியர்களின் சிற்பங்கள் உள்ளன.

மேவாரிலுள்ள கராதுக் கோயில்களின் சிகரங்கள் பல குறுஞ் சிகரங்களை உடையனவாகவும் உள்ளன. இதுவரை கூறிய சோலங்கிக் கோயில் களில் ஒன்று சிவனுக்கும், மற்றொன்று திருமாலுக்கும் எழுப்பப் பட்டுள்ளது.

இந்நூற்றாண்டைச் சேர்ந்த தினாசிலுள்ள மாலாக் கோயிலும் பிறவும் சோலங்கிப் முறையின் வடிவமைப்புகளுக்கு எடுத்துக்காட்டாக வுள்ளன. பொதுவாக இவற்றின் மண்டபமும் தாழ்வாரமும் மணி வடிவத்திலான கூரையைப் பெற்றுள்ளன. பன்னிரண்டாம் நூற்றாண்டைச் சேர்ந்த கோயில்களில் சித்தாபூரிலுள்ள உருத்திர மாலா கோயிலும், கத்தியவாரிலுள்ள சோமநாதன் கோயிலும் மிகச் சிறப் பானவை. இக்கோயில்கள் முகம்மதியரால் அழிக்கப்பட்ட பின் மீண்டும் புணரமைக்கப்பட்டது.

சோலங்கி மன்னன் செய்சிம்ம சித்தராசன் (1094 - 1144) என்பவனால் தான் உருத்திர மாலா கோயில் அமைக்கப்பட்டது. இதன் மண்டபம்

மூன்று அடுக்குகளாக இருந்திருக்க வேண்டும். இதனையடுத்து மிகச் சிறந்த கோயிலாகக் காணப்படுவது சோமநாதன் கோயிலாகும். இது சோலங்கி, மரபினர்களுக்கு முன்னிருந்தவர்களால் கட்டப்பட்ட தென்றும், பன்முறை பலராலும் புதுப்பிக்கப்பட்டதென்றும் கூறுவர். முகமது கசினியால் அழிக்கப்பட்டதற்குப் பின் இக்கோயில் சோலங்கி மன்னன் குமாரபாலன் (1144 - 1173) என்பவனால் மீண்டும் புதுப்பிக்கப் பட்டது. இதன் துணைக் கட்டடங்களையும் சேர்த்துப் பார்த்தால் உருத்திர மாலா கோயில் அளவுக்கு இருந்திருக்க வேண்டுமெனத் தொல் பொருள் ஆய்வாளர்கள் குறிப்பிடுகின்றனர்.

கி.பி. பதின்மூன்றாம் நூற்றாண்டைச் சேர்ந்த கோயில்களில் தலை சிறந்த கோயிலான அபு மலையிலுள்ள தேசு பாலா கோயிலைப் பற்றி நாம் ஏற்கெனவே பார்த்தோம். பிற்காலத்தில் கட்டப்பட்ட கோயில்கள் யாவும் சமணக் கோயில்களாகவே காணப்படுகின்றன. கர்னார், சதுருஞ்சயம் முதலிய குன்றுகளிலும் சுனாகார் மாவட்டத்தில் கிர்நாரி லுள்ள ஆதிநாதர் கோயிலும், மெசானா மாவட்டத்தில் சரங்கா என்னு மிடத்திலுள்ள கோயிலும், இராசசுதானத்தில் இரானாக்பூரிலுள்ள கோயிலும் சமணக் கோயில்களாகும். இவை கி.பி.13-ஆம், 14-ஆம் நூற்றாண்டுகளில் சோலங்கி மன்னர்களால் கட்டப்பட்டவையாகும். இவை கி.பி.15-ஆம், 16-ஆம் 17-ஆம் நூற்றாண்டுகளிலும் சிறப்புற்றுத் திகழ்ந்தன.

48

காச்சா பாகதர் கோயில்கள் கி.மு. 10, 11-ஆம் நூற்றாண்டுகள்

காச்சா பாகதர் மரபினர் வடநாட்டின் குவாலியரை மையாகக் கொண்டு ஆட்சி புரிந்தவர்கள். தற்போதைய மத்தியப் பிரதேசத்திலுள்ள பெரும் பகுதிகளை ஆட்சி புரிந்தனர். இடைக்கால மைய இந்திய வரலாற்றில் சிறப்புற்று விளங்கிய இவர்கள் மூன்று கிளைகளாகப் பிரிந்து குவாலியர். தூப்புகுண்டு, நார்வார் ஆகிய இடங்களை மையமாகக் கொண்டு தனித்தனி அரசுகளை அமைத்துக் கொண்டார் கள். இவ்விடங்களிலெல்லாம் இவர்கள் கட்டியக் கோயில்கள் சில தனித் தன்மைகளைப் பெற்றுள்ளன. இக்கோயில்கள் தாழ்வான மேடை மீது கட்டப்பட்டவை.

காச்சா பாகதர் கோயில்களில் சிறப்பானது கி.பி.10 -ஆம் நூற்றாண்டில் சுகனியா என்னுமிடத்தில் கட்டப்பட்ட சுகன்மத் எனப்படும் கோயி லாகும். இக்கோயிலை இம்மரபைச் சேர்ந்த கீர்த்திராசன் (கி.பி.1015 - 35) என்பவன் கட்டினான். உயரமான மேடையின் மீது கட்டப்பட்ட இக் கோயிலைச் சுற்றிலும் பல தேவதைகளின் சிறு கோயில்கள் அமைந் துள்ளன. இதன் கருவறையைச் சுற்றிலும் மண்டபமும், புகுமுக மண்டபமும் அமைந்துள்ளன. இவற்றுக்குப் படிக்கட்டுகள் அமைக்கப் பட்டுள்ளன. இதன் சிகரத்தின் உயரம் சுமார் 100 அடி ஆகும்.

கத்வகா என்னுமிடத்தில் 25 க்கும் மேற்பட்ட கோயில்கள் உள்ளன. முராயத் (Murayat) என்னும் கோயிலே மிகவும் பெரியதாகும். இது கி.பி. 1075 ல் கட்டப்பட்டது. ஐந்தேர்க் கருவறையையும், மண்டபங்களையு முடைய இக்கோயிலின் உட்புறச் சுவர்களில் அழகிய சிற்ப வேலைப் பாடுகள் காணப்படுகின்றன.

குவாலியர்

பழங்காலத்தில் இதற்குக் கோபத்திரி என்று பெயர். இதனை முதலில் பிரதிகாரர்களும் பின்னர் அம்மரபினருக்குட்பட்டுக் காச்சா பாகதர் மரபைச் சேர்ந்த இலக்குமணன் என்பவன் ஆட்சிப் புரிந்தான். இவனுக்குப் பின் இவன் மகன் வச்சிரதாமன் இதனை ஆண்டபோது தான் இம்மரபினர் இதனைத் தனித்து ஆள முற்பட்டனர். இவனுக்குப் பின்னால் மங்களராசன், கீர்த்திராசன் ஆகியோர் ஆண்டார்கள். கசினி முகமது 14 வது முறையாக (கி.பி.1021 - 22) படையெடுத்த போது குவாலியரை ஆண்டு கொண்டிருந்தவன் கீர்த்திராசன் (கி.பி.1015 - 35) ஆவான்.

குவாலியரில்தான் மேற்கூறிய ககன்மத் கோயிலும், முராயத் கோயிலும் உள்ளன. இவற்றைத் தவிர சாசு - பாபு என்னும் மிகச் சிறந்த இரட்டை வைணவக் கோயிலாகும். இதுவே இம் மரபினர் கட்டிய கோயில்களுக் கெல்லாம் சிறப்பானதாகத் திகழ்கிறது. இவற்றிலொன்றை மகிபலான் என்ற அரசன் கி.பி. 1093 ல் கட்டினான். மூன்று அடுக்குகளையுடைய இதன் சிகரம் மணிவடிவமுள்ளது. இதன் உட்கூடம் பன்னிரண்டு சுவரோடு ஒட்டிய சதுரத்தூண்கள் தாங்கி நிற்கின்றன. மிக அழகிய அணியினால் இக்கோயில் உள்ளும், புறமும் எழில்பெற்றுத் திகழ்கிறது.

இம் மரபினரில் மற்றொரு பிரிவினர் தூப்குண்டு என்னுமிடத்திலிருந்து ஆட்சி புரிந்தார்கள். குவாலியருக்குத் தென் மேற்கே இந்நகர் சந்தோபா என்றும் அழைக்கப்பட்டது. இதனை காச்சா பாகதர் மரபின் மற்றொரு கிளையினர் தனித்து ஆண்டனர்.

நார்வார்

பண்டைய நாலாபுரம் என்பதே நார்வார் ஆகும். சகாதேவன் என்ற யசலபால மரபைச் சேர்ந்த அரசன் நார்வார், குவாலியர், சந்தேரி,

மாளவம் முதலிய இடங்களை வென்று பெரும்படையுடைய அரசனாய் விளங்கினான். பால்பன் (கி.பி.1251 ல்) இவனைத் தோற் கடித்து இவனுடைய கோநகரைக் கொள்ளையடித்தான். இவனுக்குப் பின் பலர் நார்வார் அரசு கட்டிலேறினர். கடைசியாக ஆண்டவன் கணபதி (கி.பி.1291 - 1298) என்பவனாவன்.

வட நாட்டின் உச்சியில் இமயமலைச் சாரலில் வடக்கிலிருந்து கிழக்கே டார்ஜீலிங் வரை ஒரு நீண்ட பரப்புண்டு. காசுமீரம், இமலயப் பிரதேசம், சிக்கிம், பூட்டான், நேபாளம், தொடர்ந்து டார்ஜீலிங் வரையில் இமயமலைச்சாரல் பகுதிகள் பல்வேறு மன்னர் களால் பல்வேறு பகுதிகள் ஆளப்பட்டு வந்த பகுதிகளாகும். இன்றைய நாளில் பூடான், நேபாளம் ஆகியப் பகுதிகள் தனித்தனி நாடுகளாக விளங்குகின்றன.

●

49

காசுமீரக் கோயில் கலை

இமாலயப் பகுதியிலுள்ள காசுமீரம் காலகாலமாக பல்வேறு பண்பாட்டு தாக்குதல்கள் எதிர்ப்பட்ட இடமாக இருந்தது. அது வடநாட்டின் ஒரு பகுதியாக இருந்து வருவதால், அதன் வரலாற்றில் பல்வேறு கட்டங்களில் பல மாறுதல்களைக் கண்ட போதிலும் அதன் பண்பாடு வடநாட்டினுடையதாகவே எப்போதும் இருந்து வருகிறது. பிற்கால இசுலாமிய செல்வாக்கு மேலெழுந்தவாரியாக இடம் பெற்றிருந்த போதிலும் காசுமீரத்தின் பண்பாடுதான் கோயில் கட்டடக் கலைத்துறையிலும் அதற்கொரு நீண்ட வரலாறு உண்டு. அவற்றை மூன்று பிரிவாகக் கூறலாம். முதல் கட்டம் கி.மு.மூன்றாம் நூற்றாண்டி லிருந்து கி.பி. 200 வரையுள்ளது. இக்காலத்திய பௌத்த கோயில்களின் எஞ்சியப் பகுதிகள்தான் இன்றுள்ளன. இவற்றுள் தூபம், சைத்ய மண்டபம் ஆகியவை முக்கியமானவை. காசுமீர் அருகே அர்வானில் அகழ்ந் தெடுக்கப்பட்ட தூபத்தின் எஞ்சியப் பகுதிகள், காந்தார வகையைச் சேர்ந்தது என்பதைக் காட்டுகின்றன. இதே இடத்தில் கண்டு பிடிக்கப்பட்ட சைத்ய மண்டபத்தின் எஞ்சிய பகுதிகள் அது வழக்கமான அரைவட்ட அமைப்புக் கொண்டது என்பதைக் காட்டுகின்றன.

கி.பி. மூன்றாம் நூற்றாண்டிலிருந்து எட்டாம் நூற்றாண்டு வரையுள்ள இரண்டாவது காலகட்டத்தைச் சேர்ந்த சில கட்டடங்கள் சுட்ட மண்ணிலான அழகிய சிற்பங்களைக் கொண்டுள்ளன. கட்டடக் கலை ஆர்வத்தை ஆரம்ப காலக் கட்டடங்கள் புலப்படுத்திய போதிலும், அவர்கள் கையாண்டிருக்கும் முறை மிகப் பழைமையானது. ஆனால், *8* முதல் *14* வது நூற்றாண்டு வரையுள்ள மூன்றாவது கட்டத்தில் இக் கலையும் மக்களின் இதர வாழ்க்கைக் கூறுகளும் புத்துயிர் பெற்றன. இந்த மலர்ச்சியைக் குறிப்பாக இக்காலகட்டத்தைச் சேர்ந்த கோயில் களில் காணலாம். காசுமீரத்தை ஆட்சிபுரிந்த மாபெரும் மன்னனான இலலிதாதித்யனால் *(724 - 760)* இது தொடங்கப் பெற்றது என்று கூறுவர்.

இந்தக் காலத்திலிருந்து காசுமீரத்தில் கட்டப்பட்ட கோயில்கள் எல்லாம் பல கட்டடங்களைக் கொண்டதாக பெரிய அளவில் அமைக்கப் பட்டன. பெருங்கற்களை வியப்பூட்டும் விதத்தில் நுட்பமாக செதுக்கிப் பயன்படுத்தியுள்ளனர். ஆழ்ந்த அனுபவத்தையும், ஆற்றலையும் அதிலே நாம் காண முடிகிறது. இங்குள்ள கோயில்களின் சிறப்பு கூறுகள், கிரேக்க வகைத் தூண்களமைந்த முகப்பு வாயில்கள், சாந்து அல்லது இரும்பு முனைகளைக் கொண்டு கற்களை இணைத்திருப்பது, வரிசையாகத் தூண்களமைந்த சுற்றுச் சுவர் ஆகியவையாகும்.

மூன்றாவது கட்டத்தின் காலத்தால் முற்பட்ட எடுத்துக்காட்டுகளுடன் காசுமீர் அருகேயுள்ள பரிகாசு புரத்திலும், புராணாதிசுதானத்திலும் இருக்கும் பெரிய பௌத்த ஆலயங்கள் முக்கியமானவை. இவற்றில் வழக்கமான தூபமும், சைத்ய மண்டபமும் உள்ளன. தூபம் அடுக்குகள் கொண்ட வகை, ஒரு பெரிய சுற்றுச் சுவருக்குள் சைத்திய மண்டபம் உள்ளது. இதன் முற்றத்தின் நடுவிலுள்ள கருவறை அரைவட்ட வடிவில் இருப்பதற்கு மாற்றாக வைதீக கோயில்களில் உள்ளதைப்போல் சதுரமாக இருக்கிறது. இவை பாழடைந்து இருந்த போதிலும் கட்டப் பட்டுள்ள விதத்தை எளிதில் அறிந்து கொள்ள முடிகிறது. பெரிய கற்கள் இதற்குப் பயன்படுத்தப்பட்டுள்ளன. சைத்ய கருவறையின் அடித்தளம் ஒரே கல்லாலானது. இக்கட்டடத்தில் சுண்ணாம்புக் காறை உபயோகப் படுத்தப்பட்டிருப்பதும் குறிப்பிடத்தக்கதாகும்.

இக்காலத்தில் இப்பகுதியில் கட்டப்பட்ட வைதீகக் கோயில்களும் அவைகளுக்குரிய பல கூறுகளைக் கொண்டிருக்கின்றன. இக்கோயிலில் உட்புறம் வரிசையாக மாடங்களமைந்த பிராகாரச் சுவருக்குள் நடுவில் கருவறை இருக்கும். முன்புறத்தில் மண்டபம் எதுவும் இல்லை. கருவறை மீது நாகர முறை சிகரம் கிடையாது. ஆனால் அடுக்குகளா லான மேற்கட்டு உள்ளது. இது மூவிதழ் வளைவுகளும் முக்கோணத் முகப்புகளும் கொண்டது. தூண்கள் துவரங்களுடனும், கிரேக்க வகை உச்சியிடனும் உள்ளன. சாய்வான கூரையமைந்த கோயில்களும் இங்கு உள்ளன. மேலே சொன்ன பௌத்த ஆலயங்களில் செய்திருப்பது போலவே வைதீகக் கோயில்களிலும் நன்கு செதுக்கப்பட்ட பெரும் கற்கள் பயன்படுத்தப்பட்டுள்ளன.

வைதீகக் கோயில்களில் சிறீநகர் அருகிலுள்ள உலுடாவில் இருக்கும் உருத்ரேசர் கோயில் 7 ஆம் நூற்றாண்டைச் சேர்ந்ததாக இருக்கக்கூடும். எளிய சுவர்களைக் கொண்டமைந்த பழைமையானக் கட்டடம். தாக்த்-இ- சுலைமானிலுள்ள சங்கராச்சாரியார் கோயில் ஒரு சிறப்பாகும். சிறீநகர் சங்கராச்சாரியார் கோயில் சதுர வடிவில் அமைந்தது. இதன் கருவறை வட்டமானது. அதில் உயர்ந்த கூரை முகப்பையும், மூவிதழ் வளைவையும் காணலாம். அருகிலுள்ள நரசு தானிலுள்ள கோயிலில் இந்தக் கூறுகள் நன்கு வளர்ச்சியடைந்துள்ளன.

முழுமையாக இவ்விவரங்களைப் புலப்படுத்தும் கோயில் ஆனந்த நாத் அருகே மார்த்தாண்டிலுள்ள சூரியன் கோயிலாகும். இது பாழடைந் துள்ளது. ஆயினும், அடுத்து வந்த காலங்களில் கட்டப்பட்ட கோயில் களுக்கு இது தான் முன்னேடியாக அமைந்தது. வழக்கமான முறையில் இதன் கருவறை மாடங்களைக் கொண்ட திருச்சுற்றின் நடுவில் உள்ளது. பொதுவாகக் கருவறையுடன் சேர்ந்த துணை கட்டடங்கள் எதுவும் இருப்பது இல்லை. ஆனால் தனியே ஒரு முகப்பு வாயில் அதன் இரு புறமும் அறைகளைக் கொண்டதாக இருக்கிறது. கருவறை உயரமான அடித்தளத்தின் மீது அமைந்துள்ளது. பிரமிட் உருவ மேற்கட்டு இருக் கிறது. துருத்திக் கொண்டிருக்கும் சிற்பங்களும், மூவிதழ் வளைவும், முக்கோண முகப்பும், மேலும், அடித்தளத்தில் பெரிய செதுக்கு உருவங்கள் இருக்கின்றன. அழகிய வேலைப்பாடுகள் செய்யப்பட் டுள்ளது. இக்கோயிலுக்கு பெரிய வாயில் கருவறையைப் போலவே சில

மாறுதல்களுடன் திருச்சுற்றின் உட்புறச் சுவற்றில் உள்ள மாடங்கள் எளிய அமைப்புடன் காணப்படுகிறது. இந்த அற்புதக் வேலைப்பாடு இலலிதாதித்யன் காலத்தைச் சேர்ந்தது.

மிகச் சிறப்பான இந்த சூரியன் கோயில் தவிர, அளவில் சிறிய, ஆனால் அழகில் குறையாத, வேறு சில கோயில்களும் எட்டாம் நூற்றாண்டில் கட்டப்பட்டன. சிறீநகர் அருகேயுள்ள வாக்நாத்தில் இருக்கும் கோயில்கள் முற்றிலும் காசுமீர வகையின, பல காலத்தைச் சேர்ந்தவை. இலலிதாதித்யன் கட்டிய சயேசுதிசன் கோயிலும் இவற்றுள் ஒன்று.

இப்பகுதியில் கோவிற்கலை வளர்ச்சியின் அடுத்த கட்டம் அவந்தி வர்மன் என்ற மன்னன் காலத்தில் (855 -883) ஏற்பட்டது. இக்காலத்தைச் சேர்ந்த கோயில்களில் அவந்திபூரிலுள்ள அவந்தீசுவர சிவன், அவந்தி சுவாமி திருமால் கோயில்கள் குறிப்பிடத்தக்கவை. இவைகளும் பாழடைந்துள்ளன. சிவன் கோயிலின் எஞ்சியப் பகுதிகள் மார்த்தாண்டிலுள்ள சூரியன் கோயிலுக்கு அடுத்தபடியான பெரிய கோயில் என்பதைக் காட்டுகின்றன.

திருமால் கோயில் பஞ்சாயதன வகைக் கோயில். ஆனால் உப கோயில்கள் ஒவ்வொன்றும் முற்றத்தின் மூலையில் உள்ளன. கருவறை அமைக்கப்பட்டிருக்கும் மூலவர் மேடை மீது இல்லை. குளம், வெற்றிக் கொடி, சுவர்களில், சிற்ப அலங்காரம் ஆகியவையும் உள்ளன. மாடங் களைக் கொண்ட திருச்சுற்றும் மேற்குப்புறம் வாயிலும் உள்ளன. அருமையான வேலைப்பாடு செய்யப்பட்டிருக்கும் இக்கோயிலை மார்த்தாண்டிலுள்ள சூரியன் கோயிலுடன் ஒப்பிட்டால் நயமும் நளினமும் நிரம்பியதாக விளங்குகிறது.

சம்காரவர்மன் காலத்தில் கட்டப்பட்ட (883 - 902) பட்டளிலுள்ள சங்கர கௌரீசுவரர், சுகந்தீசர் ஆகிய இரு சிவன் கோயில்கள் இன்று பாழ டைந்து விட்ட போதிலும் அதன் வேலைப்பாடுகள் உயர்ந்தரமானவை. சிற்பங்கள் அழகாக செதுக்கப்பட்டுள்ளன. செதுக்கு அணி வேலைகள் திறமையுடன் செய்யப்பட்டவை என்பதைப் புலப்படுத்துகின்றன.

புராணாதிசுதானத்திலுள்ள சிறிய சிவன் கோயில் (12 ஆம் நூற்றாண்டு) காசுமீர வகைக் கட்டடக் கலையை முன்னேற்றக் கூறுகள் கொண்டவை.

முகப்பின் மேற் புறம் சிற்பங்கள் இல்லாமல் இருப்பது முக்கியமானது. இது போல் வேறு எங்கும் காண முடியவில்லை.

மூலை விட்டங்களாக அமைந்த உத்திரங்களைக் கொண்டு விதானம் எழுப்பி யிருப்பதும் குறிப்பிடத்தக்கது. பயர், மமல், கோதர், புமாசு, போன்ற இடங்களில் மேலும் சிறிய ஒரே கல்லாலான கோயில்கள் உள்ளன. இவையும் காசுமீர வகைக்கு எடுத்துக்காட்டு களாகும். வடக்கு பஞ்சாப், வடமேற்கு எல்லைப்புறம் ஆகிய இடங் களிலும் இத்தகைய கோயில்களைக் காண முடிகிறது.

●

50

இமாலயப் பகுதி கோயில்கள்

இமாலயப் பகுதியிலும் இங்கொன்றும் அங்கொன்றுமாக நாகர முறைக் கோயில்கள் உள்ளன. வட இந்தியா முழுவதும் தெரிந்திருந்த சிற்பக்கலை முறை இது ஒன்று தான் என்பதையே இது காட்டுகிறது. இந்தியா மற்றும் கீழை நாடுகளின் கட்டடக்கலை அறிஞரான பெர்குசன் இதற்கு "ஆர்யாவர்த்த பாணி" என்று பெயரிட்டழைக்கிறார்.

இவற்றுள் ஏற்கெனவே கூறப்பட்டுள்ள காங்க்ரா, மசூரிலுள்ள ஒரே கல்லாலான கோயில் காலத்தால் முற்பட்டது (8 -ஆம்நூற்றாண்டு). காங்க்ரா, பைஜ்நாத்திலுள்ள கற்களைக் கொண்டு கட்டப்பட்ட கோயில்கள் 9-ஆம் நூற்றாண்டைச் சேர்ந்தவை. இவற்றுள் ஒரு கோயில் உள்ள ஒவ்வொரு மண்டபத்தின் மூலையிலும் சிறிய அளவு இரேகா கோயில் இடம் பெற்றிருக்கிறது. சம்பாவில் உள்ள கோயில்கள் ஐந்தேர் அமைப்பில் உள்ளவை. இவற்றுள் பெரிய கோயில்களில் பாதத்தில் ஐந்து வருகங்கள் காணப்படுகின்றன. இக்கோயில்களில் அமலகத்தின் மீது ஒன்றும் கண்டியின் மீது ஒன்றுமாக சிறு குடைகள் இடம் பெற்றிருப்பது குறிப்பிடத்தக்கது. இந்த மலைப் பிராந்தியத்தக்கேயுரிய சிறப்புக் கூறாக இது காணப்படுகிறது.

கேதாரிநாத், பத்ரிநாத் கோயில்களிலும் இதைக் காண முடிகிறது. குலு பள்ளத்திலுள்ள பிசெனராவிலுள்ள மகாதேவர் கோயிலும் நாகர முறைக்கு சிறந்த எடுத்துக்காட்டாகும். இதில் ஒரு சிறப்பு என்னவெனின் மூலக்கோயிலின் மூன்று புறமும், அதனை ஒட்டினாற் போல் இருக்கும் மூன்று சிறு கோயில்களாகும். கணேசர், திருமால், துர்க்கை ஆகியவர் களின் சிற்ப உருவங்கள் இவற்றில் உள்ளன. இக்கோயில் 10 -ஆம் நூற்றாண்டைச் சேர்ந்தது.

காசுமீரக் கட்டட முறையின் சாயல்கள் தெற்கே பஞ்சாபின் வட பகுதி யிலும், தென்மேற்கு எல்லைப் புறங்களிலும், சீலம், சிந்து ஆற்றுப் படுகைகளிலும் காணப்படுகின்றன. சிந்து ஆற்றுக்கும், சீலம் ஆற்றுக் கும் கீழைப் பகுதியில் உள்ள சிங்கபுரம் காசுமீர அரசுடன் வெகுகாலம் இணைந்திருந்ததால் காசுமீரக் கட்டடச் சாயல்கள் இங்கும் காணப்படு கின்றன. இதைப் போலவே வடமேற்கு எல்லைபுற மாநிலத்திலும் பல கட்டடங்கள் காணப்படுகின்றன. ஆக, காசுமீரக் கட்டடக் கலை கி.பி. 200 லிருந்து தன்னிச்சையாகத் தொடர்ந்து வளர்ந்து 10-ஆம் நூற்றாண்டில் உச்ச நிலையை எட்டியது. 10 -ஆம் நூற்றாண்டுக்குப் பிறகு பெரிய கோயில்கள் கட்டுவது குறைந்து, சிறிய கோயில்களாகத் தொடர்ந்து 13 -ஆம் நூற்றாண்டின் இறுதி வாக்கில் வளர்ச்சித் தடை பட்டு நின்றது.

நேபாளக் கட்டடங்கள்

நேபாளம் ஒரு தனி நாடாயினும் பழம்பெரும் நாகரிக நாடுகளான சீனம், இந்தியா ஆகிய இரு நாடுகளுக்குமிடையில் அமைந்துள்ளதால் இவ்விரு நாடுகளின் சமயப் பண்புகளும், முறைகளும் இந்நாட்டில் காணப்படுகின்றன. குறிப்பாக பௌத்த சமயம் இந்நாட்டில் ஆழமாக வேரூன்றியுள்ளது. நேபாளம் தெராய்க்காடுகள், சமவெளிகள், மலைக் குன்றுகள், பனிமூடிய மலைத் தொடர்கள் ஆகிய நான்கு இயற்கைக் கூறுபாடுகளைக் கொண்டது. இவற்றுள் தெராய்ப்பகுதி மிகவும் தாழ்ந்து காணப்படுகிறது. வடக்கிலுள்ள இமயதலைப் பகுதிகள் மிக உயர்ந்து காணப்படுவதால் இந்நாட்டில் தட்பவெப்ப நிலை ஒரே சீராக இல்லை. இந்நாட்டின் கிழக்குப் பகுதியில் கோசி என்னும் ஆறும், மேற்குப் பகுதியில் திரிசூலி, பர்கண்டகி, காளி முதலிய ஆறுகளும், இவற்றிற்கும் மேற்புறத்தில் பேரி கர்னலி, சேதி, மகாகளி ஆகிய ஆறு

களும், வேறு பல சிற்றாறுகளும் ஓடிக் கங்கையுடன் கலக்கின்றன. நேபாளத்தில் தான் இமயமலையின் மிக உயர்ந்த சிகரங்களான எவரெஸ்ட், கௌரிசங்கர், கிஞ்சன்சங்கா, தவளகிரி ஆகிய மலைச் சிகரங்கள் உள்ளன. இந் நாட்டிலிருந்து திபேத்திற்குச் செல்லுவதற்கும் பல கணவாய்கள் உள்ளன. இந்நாடு மண் வளமும், மரவளமும், கனி வளமும், ஒருங்கே பெற்றதாகும்.

இந்நாட்டின் பௌத்த தொல்பழங் கதைகளை அடிப்படையாகக் கொண்டு நோக்கும்போது ஆதியில் இஃது ஒரு நீர் நிரம்பிய ஏரியாக இருந்ததென்றும், பின்னர் பாகமதி என்னும் ஆற்றின் வழியாக நீர் முழுவதும் வற்றியா பின்னர் ஒரு வளமான சமவெளியாக மாறிய தென்றும், அதில் குடியேறிய போதிசத்துவர்கள் பெருவாரியான மக்களை இதில் குடியேற்றி நாகரிகத்தை ஏற்படுத்தினார்களென்றும் அறிகிறோம். இதிலிருந்து இந்நாட்டு வரலாற்றின் தொடக்கக் காலத்தி லேயே பௌத்த சமயம் வேரூன்றியிருந்ததென்பதை அறியலாம்.

கி.பி. 1895 -ல் இந்நாட்டில் கண்டெடுக்கப்பட்ட அசோகரின் கல் தூண் இதனை மெய்ப்பிக்கிறது. உரூமின் தாய் என்னும் இடத்தில் ஏறத்தாழ ஈராயிரம் ஆண்டுகளுக்கு முன் அசோகரால் நிறுவப்பட்ட இக்கற்றூண் இன்றும் எத்தகைய அழிபாடுமின்றிச் சிறப்பாகக் காணப்படுகிறது.

புத்தரின் தாயான மாயாதேவி கபிலவஸ்துவிலிருந்து தேவதா என்னு மிடத்திற்கு போய்க் கொண்டிருக்கும்போது மேற்கண்ட உரூமின்தாய் என்னுமிடத்திலிருந்த நீர்த் தேக்கத்தில் குளித்தாரென்றும், பின்னர் அதே இடத்தில் ஓர் மரத்தடியில் புத்தரை ஈன்றெடுத்தாரென்றும் கூறப்படு கிறது. நேபாள நாட்டு வரலாற்றுக் குறிப்புப்படி கி.மு.623 -ல் புத்தர் இங்குப் பிறந்தாரென அறிகிறோம். அசோகர் புத்தரின் வாழ்க்கை வரலாற்றோடு தொடர்புடைய இடங்களுக்கெல்லாம் சென்று நினைவுச் சின்னங்களை எழுப்பினரென்பதை அறிவோம். இதன் அடிப்படையில் அசோகர் உரூமின் தாய்க்கு கி.மு.240 -ல் தமது நான்கு படைப்பிரிவு களுடனும், நறுமண மலர்கள், மலர் மாலைகள் ஆகியவற்றுடனும் உபகுப்தார் வழிகாட்ட வந்தடைந்தார். உபகுப்தர் "ஓ.. பேரரசனே! இதோ! இங்கே தான் அப்புனிதன் பிறந்தான். இந்த இடமே நீர் முதன்முதலாக ஒரு புனிதச் சின்னத்தை எழுப்பி அப்புனிதனைப் போற்றுதற்குரிய சிறந்த இடமாகும்" என்றாராம். அதன்படி இங்கு

அமைக்கப்பட்டதுதான் அசோகரின் கற்றூணாகும். இத் தூணில்தான் புத்தரை "சாக்கியமுனி" என்றும் அசோகரை "பியதசி" என்றும் அறிகிறோம்.

இச்சம்பவத்திற்கு 800 ஆண்டுகளுக்குப் பின்னர் இங்கு வந்த சீனப் பயணி யுவான்-சு-வாங் இக்கற்றூணைக் கண்டாரென்றும், அப் பொழுது இத்தூண் மின்னலால் தாக்குண்டு, உடைந்து அதனுடைய தலைப்பும் தலைப்பில் இருந்த குதிரை உருவமும் தரையில் விழுந்துக் கிடந்தன என்றும் இச் சீனப் பயணி குறிப்பிடுகின்றார். புத்தரின் சீடர்கள் நோபாளத்திற்குச் சென்று புத்த சமயத்தைப் பரப்பினார் களென்பதற்குப் பல சான்றுகள் உள்ளன.

அசோகர் நேபாளத்தின் வேறு சில இடங்களிலும் புத்த சமயச் சின்னங் களை நிறுவினார். காட்மண்டுக்கு தென்கிழக்கிலிருந்த பதான் என்னும் ஒரு சிறு நகரத்தில் அசோகரால் நிறுவப்பட்ட ஐந்து சின்னங்கள் உள்ளன. நான்கு மூலையிலும் நான்கும், நடுவில் ஒன்றுமாக இவை அமைந்துள்ளன. நடுவிலுள்ள சின்னத்திற்குப் பிம்பாகில் என்ற பெயர் வழங்குகின்றது.

காட்மண்டுக்கு தென் கிழக்கிலுள்ள கீர்த்திபூர் என்னுமிடத்தில் ஒரு தூபம் உள்ளது. இவ்வூர் கோட்டை நகராக இருந்திருக்க வேண்டும். இத்தூபி பலமுறை பழுது பார்க்கப்பட்டு அவ்வப்போது மாற்றி யமைக்கப்பட்டிருப்பதால் இதன் மூலத்தையும், யாரால் கட்டப்பட்டது என்பதனையும், இதன் காலத்தையும் கணிக்க முடியவில்லை என வரலாற்று ஆய்வாளர்கள் கூறுகின்றனர். மேற்கூறிய அசோகரின் சின்னங்கள் மிகப் பழையகாலத் தன்மையைப் பெற்றுள்ளன. கீர்த்தியூரிலுள்ள அவரது தூபங்கள் எளிமையான தோற்றமுடையவை. இவற்றைத் தவிர நேபாளத்தில் புத்தர் காலத்தவையான பல தூபங்கள் காணப்படுகின்றன. அவை கூண்டுவண்டி வடிவிலானவை; செங்கற் களால் கட்டப்பட்டவை; எத்தகைய அணியுமின்றிக் காணப்படுபவை.

நேபாளத்திலுள்ள பௌத்த, வைதீக சமயக் கட்டடங்களை நோக்கும் போது பொதுவாக அவை சிகரங்களாகவே வளர்ந்து காணப்படு கின்றன. குறிப்பாகப் பௌத்த சமயக் கட்டடங்கள் கூம்பு வடிவிலான பல நிலைமாடங்களையுடைய சிகரங்களாய்க் காணப்படுகின்றன. ஆகவே உலகெங்கிலும் இதே சீராக வளர்ந்துள்ள பௌத்தக் கட்டடத்

தின் மூலத்திலிருந்தே நேபாளக் கட்டடங்கள் வளர்ச்சியடைந்தன என்பர் கட்டடக்கலை அறிஞர்கள். ஆனால், இந்நாட்டில் ஆதியில் குடியேறிய நேவார் மக்களின் கட்டட முறையிலிருந்தே இந்நாட்டிலுள்ள பௌத்த, வைதீக சமயக் கட்டடங்கள் வளர்ந்தனவென இன்றைய ஆராய்ச்சியாளர்கள் கூறுகின்றனர்.

நேபாளத்தில் காணப்படும் பௌத்தக் கட்டடச் சின்னங்களின் மூலத்திலிருந்துதான் பிற நாடுகளின் புத்த சமயச் சின்னங்கள் வளர்ந்தன வென்பதும் இன்றைய ஆராய்ச்சியாளர் கருத்தாகும். எடுத்துக்காட்டாகப் பர்மாவிலுள்ள பௌத்தச் சிகரங்கள் (Pagoda) நேபாளத்திலுள்ள புத்தக் கோபுரங்களின் போலிகைகளாகவே உள்ளன. ஆனால் நேபாளப் புத்தக் சிகரங்களின் ஒவ்வொரு மாடியிலும் ஓடுகளும் உலோகத் தகடு களும் பயன்படுத்தப்பட்டிருக்கின்றன. மரம் கட்டடத்தின் பெரும் பகுதியை ஆக்கிரமித்திருக்கிறது. இதிலிருந்து நேபாளக் கட்டடங்கள் தொடக்கக்கால வளர்ச்சியையுடையன என்பதை அறியலாம்.

நேபாளத்திலிருந்து திபேத்திற்குக் கி.பி. ஏழாம் நூற்றாண்டில் புத்த சமயம் பரவியதென்பதற்கும் நேபாளத்திலுள்ள நேவார் மக்களின் நாகரிகமே திபேத்திய நாகரிகத்திற்கு ஒளியூட்டியதென்பதற்கும் பல சான்றுகள் உள்ளன. இதைப்போலவே திபெத்து நாட்டுப் பண்பியல்பு கள் நேபாள நாட்டில் வேரூன்றியுள்ளதையும் அறிகிறோம். எடுத்துக் காட்டாக நேபாளத்தின் தலைநகரான காட்மண்டு பல்வேறு நாடுகளின் பண்பாட்டுக்கு உறைவிடமாகவுள்ளது. இதில் காணப்படும் நெடிய தூபங்களும், உயர்ந்த சிகரங்களும், அழகிய கோயில்களும் பிறவும், பல்வேறு கட்டட முறைகளையும், பண்பாட்டுக் கூறுபாடுகளையும் பெற்றிருப்பதை அறியலாம்.

நேபாளத்தில் காணப்படும் கோயில்களை பௌத்தக் கோயில்கள், வைதீக கோயில் அரசர்கள், அரச குடும்பத்தார் ஆகியோர் வசிந்த கட்டடங்கள் ஆகிய பிரிவுகளின் கீழ் அறியலாம். நேபாளத்தின் பண்டைய கோநகர்களான காட்மண்டு, பதான், பாத்கான் ஆகியவற்றி லுள்ள கட்டடங்கள் வரலாற்றுச் சிறப்பு மிக்கவையாகும்.

நேவார்களின் கோயில்களில் மக்கள் கூடிநின்று தொழுவதற்கான மண்டபங்களும், விழா மண்டபங்களும் காணப்படவில்லை. பிற கோயில்களில் இம் மண்டபங்களிலும், பிற கட்டடங்களிலும் காணப்

படும் சோடனைகள் யாவும் இக்கோயில்களின் கருவறையிலும் அதன் சிகரத்திலும் காணப்படுகின்றன. கருவறையைச் சுற்றிலும் காணப்படும் திருச்சுற்று அல்லது சுற்றுத் தாழ்வாரமும், மண்டபமும் ஒரு சில கோயில்களில்தான் காணப்படுகின்றன.

நேபாளத்துக் கட்டடங்கள் கோயிலாயினும், அரண்மனையா யினும், அரச கொலுமண்டபமாயினும் அல்லது மாளிகையாயினும் இத்தகைய சோடனைகள் அவற்றின் தன்மைக்கேற்ப ஒரே சீராய்க் காணப்படுகின்றன. கட்டடத்தின் வாயில்கள், இறவாரங்கள், சிகரங்கள் முதலியவற்றில் மரத்தூண்கள், பலகைகள் ஆகியவற்றைப் பயன்படுத்தி முகப்புச் சோடனைகள் அமைக்கப்பட்டுள்ளன. செங்குத்தான கட்டடங் களுக்கு வெளிப்பகுதியில் நீண்டு நிற்கும் முகடுகளில் இத்தகைய முகப்புச் சோடனைகள் காணப்படுகின்றன. இறவாரம், சாளரம், கதவு, சிகரம் முதலியவற்றில் இத்தகைய முகப்பு அணிச் சோடனையும், வளைவடைப்புச் சிற்பங்களும் காணப்படுகின்றன.

இத்தகைய முறையைக் கொண்டுதான் நேபாளக் கட்டடத்தின் தனித்தன்மையைக் காண்கிறோம். இத்தகைய முறை "மரக்காலத்தின் கூறுபாடாகும்" மரவுத்தரத்தைப் பாய்ச்சி உத்தரத்தின் முனைகள் முடியுமிடங்களில் இத்தகைய முகப்புச் சோடனைகளை ஆக்கும் முறை மரக்கட்டடத்தின் வளர்ச்சி தன்மையிலானது. ஆகவே சாஞ்சித்தூபி போன்றவற்றிலிருந்து இம்முறை பெறப்பட்டது எனச் சிலர் கூறுவர்.

நேபாள நாட்டுக் கட்டடங்களில் சிறப்பாகக் காணப்படுவது சிகரம் ஆகும். இது எந்த மூலத்திலிருந்து அடியிலிருந்து போகப் போக இடை குறுகி வளர்ந்து சென்று இச்சிகரம் முடிகிறது. அடியிருந்து முனைவரை நீண்டு காணப்படினும் ஒவ்வொரு அடுக்கும் தனித்தனிப் முறையில் கட்டப்பட்டுள்ளது. அதாவது தனித் தனி முறையில் கட்டப்பட்ட பல்வேறு கட்டடங்களை ஒரு நீண்ட கூம்பு வடிவிலான சட்டத்திற்குள் அடக்கி வைத்தாற்போல் இவை காட்சியளிக்கின்றன.

வட நாட்டு சிகர வகைகள் அனைத்தையும் நேபாளக் கட்டடத்தின் ஒரே சிகரத்தில் காணலாம். இந்தியாவில் உருசிருங்கா, அமல சீலா முதலிய சிகரம் முறைகளை உடைய தனித்தனிக் கட்டடமுறைகளைக் காண்கி றோம். ஆனால் நேபாளத்தில் ஒரே கட்டடத்தில் இத்தகைய சிகரம்

முறைகள் யாவும் அமைக்கப்பட்டு அவை ஒரே சிகரமாகக் காட்சியளிக் கின்றது.

பதான் தர்பார் சதுக்கத்திலுள்ள கிருட்டிணன் கோயில் மூன்று அடுக்குகளைக் கொண்டது. இம் மூன்று அடுக்குகளும் மூன்று விதமான முறைகளைப் பெற்றுள்ளன. எண்கோண வடிவிலான இதன் தூண்களின் அடியமைப்பும், போதிகையும், வளைவளப்பை அடுத்துள்ள சதுரப் பலகை ஆகியவையும் குறிப்பிட்ட ஒரு முறையில் அமைந்திருக்க வில்லை. இக்கிருட்டிணன் கோயில் தூண் காசுமீரம் மற்றும் இமய மலைப் பகுதியில் உள்ள கோயில்களில் காணப்படும் தூண்களின் வளர்ச்சிக்கு எடுத்துக்காட்டாய்த் திகழ்கிறது. பொதுவாக இக்கோயில் முறையை இமயமலைக் கோயில் முறை என்று கூறலாம்.

சுயம்புநாத் தூபம் காட்டுமண்டுக்கு மேற்கில் அமைந்துள்ளது. உயர மான சிகரங்களும், பல திருவுருவங்களும், சுற்றிலும் பல தொழுகை மண்டபங்களும் இதில் காணலாம். அமைதியே உருவான புத்தரின் உருவச் சிலைகள் இதில் அமைக்கப்பட்டுள்ளன. சுயம்புநாதரின் கோயில் மிகப் பரந்த வெளியில் அமைக்கப்பட்டிருக்கிறது. இதனைச் சுற்றிலும் பல பௌத்த சமயத் திருஉருவங்கள் காணப்படுகின்றன.

புத்தநாத் தூபி

நேபாளத்தில் காணப்படும் பழம் பெருந்தூபங்களில் இது மிகவும் சிறப்புடையதாகும். இது காட்மண்டிற்கும், சங்வ என்னும் இடத்திற்கு நடுவிலுள்ள பசுபதி என்ற இடத்தில் உள்ளது. இது சுயம்புநாதர் தூபத்தை விட அழகாகவும் அணிகளுடனும் அமைந்தள்ளது. இதில் நாற்புறமும் உலோகத்தாலும் தந்தத்தாலுமான மனிதக் கண்கள் பக்கத்திற்கு இரண்டு என நாற்புறமும் காணப்படுகின்றன. இக்கண் களின் அமைப்பைக் கொண்டு இத்தூபத்தை சுராஞ்-முகம் என அழைப்பர். இத்தூபத்தை சுற்றிலும் இலாமாக்களின் இருப்பிடங்கள், பலமான மதிலால் கட்டப்பட்டுள்ளது. புத்தரின் எச்சத்தையிட்டு கட்டப் பட்டதால் இத்தூபத்தை புனிதச் சின்னமாகக் கொண்டு ஏராளமான இலாமாக்கள் குடியேறலாயினர். பின்னர் பொதுமக்களும் இங்குக் குடியேறத் தொடங்கினார். இத்தூபியின் வாயில் மேற்குப் பார்த் துள்ளது. இஃது ஒரு கோயிலைப் போலவே மூன்று அடுக்குகளைப் பெற்றுள்ளது. மாடிகளின் கூரை ஓடுகளால் மூடப்பட்டுள்ளது.

பொதுவாக காட்மண்டில் காணப்படும் தூபங்கள் நேபாளத்தி லுள்ள பல தூபங்களினின்று வேறுபடுகின்றன. இவற்றின் அடிப்பகுதி பதின் மூன்று பட்டைகளை உடையதாகவும், உச்சி மூன்று குடைகளை யுடையதாகவும் காணப்படுகின்றன. காட்சி மேடை மட்டும் வடநாட்டு முறையில் அமைக்கப்பட்டுள்ளது.

நாம் தொடக்கத்தில் குறிப்பிட்ட அசோகரின் சின்னங்களையடுத்து, ஒரு மலையின் உச்சியில் வாலிரோச்சனா என்னும் இக்கோயில் உருளை வடிவிலானது. பக்கவாட்டில் இதனுள் சென்றால் பூசைப் பொருள்களை வைக்கும் ஒரு சிற்றறை காணப்படுகிறது. இதன் நான்கு மூலைகளிலும் வழிபாட்டிடங்கள் காணப்படுகின்றன. அவற்றில் முறையே அமிதபா, அரத்தினசம்பவா, அஃசோபியா, அமோகசித்திரா ஆகிய நான்கு தியானப் புத்தரின் உருவங்கள் அமைந்துள்ளன. இக்கோயிலின் அமைப்பைக் கூர்ந்து நோக்கும்போது பிற சமயப் பண்பாடுகளையும் தன்னகத்தே கொண்டுள்ளதை காண்கிறோம்.

மேற்கூறிய தூபங்களைத் தவிர நேபாளம் முழுவதும் மண்ணாலான பல பௌத்தச் சின்னங்கள் காணப்படுகின்றன. முற்றங்களையுடைய சிறு தூபிகளை இங்குள்ள மக்கள் சைத்தியம் என்று குறிப்பிடுகின்றனர். அவை கட்டப்பட்டுள்ள இடத்தை சிறு மடாலயங்கள் (Chibahal) என அழைக்கின்றனர். இத்தகைய சிறு மடாலயங்கள் கற்காலத்தில் கட்டப் பட்டவையாகும். ஆனால் இவை அசோகர் காலச் சின்னங்கள் போலவே எளிமையான அமைப்பை உடையவை.

•

51

காகேதேயர் கோயில்கள்

மேலைச் சாளுக்கியர்களின் ஆதிக்கம் குன்றிய காலத்தில் 12, 13 நூற்றாண்டுகளில் ஆந்திர மாநிலம் வரங்கள் நாட்டின் சிற்றசர்கள் காகேதேயர்கள் சைவ சமயத்தை உயர்த்திப் பிடித்தவர்கள் ஆவர். இவர்கள் தங்கள் ஆட்சிப் பகுதியில் பல கலைக் கோயில்களை எழுப்பி யுள்ளனர்.

காகேதேய மன்னர்களில் குறிப்பிடத்தக்ககவர்கள் இரண்டாம் பொராளள், உருத்திர தேவன், கணபதி தேவன், பிரதாப உருத்திர தேவன் முதலியோர் சிறப்பானவர்கள் ஆவர். காகேதேயர்களின் கோயில் கலைக்கு எடுத்துக்காட்டாக வரங்கல், பாலம்பட்டு, அனும கொண்டா திரிபுராந்தகம், மச்சிராலா போன்ற இடங்களில் காணலாம்.

பிரதாப ருத்ரனால் 1162 -இல் கட்டப்பட்ட அனம் கொண்டாவிலுள்ள 300 தூண்களமைந்த கோயில் வகை குறிப்பிடத் தக்கது. சிவன், மாலன், சூரியன் ஆகிய மூன்று இறைவர்களுக்குரிய கோயில்களைக் கொண்டது இது. திரிகூட வகையைச் சேர்ந்தது. ஒரு பொது மண்டபத்தில் கோயில் களின் வாயில்கள் உள்ளன. மண்டபத்துக்கு மூன்று புறமும் மூன்று வாயில்கள் உள்ளன. எல்லாம் ஒரே மேடையில் கட்டப்பட்டவை.

கோயிலின் ஒவ்வொரு பகுதியும் பல மடிப்புகளை கொண்டது. நடுவில் துருத்திக் கொண்டிருக்கும். மாடத்தில் மேற்புறம் ஒரு சிறிய விமானம் உள்ளது. கோயில்களின் மேற்கட்டு சிதைந்து விட்டதால் அதன் முழுத் தோற்றத்தைப் பற்றி அறிய இயலவில்லை. கோயிலின் முன்புறம் உள்ள மண்டபம் காகேதேய கட்டடக் கலைக்கு குறிப்பிடத் தக்க எடுத்துக்காட்டாகும். அதில் 300 தூண்களுக்கு மேல் உள்ளன. ஒவ்வொன்றும் கடையப்பட்டு நுண்ணிய வேலைப்பாடுகள் நிறைந் தவை. இவ்வளவு அதிக அளவு தூண்கள் கொண்ட மண்டபம் இருப்பதால் 1000 கால் கோயில் என்கின்றனர்.

பதிமூன்றாவது நூற்றாண்டில் இப்பகுதியில் வழக்கில் இருந்த கட்டடக் கலைக்கு எடுத்துக்காட்டாக பலம்பேட் கோயில்களை கூறலாம். மூலக் கோயில் சதுர வடிவத்துடன் மேடை மீது கட்டப்பட்டது. அதன் பக்கங் களில் ஐந்து முகப்புகள் உள்ளன. முகப்பின் மீது மூன்றடுக்கு சிறிய அளவு விமானம் இடம் பெற்றுள்ளது. பிற மாடங்களில் சுதைச் சிற்பங் களும் உச்சியில் விமான மேற்கட்டும் இருக்கின்றன. இவை செங்கற் களால் கட்டப்பட்டவை. கோயிலில் வழக்கமான அந்தராலமும் அரங்கமும் இருக்கின்றன. மேடையில் வரிசையாக 32 கல் தூண்கள் உள்ளன. மேலும் அரங்கத்தின் நான்கு மூலைகளிலும் இரண்டு சிறு கோயில்கள் உள்ளன. மண்டபத்தின் அழகிய தூண்களில் கண்ணைக் கவரும் சிற்பங்கள் இருக்கின்றன. இவற்றுள் சுமார் 5 அடி உயரப் பெண் சிற்பங்கள் உள்ளன. இவை அமராவதியிலும் நாகார்சுன கொண்டாலிலும் உள்ள யட்சி சிற்பங்களை ஒத்து உள்ளன. விதானமும் மண்டபத்தின் உட்பகுதியில் இதர இடங்களும் அழகிய சிற்ப வேலைப்பாடுகள் செய்யப்பட்டு விளங்குகின்றன. வெளிப்புறத்தில் மிதுனங்கள் உட்பட பல்வேறு சிற்பங்கள் உள்ளன. தக்காணத்தில் 13-ஆம் நூற்றாண்டில் விளங்கிய திராவிட முறைக்கு இக்கோயில் சிறந்த எடுத்துக்காட்டாகும்.

காகேதேயர்கள் கட்டடக் கலைக்கும் சிற்பக் கலைக்கும் மிகச்சிறப்பான எடுத்துக்காட்டு வரங்கள் தூண்கள் எனப்படும் மிகச் சிறந்த வாயில் களாகும். அவர்களின் காலத்தில் பௌத்த தூபிகளுக்குமுன் அமைக்கப் படும் வேலியில் நார்புறமும் அமைந்த வாயில்கள் போல இவைகள் அமைந்துள்ளன. இத்தூண்கள் ககேதேயர் கலைக்கு மிகச்சிறந்த எடுத்துக் கட்டாக இன்றும் விளங்கி நிற்கின்றன.

52

போசாளர் (ஒய்சாளர்) கோயில் கலை

கிழைச்சாளுக்கியர்களான பிற்காலத்து மன்னர்கள் சோழர்களோடு மண உறவு கொண்டனர். சாளுக்கியர் சோழர் மணவுறவால் இவ்விரு நாடுகளும் பல சமயங்களில் ஒரு குடைக்கீழ் ஆட்சி புரிந்தனர். பின்னர் கீழை சாளுக்கியர்கள் தேவகிரி யாதவர்களால் தோற்கடிக்கப்பட்டனர். கி.பி. 1190 ல் இச்சாளுக்கிய மன்னர்கள் முற்றிலும் ஒழிக்கப்பட்டனர். அதன் பின் மைசூர்ப் பகுதிகளில் சிறந்து விளங்கிய போசாளர்கள் பேரதிகாரம் பெற்று விளங்கத் தொடங்கினர். இவர்கள் சாளுக்கியர் முறையில் பல கோயில்களைக் கட்டினர். எனவே, போசாளரின் கோயில்கள் பிற்காலச் சாளுக்கியரது என்று பலர் கருதுகின்றனர். துவாரகையிலிருந்த யாதவர்கள் மேற்குத் தொடர்ச்சி மலைப்பக்கமுள்ள சொசாவூர் என்னுமிடத்தில் குடியேறினவரென்றும், அப்பொழுது இவர்கள் எல்லோருமே சமண சமயத்தைச் சார்ந்திருந்தார்களென்றும், பின்னர் அவர்களின் தலைவனான சாலா என்பவன் ஓர் ஆட்சிப் பரப்பை ஏற்படுத்தி ஆள முற்பட்டானென்றும் கூறப்படுகிறது.

தனித் தன்மைகள்

இதுவரை நாம் வட நாட்டு முறை (நாகரம்) என்பது பற்றி விவரமாய்

அறிந்தோம். ஆனால் போசாளரின் கட்டட முறை இவையிரண்டுக்கும் இடைப்பட்ட ஒரு தனி முறையாகும். இதுவே வேசரமுறை எனப்படு கிறது. ஏறத்தாழ 250 ஆண்டுக் காலம்வரை தொடர்ந்து கட்டப்பட்ட இக்கோயில்கள் சாளுக்கியர் முறையை ஒட்டிக் கட்டப்பட்டிருந்தாலும் இவற்றிற்கென பல தனித் தன்மைகள் காணப்படுகின்றன. தார்வார், அய்கோலி, பாதாமி, பட்டடக்கல் ஆகிய இடங்களில் காணப்படும் கோயில்களின் மூலக்கூறுபாடுகளை இவை பெற்றிருந்தாலும் நாம் முன் கூறியதைப்போல் இவற்றின் வளர்ச்சிப் பருவத்தில் தெளிவான வேறுபாட்டைக் காண்கிறோம். மைசூர் நாட்டிலிருந்த மரபுவழிக் கலைஞர்களால் சாளுக்கியப் முறையைப் பின்பற்றிக் கட்டப்பட்ட இக்கோயில்களில் போசாளரின் தனித்தன்மைகள் மிளிர்ந்து காணப்படு கின்றன. ஒவ்வொரு கல்லும் பளிங்கு போல் தேய்க்கப்பட்டு பச்சை அல்லது நீலக் கரும்பச்சையில் காணப்படுகின்றன.

நாகர முறைக்கும், திராவிட முறைக்கும் இடைப்பட்ட வேசர முறையைக் கொண்டதே போசாளர் கோயில்கள் ஆகும். இவற்றின் சிகரங்கள் ஓரளவு நாகர திராவிட முறையை ஒத்திருக்கின்றன. மைசூர்ப் பகுதியில் காணப்படும் கோயில்களில் எண்பது விழுக்காடு சாளுக்கியப் போசாள முறையில் கட்டப்பட்டவை ஆகும். இவற்றின் உருவ வளர்ச்சி, சுவர்ப் பரப்பு, சிகர வளர்ச்சி, கற்றூண்கள் செதுக்கப்பட்டுள்ள வகை ஆகியவற்றைத் தனித்தனியே ஆய்வோமேயானால் இவற்றின் தனித்தன்மைகள் நமக்குப் புலனாகும்.

போசாளரின் கோயில் நுழைவாயில் கூடத்தின் இருமருங்கிலும் பல சிறு கோயில்கள் அமைந்துள்ளன. அவை தூண் வரிசையில் காணப்படு கின்றன. கருவறை முன் மண்டபம், பல தூண்களையுடைய முக மண்டபம் ஆகியவை காணப்படுகின்றன. பிறவகைக் கோயில்களில் தனித்தனிக் கருவறைகள் காணப்படுவதையறிகிறோம். ஆனால் போசாளர் கோயில்கள் பெரும்பாலும் இரட்டை இரட்டையாக இணைந்தும், சில இடங்களில் மூன்று, நான்கு, ஐந்து, ஏழு கோயில்கள் ஒன்று சேர்ந்தும் தனித்தனி மூலவருடன் காணப்படுகின்றன. பல கோணங்களில் வளர்ந்த மேடைகளின் மீது கோயில்கள் கட்டப்பட்டிருக் கின்றன. அம்மேடையின் மேற்பகுதி வலம் வரும் பாதையாகப் பயன் படுகிறது.

கோயிலின் அமைப்பு பத்திரிப்பு வடிவில் இருக்கிறது. இதனை அஸ்த பத்தர தரைப்பட முறை என்பர். இதன் ஒவ்வொரு கோணமும் சம அளவில் அமைந்து. ஒவ்வொன்றுக்கும் தனித்தனி நடுக்கூடப் பகுதி காணப்படுகின்றது. இது போன்றே பாட்னா, கோகம்தான் உலோனார் முதலிய இடங்களிலும், இராசபுதனத்தின் சில பகுதிகளிலும் காணப் பட்டாலும் இவை மொத்தமாகத் தரைப்படத்தில் உள்ள பத்தரிப்பு மேல் நிற்கும் கட்டடமாக இருக்கும். ஆனால். போசளர் கோயிலின் பத்தரிப்பு அமைப்பிலான தரைப்படத்தின் ஒவ்வொருக் கோணமும், தனித்தனியாக கட்டப்பட்டுள்ளது.

உயரமான மேடை மீது கட்டப்பட்டுள்ள போசாளர் கோயில்கள் ஒரு காட்சி மேடை மேல் கட்டப்பட்டுள்ளதை போல் காட்சியளிக்கின்றன. வடநாட்டுக் கோயில்களும் இவ்வாறு மேடைகளின் மேல் கட்டப் பட்டிருந்தாலும், இவற்றைப் போன்ற மிக அகன்ற மேடைகளை அவைப் பெற்றிருக்கவில்லை. எனவேதான் போசாளர் கோயில்களில் வலம் வரும் பாதை கோயிலைச் சுற்றிலும் வெளிப்புறத்தில் மேடை மீது அமைந்துள்ளது. ஆனால், வட நாட்டுக் கோயில்களில் இப்பாதை கோயிலின் உட்புறத்தில் உள்ளது.

இக்கோயில்களின் சுவர்களும், மண்டபச்சுவர்களும் சிகரங்களும் குறுக்கு வெட்டில் காணப்படும் கலையலங்காரங்களையே பெற்றுள் ளன. விமானத்தின் அமைப்பும் மண்டபத்தின் மேலமைப்பும் ஒரே மாதிரியாக கலைப் பகுதிகளைப் பெற்றுள்ளன. அடித்தளத்தில் அதிட்டான பகுதியில் யானைகள், குதிரைகள், யாளிகள், எருதுகள், அன்னங்கள் போன்றவற்றின் அணிவரிசைகளும் அதற்குமேல் கீர்த்தி முகம் போன்ற அழகு உருவங்களும் காணப்படுகின்றன. இவற்றைப் போலவே விமானத்திலும் மூன்று வகை அணிவரிசைகள் காணப்படு கின்றன.

இடைவெளியின்றி அடுக்கடுக்காய் காணப்படும் சிற்பங்களும் விமானத்துடன் விமானமாக அமைந்து வளர்ந்து சென்று முடியும் ஒப்பனை முகடும் இதன் தனிச்சிறப்பு ஆகும். கருவறையின் தரை அமைப்பைப் போலவே விமானத்தின் கூம்பும் பத்தரிப்பு வடிவில் அமைந்துள்ளது. இதில் காணப்படும் சிற்ப அணி வரிசைகளும் மாடப் படிமங்களும் குறுக்கு வாட்டில் தோன்றினும், சிகரம் பெரியதாகவும்,

உயரமானதாகவும் இல்லை. இதன் சிகரம் பிற கட்டடங்களிலிருந்து தனித்துக் காணப்படுகிறது. இதைப் போலவே சிகரத்தில் காணப்படும் சிற்பங்களும், மாடச் சிற்பங்களும் காணப்பட்டாலும் ஒழுங்காக அமைந்துள்ளன. இவை ஒவ்வொன்றும் தனிக் கலைப் பண்புடன் காணப்படுகிறது.

இறுதியாக, இக்கோயில்களின் தூண் அமைப்பையும், தூண் தலைப்புகளின் அமைப்பையும் பற்றிக் காண்போம். இவற்றின் முறை திரவிடப் முறையை ஒத்ததென்பர். சதுர வடிவிலான இத்தூண்கள் மிக அழகிய தலைப்புகளையும் போதிகைகளில் சிற்பங்களையும் கொண்டுள்ளன. ஒவ்வொரு தூணிலும் நான்கு வட்ட வடிவிலான போதிகைச் சிற்பங்களும், தூணின் மேல் பல படிமங்களும் காணப்படுகின்றன. ஒற்றைக் கல்லினாலான இத்தூண்களின் குறுக்குவாட்டில் பல்வேறு தண்டைகளைப் போலக் காணப்படுகின்றன. இவை அடிமட்டத்தில் அல்லது நடைபாதையின் இடப்பக்கத்தில் இவ்வாறு செதுக்கப் பட்டுள்ளது. ஒவ்வொரு போதிகையிலும் காணப்படும் சிற்பத்திற்கு மதனிகை என்று பெயர்.

போசாள ஈசுவரன் கோயில்

போசாளர் கோயில்களில் ஆலபேடில் உள்ள ஒய்சானேசுவரர் கோயிலும் பேலூரிலுள்ள சென்ன கேசவர் கோயிலும் சோமநாதபுரத்துக் கேசவர் கோயிலும் மிகச் சிறந்த கட்டக் கலைக்கும், சிற்பக் கலைக்கும் எடுத்துக் காட்டுகளாக அமைந்துள்ளன. இம்மூன்று கோயில்களிலும் தலை சிறந்தது போசாளர்களின் தலைநகராக விளங்கிய அலபேடு என்றும் சொல்லுக்கு பழைய வீடு என்பது பொருளாகும். இவ்வூரில் உள்ள கோயில்களில் மிக முக்கியமான கோயில் போசாளேசுவரன் கோயிலாகும்.

இங்கு இம்மன்னர்கள் கட்டிய பல சமணக் கோயில்களும் இருக் கின்றன. போசாளேசுவரன் கோயில் நான்கு பத்திரிப்பு வடிவில் இருக்கிறது. இக்கோயிலின் வெளிச்சுவரில் இடை வெளியில்லாமல் அடிதளத்தில் யானைகள், குதிரைகள், யாளிகள், எருதுகள், அன்னங்கள் முதலியவற்றின் அணி வரிசைகளும் காணப்படுகின்றன. இவற்றுக்கு இடையிலான செகதி போன்ற ஒரு பெரிய பட்டையில் இராமாயண, பாரதக் காட்சிகள் செதுக்கப்பட்டிருக்கும் சாரங்கள் உள்ளன. இதற்குக்

கீழுள்ள மாடக் குழிகளில் தெய்வத் திருவுருவங்கள் செதுக்கப் பட்டுள்ளன. மேல் தளத்தில் அமைக்கப்பட்டிருக்கும் அழகிய சாளரங்கள் உள்ளன. இதற்குக் கீழுள்ள மாடக் குழிகளில் தெய்வத் திருவுருவங்கள் செதுக்கப்பட்டுள்ளன.

இக்கோயிலின் எதிரில் ஒரு பெரிய நந்தி மண்டபம் உள்ளது. அதில் மூலவரை நோக்கிப் படுத்திருக்கும் நந்தியின் உருவம் கம்பீரமாக அமைக்கப்பட்டிருக்கிறது. இக்கோயிலின் இரண்டு பக்கங்கலிலும் மீன் வளைவுகள் இருக்கின்றன. தெற்குப் பக்கமுள்ள வாயில் தலைசிறந்த சிற்பங்களால் அணி செய்யப்பட்டுள்ளது. அதற்கு மேல் சிவபெருமான் நடனமாடுவது போன்ற அழகிய படிமம் காணப்படுகிறது. ஒவ்வொரு வாயிலின் இருபுறத்திலும் அமைந்துள்ள கற்களில் போசாள மன்னர் களின் முத்திரைச் சின்னமான சாலா புலியைக் கொல்லும் காட்சியும், நாட்டிய மாடும் விநாயகர், நடன சரசுவதி, நரசிம்மன், கோவர்த்தனம் முதலிய சிற்பங்களும் தூண்களிலும் சுவர்களிலும் செதுக்கப்பட்டுள் ளன. இக்கோயிலின் மூலவராக இலிங்க வடிவில் போசாளேசுவரன் காணப்படுகிறார். ஆலேபேடிலேயே கேதாரீசுவரன் கோயிலொன்றும் இருக்கிறது, இதுவும் போசா சாளீசுவரன் கோயிலைப் போலவே அமைப்பிலும் சிற்பச் செல்வத்திலும் சிறந்து காணப்படுகிறது.

சென்ன கேசவர் கோயில் (பேலூர்)

ஆலபேடுக்கு அருகமையில் பேலூர் என்னுமிடத்தில் சென்ன கேசவப் பெருமானுக்கு போசாளர்களால் கட்டப்பட்ட இக்கோயில் அளவில் மிகவும் சிறியதாயினும் இதன் கட்டடக்கலையும், சிற்பச் செல்வங் களும் ஆலபேடு கோயில்களைவிட உயர்ந்தவையாகக் காணப்படு கின்றன. இக்கோயிலின் வெளிச்சுவரில் வரிசை வரிசையாகக் காணப் படும் சிற்ப அணிகளுள் சிறப்பானவை போதிகை வரிசையிலுள்ள மதனிகை வடிவங்களே. கிட்டத்தட்ட 40 பெண்களின் வடிவங்கள் இப் போதிகை வரிசையில் செதுக்கப்பட்டுள்ளன.

கோயிலின் உட்புறத்தில் காணப்படும் நவரங்க மண்டபம் கட்டடக் கலையின் ஓர் புதையல் ஆகும். அம்மண்டபத்தின் விதானத்தில் ஒரு விரிந்த தாமரை மலர் தொங்குகிறது. அவ்விதானம் அத்தாமரை பூத்த குளம்போல் காட்சியளிக்கிறது. இது போன்ற பல்வேறு விதமான சிற்பங்கள் இம்மண்டபத்திலும் மற்றும் கோயிலின் மூலவரான சென்ன

கேசவரை "விசய நாராயணன்" என்று அழைக்கின்றனர். இவரைச் சுற்றிலுமுள்ள அரைவட்ட மண்டபத்தில் தசாவதார சிற்பங்கள் செதுக்கப்பட்டுள்ளன. கருவறை வாயிலில் இரண்டு வாயிற் காவலர் நிற்கிறார்கள். இக்கோயிலின் வெளிப் பிராகாரத்திலும் சென்ன கேசவரின் திருவுருவம் காணப்படுகிறது. அங்கு வேணுகோபாலன், நாராயணன், சரசுவதி, விநாயகர், மகிடாசுர மர்த்தனி ஆகியோரின் சிற்பங்கள் காணப்படுகிறன. இக்கோயிலைக் கி.பி.1117 ல் விஷ்ணு வர்த்தனன் என்பவன் கட்டினான். இவனைச் சமய குரவரில் ஒருவரான இராமானுசர் சமணத்திலிருந்து வைணவத்திற்கு மாற்றினார் என்பது குறிப்படத்தக்கது.

சோமநாதபுரம் கேசவன் கோயில்

சீரங்கப் பட்டணத்திலிருந்து முப்பது கல் தொலைவிலுள்ள சோமநாத புரம் என்னுமிடத்தில் கி.பி.1268 ல் கட்டப்பட்ட கேசவன் கோயில் உள்ளது. இதனைக் கட்டியவன் மூன்றாம் நரசிம்மவர்மனின் அமைச்சனான சோமநாதன் ஆவான். இக்கோயில் மூன்று கருவறை களைக் கொண்டுள்ளது. போசாளர் கோயில்களில் இவ்வாறு மூன்று கருவறைகளையுடைய கோயில்கள் நங்கமங்கலத்திலுள்ள கேசவன் கோயிலும், கோர மங்கலத்திலள்ள பூவேசுவரன் கோயிலும், அர்ன ஆல்லியிலுள்ள கேசவன் கோயிலும், நுக்கி அல்லிலுள்ள இலட்சுமி நாரசிம்மன் கோயிலுமாகும். ஆனால் இவை யாவற்றிற்கும் பிந்திய காலத்தில்தான் இச்சோமநாதபுரம் கேசவர் கோயில் கட்டப்பட்டதால் இதில் மிகச் சிறந்த வளர்ச்சி காணப்படுகிறது.

இதனைச் சுற்றிலும் 64 சிறு குடில் கோயில்கள் காணப்படுகின்றன. ஒவ்வொரு குடிலின் எதிரிலும் தூண்கள் நிறுத்தப்பட்டுள்ளன. மூன்று கருவறைகளைப் பக்கவாட்டில் இரண்டும், நடுத்தலைப்பிலொன்று மாகப் பெற்றிருப்பதால் இதன் தரைப்பட அமைப்பு சிலுவையைப் போல் காணப்படுகிறது. கிழக்கு நோக்கிய நுழைவாயிலைப் பெற்றுள்ள இக்கோயில் மிகச் சிறியதாகக் காணப்பட்டாலும் அடியமைப்பிலும் சிறை அமைப்புகளிலும் அணியழகோடு காணப் படுகின்றது. பத்தரிப்பு வடிவில் உயர்ந்து நிற்கும் இதன் அடிமேடை முதன்மைக் கட்டடத்தைச் சுற்றிலும் விரிந்து பரந்து செல்லுகிறது.

இக்கோயிலைச் சுற்றி மண்டபத்துடன் கூடிய சுற்றுப் பிராகாரக் கட்டடம் அமைந்திருக்கிறது. அந்தக் கட்டடத்திலும் அதிலுள்ள தூண்களிலும் சிறந்த சிற்ப வேலைப்பாடுகள் உள்ளன. இந்த மண்டபத்தைக் கடந்து வெளிசுற்றில்தான் வலம் வரும் பாதை அமைந்துள்ளது. மேற்கூறிய கோயில்களில் காணப்படுவதைப் போலவே இக்கோயிலின் சுவரிலும் யானைகள், குதிரைகள், யாளிகள், முதலியன அணி அணியாகக் காட்சியளிக்கின்றன. வலப்பக்க சுவரில் இராமாயணக் காட்சிகளும், தென்பக்கச் சுவரில் பாரதக் கதையில் வரும் காட்சிகளும் செதுக்கப்பட்டுள்ளன. தூண்களிலும் போதிகை களிலும், விதானத்திலும் சிறந்த சிற்ப வேலைப்பாடுகள் உள்ளன. இதிலுள்ள மூன்று கருவறைகளில் முறையே கேசவன், சனார்த்தனன், கோபாலன் ஆகிய மூலவர்கள் காணப்படுகிறார்கள். இக்கோயிலின் வாயிலில் உள்ள கருடத்தூண் வாயிலைவிட்டு சற்று தள்ளி நிற்கிறது.

போசாளர் கோயில்களில் மூன்று கருவறைகளை உடைய மேற்கண்டக் கோயிலைப் போலவே இரண்டு கருவறைகளையுடைய கோயில்களும், நான்கு கருவறை களையுடைய கோயில்களும் உள்ளன. கி.பி.1220-ல் கட்டப்பட்ட அரிசிக்கரையிலுள்ள ஈசுவரன் கோயிலும், 1224-ல் கட்டப் பட்ட அரிஆரிலுள்ள அரிகரன் கோயிலும் இரட்டைக் கருவறைகளை யுடையன. தொட்டதேத் வாளியிலுள்ள கி.பி.1113-ல் கட்டப்பட்ட இலட்சுமி தேவி கோயில் நான்கு கருவறைகளையுடையது. இந்தியாவி லுள்ள கலைக் கோயில்கள் அனைத்திலும் நுணுக்க வேலைப் பாட்டுக்குச் சிறந்து காணப்படுவது போசாளர் கோயில்களாகும். இக் கோயில்களின் சிகராமய்த் திகழ்வது சோமநாதபுரம் கோயில்களாகும்.

●

53

விசய நகரக் கோயில்கள்

விசயநகரப் பேரரசு இசுலாமியரின் கடுந்தாக்குதல்களால் வைதிக சமயம் அழிந்து போகாமல் காப்பதையும், வைதிக சமயங்களின் பண்பாடுகளை வளர்ப்பதையும் தன் மூச்சாகக் கொண்டு பாடுபட்டதால் அத்தகையப் பண்பாடுகளின் அடிப்படையில் அதன் கட்டடக் கலையும் வளர்ந்திருப்பதை நம்மால் உணர முடிகிறது. சோழர்களால் வளமாக்கப்பட்டுப் பாண்டியர்களால் ஒப்பனை செய்யப்பட்ட கட்டடக் கலை விசயநகர மன்னர்களால் மேலும் அழகுபடுத்தப்பட்டு எண்ணற்ற உறுப்புகளைக் கொண்டு திகழ்ந்தது.

பழைய கோயில்களில் புதிய மண்டபங்களையும் துணைக் கோயில்களையும், காட்சி மண்டபங்களையும் இவர்கள் கட்டினார்கள். இதனால் ஒவ்வொரு கோயிலும் பரப்பளவிலும் உறுப்புகளின் எண்ணிக்கையிலும் மிகுதியாகிய மண்டபமே மிகச் சிறந்த உறுப்பாகவும், கலை யழகு சொட்டும் முதன்மையுறுப்பாகவும் திகழ்ந்தது. ஒவ்வொரு கோயிலிலும் முதன்மை வாயிலில் நாம் நுழைந்தவுடன் நமக்கு இடப் பக்கத்தில் கலியாண மண்டபம் காட்சியளிக்கும். மிகவுயரமான மேடை யின் மேல் பல பெரிய அழகிய தூண்களை நிறுத்திக் கட்டப்பட்டுள்ள இக்கலியாண மண்டபம் ஆண்டுக்கொருமுறை இறைவனுக்கும் இறைவிக்கும் நடைபெறுகிற திருமண விழாவுக்குப் பயன்படும்.

விசயநகர மன்னர் காலத்துக் கட்டடக்கலையில் சிறப்பாகச் குறிப்பிடத்தக்க மற்றொன்று ஆயிரங்கால் மண்டபம் ஆகும். ஆயிரங் கால் மண்டபம் என்பது உண்மை யிலேயே ஆயிரங்கால்களைப் பெற்றி ராது. ஆனால் எண்ணிக்கையில் மிக அதிகமான தூண்களையுடையதா யிருக்கும். பல்வேறுபட்ட சிக்கலான முறைகளில் செதுக்கப்பட்ட தூண் களே விசய நகர முறையில் காணப்படும் குறிப்பிடத்தக்க சிறப்பாகும். தூணின் நடுக்கம்பம் வெளிப்படையாகத் தெரியாமல் அதனைச் சுற்றிலும் பல்வேறு சிற்ப உருவங்கள் அமைந்திருக்கும். தாவிக் குதிக்கும் குதிரை அல்லது சீறி நிற்கும் யாளி, கற்பனை விலங்கின் உடலும் காணப்படும் முதன்மைத் தூணும் இத்தகைய சிற்பங்களும் ஒரே கல்லினால் செதுக்கப்பட்டவையாகும். சில தூண்களைச் சுற்றிலும் விலங்குகளின் உருவங்களுக்குப் பதிலாகப் கோயில் கட்டியவரின் சிற்பமோ, அல்லது கொடையாளர்களின் சிற்பமோ அமைந்திருக்கும்.

மேலும் மூலத்தூணைச் சுற்றி பல சிறு தூண்கள் அமைக்கப்பட்டிருக் கும். இவை யாவுமே ஒரே கல்லினாலானவை. இச்சிறு தூண்களைத் தட்டினால் இசையின் அடிப்படையான ஏழு சுரங்கள் ஒலிப்பதை அறிகிறோம். இவை போன்ற பல்வேறு வகைத் தூண்களும் விசயநகர மன்னர் காலத்தில் உருவாக்கப்பட்டன. இவை எல்லாவற்றிலுமே அழகிய வேலைப்பாடு மிகுந்த போதிகை சிறப்பான இடத்தைப் பெற்றுள்ளது. போதிகையில் மேற்குவிந்து தொங்குகின்ற உருப்பொன் றும் இருக்கும். பின்னர் அது தனித்துத் தொங்குகின்ற தாமரை மொட்டின் வடிவத்தில் வளர்ச்சியடைந்தது. இதற்கு நானுதல் என்று பெயர்.

விசயநகரப் பாணியில் கட்டப்பட்ட கோயில்கள் துங்கபத்திரையாற்றி லிருந்து ஏறத்தாழத் தென்னாடு முழுவதும் காணப்படுகின்றன எனலாம். இவற்றுள் தலையாய சிறப்புடையதாய் விளங்கும் கோயில்கள் விசய நகரப் பேரரசின் கோநகராய் விளங்கிய விசய நகரிலேயே காணப்படு கின்றன. அவற்றுள்ளும் இன்று அழியாமல் காணப்படும் விட்டலர் கோயிலும், ஆசார ராமசாமி கோயிலும் முதன்மையானவையாகும். இவை இரண்டையும் பற்றி நாம் தனித்தனியாக ஆய்ந்து கொள்ளலாம்.

விட்டலர் கோயில்

இக்கோயில் விசயநகர மன்னர் காலத்தில் கட்டப்பெற்ற எல்லாக் கோயில்களையும் விட அழகிலும், ஒப்பனையிலும் தலை சிறந்தது.

இது கிருட்டிண தேவராயர் காலத்தில் தொடங்கப் பெற்று அச்சுதராயர் காலத்தில் கட்டிமுடிக்கப் பெற்றிருக்க வேண்டும். ஆயினும், இது முழுவதுமாகக் கட்டிமுடிக்கப் பெறவில்லை. இதனைச் சுற்றிலுமுள்ள மதிலில் கிழக்கு, தெற்கு, வடக்கு ஆகிய திசைகளில் மூன்று பெரிய கோபுர வாயில்கள் அமைக்கப் பெற்றுள்ளன. இதன் உட்புறத்தில் மூலக்கருவறையைத் தவிர வேறு ஐந்து கட்டடங்களும் உள்ளன. சுற்றிலுமுள்ள திருச்சுற்று மாளிகை மண்டபத்திலும் இக்கட்டடங் களிலும் அழகிய தூண்கள் நிறுத்தப் பெற்றுள்ளன.

நடுவிலுள்ள முதன்மைக் கட்டடத்தில்தான் விட்டலர், மூலவராக வுள்ளார். கிழக்கு மேற்காக அமைந்துள்ள அக்கட்டடத்தின் கருவறை, இடை நாழிகை, பெரு மண்டபம் ஆகிய மூன்றும் வரிசையாகவுள்ளன. இடைநாழிகையிலும் பெரு மண்டபத்திலும் தூண்கள் வரிசையாக அமைந்துள்ளன. இடைநாழிகையைச் சுற்றிலும் சுவர்கள் உள்ளன. அதன் அடித்தளத்தில் குமுதப்பட்டைகள் உள்ளன.

5 அடி உயரமுள்ள மேடை மீது அமைந்தள்ள இப்பெருமண்டபம் இடைநாழிகையொடு ஒரு பக்கத்தில் இணைந்து, பிற மூன்று பக்கங் களிலும் வாயில்களைப் பெற்றுள்ளன. ஒவ்வொரு வாயிலின் இரு மருங்கிலும் காவல் புரியும் யானையின் உருவங்கள் அமைக்கப்பட்டுள் ளன. இதன் இறவாரம் மிகவும் அகலமானது; விரிந்த இறவாரத்தை யும், அதற்கு மேல் சிறு கூரைகளையுமுடைய இப்பெருமண்டபத்தின் வெளித் தோற்றம், மிகவும் கவர்ச்சியாகவுள்ளது. இதனுள் 56 தூண்கள் உள்ளன. இதில் 40 தூண்கள் குறிப்பிட்ட இடைவெளிகளில் நிற்பதால் மண்டபத்தின் வெளி விளிம்பில் மண்டபத்தைச் சுற்றிலும் ஓர் இடைகழி ஏற்பட்டுள்ளது.

மேலும் மண்டபத்தின் நடுவில் நீள்வட்ட வடிவிலான நடைபாதை உண்டாவதற்கேற்ற முறையில் மீதிப் பதினாறு தூண்களும் நிறுத்தப் பெற்றுள்ளன. இத்தூண்கள் யாவும் அழகிய வேலைப்பாடுகளை உடையவையாயினும் ஒரே மாதிரியாகச் செதுக்கப்பட்டவையல்ல. இவற்றிலுள்ள சிற்பங்கள் நம்மைப் பெரிதும் கவர்கின்றன.

பெருமண்டபத்தைத் தவிர்த்து மீதியுள்ள பகுதி ஒரு சதுர வடிவிலானது. அதன் வெளிச்சுவர்களில் சுவர்த் தூண்களும், மாடக்குழிகளும், விதானங்களும் அழகிய வேலைப்பாட்டுடன் அமைக்கப்பட்டுள்ளன.

பெருமண்டபத்திலிருந்து இடைநாழிகைக்குச் செல்லுவதற்கு வழி யுள்ளது. இதைத் தவிர இரண்டு பக்கத்திலும் வாயில்கள் உள்ளன. இவற்றைத் தவிர இவற்றையொட்டி இரு முகமண்டபங்கள் இருக் கின்றன. அவற்றிலும் தூண்கள் உள்ளன. இடை நாழிகை உட்புறத்தில் சதுர வடிவிலமைந்துள்ளது. நடுவில் ஒரு சதுர மேடையையும், அதன் மூலைக்கொன்றாக நான்கு தூண்களையும் பெற்றுள்ளது. கருவறை இடை நாழிகையிலும் திருச்சுற்றுப் பாதைகள் உள்ளன.

பெருமண்டம், இடை நாழிகை, கருவரை ஆகிய மூன்றும் ஒன்றாக அமைந்து காணப் பெறுகின்றன. இவற்றையடுத்து மிகச் சிறப்பாகக் குறிப்பிடத்தக்கது கலியாண மண்டபமாகும். இதிலுள்ள அழகிய அணிகளும், மற்றச் சிற்பங்களும் நம்மைப் பெரிதும் கவர்கின்றன. இதனருகில் மாமண்டபத்தின் வாயிலை நோக்கி ஒரு தேர் நிற்கின்றது. அதனுடைய அடித்தளம், அதிலிருக்கின்ற சக்கரங்களும், தேரின் முதன் மாடியும் ஒரே கல்லில் செதுக்கப்பட்டவை. இது போன்ற தேர் விசய நகரக் கோயில்கள் பலவற்றில் காணப்பெறுகின்றன. தாடிபத்திரியிலும் இது போன்ற அரிய தேர் உள்ளது.

விட்டலர் கோயிலையடுத்து விசய நகரத்திலுள்ள கோயில்களில் இரண்டாம் விருப்பாட்சனுடைய காலத்தில் கட்டப்பெற்ற ஆசார இராமசாமி கோயில் சிறப்புடையதாகும். இது விட்டலர் கோயிலை விடச் சிறியதாயினும் விசயநகரப் முறையின் முழுச்செம்மையையும் இதில் காணலாம். இதனுள் அம்மனுக்கென்று தனிக்கோயில்களும் ஒரு கலியாண மண்டபமும், வேறு பல சிறு கோயில்களும் உள்ளன. முற்றத்தின் மேல் அமைந்துள்ளன. இவை யாவற்றிற்கும் பொதுவாகக் கிழக்குப் பக்கத்தில் மிகப் பெரிய வாயிலுள்ளது. அதனையடுத்துத் பரந்த கூரையையுடைய புகுமுக மண்டபமுள்ளது. முன் மண்டபத்தில் நடுவிலுள்ள சதுர மேடையின் நான்கு மூலைகளிலும் நான்கு தூண்கள் உள்ளன. இத்தூண்கள் பிற தூண்களைவிட வடிவமைப்பிலும் சிற்ப வேலைப்பாட்டிலும் மாறுபாட்டுடன் காணப்படுகிறன்றன. முற்றத் தின் வடக்கு, தெற்குப் பக்கங்களிலும் புகுமுக மண்டபங்களையுடைய வேறு இருவாயில்களும் உள்ளன. விமானத்தின் முதல் மாடி கல்லால் கட்டப்பட்டுள்ளது. அதற்கு மேலுள்ள பகுதி விட்டலர் கோயிலைப் போலவே செங்கல்லால் கட்டப்பட்டுள்ளது. கோயிலின் உட்புறச் சுவர்களில் இராமாயணக் காட்சிகளை விளக்குகின்ற புடைப்புச் சிற்பங்கள் செதுக்கப்பட்டுள்ளன.

விசய நகர கோயிற்கலை வட நாட்டின் தென் கோடியில் தனிச் சிறப்புக்குரியதாயினும் இது முழுக்க முழுக்க தென்நாட்டின் தமிழ் கலைத்தன்மையை கொண்டதாகும். மேலும் விசயநகர கோயிற்கலை யின் தனித் தன்மைகளை தமிழகத்துக் கோயில்களில்தான் காணமுடியும். விசய நகரத்து கோயில் கலையிணை மிகத் தெளிவாக தமிழ்நாட்டுக் கோயில் கலை என்னும் நூலில் விரிவாக காண்போம்.

சிந்துவெளி, நாகரிகம் முதல் இன்றுவரை கலை கட்டட முறை களுக்கும், பண்பாட்டுக்கும் தமிழர்களே முன்னோடி களாவர். இந்நூல் வடநாட்டுக் கோயில் கலை எனப்பட்ட அசோகர் காலம் தொட்டு வடக்கு, மேற்கு, கிழக்கு, மையப் பகுதி அனைத்திலும் காணப்பட்ட கோயில் கலைகளுக்கெல்லாம் இலக்கணம் கண்டவர்கள் தமிழ் சிற்பிகளே.

இன்றைக்கும் தமிழ்க் கலைஞர்கள் வட நாட்டு கோயிற்கலைகளை படைப்பதில் வல்லவர்வர்களே! ஆனால் வடவர்கள் தமிழ் கலைஞர் களை ஏற்றுக் கொள்வதில்லை. எனவேதான் கடந்த 15 ஆம் நூற்றண்டு வரை சிறந்து செழித்த வட நாட்டுகலைகள் மெல்ல மெல்ல தனது உயிர்ப்பாற்றலை இழந்து ஏதோ பொம்மைக் கட்டடங்களாகவே காட்சி அளிக்கின்றன.

எப்போதும் ஒரு இனத்திலிருந்து புதிய இனம் உருவாகும்போது இப்புதிய இனம் தனது தாயினத்தை அழித்தொழிப்பதிலேயே முனைந்து நிற்கும். அவ்வாறு எதிர்த்து நிற்கும் புதிய இனம் தனது பழமையை அழித்துக் கொள்ளவும் தயங்காது. அதனால்தான் தெற்காசியா முழுவதும் உருவான பல தேசிய இனங்கள் தமிழை தமிழர் கலையை, தமிழ் பண்பட்டை ஏன் தமிழர்களையும் எதிர்க்கத் தவறுவ தில்லை.

இதற்கு நேற்று உருவான கேரளமும், மலையாள மொழியும் சிறந்த எடுத்துக்காட்டாகும். சிங்களவர் நிலையும் இது போன்றே! எப்படி இருப்பினும் தமிழர்களின் தொன்மையை, கலைப் பண்பாட்டை யாராலும் மறந்துவிட முடியாது. ஆம்! வட நாட்டுக் கோயிற் கலையில் 75 விழுக்காடு தமிழர்களுடையதே. இனி தமிழ்நாட்டுக் கோயில் கலையை விரிவாகவும், தெளிவாகவும் மெய்உணர்வோடும் அடுத்த நூலில் காண்போம்.

●